AF751740

ഗ്രീൻ ബുക്സ്

**ഷാഹിദ്നാമ**

ഒ.വി. ഉഷ

കവി, നോവലിസ്റ്റ്, വിവർത്തക, കോളമിസ്റ്റ്.
പാലക്കാട് ജില്ലയിൽ ജനനം.
ദില്ലി യൂണിവേഴ്സിറ്റിയിൽനിന്ന്
ഇംഗ്ലീഷ് സാഹിത്യത്തിൽ ബിരുദവും
ബിരുദാനന്തരബിരുദവും.
ദില്ലിയിലെ ഇൻസ്റ്റിറ്റ്യൂട്ട് ഓഫ് മാസ് കമ്മ്യൂണിക്കേഷൻസ്,
ടാറ്റാ മക്ഗ്രോഹിൽ ബുക്ക് കമ്പനി, വികാസ് പബ്ലിഷിങ്
ഹൗസ് തുടങ്ങിയ സ്ഥാപനങ്ങളിൽ പ്രവർത്തിച്ചു.
മഹാത്മാഗാന്ധി സർവകലാശാലയുടെ പ്രസിദ്ധീകരണ
വിഭാഗം ഡയറക്ടറായി സേവനമനുഷ്ഠിച്ചു.
പുരസ്കാരങ്ങൾ: കേരളസാഹിത്യ അക്കാദമിയിൽ നിന്ന്
സമഗ്രസംഭാവനയ്ക്കുള്ള അവാർഡ് (2015),
ഇൻഡോ അറബ് കൾച്ചറൽ ലീഗ് ഏർപ്പെടുത്തിയ
സാംസ്കാരിക വിനിമയ അവാർഡ് (2017),
ചലച്ചിത്ര ഗാനരചനയ്ക്കുള്ള
സംസ്ഥാന സർക്കാർ അവാർഡ് (2000),
ഏഷ്യാനെറ്റ്-ലക്സ് അവാർഡ്,
ഭരതൻ സ്മാരക അവാർഡ്.

**ഗ്രീൻ ബുക്സ് പ്രസിദ്ധീകരിച്ച**
**ഗ്രന്ഥകാരിയുടെ ഇതര കൃതി**

ഗുരുഗാഥ
(ആദ്ധ്യാത്മികം)

മലയാളത്തിന്റെ പ്രിയകവിതകൾ - ഒ.വി. ഉഷ

നോവൽ

# ഷാഹിദ്നാമ

ഒ.വി. ഉഷ

ഗ്രീൻബുക്സ്

green books private limited
gb building, civil lane road, ayyanthole,
thrissur- 680 003, kerala, ph: +91 487-2381066, 2381039
website: www.greenbooksindia.com
e-mail: info@greenbooksindia.com

branches:
thrissur 0487-2422515
thiruvananthapuram 0471-2335301
calicut 0495 4854662

*malayalam*
**shahidnama**
*novel*
by
o v usha

first green books edition june 2023
reprinted june 2023


cover image & illustration : namboodiri
cover design : rajesh chalode

printed in india
repro india ltd

isbn : 978-93-95878-38-8

---



GBPL/1299/2023

# മുഖക്കുറി

അലൗകിക പ്രണയം പ്രമേയമായിട്ടുള്ള ഹൃദയഹാരിയായ നോവലാണ് 'ഷാഹിദ്നാമ'. പ്രണയത്തിന്റെ വ്യത്യസ്ത തലങ്ങളായ സ്നേഹം, അനുകമ്പ, സഹാനുഭൂതി, വേദന, വിരഹം - ഇതിന്റെയെല്ലാം ഭാവങ്ങൾ ചാരുതയാർന്ന ഗ്രാമീണ പശ്ചാത്തലത്തിൽ ഒരു കവിത പോലെ മനോഹരമായി ഒ.വി. ഉഷയെന്ന അനുഗൃഹീത എഴുത്തുകാരി പകർന്നുതന്നിരിക്കുകയാണ്.

സാജിദയുടെയും ഷാഹിദലിയുടെയും പ്രണയത്തിന്റെ തീവ്രത വായനക്കാരിലേക്ക് പടർന്നുകയറുന്നത് അവരുടെ വേർപാടിന്റെ തുടക്കം കുറിക്കുന്ന അനുഭവപരമ്പരകളിലൂടെയാണ്. ചെമ്പകപ്പള്ളി എന്ന ഗ്രാമത്തിലെ നിഷ്കളങ്കരായ ആൾക്കാരുടെ ദൈനംദിന ജീവിതത്തിനിടയിൽ നിന്നും ഈ കഥ ഉരുത്തിരിയുന്നത് മിഴിവാർന്ന ഒരുപറ്റം കഥാപാത്രങ്ങളിലൂടെയാണ്. അത്തുക്കെ്‌രി, ഉച്ചുമാമ, താലിയപ്പൻ, കദിയവല്യമ്മ, കൊമ്പൻ കമറുദ്ദീൻ, കഞ്ഞാമിന, ഉടുപ്പില്ലാക്കോയ തുടങ്ങിയവരുടെ നിഷ്കളങ്കമായ ജീവിതാവസ്ഥകൾ ഒരു ഗ്രാമത്തിന്റെ സ്പന്ദനങ്ങളാണ്.

പ്രേമത്തിന്റെ ആഴം മനസ്സിലാക്കിക്കൊടുത്ത താച്ചിയോടൊപ്പമുള്ള ഷാഹിദലിയുടെ ജീവിതകഥ ഷാഹിദ്നാമയിലൂടെ പറഞ്ഞുകഴിഞ്ഞെങ്കിലും സൗഹൃദത്തിന്റെയും ആത്മീയതയുടെയും ഉള്ളറകളിലേക്ക് ഷാഹിദിനെ കൊണ്ടുപോയ ജീവാനന്ദൻ എന്ന സഞ്ജുവിന്റെ കഥ ഇനിയും പറയാനിരിക്കുകയാണ്. സ്നേഹത്തിന്റെയും ആത്മീയതയുടെയും നിഗൂഢതലങ്ങളിലേക്ക് കടന്നുചെല്ലാനിടയുള്ള ഇതിന്റെ രണ്ടാംഭാഗമായ അടുത്ത ആ നോവലിന്റെ പിറവിക്കായി നമുക്ക് കാത്തിരിക്കാം.

സമകാലിക മലയാളം വാരികയിൽ വെളിച്ചം കണ്ട ഈ കാവ്യാത്മക നോവൽ അനുവാചകർക്കായി വീണ്ടും സമർപ്പിക്കുന്നു.

**എഡിറ്റർ**

## സമർപ്പണം

എന്റെ സാഹിത്യപ്രവർത്തനങ്ങളെ
എന്നും നിറഞ്ഞ ഹൃദയത്തോടെ നോക്കിക്കണ്ട,
ഈ കഥയുടെ പിറവിയിൽ എന്നെക്കാളും
സന്തോഷിക്കുമായിരുന്ന ജ്യേഷ്ഠസഹോദരി
ശ്രീമതി ശാന്താഗംഗാധരന്റെ സ്മരണയ്ക്ക്

# ആമുഖം

യാദൃച്ഛികമായി ഒരു ചെറുകഥയ്ക്കുള്ള വക കിട്ടിയതാണെന്നു കരുതി എഴുതാൻ തുടങ്ങിയത് നീണ്ടു നീണ്ട് അങ്ങനെ ഓഫീസ് ജോലിക്കും നൂറുകൂട്ടം തിരക്കുകൾക്കും ഇടയിലൂടെ വളർന്നു. 'സമകാലിക മലയാളം' വാരികയിൽ പരമ്പരയായും പിന്നെ പുസ്തകമായും അത് വെളിച്ചം കണ്ടു. ഷാഹിദ്നാമ എന്ന എളിയ കൃതിയുടെ ജനനം അങ്ങനെയായിരുന്നു.

വർഷങ്ങൾ കഴിഞ്ഞ് ഈ പതിപ്പിനുവേണ്ടി അക്ഷരപ്പിശകുകൾ ഉണ്ടെങ്കിൽ തിരുത്താമെന്നുവെച്ച് വായിച്ചപ്പോഴാണ് ഒരു കാര്യം തിരിച്ചറിഞ്ഞത്. ഉദ്ദേശിക്കാതെ കടന്നുകൂടിയ 'സൂഫി'ത്തം സാമാന്യം വലിയ അളവിലാണ് അന്തർധാരയായി കിടക്കുന്നത്. ഒരുപക്ഷേ, ഇത് എന്നിൽ കടന്നുകൂടിയ സൂഫി സ്വാധീനം തന്നെയാണ്.

അതിന്റെ തുടക്കം സൂഫി മ്യൂസിക് എന്നറിയപ്പെടുന്ന 'കവ്വാലി'കളോട് തോന്നിയ ഇഷ്ടത്തിൽ നിന്നായിരിക്കണം. അമീർ ഖുസ്രു(അലാവുദ്ദീൻ ഖിൽജിയുടെ കാലം, ഏതാണ്ട് എട്ടു നൂറ്റാണ്ടു മുൻപ്)വിലേക്ക് എത്തിയത് അങ്ങനെയാണ്. കവ്വാലി എന്ന ഗാനരൂപത്തിന്റെ ആരംഭം ഖുസ്രുവിൽ നിന്നാണ്. 'ബഹുത്ത് കഠിന് ഹൈ ഡഗര് പൻഘട്ട് കീ' (ആറ്റുകടവിലേക്കുള്ള വഴി വളരെ കഠിനമാണ്) എന്ന വരിയാണ് അദ്ദേഹം ആദ്യം രചിച്ചത് എന്നു കേട്ടിട്ടുണ്ട്. പതിനെട്ടോളം വർഷങ്ങളിലെ എന്റെ ദില്ലിവാസക്കാലത്ത് പി ജി വിദ്യാർത്ഥിനി ആയിരിക്കുമ്പോഴോ മറ്റോ ആയിരുന്നു ഈ പരിചയപ്പെടൽ. പിന്നീട് പലപ്പോഴായി സൂഫിസത്തെക്കുറിച്ചുള്ള പുസ്തകങ്ങളും എന്റെ കൈയിൽ വന്നുചേർന്നു. ജോലിയായിക്കഴിഞ്ഞ് രണ്ടു സൂഫിവര്യന്മാരുടെ സമാധിസ്ഥലങ്ങളിൽ പോകാനും ഇടയായിട്ടുണ്ട്.

ഒരു സുഹൃത്തിനോടൊപ്പം ഒരിക്കൽ താജ്മഹൽ കാണാൻ പോയപ്പോൾ സലീം ചിഷ്ത്തിയുടെ സമാധിസ്ഥലം സന്ദർശിച്ചതാണ് ആദ്യത്തേത്. മറ്റൊരു സുഹൃത്തിനൊപ്പം മറ്റൊരിക്കൽ ദില്ലിയിലെ നിസാമുദ്ദീൻ ഔലിയയുടെ സമാധി സന്ദർശിച്ചത് രണ്ടാമത്തെയും. ചിഷ്ത്തിമാരുടെ പാരമ്പര്യത്തിലാണ് അങ്ങനെ മനസ്സു ചെന്നുപെട്ടത്.

സൂഫിസം ഒരു പാഷൻ (Passion) ആയോ ഒബ്സെഷൻ (Obsession) ആയോ അല്ലെങ്കിലും അക്കാലങ്ങൾ മുതൽ സ്നേഹമുണർത്തിക്കൊണ്ട് ഒപ്പമുണ്ട്. സൂഫി എന്ന വിശേഷണം ചാർത്തിക്കിട്ടിയിട്ടില്ലെങ്കിലും, പരമ്പരാഗത സൂഫിത്താവഴികളിൽ അല്ലെങ്കിലും, തിരുവനന്തപുരത്ത് ജീവിച്ചിരുന്ന ഖുറൈഷ്യ ഫക്കീർ എന്ന പട്ടാണി സ്വാമിയെ സൂഫികളുടെ ഗണത്തിലാണ് ഞാൻ കാണുന്നത്. ഇസ്ലാമിലെ അനുഭവശാലികളായ മിസ്റ്റിക്കുകൾ (Mystics) ആണല്ലോ സൂഫികൾ. പട്ടാണി സ്വാമി എന്റെ ഗുരു ശ്രീ കരുണാകരഗുരു തൃപ്പാദങ്ങളുടെ ഗുരുവായിരുന്നു.

ഭാരതത്തിൽ സൂഫിസവും ഭക്തിപ്രസ്ഥാനവും പരസ്പരം സ്വാധീനം ചെലുത്തിയിരുന്നു എന്നാണ് മനസ്സിലാക്കാനാവുന്നത്. സാംസ്കാരികമായ പുറന്തോടുകൾക്കപ്പുറം, അതായത് ബാഹ്യവ്യത്യാസങ്ങൾക്കപ്പുറം, ആത്മീയതയാണ്, എല്ലാത്തിനോടുമുള്ള സ്നേഹമാണ്, രണ്ടിന്റെയും കാതൽ. സൂഫിസത്തിന്റെയും ഭക്തിയുടെയും ഐക്യപ്പെടൽ ഗംഗായമുനാ സംഗമം പോലെയാണ്. എന്റെ ഗുരുവിന്റെയും (ശ്രീകരുണാകരഗുരു) ഗുരുവിന്റെ ഗുരുവിന്റെയും (പട്ടാണിസ്വാമി) പാരസ്പര്യത്തിൽ ഈ ഐക്യപ്പെടൽ ജ്ഞാനഭൂമികയിലേക്ക് ഉയർന്നിരുന്നു എന്നാണ് എനിക്ക് തോന്നിയിട്ടുള്ളത്.

പട്ടാണിസ്വാമികളെപ്പറ്റിയുള്ള ഓർമ്മകൾ പങ്കുവെച്ചിരുന്ന സന്ദർഭങ്ങളിൽ എന്റെ ഗുരുവിന്റെ മുഖത്ത് വലിയ സ്നേഹഭാവമായിരുന്നു എന്നു ഞാനോർക്കുന്നു. അനുഭവത്തിന്റെ പടവുകൾ കടന്ന് ഉന്നതികളിലേക്ക് ഉയരുന്നവർ സ്നേഹത്തിന്റെ, ഈശ്വരപ്രണയത്തിന്റെ അക്ഷയ ഖനികളാകുന്നു. എല്ലാ വിഭാഗീയതകൾക്കും അതീതരായി മനുഷ്യാവസ്ഥയിൽ സാധ്യമാകാവുന്ന ഒരു സാക്ഷാത്കാരത്തിലേക്ക് ശുദ്ധസ്നേഹമായ കാരുണ്യാമൃതത്തിലേക്ക് പ്രവേശിക്കുകയാണവർ എന്നാണ് എനിക്ക് തോന്നുന്നത്.

ആ പ്രണയത്തിൽ മുങ്ങിപ്പോകുന്നവർ കരകാണുകയും ഇറങ്ങാൻ മടിക്കുന്നവർ ഭവസാഗരത്തിൽ മുങ്ങിത്താഴുകയും ചെയ്യുന്നുവെന്ന് അമീർ ഖുസ്രു പറയുന്നു;

ഖുസ്രോ ദരിയാ പ്രേംകീ
ഉൽട്ടീ വാ കാ ധാർ...
ജോ ഉബരാ സോ ഡൂബ്ഗയാ
ജോ ഡൂബാ സോ പാർ...

(ഖുസ്രു: പ്രേമപ്രവാഹം എതിർ ദിശയിലേക്ക് ഒഴുകുന്നു. മടിച്ചു നിൽക്കുന്നവർ മുങ്ങുകയും മുങ്ങുന്നവർ കരകയറുകയും ചെയ്യുന്നു.) എണ്ണൂറു കൊല്ലത്തോളം പഴക്കമുള്ള വാക്കുകൾ (ഖുസ്രോ AD 1253-1325) ഇപ്പോൾ കേൾക്കുന്നതുപോലെ നവീനമായി അനുഭവപ്പെടുന്നു. കാരുണ്യമായി, സഹാനുഭൂതിയായി, വിസ്മയങ്ങൾ സൃഷ്ടിക്കുന്ന ആ പ്രണയത്തെക്കുറിച്ചു തന്നെയല്ലേ കബീറും പറയുന്നത്: ഗ്രന്ഥങ്ങൾ പഠിച്ചവനല്ല, 'പ്രേമം' എന്ന രണ്ടര അക്ഷരം (ഢായീ അക്ഖർ പ്രേം കാ) പഠിച്ചവനാണ് അറിവുള്ളവൻ. ഹിന്ദുക്കളും മുസൽമാൻമാരും കബീറിന്റെ ശരീരം മറവു ചെയ്യുന്നതിനായി കബീർ തങ്ങളുടെ വിഭാഗത്തിൽപ്പെട്ടവനാണെന്ന് തർക്കിച്ചുവെന്നും ഒടുവിൽ ശരീരം കിടന്ന സ്ഥാനത്ത് പൂക്കളുടെ ഒരു കൂമ്പാരമാണ് കണ്ടതെന്നും കഥയുണ്ട്.

ഈ സ്നേഹത്തിന്റെ ചെറിയൊരു അംശം ഞാൻ പ്രത്യേകിച്ച് സങ്കല്പിക്കാതെ തന്നെ ഷാഹിദ്നാമയിലെ രണ്ടു മുഖ്യകഥാപാത്രങ്ങളിൽ ഉൾച്ചേർന്നു കിട്ടിയിരിക്കുന്നു.... 'ലൈലാ മജ്നു' മാതൃകയിലുള്ള പ്രണയത്തിലൂടെയാണ് കഥ ഉരുവപ്പെടുന്നതെങ്കിലും അതിലുപരിയായി നിൽക്കുന്നു ഷാഹിദലിയുടെയും ജീവനാനന്ദന്റെയും ഹൃദയങ്ങളിൽ ഊറിനിറയുന്ന സ്നേഹവായ്പ്.

ഇതിനൊരു തുടർച്ച വർഷങ്ങൾക്കുശേഷം എന്റെ മനസ്സിൽ രൂപപ്പെട്ടു വന്നിട്ടുണ്ട്. ഷാഹിദലിയും ജീവനാനന്ദനും വീണ്ടും കാണേണ്ടതുണ്ട്. അവർ കാണാതിരുന്ന വർഷങ്ങളിൽ അവരുടെ പാരസ്പര്യം വളരേണ്ടതുണ്ട്. അവരുടെ വ്യത്യസ്തതകൾ ബാഹ്യമാണ്, അവർ ഒന്നു തന്നെയാണ്. യഥാർത്ഥ മനുഷ്യരെപോലെ ഈ രണ്ടു ഭാവനാസന്തതികളും എന്റെയുള്ളിൽ സജീവമായി നിൽക്കുകയാണ്. എഴുതാൻ കഴിയണേ എന്നൊരു ആഗ്രഹം മാസങ്ങളായി കൊണ്ടുനടക്കുന്നു.

ഷാഹിദ്നാമയുടെ ഈ പതിപ്പ് പുറത്തു വരുന്നതിനു കാരണം ഗ്രീൻ ബുക്സും അതിന്റെ മാനേജിംഗ് ഡയറക്ടറായ ശ്രീ നരേന്ദ്രനുമാണ്.

കൂടാതെ ഈയവസരത്തിൽ ഒരുപാടുപേരെ ഓർക്കാനുണ്ട്. പ്രവാസജീവിതം അവസാനിപ്പിച്ച് നാട്ടിലേക്കു പോരാൻ പ്രേരണയായ എന്റെ ഗുരു ആദ്യം വരുന്നു.

ജ്യേഷ്ഠൻ ഒ.വി. വിജയൻ, ഗ്രന്ഥകാരനും ജ്യേഷ്ഠന്റെ സുഹൃത്തുമായ ശ്രീ. രമേഷ് മേനോൻ, കൃതിയിലെ കോട്ടയംഭാഷ കരടു മാറ്റിയ സഹപ്രവർത്തകൻ ഡോ. കെ. രാധാകൃഷ്ണവാര്യർ, അതേ വിഷയത്തിൽ സഹകരിച്ച അന്നത്തെ അയൽക്കുട്ടി അനു ജോൺ എന്നിവരുണ്ട്.

പ്രസിദ്ധീകരിച്ചശേഷം എഡിറ്റു ചെയ്യാൻ സൗമനസ്യം കാണിച്ച ഡോ. എം.എൻ. കാരശ്ശേരി, വായിച്ച് അറബിവാക്കുകളിൽ ശ്രദ്ധകാണിച്ച ശ്രീ വി.എ. കബീർ എന്നിവരുണ്ട്. ഓരോ ലക്കവും മുടങ്ങാതെ പ്രസിദ്ധീകരിക്കാൻ സ്നേഹസമ്മർദ്ദമായി നിന്ന അന്നത്തെ എഡിറ്റർ ശ്രീ. ജയചന്ദ്രൻ നായരുണ്ട്. ഇതിന്റെ കഥയ്ക്ക് ബീജാവാപമായ വക യാദൃച്ഛികമായി തന്ന, രചനയ്ക്ക് പിൻബലം കൂടിയായി നിന്ന ശ്രീ. ഷെഫീഖ് അബ്ദുൾ അസീസിനെയും മറക്കുന്നില്ല.

**ഒ.വി. ഉഷ**

# ഷാഹിദ്നാമ

# ഓടുന്ന വീരപ്പുലി അലിയാരേ...!

**"ബി**സ്മില്ലാഹിർറഹ്മാനിർറഹീം..."

ആരംഭങ്ങളുടെ ആ പ്രാർത്ഥന ചാക്കോച്ചിയുടെ ദോശയ്ക്കു മുന്നിലിരുന്നു നിശ്ശബ്ദമായി ഉരുവിട്ടപ്പോൾ ഷാഹിദലിയുടെ ഉള്ളിൽ, പ്രകടമാവാൻ സമ്മതം കിട്ടാത്ത കണ്ണുനീർ ചുഴന്നു വിങ്ങി. കുട്ടിക്കാലത്തിന്റെ ആർജ്ജവം തിരികെ വരുന്നതുപോലെ അയാൾക്കു തോന്നി. അതിലാശ്ചര്യവുമില്ല. ചെമ്പകപ്പള്ളിയിലെ കുട്ടിക്കാലങ്ങളിൽ ചാക്കോച്ചിയുടെ ദോശ വഹിക്കുന്ന പങ്കു ചെറുതല്ല. പള്ളിപ്പടിയിൽ ബസ്സിറങ്ങി ചെമ്പകപ്പള്ളിയുടെ മണ്ണിൽ ആദ്യത്തെ ചുവടുവെച്ചപ്പോൾ തന്നെ നീറിത്തുടങ്ങിയ ഷാഹിദലിയുടെ ഹൃദയം ഇപ്പോൾ വല്ലാതെ ആർദ്രമായി.

ചാക്കോച്ചിയുടെ 'ദൈവസഹായം ഹോട്ടൽ ആൻഡ് കൂൾബാർ' വെട്ടുകല്ലുകൊണ്ടു പണിത ഓലപ്പുരയാണ്. മുൻവശത്ത് അരഭിത്തിയിൽ തലങ്ങും വിലങ്ങുമായി മരത്തിന്റെ അഴികൾ പിടിപ്പിച്ചിരിക്കുന്നു. അവയ്ക്കിടയിലൂടെ അകത്തെ ചില്ലലമാരയുടെ തട്ടുകളിൽ നിരത്തിവെച്ചിട്ടുള്ള പലഹാരങ്ങൾ കാണാം - ഉള്ളിവട, ബോണ്ട, മടക്കുസാൻ... എല്ലാം പഴയപോലെ. ചാക്കോച്ചിയുടെ ഇരുന്നു ചെടിച്ച, കൈയൊടിഞ്ഞ കസേര, പറ്റും കണക്കും എഴുതി സൂക്ഷിക്കുന്ന പുരാതനമായ മേശ, ദീർഘചതുരമായ ഹാളിലെ ചാരുകളില്ലാത്ത ബെഞ്ചുകൾ, ദോശയുടെ രുചി - ഒന്നിനും മാറ്റമില്ല.

രാവിലെ തിരക്കിന്റെ സമയമായിരുന്നു കടയിൽ. ഷാഹിദലി ഒറ്റയ്ക്കു മാറി മുറിയുടെ ഒരറ്റത്താണിരുന്നത്. അടുപ്പമുണ്ടായിരുന്ന ഏതാനും പേരെ കടയിൽ കണ്ടു. ആരും ഷാഹിദലിയെ തിരിച്ചറിഞ്ഞില്ല. കുറച്ചപ്പുറത്ത് ചുവന്ന തേങ്ങാച്ചട്ണിയുടെ അവശിഷ്ടങ്ങളുള്ള സ്റ്റീൽത്തളികയ്ക്കു മുന്നിലിരുന്ന് സുലൈമാനി[1] ഊതിക്കുടിക്കുന്ന കൊച്ചാമ്മദ്പോലും. വിചിത്രമായ പച്ചജൂബായും തൊപ്പിയും

1. കട്ടൻചായ

ധരിച്ചു പണ്ടില്ലാത്ത ഗൗരവത്തോടെ ഇരുന്ന കൊച്ചാമ്മദ് ഷാഹി ദിനെ സംശയപൂർവം വീക്ഷിച്ചു.

ഷാഹിദലിയെ എങ്ങനെ തിരിച്ചറിയാൻ. അയാളുടെ നിറം മങ്ങി, ചടച്ചു. സിഗരറ്റുപുകയേറ്റു ചുണ്ടുകൾ കരുവാളിച്ചു. മീശയും താടിയും വാശിയോടെ വളർന്നുമുറ്റി. മുടിയും കാടുപിടിച്ചു. സ്റ്റീൽ ഫ്രെയി മുള്ള കണ്ണട, ഇല്ലാത്ത ഗൗരവം പകർന്നു. പ്രാദേശികമായി കിട്ടാത്ത സ്റ്റോൺ വാഷ് ജീൻസും അയഞ്ഞ ഷർട്ടുമായിരുന്നു വേഷം. ഉൾത്താപത്തിന്റെയും നഗരജീവിതത്തിന്റെയും മുദ്രപതിഞ്ഞ ഷാഹി ദലി ചെമ്പകപ്പള്ളിയിൽ തീർത്തും അപരിചിതനായി. ചെമ്പകപ്പള്ളി യിലെ മഖ്ബറയിൽ 'ദുആ' ഇരക്കാൻ[2] ആരൊക്കെ വരുന്നു, പുതുമുഖങ്ങൾക്ക് ഇവിടെയെന്തു പുതുമ എന്ന മട്ടിൽ സംശയ ഗ്രസ്തർ നോക്കുകയും ഉടൻ ദൃഷ്ടി പിൻവലിക്കുകയും ചെയ്തു.

2. അനുഗ്രഹം തേടാൻ

പള്ളിപ്പടിയിൽ ബസ്സിറങ്ങുമ്പോഴും വഴിയേ നടക്കുമ്പോഴും ഷാഹിദലി പരിചയക്കാരെ കണ്ടിരുന്നു. തിരിച്ചറിയാതെയാണ് അവർ കടന്നുപോയത്. പൈസ കൊടുക്കാൻ ചാക്കോച്ചിയുടെ തൊട്ടടുത്തു ചെന്നിട്ടുപോലും ചാക്കോച്ചിയും തിരിച്ചറിഞ്ഞില്ല.

'ദൈവസഹായ'ത്തിൽ നിന്നു പുറത്തു കടന്ന ഷാഹിദിനെ പരിചിതസ്വരത്തിലുള്ള ഒരന്വേഷണം എതിരേറ്റു:

"എവിടന്നാ?"

തൊട്ടുമുന്നിൽ നരകലർന്ന താടിയുഴിഞ്ഞുകൊണ്ട് അബ്ദുൽ കരീം, അത്തുക്കെ്റി എന്നു പൊതുവെ അറിയപ്പെടുന്ന സ്ഥലത്തെ ഒസ്സാൻ, ഷാഹിദിനെ സൂക്ഷിച്ചുനോക്കിക്കൊണ്ടു നില്ക്കുകയാണ്. ഷാഹിദ് മന്ദഹസിച്ചു. ആ മന്ദഹാസത്തിന്റെ ക്ഷണികപ്രകാശം അത്തുക്കെ്റിയുടെ ഓർമ്മകളിലേക്കുവീശി. ഒട്ടൊരത്ഭുതത്തോടെയും ഏറെ സന്തോഷത്തോടെയും അത്തുക്കെ്റി ചിരിച്ചു.

"ചുമ്മാതല്ല എങ്ങാണ്ടോ വെച്ച് കണ്ടിട്ടൊണ്ടെന്ന് തോന്നിയേ..." ഷാഹിദിനെ അത്തുക്കെ്റി കെട്ടിപ്പുണർന്നു: "മോനേ അലിയാരേ..."

ഷാഹിദിന്റെ കണ്ണു നനഞ്ഞു. ഏറെ നാൾകൂടി 'അലിയാരേ' എന്നുള്ള വിളി കേട്ടപ്പോൾ പണ്ടൊരിക്കൽ അത്തുക്കെ്റി നേതൃത്വം കൊടുത്ത ഒരു പഴയ അറബനമുട്ട് പെട്ടെന്ന് ഓർമയിൽ വരികയും ചെയ്തു. കഴുത്തിൽ പച്ചപ്പട്ടുറുമാൽ കെട്ടി രസിച്ചു പാടുകയായിരുന്നു, അത്തുക്കെ്റി. തെളിഞ്ഞു മുഴങ്ങുന്ന സ്വരം:

"ഓടുന്ന വീരപ്പുലിയലിയാരേ..."

രാത്രി റാത്തീബ് കഴിഞ്ഞ്, അറയും നിരയുമുള്ള പഴയ തറവാടിന്റെ വിശാലമായ പുറത്തളത്തിൽ അറബനസംഘം വെളുത്ത വസ്ത്രങ്ങളും തൊപ്പിയുമണിഞ്ഞു രണ്ടു നിരയായി പരസ്പരം അഭിമുഖീകരിച്ച് 'അത്തഹിയാത്തി'ൽ[3] ഇരുന്ന് ഒരു കൈയിൽ അറബന പിടിച്ച് മറുകൈകൊണ്ടു താളമിട്ട് ഇരുവശത്തേക്കും ഉലഞ്ഞു പാടുകയായിരുന്നു.

> പൊടിപാറും ശാമിൽപടവന്ന കാൺമാൻ
> മാറാതെ ലെയ്സുള്ള കാഷികം വീണ്ടേ...
> അധിക മനോഹരം ഹാലിക്കം കൊള്ളാം...

ചെമ്പകപ്പള്ളിയിൽ നടന്ന അവസാനത്തെ അറബനമുട്ടായിരുന്നു അത്. തളത്തിലും മുറ്റത്ത് കെട്ടിയ പന്തലിലുമായി ചെമ്പകപ്പള്ളിക്കാർ തിങ്ങിയിരുന്നു. തളത്തിന്റെ അരഭിത്തിയിൽ തൂണും ചാരി പെട്രോമാക്സിന്റെ വെളിച്ചം നിഴൽ വീഴ്ത്തിയ ഒരു മൂലയിൽ

---

3. രണ്ടുകാലും മടക്കി ഇരിക്കുന്ന(നിസ്കാരത്തിനും കവ്വാലിക്കുമൊക്കെ) രീതി.

ഇരിക്കുകയായിരുന്നു ഷാഹിദ്. വായും പൊളിച്ചു കണ്ണും മിഴിച്ചു താളമേളങ്ങളിലും ഗായകരുടെ അംഗചലനങ്ങളിലും ലയിച്ചിരിക്കുന്ന ഒരു കുട്ടി. അഞ്ചിലോ ആറിലോ പഠിക്കുന്ന കാലം. പാട്ടിൽ ആവർത്തിച്ച ആ വരിയുടെ താളം മുറുകിയത് അവനു രസിച്ചു.

‘‘ഓടുന്ന വീരപ്പുലിയലിയാരേ...’’

അപ്പോൾ അത്തമ്മാ[4] കുനിഞ്ഞ്, മുഖം ഷാഹിദിന്റെ ചെവിയോടടുപ്പിച്ച് ആ പാട്ടിന്റെ താളത്തിൽ മന്ത്രിച്ചു:

‘‘വെശക്കുന്നോ വീരപ്പുലിയലിയാരേ?’’

അത്തമ്മാ എങ്ങനെ അറിഞ്ഞു വിശപ്പുണ്ടെന്ന്? അത്ഭുതമാണ്, ഷാഹിദിന്റെ കാര്യങ്ങൾ അത്തമ്മാ അറിയുംപോലെ മറ്റാരും അറിഞ്ഞിരുന്നില്ല. അവർ അരഭിത്തിയിൽ ഇരുന്നു. കൈയിലെ കിണ്ണം മടിയിൽ വെച്ചപ്പോൾ അത്തമ്മയുടെ കൈയിലെ തേഞ്ഞു ചെമ്പിച്ച സ്വർണവളകൾ ചെറുതായി മിനുങ്ങുകയും കലമ്പൽ കൂട്ടുകയും ചെയ്തു. അത്തമ്മാ ചവയ്ക്കുന്ന വാസനപ്പാക്കിന്റെ മണം ഷാഹിദിനിഷ്ടമായിരുന്നു.

ഒറൊട്ടിയും സുഗന്ധങ്ങളിൽ വേവിച്ചെടുത്ത ആട്ടിറച്ചിയും ചെറുകഷണങ്ങളായി, ചൂടും രുചിയും മയവുമായി ഷാഹിദിന്റെ ഇടയ്ക്കിടെ തുറക്കുന്ന കൊച്ചുവായയെ തേടിവന്നു. കുറച്ചു കഴിഞ്ഞപ്പോൾ മറ്റൊരു കൊച്ചുവായ അരികിൽ പ്രത്യക്ഷപ്പെട്ടു, ‘‘ആ...ആ...’’ എന്ന ശബ്ദമുണ്ടാക്കിക്കൊണ്ട് അതു മത്സരിച്ചു തുറന്നു.

ആ വായിലേക്കു ഭക്ഷണം വെച്ചു നീട്ടിയ അത്തമ്മായുടെ കൈയിനെ ഷാഹിദ് ബലമായി തന്റെ നേരെ തിരിച്ചു. നിറഞ്ഞ വായോടെ അത്തമ്മായ്ക്കു നിർദ്ദേശം കൊടുത്തു:

‘‘വയറിക്കു കൊടുത്തേക്കല്ല്...’’

‘‘ആ...ആ...’’ തുറന്ന വായ വീണ്ടും അക്ഷമയുടെ ശബ്ദങ്ങൾ പുറപ്പെടുവിച്ചു, ഷാഹിദിനെ ഗൗനിക്കാതെ.

‘‘സാജിദയ്ക്കും കൊടുക്കട്ടെടാ ഇത്തിരി...’’ അത്തമ്മാ അനുനയസ്വരത്തിൽ പറഞ്ഞു: ‘‘എന്റെ വീരപ്പുലിയല്ലേ, പങ്കുവെച്ച് കഴിക്കണോന്നാ മുത്ത്നബി പറഞ്ഞിട്ടൊള്ളത്.’’

‘‘താച്ചിക്കും മേണം. താ...’’ മത്സരത്തിനെത്തിയ വായ ആവശ്യപ്പെട്ടു. അതിനെ ഇറക്കുമതി ചെയ്ത ഗുല്ലു കുറച്ചപ്പുറത്തു നിൽക്കുകയാണ്. ഗുല്ലു ഇടപെട്ടു:

‘‘സാജിദ കുഞ്ഞുകൊച്ചല്ലേ’’, തന്റെ പ്രിയപ്പെട്ട അണ്ണച്ചിക്ക് താച്ചിയോടുള്ള വാത്സല്യം കാണുമ്പോൾ ഷാഹിദിനു നേരിയ

4. അത്തായുടെ (അച്ഛന്റെ) അമ്മ.

അസൂയ ഉണ്ടാവാറുണ്ട്. എന്നിരിക്കിലും അണ്ണച്ചി പറയുമ്പോൾ അനുസരിക്കാതെങ്ങനെ?

"സാജിദ കുഞ്ഞുകൊച്ചല്ലേ... അതിന് കൊതിയുണ്ടാവൂല്ലേ..." അത്തമ്മായ്ക്കു ധൈര്യമായി. താച്ചിയെയും തീറ്റാൻ തുടങ്ങി. ഷാഹിദിന്റെ ശ്രദ്ധ വീണ്ടും അറബനസംഘത്തിലായി. കൗതുകത്തിനു കാര്യവുമുണ്ട്. പാട്ടിലെ വാക്കുകൾക്കു സാമൂഹ്യപ്രസക്തി കൈവന്നിരിക്കുന്നു; ആരോ പാടുകയാണ്:

അത്ത്ക്കുഞ്ഞിനു പട്ടുറുമാല്
പാത്തുമ്മായ്ക്കൊരു മന്ത്രക്കോടി
കാടെല്ലാം വെട്ടിനിരത്താൻ
പുത്തൻ മമ്മട്ടീ...

ബാക്കിയുള്ളവരുടെ കൂടെ അത്ത്ക്കെ്രിയും ഏറ്റുപാടുന്നു. പാടുന്നവരുടെയും കേൾക്കുന്നവരുടെയും മുഖത്ത് ചിരിപടരുന്നു. അത്ത്ക്കെ്രിയുടെ പുതുമണവാട്ടിയുടെ പേര് പാത്തുമ്മയെന്നാണ്. താളം ഒന്നുകൂടി മുറുകി: "ഓടുന്ന വീരപ്പുലിയലിയാരേ..."

ഏതോ പ്രാദേശിക കവി രചിച്ച ആ പാട്ടിന്റെ പൊരുളെന്തായിരുന്നുവെന്ന് വർഷങ്ങൾക്കുശേഷം ഷാഹിദ് ചിന്തിച്ചു.

ശക്തനും ഭക്തനുമായ അലി, വീരപ്പുലി, മുത്ത്നബിയുടെ പ്രിയ ശിഷ്യൻ ഓടുവാനെന്തു കാര്യം? ഓടുന്നത് വെറുതെയോ പേടിച്ചിട്ടോ? പുലി പേടിക്കുമോ? കേട്ടു ഹൃദിസ്ഥമായ ആ പാട്ടിന്റെ വാക്കുകൾ താൻ ധരിച്ചതിൽ തെറ്റുണ്ടോ, ഷാഹിദിനു സംശയമായി. അത്ത്ക്കെ്രിയോടു ചോദിച്ചു സംശയം തീർത്താലോ എന്ന് ഒരുനിമിഷം ചിന്തിച്ചു. പിന്നെ... വെറുതെ എന്തിന്...

"നീ ആകെ മാറിപ്പോയല്ലോ, മോനേ..." അത്തുക്കെ്രി പറഞ്ഞു: "ചിരിക്കുമ്പൊഴേയുള്ളൂ പഴയ അലിയാര്ടെ മുഖം."

അലിയാര്. ഷാഹിദിനെ അങ്ങനെ വിളിച്ചത് അത്തമ്മായും അത്തുക്കെ്രിയും താച്ചിയും മാത്രമാണ്. റാത്തീബിന്റെ ആ രാത്രിയിൽ നിന്ന് അലിയാരുടെ കൂടെച്ചേർക്കാൻ 'വീരപ്പുലി' എന്നൊരു വിശേഷണം അത്തമ്മായ്ക്കു കിട്ടി. അത്തമ്മാ എന്നേ പിരിഞ്ഞുപോയി. താച്ചിയും അത്തമ്മായെപ്പോലെ വീരപ്പുലിവിശേഷണം ഇടയ്ക്കു പ്രയോഗിച്ചിരുന്നു... കളിയായിട്ട്. അതു കേട്ടിട്ട് കാലമെത്രയായി.

"ആട്ടെ, മോൻ തനിച്ചാണോ വന്നത്?"

"തനിച്ച്."

"തിരികെപ്പോണൊണ്ടോ?"

"കുറച്ചുനാൾ കാണും അത്തു അണ്ണേ..." ഷാഹിദ് പറഞ്ഞു:

“ഉച്ചുമാമ എഴുത്തിട്ടു ആരേലും വരണോന്ന് പറഞ്ഞ്. കൊറെ നാളാ യില്ലേ, വന്നുനോക്കിയേക്കാമെന്നു കരുതി.”

“അതുപറ. ഉസ്മാൻ ഹജ്ജിന് പോവാണല്ലോ”, അത്തുക്കെ്രി തലകുലുക്കി. “പെട്ടീം കെടക്കേമൊന്നും കൊണ്ടുപോന്നില്ലേ?” അയാൾ ചോദിച്ചു.

“ടൗണില് ഹോട്ടലീ വെച്ചേക്കുവാ... വീടെങ്ങനെയൊണ്ടെന്നു നോക്കട്ടെ. ശരിയാക്കാനൊണ്ടെങ്കീ ശരിയാക്കീട്ട് എടുത്തുകൊണ്ടു വരാവല്ലോ.”

“ലത്തീഫ് സാറ് ഇപ്പോ എന്നാ എടുക്കുവാ?”

“അച്ഛൻ റിട്ടയർ ചെയ്തില്ലേ. ഒത്തിരി വായിക്കും. പിന്നെ മുന്തിരി ക്കൃഷിയൊണ്ട് അവിടെ. അതും ഇത്തിരിയൊക്കെ നോക്കും.”

“പിന്നെ... എന്നാ ഒക്കെ ഒണ്ട് വിശേഷം?”

“ഓ... ഒന്നുമില്ല.”

“അമ്മാ, ഗുല്ലു, ജാസ്മിൻ.”

“എല്ലാവർക്കും സുഖം തന്നെ.”

“എന്നാപ്പോയി വീടൊക്കെ റെഡിയാക്ക്.” അത്തുക്കെ്രി ഷാഹി ദിനെ വാത്സല്യപൂർവ്വം മുക്തനാക്കി.

തുളുമ്പാതെ ഒതുക്കിപ്പിടിച്ച കണ്ണീരുമായി ഷാഹിദ് വീട്ടിലേക്കു നടന്നു. പള്ളിയുടെ എഴുന്നു നില്ക്കുന്ന മകുടം, വഴിവക്കിലെ നാട്ടു മാവുകൾ, കൊമ്പൻ കവലയിലെ പടർന്നു പന്തലിച്ച അരയാൽ, ബസ് സ്റ്റോപ്പ്, കുഞ്ഞുമോൻ ചേട്ടായിയുടെ തയ്യൽക്കട, വീട്ടുമുറ്റ ങ്ങളിൽനിന്ന് വഴിയിലേക്കു തല നീട്ടുന്ന ചെമ്പരത്തികൾ... ഹൃദയം ഒപ്പിയെടുത്ത ഓരോ ദൃശ്യവും സംഭാഷണശകലവും മറവിയുടെ മണ്ണടുക്കുകൾ തകർത്തു. ഓർമകൾ കുത്തിയൊഴുകി, ഇന്ദ്രിയാനു ഭവവുമായി കലർന്നു ചെമ്പകപ്പള്ളിയെ മറ്റൊരു യാഥാർത്ഥ്യമാക്കി. ഷാഹിദിന്റെ യാഥാർത്ഥ്യം... മനുഷ്യൻ എന്താണ്? ഒരു കെട്ട് ഓർമ്മകൾ മാത്രം, ഷാഹിദ് ചിന്തിച്ചു. മണ്ണും ചാരവും പ്രളയവും വിലയവുമായിത്തീരുന്ന അനുഭവങ്ങളുടെ സാരാംശം. ചിലപ്പോഴത് ബോധത്തെ പുഷ്കലമാക്കുന്നു. ഉറ്റതായുള്ളതൊക്കെ ചെമ്പകപ്പള്ളി യിൽനിന്നു കൂടുമാറി. പക്ഷേ, ഓർക്കാനുള്ളതെല്ലാം ചെമ്പകപ്പള്ളി യിൽ ചേക്കേറിയ ഓർമകൾ മാത്രം.

തന്റെ വേദനാപൂർണങ്ങളായ പലായനങ്ങളെ കളിയാക്കി ആരോ പിൻവിളി വിളിക്കുകയാണോ?

“ഓടുന്ന വീരപ്പുലിയലിയാരേ...”

# തിരിച്ചു വരുന്നത് ഓർമകൾ മാത്രം

**ഷാ**ഹിദിന്റെ വീട്ടിനടുത്തുതന്നെയാണ് ഉസ്മാൻമാമായുടെ വീട്. ഉസ്മാന്റെ ഭാര്യ താജുമ്മ മുറ്റത്തെ മുരിങ്ങമരത്തിൽനിന്ന് തളിരില കളുള്ള ഇളംചില്ലകൾ ഒടിച്ചെടുക്കുകയായിരുന്നു. പടി തുറക്കുന്നതു കേട്ടു തിരിഞ്ഞ താജുമ്മ മുരിങ്ങയിലയും കൈയിൽ പിടിച്ച് അത്ഭുത പ്പെട്ടു നിന്നു:

''ആരാ?''

ഷാഹിദ് പ്രതീക്ഷിച്ച ചോദ്യമായിരുന്നു അത്.

''ഷാഹിദലി,'' അയാൾ പറഞ്ഞു: ''അബ്ദുൾ ലത്തീഫ് സാറിന്റെ മകൻ...''

താജുമ്മായുടെ മുഖം വിസ്മയംകൊണ്ടു വികസിച്ചു. ചിരിക്കാൻ പോലുമായില്ല അവർക്ക്.

''താച്ചാമീ, ഞാൻ പള്ളിപ്പറമ്പിലെ...''

താച്ചാമി! ഷാഹിദലിയുടെ നാക്കു തിരിയാത്ത കുട്ടിക്കാലമാണ് താജുമ്മയ്ക്ക് പെട്ടെന്ന് ഓർമ വന്നത്. തന്നെ താച്ചാമിയെന്നും ഉസ്മാൻമാമയെ ഉച്ചുമാമയെന്നും അന്നു വിളിച്ചുശീലിച്ചത് പ്രായ മായിട്ടും തിരുത്താനായില്ല!

ശബ്ദം വീണ്ടെടുത്തു താജുമ്മ ധൃതിയോടെ പറഞ്ഞു:

''പിന്നെ, എനിക്കറിയാൻമേലേ?''

ഷാഹിദ് ചിരിച്ചു.

''മോനാകെ മാറിപ്പോയി!'', നനഞ്ഞ കണ്ണുകൾ തുടച്ചു താജുമ്മാ പറഞ്ഞു: ''കേറിയിരിക്ക്, വാ... രാവിലെ എന്നായെങ്കിലും കഴിക്കണ്ടേ... അപ്പോം മുട്ടേം ഇരിപ്പൊണ്ട്...''

''ചാക്കോച്ചിയുടെ കടയിൽ കയറിയേച്ച് വരുവാ മാമി.''

''ഓ, ആ ദോശ കണ്ടേച്ചാ പിന്നെ പിള്ളേർക്കൊന്നും വേണ്ടല്ലോ,'' താജുമ്മ പരിഭവിച്ചു.

''അല്ലാ, ഉച്ചുമാമ എവിടെ?'' ഷാഹിദ് അന്വേഷിച്ചു.

''മോനെ കണ്ടപ്പോ ഒക്കെ മറന്നു. ഉറൂസിന്ന് പോയതാ മാമാ - അജ്മേറിലേക്ക്. മാമാക്കിപ്പോൾ ഇതൊക്കെയാ...''

താജുമ്മായ്ക്ക് ആകെ വിഷമമായി, സൽക്കരിക്കാൻ അവസരം കിട്ടാത്തതിന്. ഷാഹിദ് വരുന്ന വിവരത്തിന് എഴുത്തൊന്നും മുൻകൂട്ടി കിട്ടാത്തതിനും.

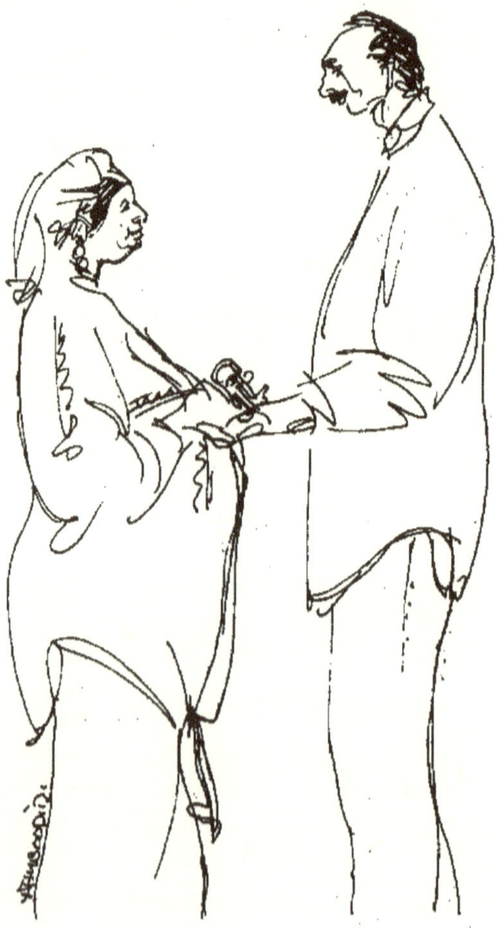

‘‘വീട് വൃത്തിയാക്കിയിടായിരുന്നു. അപ്പിടി പൊടിയടിച്ചു കിടക്കുവാ. ചുക്കിലി തട്ടി, തൂത്തിട്ട് മൂന്നാഴ്ചയായി.’’

‘‘അതിനെന്നാ, പതുക്കെ മതി. അല്ലെങ്കി ഞാൻ തൂത്തോളാം.’’

‘‘അതു വേണ്ട. ഞാനിവിടെ ഇല്ലേ? അല്ലേലും മാസത്തിലൊരിക്കെ തൂക്കുന്നതാ. താച്ചാമിക്ക് മേലാതായിട്ടൊന്നുമില്ലല്ലോ മോനേ!’’

‘‘എന്നാ താക്കോല് താ.’’

‘‘തൂത്തുവാരി കഴിഞ്ഞിട്ട് ചെന്നാപ്പോരേ? അതുവരെ ഇവിടിരിക്കാവല്ലോ.’’

‘‘കതകും ജനലും ഒക്കെ തുറന്നിടാം. ചുറ്റി നടന്നു നോക്കുവേം ചെയ്യാം.’’

മനസ്സില്ലാമനസ്സോടെ താജുമ്മ അകത്തുചെന്നു താക്കോല് കൊണ്ടുവന്നു ഷാഹിദിനു കൊടുത്തു.

‘‘എന്നാ മോൻ വീട്ടിപ്പൊയ്ക്കോ. ഞാൻ താലിയപ്പനേം കൂട്ടി വരാം.’’

‘‘എവിടെ അവൻ?’’

‘‘ഓക്ക മേടിക്കാൻ പോയതാ.’’ മാമി പറഞ്ഞു: ‘‘അവൻ വരുമ്പഴത്തേക്കന് അടുക്കളപ്പണി ഒതുക്കീട്ട് വരാം.’’

ഓക്ക, ഓ.കെ ബ്രാൻഡ് കാലിത്തീറ്റയാണ്. അതീ നാട്ടുകാർക്ക് ഒരു മലയാളവാക്കായി, കാലിത്തീറ്റയുടെ പര്യായമായി മാറിയിരിക്കുന്നു. തിരിച്ചു നടക്കുന്ന ഷാഹിദിനെയും നോക്കി താജുമ്മ നിന്നു. അവർ വിളിച്ചു പറഞ്ഞു:

‘‘ഒന്നു പറഞ്ഞേക്കാം, ഉച്ചയ്ക്ക് ഊണ് ഇവിടന്നാ.’’

സമ്മതം മൂളി ഷാഹിദ് പോന്നു.

പള്ളിപ്പറമ്പിൽ എന്ന് ഇംഗ്ലീഷ് അക്ഷരങ്ങളിൽ വാർത്തുചേർത്തിട്ടുള്ള പടി, അതിന്റെ തവിട്ടുചായം മങ്ങി വളരെ പഴയതായി, വിഷാദപൂർണമായ ഒരു മുഖംപോലെ ഷാഹിദിനെ എതിരേറ്റു.

പടിയുടെ പൂട്ട് തുരുമ്പിച്ചിരുന്നില്ല. ഉച്ചുമാമ മിക്കവാറും എല്ലാ ദിവസവുമെന്നോണം വീടും പറമ്പും പരിശോധിക്കാൻ വരുന്നുണ്ടാവണം. അബ്ദുൾ ലത്തീഫിന്റെ വസ്തുക്കൾ തന്റേതെന്നപോലെയാണ് മാമ സൂക്ഷിച്ചിട്ടുള്ളത്, എന്നും. സരളഹൃദയനായ ഒരു പരിശ്രമിയാണ് മാമ. തറവാട്ടിൽനിന്നു വീതം കിട്ടിയ നിലത്തും പലവക കൃഷികൾ ചെയ്തിരുന്നു. മാമായ്ക്ക് നാലാൺമക്കളാണ്. അവർ പഠിക്കാൻ മനസ്സു കാണിച്ചിടത്തോളം മാമാ പഠിപ്പിച്ചു. രണ്ടുപേരിപ്പോൾ ദുബായിലാണ്. ഒരാൾക്ക് കലക്ടറേറ്റിൽ ജോലി. മൂന്നുപേരും കുടുംബക്കാരായി,

വീടുവെച്ചു മാറി. ഇളയവനായ താലിയപ്പൻ, അബൂതാലിബ്, മാത്രമേ പ്രീഡിഗ്രിയുടെ കടമ്പ കടക്കാനാവാതെ പിന്മാറിയുള്ളൂ.

വീടിന്റെ മുറ്റത്തു പുല്ലുപടർന്നിട്ടുണ്ട്. മുറ്റത്തേക്കു ചാഞ്ഞ നാട്ടു മാവിൻചില്ലകൾക്കു കീഴെ കരിയില കൂടിക്കിടക്കുന്നു. മുറ്റത്ത് കുടവനും മുക്കുറ്റിയും ഒക്കെയായി നിറയെ ഔഷധസസ്യങ്ങൾ. കുടവന്റെ ഇല എണ്ണയിൽ വാട്ടി നാളികേരവും പച്ചമുളകും കൂട്ടി ചമ്മന്തി അരയ്ക്കുമായിരുന്നു അത്തമ്മാ. ചിലപ്പോഴാ ചെടി സമൂലം, കുടിക്കാൻ തരുന്ന പശുവിൻപാലിൽ ഇട്ട് തിളപ്പിച്ചു തരും. ഏതൊക്കെയോ ഇലകളും പൂക്കളും ശേഖരിച്ച് അത്തമ്മാ തോരൻ വയ്ക്കും. തട്ടത്തിന്റെ തുമ്പുകൾ തലയിലേക്കു മടക്കിവെച്ച് നീണ്ടകൈയുള്ള കുപ്പായവും കാച്ചിയും ധരിച്ച് അത്തമ്മാ ഇലയും പൂവും തേടി നടക്കും. മുറു ക്കിച്ചുവപ്പിച്ച ചുണ്ടുകളിൽ ചിരി തെളിയുമ്പോൾ ചുളിവുകൾ ഒന്നു കൂടി ചുളിയുന്ന പ്രസാദമധുരമായ ആ സാന്നിദ്ധ്യത്തെക്കുറിച്ച് എപ്പോഴും ഓർമ്മ വരും. ഇന്ന്, ആ ഓർമയ്ക്ക് ജീവൻ വെച്ച പോലെ. നല്ലവണ്ണം കണ്ണു തിരുമ്മി മിഴിച്ചാൽ അത്തമ്മായെ കാണാ മെന്ന്, നല്ലവണ്ണം കിണഞ്ഞു കാതോർത്താൽ ആ ശബ്ദം കേൾക്കാ മെന്ന് ഷാഹിദിനു തോന്നി.

പുറത്തളത്തിലേക്കു കയറുന്ന ഒതുക്കുപടികൾക്കരികെ പൈപ്പിനു കീഴെ കാലു കഴുകാനായി ഇട്ടിരുന്ന പരന്ന കല്ലിൽ ഷാഹിദ് ഇരുന്നു. നല്ല കുളിർമ. ഇളംകാറ്റിന് ഒരു മധുരിമ. വീടിന്റെ മറുപുറത്താണ് വെയിൽ. പൊങ്ങി, ഈ മുറ്റത്തേക്കു വന്നില്ല ഇനിയും. ഷാഹിദ് സാവധാനം ചുറ്റും കണ്ണോടിച്ചു. വീടിന്റെ തെക്കുവശത്ത് ഓടുമേഞ്ഞ, വലയടിച്ച, വിസ്തൃതമായ, ഒഴിഞ്ഞ പഴയ കിളിക്കൂടുകൾ. ഷാഹിദിന്റെ ജ്യേഷ്ഠൻ ഗുലാം മുസ്തഫ ആ കൂടുകളിൽ പണ്ടു കിളികളെ വളർത്തിയിരുന്നു. പച്ചയും മഞ്ഞയും നീലയും നിറത്തിലുള്ള ചെറു കിളികൾ... തത്തകൾ... പ്രാവുകൾ... മുറ്റത്ത് ഗുല്ലു പുല്ലുപടർത്തി 'ലോൺമോവർ' കൊണ്ട് പറ്റെ വെട്ടിനിർത്തും.

ഒരിക്കൽ അവിടെ കിളിക്കൂടുകൾക്കു സമീപം കൊച്ചുകസേരയും മേശയുമിട്ട് ഷാഹിദ് ഗൃഹപാഠം ചെയ്യാനിരിക്കുകയായിരുന്നു- ഗുല്ലുവിന്റെ മേൽനോട്ടത്തിൽ. അപ്പോഴൊരു നാലുവയസ്സുകാരി അവിടേക്കു നടന്നുവന്നു. വളരെ പഴയ ആ ദൃശ്യം ഷാഹിദിന്റെ മനസ്സിൽ ഇപ്പോൾ തെളിഞ്ഞു കാണായി. ഷെഡ്ഡിമാത്രം ധരിച്ച് വെളുത്ത ഉണ്ണിക്കുമ്പ പ്രദർശിപ്പിച്ചുകൊണ്ടാണ് അവൾ വന്നത്. സാജിദ! അവൾ നടക്കുന്നതു നോക്കിനിന്ന് വാത്സല്യം മൂത്തപ്പോൾ ഗുല്ലു വിളിച്ചു.

''വയറിത്താച്ചീ...''

ഷാഹിദ് ഗൃഹപാഠം നിർത്തി ചിരിച്ചു: ‘‘വയറിത്താച്ചി! വയറിത്താച്ചി! വയറിത്താച്ചി!’’

കോപത്തോടെ കരഞ്ഞുകൊണ്ട് സാജിദ അമ്മയുടെ അടുത്തേക്കു തിരിഞ്ഞോടി: ‘‘അമ്മാ താച്ചീന വയറിത്താച്ചീന്ന് വിച്ച്.’’

‘‘ആര്?’’

‘‘വാ...’’

അമ്മയെ പിടിച്ചു വലിച്ചു കൈയോടെ കൊണ്ടുപോന്നു സാജിദ; എടുത്തു ചോദിപ്പിക്കാൻ. മകൾക്കുവേണ്ടിയും സ്വന്തം നിലയിലും അമ്മ ഗുല്ലുവിനോടു പരിഭവിക്കുകയും വഴക്കടിക്കുകയും ചെയ്തു. ഗുല്ലുവാകട്ടെ, അക്ഷോഭ്യനായി മന്ദഹസിച്ചുകൊണ്ടിരുന്നു.

രാത്രിയിലെ ഗാഢനിദ്ര കഴിഞ്ഞ് എഴുന്നേല്ക്കുമ്പോഴേക്ക് താച്ചി കഴിഞ്ഞ ദിവസത്തെ സംഭവം പാടെ മറന്നുകഴിഞ്ഞു. ഷെഡ്ഡിമാത്രമിട്ട് ‘മങ്കികട്ട്’ ചെയ്ത മുടിയും കുടവയറുമായി അവൾ ഗുല്ലുവിന്റെയും ഷാഹിദിന്റെയും പക്ഷികളുടെയും ആ സദസ്സിൽ പിറ്റേന്നും ഹാജരായി, ഷാഹിദിന്റെ ഗൃഹപാഠസമയത്ത്.

‘‘മോളേ താച്ചി,’’ ഗുല്ലു അവളെ അടുത്തേക്കു വിളിച്ചു, പൊഴിഞ്ഞു കിട്ടിയ, ആകാശനീലനിറത്തിൽ തിളങ്ങുന്ന ഒരു കിളിത്തൂവൽ സമ്മാനിച്ചു. താച്ചി സന്തോഷംകൊണ്ടു കൂവി. ആർത്തു. ചിരിച്ചു തിമിർത്തു.

‘‘ഒരു സൂത്രം കാണിക്കാം.’’ ഗുല്ലു അവളോടു പറഞ്ഞു. കൈകൾ പിറകിൽ കെട്ടി, അവൾ മേലോട്ട്, ഗുല്ലുവിന്റെ മുഖത്തേക്കു മിഴിച്ചു നോക്കി. എന്താണാ സൂത്രം, കാണിക്കൂ, താച്ചി റെഡി എന്ന മട്ടിൽ.

ഗുല്ലു പോക്കറ്റിൽനിന്ന് ഒരു കൺമഷിഡപ്പിയെടുത്തു. ജാസ്മിൻ അക്കച്ചി ഉപേക്ഷിച്ചിട്ടിട്ടുപോയ പഴയ ഒരു ഡപ്പി. അതു പതുക്കെ തുറന്ന് ചൂണ്ടുവിരൽകൊണ്ട് കരി തൊട്ടെടുത്തു. എന്നിട്ട് കുനിഞ്ഞ് വെളുവെളുത്ത ആ ഉണ്ണിക്കുമ്പയിൽ എഴുതി. അതുകണ്ട് ഷാഹിദ് മുഖം പൊത്തി ചിരിയടക്കി. കിളിത്തൂവൽകൊണ്ടു പുതുക്കിയ ആർദ്ര സൗഹാർദ്ദത്തിൽ ഗുല്ലു താച്ചിയോടു പറഞ്ഞു:

‘‘താച്ചീടെ വയറ്റില് ഒരു സൂത്രം. എന്താ കൊച്ചിന്റെ വയറ്റില്? പറ...’’

‘‘ഹഹഹാ...’’ കൊച്ചരിപ്പല്ലുകൾ കാട്ടി താച്ചി ആഹ്ലാദാരവങ്ങൾ മുഴക്കി: ‘‘സൂത്തയം!’’

‘‘ഷാഹിദേ നീ വായിച്ചോ.’’ വായിച്ചുകൊണ്ടിരുന്ന പാഠമല്ല ഷാഹിദ് ഇപ്പോൾ വായിച്ചത്. സാജിദയുടെ വെളുത്ത കുടവയറിന്റെ പുറത്തു കറുത്തു കിടന്ന അക്ഷരങ്ങളാണ്:

"താച്ചി വയറി... താച്ചി വയറി!"

"എടാ, അതാണോ പുസ്തകത്തിൽ?" ഗുല്ലു കണ്ണുരുട്ടി. പക്ഷേ താച്ചി കാര്യം മനസ്സിലാക്കിക്കഴിഞ്ഞിരുന്നു.

"ബേ്...ബേ്," കിളിത്തൂവൽ എറിഞ്ഞുകളഞ്ഞ് അലറിക്കരഞ്ഞു കൊണ്ട് അവൾ ഓടിപ്പോയി.

അവളുടെ കുടവയർ എപ്പോഴാണ് അപ്രത്യക്ഷമായത്? പതിഞ്ഞ ആലിലവയറുള്ള, മെലിഞ്ഞ സുന്ദരിയായി അവൾ രൂപാന്തരപ്രാപ്തി നേടിയതെപ്പോഴാണ്? കൃത്യമായ ഓർമകളില്ല. കൗമാരത്തിന്റെ വഴി കളിലെപ്പോഴോ...

വയറിത്താച്ചി - താച്ചിവയറി... എന്റെ സാജിദ! ഷാഹിദിന്റെ കണ്ണു നിറഞ്ഞു.

## "അം ഹിൽ ഹും റുവൈദ"

"**അ**സ്സലാമു അലൈക്കും..."

വീടിന്റെ ഉമ്മറത്തെ ചവിട്ടുപടികൾക്കരികത്ത്, തറയിൽ പാകിയ പരന്ന കരിങ്കല്ലിന്മേൽ ഓർമകളിൽ മുഴുകിയിരുന്ന ഷാഹിദ് അപരിചിതമായ ഒരു കനത്ത സ്വരം കേട്ട് കണ്ണുയർത്തി. ഇരുനിറക്കാരനായ ഒരു യുവാവ്. സൗമ്യമായ മുഖത്തു തിളങ്ങുന്ന കണ്ണുകൾ. കൈലിയും മുണ്ടുമാണ് വേഷം. താജുമ്മാ കൂടെയുണ്ടായിരുന്നതുകൊണ്ടുമാത്രം ഷാഹിദവനെ തിരിച്ചറിഞ്ഞു - താലിയപ്പൻ. ഉസ്മാന്റെയും താജുമ്മായുടെയും ഏറ്റവും ഇളയ മകൻ. ഷാഹിദിന് ഒട്ടൊന്നുമല്ല അതിശയം തോന്നിയത്. കൗമാരത്തിൽനിന്നുള്ള സംക്രമണകാലത്ത് അഞ്ചു വർഷം വളരെ നീണ്ട ഒരു കാലാവധി തന്നെ!

"വാ അലൈക്കുമുസ്സലാം." ഷാഹിദ് ചിരിച്ചുകൊണ്ട് സലാം മടക്കി. താലിയപ്പൻ ഉദാരമായ ഒരു ചിരിചിരിച്ചു. ഷാഹിദ് പറഞ്ഞു:

"നീയങ്ങ് വലുതായിപ്പോയല്ലോ."

താജുമ്മായും ചിരിച്ചു: "മോനെന്നാ ഇവിടെ ഇരുന്നുകളഞ്ഞെ?"

"ഓ ഒന്നുമില്ല..." ഷാഹിദ് എഴുന്നേറ്റു.

"താക്കോലിങ്ങു താ അണ്ണാ," താലിയപ്പൻ താക്കോൽക്കൂട്ടം വാങ്ങി വേഗം ചെന്നു കതകു തുറന്നിട്ടു. അവന്റെ പിറകെ താജുമ്മായും ഷാഹിദും അകത്തു കടന്നു. മനുഷ്യവാസം ഇല്ലാതെ അടഞ്ഞുകിടന്നതുകൊണ്ടുള്ള പൂപ്പൽമണം! എല്ലാവരുംകൂടി പെട്ടെന്ന് മുറികളിലെ വാതിലുകളും ജനാലകളും തുറന്നിട്ടു. മുറികളിൽ കസേരകളും മേശകളും കട്ടിലുകളും അലമാരികളുമായി മരസ്സാമാനങ്ങൾ വേണ്ടുവോളമുണ്ട്. എല്ലാം നഗ്നമായ അവസ്ഥയിലാണ്. കട്ടിലുകളിൽ കിടക്കകളില്ല. മേശകൾക്കു വിരികളില്ല. അലമാരകൾ ഒഴിഞ്ഞുകിടക്കുന്നു.

വടക്കുവശത്തു രണ്ടാമത്തെ മുറിയാണ് ഗുല്ലുവിന്റെ. വീട്ടിലെ പുസ്തകശേഖരം ആ മുറിയിലെ ചില്ലിട്ട ഷെൽഫുകളിലാണ്.

പുസ്തകങ്ങൾ കാര്യമായൊന്നും ഗുല്ലു ബാംഗ്ലൂർക്കു കൊണ്ടു പോയിട്ടില്ല. ഉസ്മാന്റെ കുടുംബം ആ പുസ്തകങ്ങളൊക്കെ പൊടി തട്ടിത്തുടച്ച് നാഫ്തലീൻ ബാളുകളിട്ടു സംരക്ഷിച്ചുവരികയാണ്.

കിടക്കയും കിടക്കവിരിപ്പുകളും മറ്റും വാങ്ങണമല്ലോ, ഷാഹിദ് ചിന്തിച്ചു. പോരാ പല സാമഗ്രികളും ആവശ്യമായി വരും. എല്ലാം പതുക്കെയാവാം. താമസത്തിന് ഗുല്ലുവിന്റെ മുറിയാണ് ഷാഹിദ് മനസാ തെരഞ്ഞെടുത്തത്.

കലവറ പൂട്ടിയിട്ടിരുന്നു. താക്കോൽക്കൂട്ടത്തിൽ അതിന്റെ താക്കോൽ കണ്ടുപിടിക്കാൻ ഷാഹിദ് വിഷമിച്ചില്ല. കലവറയിലെ ലൈറ്റിട്ടപ്പോൾ താജുമ്മാ വന്നു!

‘‘മോനേ, ഞങ്ങളിത് തുറന്നിട്ടേയില്ല. അതോണ്ട് അകത്ത് പൊടിയും പാറ്റായുമൊക്കെ കാണും. ആദ്യം അടുക്കള തൂത്തു തുടച്ചിട്ട് പയ്യെ പയ്യെ സ്റ്റോറീന്ന് വേണ്ടതൊക്കെ എടുത്ത് വൃത്തി യാക്കി അടുക്കളേലോട്ടു മാറ്റാം.’’

‘‘എമ്പിടി സാധനങ്ങളാണല്ലോ ഇവിടെ,’’ ഷാഹിദ് പറഞ്ഞു.

“എല്ലാംകൂടി ഇവിടെ ഒതുക്കാൻ മോന്റമ്മാനെ സഹായിച്ചത് ഞാനാ,” താജുമ്മാ പറഞ്ഞു: “ചില്ലറ സാമാനങ്ങളേ മൈസൂർക്ക് കൊണ്ടുപോയൊള്ളൂ.”

ഷാഹിദിന്റെ അച്ഛനമ്മമാർ മൈസൂർക്കു ചെല്ലാൻ തീരുമാനിച്ചപ്പോഴേക്ക് അവിടെ ജാസ്മിനും പ്രകാശറെഡ്ഡിയും ഒന്നിച്ചാരംഭിച്ച ഗൃഹസ്ഥാശ്രമം പൂർണവികാസം പ്രാപിച്ചിരുന്നു. ഗുല്ലു മൈസൂരിലേക്കു സ്ഥലംമാറ്റം വാങ്ങി, വിവാഹം കഴിച്ച് പെങ്ങളുടെ ഗൃഹസ്ഥാശ്രമത്തിൽതന്നെ കൂടിയതുകൊണ്ട് ഗാർഹസ്ഥ്യം പൊലിച്ചു.

ഭക്ഷണത്തിന് തീർപ്പുകൾ പലതുമെടുക്കാനുണ്ട്. ചാക്കോച്ചിയുടെ കടയെ ആശ്രയിച്ചാൽ മതിയോ? താജുമ്മായോട് പാചകം ചെയ്യാൻ വരണമെന്നാവശ്യപ്പെട്ടാലോ? അതോ സ്വയമങ്ങു ചെയ്തു നോക്കിയാലോ? അതുമല്ലെങ്കിൽ... ഷാഹിദിന്റെ മനസ്സു വായിച്ചെന്നപോലെ താജുമ്മാ അയാളുടെ ചിന്തകളിലിടപെട്ടു:

“ഉണ്ണാനും തിന്നാനും വേണ്ടതൊക്കെ താച്ചാമി ഒണ്ടാക്കിക്കൊണ്ടന്നേക്കാം. അത്യാവശ്യത്തിന് ഇവിടെ എന്തെങ്കിലും വെക്കാനുള്ള ഏർപ്പാടാക്കിത്തരികേം ചെയ്യാം. താലിയപ്പനൊണ്ടല്ലോ.” താജുമ്മാ ഷാഹിദിനെ ഏറ്റെടുക്കുകതന്നെയാണ്. മുൻവശത്ത് ചുക്കിലി തട്ടാനാരംഭിച്ചിരുന്ന താലിയപ്പനെ അഭിസംബോധന ചെയ്ത് അവർ ഉറക്കെ വിളിച്ചു പറഞ്ഞു:

“അണ്ണന് മാഞ്ചോട്ടിക്കസേരയിട്ടുകൊട്!”

“ഓ വേണ്ടായിരുന്നു...” ഷാഹിദ് താജുമ്മയോടു പറഞ്ഞു.

“അതെന്നാ?” വാത്സല്യത്തോടെ അവർ ചോദിച്ചു: “മോനെന്നാ എങ്കിലും വായിക്കത്തില്ലേ അവിടിരുന്ന്?”

ഗുല്ലുവിന്റെ മുറിയിൽ കിടന്ന ചാരുകസേരയാണ് താലിയപ്പൻ മാഞ്ചുവട്ടിൽ കൊണ്ടുവെച്ചിരുന്നത്. പുസ്തകമെടുക്കാതെ, കസേരയിൽ ചെന്നിരിക്കാതെ നേരെ തോട്ടത്തിലേക്കു നടക്കാനാണ് ഷാഹിദിനു തോന്നിയത്.

കടുംവെട്ടു കഴിഞ്ഞ് ആസന്നമായ അവസാനവും കാത്ത് നിസ്സഹായരായി, ഇലപൊഴിയും കാലത്തിന്റെ സ്വാധീനത്തിൽ ഒന്നുകൂടി വരണ്ട് തോട്ടത്തിലെ റബ്ബർമരങ്ങൾ മുഴുവൻ വിഷാദമഗ്നരായി നില്ക്കുകയാണ്. ചൂഷണം ചെയ്യുന്ന മനുഷ്യനുതന്നെ ജീവരസത്തിന്റെ അവസാനത്തെ കണികയും കൊടുക്കാൻ നിർബന്ധിതരായ, സന്തോഷമില്ലാത്ത മരങ്ങൾ. പുതിയ തൈകൾ പിടിപ്പിക്കണമെന്ന് മാമാ എഴുതിയ കത്തിൽ പറഞ്ഞിരുന്നു. ഓടിപ്പോവാൻ കഴിയാത്ത വൃക്ഷങ്ങളിൽ പച്ചയ്ക്കു കീറിയുണ്ടാക്കുന്ന മുറിവുകൾ ഉണങ്ങാതെ നിലനിർത്തുന്നതോർത്തപ്പോൾ ഷാഹിദിന് വിരക്തി തോന്നി.

ഷാഹിദിന്റെ കാലുകൾ അറിയാതെ നീങ്ങിച്ചെന്നത് അവിസ്മരണീയമായ ഒരു സ്ഥാനത്തേക്കാണ്. ഗുല്ലു, ഗുലാം മുസ്തഫ, കോളേജുവിദ്യാർത്ഥിയായിരുന്ന കാലത്ത് കണ്ടെത്തിയതാണത്. വായിച്ചും ഇടയ്ക്കു ചിന്തിച്ചും സ്വപ്നംകണ്ടും ഏകാന്തമായിരിക്കാൻ.

എന്താണ് ആ സ്ഥലത്തിനിത്ര പ്രത്യേകത? ഉണ്ട്. അവിടെ പാതിയോളം ഒരിലഞ്ഞിയുടെ നിഴലിലാണ്. പലപ്പോഴും പൂക്കളുതിരുന്ന, ഹൃദ്യഗന്ധം നിറഞ്ഞ നിഴൽപ്പാട്. വെട്ടിയിറക്കിയ തിട്ടകളിൽ പപ്പാറബ്ബർ തൈകൾ നട്ടത് ഇങ്ങനെ ചില മരങ്ങളെ നിലനിർത്തിക്കൊണ്ടാണ്. വൈകുന്നേരം ഇലഞ്ഞിയുടെ സമീപം തിട്ടചാരി ഇരുന്നാൽ കുന്നിൻപിറകിലേക്കു സൂര്യൻ അസ്തമിച്ചിറങ്ങുന്നതു കാണാം. ഗുല്ലുവിനേക്കാൾ രണ്ടു വയസ്സുമാത്രം ഇളപ്പമുള്ള ജാസ്മിൻ പതുക്കെ ആ സ്ഥാനത്ത് ഒരു നുഴഞ്ഞുകയറ്റം നടത്തി. ഗുല്ലു ബിരുദം നേടി ബാങ്ക് ടെസ്റ്റ് എഴുതി ജോലിയിലാവുകയും ജാസ്മിൻ മെഡിസിനു കിട്ടി കർണാടകത്തിലേക്കു പോവുകയും ചെയ്തപ്പോൾ ഷാഹിദിന്റേതായി ആ ഇടം. സാജിദയ്ക്കായി പിന്നീടാ സ്ഥലം ഷാഹിദ് ഒഴിയുകയായിരുന്നു.

പള്ളിപ്പറമ്പിൽ വീടിന്റെ വടക്കുവശത്ത് ഒരു താഴ്ചയിൽ വടക്കേത്താഴത്ത് എന്നറിയപ്പെടുകയും സാജിദാമൻസിൽ എന്ന് എഴുതിവെച്ചിരിക്കുകയും ചെയ്തിട്ടുള്ള വീടാണ് സാജിദയുടേത്. അവളുടെ വീടിനു പിറകിൽ ഒരു ഉരുളൻ കുന്നാണ്; അതുകാരണം ആറോ അസ്തമയമോ നേരേ കാണാനാവില്ല, ഷാഹിദിന്റെ തോട്ടത്തിലിരുന്നാൽ കാണുന്നതുപോലെ. പ്രത്യേകിച്ച് ആ തിരഞ്ഞെടുക്കപ്പെട്ട സ്ഥാനത്തുനിന്ന്. ഷാഹിദിന്റെ ഉൾക്കണ്ണിൽ ദൃശ്യത്തിനു പുറകെ ദൃശ്യമായി ഭൂതകാലം മറനീക്കി വന്നു.

സാജിദ തിട്ട ചാരി, കാലു നീട്ടി ഇരിക്കുന്നു - ഇലഞ്ഞിപ്പൂവിന്റെ സുഗന്ധമുള്ള കാറ്റിന്റെ നേർത്ത നിശ്വാസമുൾക്കൊണ്ടുകൊണ്ടും ചാഞ്ഞു തുടങ്ങിയ, ചുവന്നു തുടങ്ങിയ, സൂര്യനെ നോക്കിക്കൊണ്ടും. ആറ്റുവെള്ളത്തിനു മീതേ വലിയ ആനത്തുമ്പികൾ വട്ടമിട്ടു പറന്നു. സാജിദയുടെ മടിയിൽ പത്രക്കടലാസുകൊണ്ടു പൊതിഞ്ഞ അടഞ്ഞു കിടന്ന ഒരു പുസ്തകം.

''നല്ല വായന,'' ഷാഹിദ് കളിയാക്കി: ''ഇത്ര ശ്രദ്ധിച്ചു വായിക്കുന്നതെന്താ?''

സാജിദ പുസ്തകം മടിയിൽനിന്നു മാറ്റി അരികെ പുല്ലിൽ വെച്ചു. എന്നിട്ട് കുസൃതിച്ചിരിയോടെ പറഞ്ഞു:

''വായിക്കുന്നതോ? ജീവിതത്തിന്റെ പുസ്തകം!''

ഷാഹിദും ഒരു ചാടുവാക്ക് പറഞ്ഞു:

''അത് അടഞ്ഞല്ലല്ലോ താച്ചി, തുറന്നല്ലേ കിടക്കുന്നത്.''

''വീരപ്പുലിക്ക് കവിത വരുന്നു.'' താച്ചി കളിയാക്കി. പക്ഷേ ഉടനെ മറ്റേതോ അർത്ഥത്തെ സ്പർശിച്ച് അവൾ തുടുത്തുപോയി.

ഷാഹിദ് വിഹ്വലതയോടെ അവളുടെ അരികത്തിരുന്നു.

''എന്താ പറയാനുണ്ടെന്നു പറഞ്ഞേ?'' സാജിദ താഴ്ന്ന സ്വരത്തിൽ അന്വേഷിച്ചു.

ആറ്റുവെള്ളത്തെത്തൊട്ട് ഒരു ചെറുകാറ്റു വന്ന് അവരെ തഴുകി ക്കടന്നുപോയി.

''വയറിത്താച്ചീ!'' ഷാഹിദ് പതുക്കെ വിളിച്ചു. ആ അഭിസംബോധന യ്ക്കു ശേഷം എന്താണ്? കളിമട്ടിൽ അവതരിപ്പിക്കാൻ ഒരു വാചകം ഷാഹിദ് പരിശീലിച്ചുവന്നിരുന്നത്, പൊടുന്നനെ മറന്നുപോയി. ഷാഹിദിന്റെ ഹൃദയം അധീരമായി. ചുണ്ടുകൾ വരണ്ടു.

സാജിദ അതെല്ലാമറിഞ്ഞു. അവൾ കൂടുതൽ തുടുത്തു. ആ കളിയാക്കിവിളി അവളെ എത്രയോ കാലമായി തുടുപ്പിക്കുക മാത്രമേ ചെയ്യുന്നുള്ളൂ. ബാക്കി പറയൂ, വേഗം. പ്രതീക്ഷ തിളങ്ങുന്ന വലിയ കണ്ണുകൾ ഷാഹിദിന്റെ കണ്ണുകളുടെ മോഹം നിറഞ്ഞ ആഴങ്ങളിൽ ലയിച്ചു. പറയൂ, അവ അക്ഷമയോടെ ആവശ്യപ്പെട്ടു. എന്നാണ് പ്രണയ ത്തിന്റെ സൂര്യൻ ഉദിച്ചത്? കേൾക്കൂ, കണ്ണുകൾ പ്രതിവചിച്ചു: എന്നേ, എപ്പോഴേ, അനന്തതയിൽ അത് ഉദയംകൊണ്ടിരിക്കുകയാണല്ലോ. വിത്തിലിരുന്ന ചെടിയുടെ വിധി പൂവിന്റെ രൂപമാർജ്ജിക്കുന്നതു പോലെ. കണ്ണും കാതുമുറച്ചു വരുന്ന സമയത്തുതന്നെ ആ വിധി ഷാഹി ദിനെയും സാജിദയെയും ഒരദൃശ്യപാശത്താൽ ബന്ധിച്ചു കഴിഞ്ഞി രുന്നല്ലോ. രണ്ടുപേരും എന്നേ അതു തിരിച്ചറിഞ്ഞിട്ടുമില്ലേ! അല്ലെ ങ്കിൽ പിന്നെ ചാപല്യമേശാത്ത ദൃഢമായ ഒരധികാരം അന്യോന്യം കാണിച്ചതിന്റെ പരമാർത്ഥമെന്താണ്!

പോക്കുവെയിലിന്റെ പരാഗപ്രസരത്തിൽ കുളിച്ച് സാജിദ ഇരുന്നു. ഇടതുചുമലിലൂടെ മുന്നോട്ട് ഒഴുക്കിയിട്ട അരയോളം വരുന്ന അല്പം ചെമ്പിച്ച മുടി. തലയിൽനിന്നൂർന്നു കഴുത്തിനെ ചുറ്റിക്കിടന്ന സ്വർണ നിറമുള്ള ചുനരിയും ദ്രാക്ഷാരസത്തിന്റെ നിറമുള്ള സ്വർണപ്പുള്ളി കളുള്ള ചുരിദാർകുർത്തയും ശരീരത്തിൽ ഇണങ്ങിക്കിടന്നു. വെളുത്തു ചുവന്ന പാദങ്ങളിൽ പൊൻകൊലുസ്. വലിയ കണ്ണുകളെ സ്വപ്ന മയമാക്കുന്ന തവിട്ടുനിറമുള്ള കൃഷ്ണമണികൾ. അവളുടെ ലാവണ്യ ത്തിൽ ഷാഹിദ് അന്തംവിട്ടിരുന്നുപോയി. പ്രണയികളുടെ കണ്ണു കളിൽ സൗന്ദര്യം നിറയ്ക്കുന്നതു ദൈവം തന്നെയാവണം.

എപ്പോഴാണ്, എങ്ങനെയാണ്, അതു സംഭവിച്ചത്? താച്ചി ഷാഹിദിന്റെ കൈകളിലായി, നെഞ്ചോടു ചേർന്നു. കനലുപോലുള്ള അവളുടെ ചുണ്ടിൽ ഷാഹിദൊരുമ്മ കൊടുത്തു. സ്വർഗം നിലയിറങ്ങി വന്നു രണ്ടുപേരെയും പൊതിഞ്ഞ ഒരു മുഹൂർത്തം. അതെത്ര നീണ്ടതായിരുന്നു. ആർക്കറിയാം!

പക്ഷേ, ആ നിമിഷത്തെ പാടെ മറിച്ചുകൊണ്ട് പെട്ടെന്ന് താച്ചിയും ഷാഹിദും ചാരിയിരുന്ന തിട്ടിന്റെ മുകളിൽനിന്ന് കനമുള്ള എന്തോ ഒന്ന് ഉരുതി കോലാഹലത്തോടെ വീണ് അവരുടെ തൊട്ടടുത്തു നിലംപൊത്തി.

അതേസമയം ഒരിലക്കെട്ടുവീണ് രണ്ടുപേരുടെയും മേലേതട്ടി; ചെറുമുള്ളുകൾകൊണ്ട് എവിടെയൊക്കെയോ പോറലുകളേല്പിച്ച്, അകലേക്കു തെറിക്കുകയും ചെയ്തു.

''എന്റള്ളോ!'' വേദനയും പേടിയും നിറഞ്ഞ അലൗകികമായ ഒരു നിലവിളി ആ വീഴ്ചയ്ക്കു കൂട്ടുണ്ടായിരുന്നു. ആ സ്വരം അവർ തിരിച്ചറിഞ്ഞു. കദിയവല്യമ്മ! ആടിനെ തീറ്റാനുള്ള തൊട്ടാവാടിക്കെട്ടുമായി നടന്നതാണ്. അവിടെവിടെയെങ്കിലും വേറെയും തൊട്ടാവാടി പറിച്ചുവെച്ചുകാണും. അതു തപ്പാനിറങ്ങിയതാണ്, നിശ്ചയം.

വീണിടത്തുനിന്നെഴുന്നേറ്റു കദിയവല്യമ്മ കുനിഞ്ഞു പരതി. എവിടെ തൊട്ടാവാടിക്കെട്ട്? തടഞ്ഞത് ഷാഹിദിന്റെ കാലാണ്. വല്യമ്മ ഞെട്ടി മാറി. താച്ചിയും ഷാഹിദും അതേപോലെ വിറച്ചുകൊണ്ടു ചാടിയെഴുന്നേറ്റു.

''അം ഹിൽ ഹും റുവൈദ...'' വല്യമ്മ വിറയലോടെ ഉരുവിട്ടു.

''ഫമഹ്ഹിലിൻ കാഫ്രീന

അം ഹിൽ ഹും റുവൈദ...''

''അം ഹിൽ ഹും റുവൈദ...'' വീണ്ടും വല്യമ്മയുടെ വിറയലുള്ള മന്ത്രം. ദുരാത്മാക്കളിൽനിന്നു രക്ഷതേടിക്കൊണ്ട്. വല്യമ്മ ദൈവത്തെ വിളിക്കുകയാണ്. ഷാഹിദും താച്ചിയും വല്യമ്മയ്ക്കു ജിന്നുകളായിരിക്കുന്നു. ഷാഹിദ് താച്ചിയുടെ കൈപിടിച്ചു രക്ഷപ്പെടാനാഞ്ഞു. താച്ചി പരിഭ്രമിച്ചു പൊടുന്നനെ പൊട്ടിക്കരഞ്ഞു.

ദുരാത്മാക്കൾക്കു പൊട്ടിക്കരയാനാവില്ല എന്ന് ശാസ്ത്രമൊന്നുമില്ല. എങ്കിലും വിശ്വാസത്തിന്റെ അവ്യക്തമണ്ഡലങ്ങളിൽനിന്ന് പ്രായോഗികബുദ്ധിയിലേക്കു കദിയവല്യമ്മ അതിവേഗം തിരിച്ചുവന്നു:

''ആരാ, സാജിദയല്ലേ?''

മാലക്കണ്ണുള്ള കദിയവല്യമ്മയുടെ തെറ്റിദ്ധാരണ എങ്ങനെയാണത്രയും പെട്ടെന്ന് അകന്നുപോയത്? മാറാൻ കഴിയാതെ, ഓടാൻ

കഴിയാതെ മന്ത്രവാദിയുടെ ആണികളിൽ തറഞ്ഞു നില്ക്കുന്ന ദുരാത്മാക്കളെപ്പോലെ താച്ചിയും വിധിയുടെ ഗൂഢാലോചനയിലകപ്പെട്ടു നിന്നു.

“ഷാഹിദലി!” കദിയവല്യമ്മ പിന്നെയും തിരിച്ചറിയുകയാണ്. പറുദീസയിൽനിന്ന് ആദിമാനവർ പുറത്താക്കപ്പെട്ടതുപോലെ ഷാഹിദും താച്ചിയും യാഥാർത്ഥ്യത്തിലേക്കു വലിച്ചെറിയപ്പെട്ടു. വല്യമ്മയുടെ ഭ്രമം മറയാക്കി ഒഴിഞ്ഞുമാറാമായിരുന്ന നിമിഷങ്ങൾ, എന്നെന്നേക്കുമായി കടന്നുപൊയ്ക്കഴിഞ്ഞിരുന്നു, കിട്ടിയ അവസരം നഷ്ടമായതിനെച്ചൊല്ലി ഒരു നീറ്റൽ അവശേഷിപ്പിച്ചുകൊണ്ട്. കേടുവന്ന ഒരു റിക്കാർഡ്പോലെ ഷാഹിദിന്റെ ഓർമ ആവർത്തിച്ചു: മനസ്സാന്നിദ്ധ്യത്തോടെ ദുരാത്മാക്കളായി അഭിനയിക്കാൻ കഴിഞ്ഞിരുന്നുവെങ്കിൽ! ഇല്ല... അതിനു കഴിയില്ല.

ആ നിർണായകനിമിഷങ്ങൾ നഷ്ടമാക്കിയതിന് രണ്ട് ജീവിതങ്ങൾ പിഴയൊടുക്കിയിരിക്കുന്നു! ആ തിരിച്ചറിവിന്റെ നിസ്സഹായത ഷാഹിദലിയെ ഒരുക്കൽകൂടി തളർത്തി.

“ലാ ഇലാഹ ഇല്ലല്ലാഹ്... മുഹമ്മദ് റസൂലുല്ലാഹ്...”

ചെമ്പകപ്പള്ളിയിൽനിന്നും മദ്ധ്യാഹ്നനമസ്കാരത്തിനായുള്ള മുക്തകണ്ഠമായ ക്ഷണം, ഉച്ചച്ചൂടിൽ ത്രസിച്ചു നില്ക്കുന്ന അന്തരീക്ഷത്തിലൂടെ ഷാഹിദലിയെ തേടിവന്നു.

## "മൈനേ, പറ, പുട്ടുറുമീസ്...!"

**ഷാ**ഹിദലിയുടെ തിരിച്ചുവരവ്, ചെമ്പകപ്പള്ളിക്കാർക്കിടയിൽ സ്വാഭാവികമായും കൗതുകമുണർത്തി. "കേട്ടോ പള്ളിപ്പറമ്പിൽ അബ്ദുൽ ലത്തീഫ് സാറിന്റെ എളേമോൻ വന്നെന്ന്."

"എപ്പോ?"

ആളുകൾ ചൂടുള്ള ആ വാർത്ത പരസ്പരം കൈമാറി.

ആദ്യദിവസം ഷാഹിദ് ഉസ്മാൻ മാമായുടെ വീട്ടിൽനിന്നായിരുന്നു ഉച്ചയ്ക്കുണ്ടത്. ഊണു കഴിഞ്ഞ ഉടനെ ടൗണിലേക്കു പുറപ്പെടാൻ തിടുക്കമായി; പെട്ടിയും സാധനങ്ങളുമെടുത്തില്ല, ചൂടു കാരണം വിയർത്തു വല്ലാതായി, കുളിച്ചു വസ്ത്രങ്ങൾ മാറണം. കുറച്ചുകൂടി നിന്നാൽ അസറിനെങ്കിലും പള്ളിയിൽ പോകാതിരിക്കാൻ കഴിയില്ലെന്നും അവിടെ ചെല്ലുംവഴി വാർത്ത ഇതിനകമറിഞ്ഞു കഴിഞ്ഞ പരിചയക്കാരുടേയും ബന്ധുക്കളുടേയും കുശലാന്വേഷണങ്ങൾ കൊണ്ട് താൻ നിലംപരിശാകുമെന്നും ഷാഹിദ് ഭയപ്പെട്ടു. അത്തരമൊരു സാഹചര്യത്തെ നേരിടാൻ ഇന്നിനിയേതായാലും വയ്യ.

താജുമ്മായുടെ കൈയിൽ ഏതാനും നൂറിന്റെ നോട്ടുകൾ പിടിപ്പിച്ചിട്ട്, കിടക്കയും കിടക്കവിരികളും മറ്റവശ്യസാധനങ്ങളും ഏതെങ്കിലും അടുത്തുള്ള അങ്ങാടിയിൽനിന്ന് വാങ്ങിക്കൊള്ളണമെന്നും മനോധർമവും സമയവുമനുസരിച്ച് വീട് സജ്ജീകരിച്ചു തരണമെന്നും മധുരമായി അപേക്ഷിച്ചിട്ട് താലിയപ്പൻ വിളിച്ചുകൊണ്ടുവന്ന ടാക്സിയിൽ ഷാഹിദ് ദൂരെ ടൗണിലുള്ള ഹോട്ടലിലേക്കു യാത്രയായി. അമ്മയെ ഏല്പിക്കുന്നതുപോലെ താജുമ്മായെ എല്ലാം ഏല്പിച്ചപ്പോൾ ഷാഹിദ് തികച്ചും നിശ്ചിന്തനായി. അന്നു മുടങ്ങിയ നിസ്കാരങ്ങൾക്ക് 'ഖളാഅ്' വീട്ടിയത്[1] ഹോട്ടൽമുറിയിൽ വെച്ചായിരുന്നു.

പുസ്തകക്കടകളിലും പബ്ലിക് ലൈബ്രറിയിലുമൊക്കെയായി ഷാഹിദ് ടൗണിലൂടെ വെറുതെ ചുറ്റിനടന്നു; സിഗരറ്റു പുകച്ചും

1. വൈകിയുള്ള പകരം പ്രാർത്ഥന

മുറുക്കിയും കണ്ട പുസ്തകങ്ങളും മാസികകളും വാങ്ങിക്കൂട്ടി മുറിയിലിട്ടുവെങ്കിലും ഓടിച്ചുനോക്കാനല്ലാതെ വായിക്കാനെന്തോ താല്പര്യം തോന്നിയില്ല. ചെമ്പകപ്പള്ളിയിൽ തിരിച്ചുചെല്ലാൻ ഷാഹിദിന്റെ മനസ്സുറച്ചു. കേരളത്തിൽ കാലുകുത്തിയ ഉടനെ അച്ഛനോടു ഫോണിൽ സംസാരിച്ചിരുന്നു. ചെമ്പകപ്പള്ളിയിൽ ചെന്ന വാർത്ത അറിയിക്കാൻ ഷാഹിദ് വീണ്ടും വിളിക്കുകയുണ്ടായില്ല.

അങ്ങനെ രണ്ടുനാൾ കഴിച്ചുകൂട്ടിയപ്പോൾ കുറിച്ചിയാനിക്കൽ റെജിമോൻ തോമസിനെ കാണണമെന്ന ശക്തമായ ഒരാഗ്രഹം ഷാഹിദിനുണ്ടായി. ഗുലാം മുസ്തഫയുടെ കൂട്ടുകാരനാണയാൾ, കുഞ്ഞുന്നാൾ മുതൽ; നല്ല അയൽക്കാരനും.

ഏലപ്പാറയിൽ കുടുംബത്തിനു സ്വന്തമായുള്ള എസ്റ്റേറ്റിലാണ് കുറെയായി റെജി. ഗുല്ലു ഇപ്പോഴും ഇടയ്ക്കു മൈസൂരിൽനിന്നും വിളിച്ച് കുശലമന്വേഷിക്കാറുണ്ട്. അതുകൊണ്ടറിയാം, ഫോൺ നമ്പർ പഴയതുതന്നെ. ഷാഹിദിന്റെ ഓർമയിലുണ്ടത്, ശിലാലിഖിതംപോലെ...

ഫോണിൽ ഷാഹിദിന്റെ സ്വരം കേട്ട് റെജിക്കു വലിയ ആഹ്ലാദമായി:

''ഞാനുടനെ അങ്ങോട്ടു തിരിക്കുവാ. സമയം കണക്കാക്കി റെഡിയായിരുന്നോ. നിന്നെ ഞാനിങ്ങോട്ടു കൂട്ടിക്കൊണ്ടു വരുവാ.''

ഷാഹിദിന്റെ ഒഴികഴിവുകളൊന്നും റെജിയുടെ മുന്നിൽ വിലപ്പോയില്ല. വിളിക്കേണ്ടിയിരുന്നില്ല എന്നുപോലും ഷാഹിദിനു തോന്നി. ഏലപ്പാറ എന്നു കേൾക്കുമ്പോൾതന്നെ വിഷമം തുടങ്ങും. അവിടെ ചെന്നു താമസിക്കുക എന്നുവെച്ചാൽ...

പറഞ്ഞപോലെ റെജി പറന്നെത്തി. കാട്ടുകുതിര കണക്കെ കുതിക്കുന്ന തന്റെ ജീപ്പിൽ. ''നീ വല്ലാതെ മാറിപ്പോയല്ലോടാ...'' എന്നും പറഞ്ഞ് കണ്ടപാടെ കെട്ടിപ്പിടിച്ചു. അല്പനേരം മുറിയിലിരുന്നു കുശലം പറഞ്ഞ് റൂംബോയിയെ വിളിക്കാൻ കാക്കാതെ ഷാഹിദിന്റെ പെട്ടിയും സാധനങ്ങളും തന്നെത്താൻ ജീപ്പിൽ കൊണ്ടുവച്ചു. സാമാന്യം കനത്ത ഹോട്ടൽ ബില്ലിന്റെ കണക്കും ഷാഹിദിന്റെ എതിർപ്പു വകവെക്കാതെ റെജി തീർത്തു. റെജിയുടെ ആത്മമിത്രം ഗുല്ലുവിന്റെ ആ പഴയ കുഞ്ഞനിയനാവുകയായിരുന്നു ഷാഹിദ്.

മലകളെ ചുറ്റി പാത കയറിക്കയറിപ്പോവുമ്പോൾ കുളിരു കൂടിക്കൂടി വന്നു. വഴിക്കു കണ്ട പൂക്കളുടെ നിറങ്ങൾ ഉയരം കൂടുന്തോറും കൂടുതൽ ഗാഢമായി. മഞ്ഞയ്ക്ക് എന്തൊരു മഞ്ഞ. തുടുപ്പിന് എന്തൊരു തുടുപ്പ്. വീട്ടുമുറ്റങ്ങളിലെ പനിനീർപ്പൂക്കൾ രക്താഭമായി ക്കണ്ടു. കൊച്ചുവർത്തമാനം പറഞ്ഞു പറഞ്ഞ് എപ്പോഴോ ഷാഹിദും

റെജിയും നിശ്ശബ്ദരായി. ആ നിശ്ശബ്ദതയിൽ റെജിയുടെ എസ്റ്റേറ്റിലേക്കുള്ള ഒരു പഴയ യാത്രയിലൂടെ കടന്നുപോവുകയായിരുന്നു ഷാഹിദ്. കർണാടകത്തിലേക്കുള്ള ഓടിപ്പോക്കിനു തൊട്ടുമുമ്പ്, പാടേ തകർന്ന അവസ്ഥയിൽ, തണുത്തൊരു സന്ധ്യയുടെ മൂടൽമഞ്ഞിൽക്കൂടി ബസ്സിലിരുന്ന് ഈ വഴി താണ്ടിയതാണ്.

കാഴ്ചമങ്ങിയ വല്യമ്മമാർ ആടിനു തിന്നാൻ തൊട്ടാവാടി പറിക്കുന്നതു ശരിയല്ല, പറിച്ചാൽതന്നെ അവിടവിടെ നിക്ഷേപിച്ച്, എല്ലാ പണിയുമൊതുക്കിയശേഷം മാത്രം ഇരുട്ടുവരുന്ന സമയം നോക്കി, ആ നിക്ഷേപങ്ങളെടുക്കാൻ ചെല്ലുകയെന്നത് ഒട്ടും ശരിയല്ല. അകമേ

ഒരു ചെറിയ ചിരിയുമായി ഷാഹിദ് ചിന്തിച്ചു. കദിയവല്യുമ്മ ഷാഹിദിന്റെ അകന്ന ബന്ധത്തിൽപ്പെട്ട നല്ലൊരു സ്ത്രീയാണ്. പരദൂഷണമില്ല, കുശുമ്പില്ല. ആരോടും ശത്രുതയുമില്ല. റബ്ബർതോട്ടത്തിലെ വീഴ്ചയിൽ അവർക്കൊരു നടുവെട്ടലുണ്ടായി. അതിലുണ്ടാവേണ്ടിയിരുന്ന പരാതി ഉണ്ടായതുമില്ല. ഷാഹിദിന്റെയും താച്ചിയുടെയും രഹസ്യപ്രണയം തന്റെ മുന്നിൽ വെളിപ്പെട്ടതിന്റെ സന്തോഷത്തിൽ ആ വേദന മുങ്ങിപ്പോയതാണ്. കദിയ ചെന്നു ഭർത്താവിനോട് രഹസ്യമായി പറഞ്ഞു:

''കുടുംബവഴക്ക് തീരുംന്നാ തോന്നുന്നേ.''

''ആരുടെ കാര്യാ കദിയേ നീ പറേണെ?''

''പള്ളിപ്പറമ്പും വടക്കേത്താഴവും.''

''എന്നതാ കാര്യം?''

''പള്ളിപ്പറമ്പിലെ എളേ ചെറുക്കനും വടക്കേത്താഴത്തെ പെങ്കൊച്ചും തമ്മി മൊഹബത്താണ്.''

താച്ചിയെയും ഷാഹിദിനെയും ഒന്നിച്ചു റബ്ബർതോട്ടത്തിൽ കണ്ട കാര്യം കദിയ പറഞ്ഞു. കഥപറച്ചിലിൽ, തനിക്കു വീഴ്ചപറ്റിയ ഭാഗം വിട്ടുപോയി. അതു പറഞ്ഞാൽ ഭർത്താവ് ചിരിച്ചെങ്കിലോ എന്ന പേടിയുമുണ്ടായിരുന്നു അവർക്ക്.

''എന്നാ വല്ല പ്രശ്നോമൊണ്ടായോ?''

''ഏയ്. അതുങ്ങളാ റബ്ബർത്തോട്ടത്തില് ഒളിച്ചിരിപ്പൊണ്ടായിര്ന്ന്.''

അവരിരുന്ന മുറിക്കു പുറത്ത് ഒരു നിഴലനങ്ങി.

''ആരാ?'' കദിയ ചോദിച്ചു: ''കനിയാന്നോ?''

''ആന്നമ്മാ... കവലവരെ പോകുവാ.''

''നെനക്ക് വീട്ടിലിരിക്കത്തില്ലേ? രാത്രി കെടക്കാന്നേരത്തൊരു കവലയ്ക്കു പോക്ക്?''

''കെടക്കാറൊന്നുമായിട്ടില്ല.''

നാസറിനെക്കാണാനാണ് കനിയപ്പൻ സാധാരണ പോവാറ്. താച്ചിയുടെ അച്ഛന്റെ ചേട്ടന്റെ അതായത് കൊമ്പൻ കമറുദ്ദീന്റെ മകനാണ് നാസർ. നാസറും കനിയപ്പനെന്ന ഹനീഫയും കൂട്ടാണ്. എല്ലാം പരസ്പരം പറയുന്ന ശീലംകൊണ്ട് വരുംവരായ്കൾ ഓർക്കാതെ, ഹനീഫ, കേട്ട കൗതുകവാർത്ത നാസറിനെ അറിയിക്കുകയും ചെയ്തു. നാസർ തന്റെ അമ്മയോടും ചെന്നു പറഞ്ഞു. പോരടിക്കുന്ന രണ്ടു വീട്ടുകാർക്ക് എല്ലാം മറക്കാനും പൊറുക്കാനും ഒരവസരമാണിതെന്ന നിരീക്ഷണത്തോടെ. കുടുംബത്തെ ബാധിക്കുന്ന ഒരു വിഷയം കേട്ടിട്ട് ഭർത്താവിനോടു പറയാതിരിക്കുകയോ?

കുടുംബത്തോടുള്ള ഉത്തരവാദിത്വം പ്രമാണിച്ച് ഹാലാവല്യമ്മ കൊമ്പൻ കമറുദ്ദീനെ സംഗതി അറിയിച്ചു.

നാസറിന്റെ അത്തായും താച്ചിയുടെ വല്യത്തായുമായ കൊമ്പൻ കമറുദ്ദീനു കൊമ്പനെന്ന് വിശേഷണം കിട്ടിയത് ചെറുപ്പം മുതലേ അയാൾ ഓമനിച്ചു വളർത്തിയ ബൃഹത്തായ മീശ കാരണമാണ്. ആ മനുഷ്യന്റെ പ്രകൃതവും ആ വിശേഷണത്തിനിണങ്ങും. ആറടിയിൽ കവിഞ്ഞ പൊക്കം. അതിനൊത്ത കെട്ടുറപ്പുള്ള ശരീരം. ധർമയുദ്ധങ്ങളിൽ രമിക്കുന്ന, സരളവും തീവ്രവുമായ, ഏകവീക്ഷണമായ മനസ്സ്. അണ്ണനെന്ന നിലയ്ക്ക് താഴെയുള്ളവരുടെ കുടുംബകാര്യങ്ങൾ കൊമ്പനു സ്വന്തം കാര്യങ്ങൾതന്നെയായിരുന്നു.

ആദ്യത്തെ പ്രണയാശ്ലേഷത്തിനു ദാരുണമായി ഭംഗം വന്ന ആ വൈകുന്നേരം ഷാഹിദിന് തീപിടിച്ച ഒരു വൈകുന്നേരമായിരുന്നു. സുഹൃത്തുക്കളെ കാണാനിറങ്ങിയ ഗുലാം മുസ്തഫ തിരിച്ചെത്തുന്നതുവരെ ഇരിപ്പുറയ്ക്കുകയുണ്ടായില്ല. ഷാഹിദ് ജ്യേഷ്ഠനെ കണ്ടതും അകത്തേക്കു റാഞ്ചിക്കൊണ്ടുപോയി.

''അണ്ണച്ചീ, ആകെ കുഴപ്പം.'' ഷാഹിദിനു പറയാനുള്ളതത്രയും ശ്രദ്ധിച്ചു കേട്ടു ഗുല്ലു ചിന്താധീനനായി. ഷാഹിദും താച്ചിയും തമ്മിൽ കുട്ടിക്കാലം മുതൽക്കുള്ള ആ ഇണങ്ങിയും പിണങ്ങിയുമുള്ള അടുപ്പം തുടരുന്നുണ്ട് എന്ന് ഗുല്ലുവിനു തോന്നിയിരുന്നു. പക്ഷേ, ഒരന്തർവാഹിനിയായി അത് അവരുടെ ജീവിതങ്ങളെ നിയന്ത്രിച്ചിരുന്നുവെന്ന് ഇപ്പോഴാണ് മനസ്സിലായത്.

''ഉടൻ നിക്കാഹ് കഴിക്കണം നിങ്ങൾ.'' ഗുല്ലു കണ്ട പരിഹാരം അതായിരുന്നു.

ജാസ്മിൻ പഠിച്ചു തീർന്നിട്ടും ഒഴികഴിവുകൾ പറഞ്ഞു നില്ക്കുന്ന സമയം. ഗുല്ലു, ജാസ്മിന്റെ നിക്കാഹിനുശേഷം മതി തനിക്കെന്നുവെച്ച് കാത്തിരിക്കുന്നു. ഷാഹിദിന്റെ ഊഴം വരാൻ ഇനിയും കുറച്ചുകാലം പോണം. ഷാഹിദിനൊരു ജോലിയും വേണ്ടേ? എം.എ. പരീക്ഷ കഴിഞ്ഞിട്ടേയുള്ളൂ. മാമൂലുകൾ നോക്കാതെ, എല്ലാ പ്രതിബന്ധങ്ങളെയും നേരിട്ടു താച്ചിയെ സ്വന്തമാക്കാൻ ആവുമോ?

''നിക്കാഹോ? ഇപ്പഴോ?'' വിശ്വാസം പോരാതെ ഷാഹിദ് ചോദിച്ചു.

''താച്ചിയുടെ കൂട്ടര് എതിരാണെങ്കിൽ പപ്പായും മമ്മിയും ഇടപെടില്ല. ഞാൻ നടത്തിത്തരാം. നമ്മുടെ കൂട്ടുകാരെല്ലാവരും കൂടെയുണ്ടാവും.''

''താച്ചിയോടുംകൂടി ആലോചിക്കാം അണ്ണച്ചീ.''

''എന്നാലിതാരോടും മിണ്ടണ്ട. ഏഷണി കൂട്ടുന്ന സ്വഭാവം കദിയവല്യമ്മയ്ക്കില്ല. അവര് പറഞ്ഞു പരത്ത്കേല എന്നു സമാധാനിക്കാം.''

ഗുല്ലു ഷാഹിദിനെ സമാധാനിപ്പിച്ചു: ''ഒരു ദിവസംകൊണ്ട് വലിയ സംഭവവികാസങ്ങൾ ഒന്നും ഉണ്ടാവാനില്ല.''

ശരിയാണ്, ഒരു ദിവസംകൊണ്ട് എന്തു സംഭവിക്കാനാണ്. താച്ചിയെ അവർ കൊന്നുകളയുകയും മറ്റുമില്ലല്ലോ. എന്തെങ്കിലും പദ്ധതി ആസൂത്രണം ചെയ്യാനുള്ള സമയം കിട്ടാതിരിക്കില്ല.വേണ്ടി വന്നാൽ അവളെ വിളിച്ചിറക്കിക്കൊണ്ടുവരാം.

''ഉടനെ താച്ചിയെ വിളിപ്പിച്ച് നീ സംസാരിക്കണം.'' ഗുല്ലു നിർദേശിച്ചു.

''അത്ര ഉളുപ്പമല്ല അണ്ണച്ചീ അത്. കോളേജടച്ചില്ലേ? അല്ലേൽ വഴിയിൽവെച്ചു കാണാമായിരുന്നു. കൂട്ടുകാരികൾ മുഖാന്തരവും ഇപ്പോൾ മെസ്സേജ് കൊടുക്കാൻ പറ്റില്ല. എല്ലാവരും ഓരോ സർക്കീട്ടിനു പോയിരിക്കുവാ.'' ഷാഹിദ് നിസ്സഹായനായി പറഞ്ഞു.

''കുഞ്ഞാലി പോയി താച്ചിയെ കാണട്ടേ. എന്തെങ്കിലും ഒഴികഴിവു കണ്ടുപിടിച്ച്...'' ഗുല്ലു പറഞ്ഞു: ''ഞാൻ നാളെ ലീവെടുക്കാം.''

രാവിലെ നേരത്തെ എഴുന്നേറ്റ ഗുല്ലു റെജിയെ കാണാൻ റോഡിന്റെ എതിർവശത്തുള്ള കുറിച്ചിയാനിക്കലേക്കു പോയി. നടന്നതൊന്നു മറിയാതെ ഷാഹിദിന്റെ മമ്മിയും പപ്പയും ജോലിക്കുപോയി. അവ രിറങ്ങിക്കഴിഞ്ഞ ഉടനെ ഷാഹിദ് കുഞ്ഞാലിയെ സമീപിച്ചു. സാജിദ അക്കച്ചിയെ എങ്ങനെയെങ്കിലും ചെന്നു കണ്ട് ആരുമറിയാതെ ഒരു കത്തു കൊടുക്കണമെന്ന് ഷാഹിദ് ആവശ്യപ്പെട്ടപ്പോൾ മഹത്തായ ഒരു ഗൂഢാലോചനയിൽ പങ്കുകൊള്ളുന്നതിന്റെ ആവേശത്തിൽ കുഞ്ഞാലി ജാഗരൂകയായി. വീട്ടുഭരണത്തിൽ ഷാഹിദിന്റെ അമ്മയുടെ ചുറുചുറുക്കുള്ള സഹായിയാണ് കുഞ്ഞാലി എന്ന പതിന്നാലുകാരി. ആലിയ എന്നാണ് അവളുടെ പേര്. കുഞ്ഞാലിയ എന്നു വീട്ടുകാർ ചെല്ലമായി വിളിച്ചത് ക്രമേണ ലോപിച്ചു കുഞ്ഞാലിയായതാണ്. ആ ചുണക്കുട്ടി, കാണാതെപോയ, ഒരു സാങ്കല്പിക കോഴിയെ ത്തേടി സാജിദാ മൻസിലിൽ ചെന്നു.

''അവിടെ ആരൂല്ല.'' കുഞ്ഞാലി തിരിച്ചുവന്ന് ഷാഹിദിനെ വിവരമറിയിച്ചു. ''അവിടത്തെ അത്തമ്മാ മാത്രമേ ഒള്ള്. എല്ലാരും കൂടെ കൊച്ചിനേം കൊണ്ട് എങ്ങാണ്ടു പോയേക്കുവാന്ന് പറഞ്ഞു. പിന്നെ ആ കൊമ്പനിരിപ്പുണ്ട്. എന്റെ റബ്ബേ! എന്നെ കാണാഞ്ഞത് ഭാഗ്യം.''

നേരം പൊങ്ങിയിരുന്നു. അപ്പോഴേക്കും ഗുല്ലുവും തിരിച്ചുവന്നു. ഷാഹിദ് പരിഭ്രാന്തനായി ഗുല്ലുവിനോടു പറഞ്ഞു.

''അണ്ണച്ചീ, അവിടെ അവളുടെ അത്തമ്മായും കൊമ്പനും മാത്രമേ ഒള്ളൂ.''

"എന്റെ മോനേ താച്ചിയെ ഞാൻ കണ്ടെടാ," ഗുല്ലു പറഞ്ഞു: "കൊമ്പന്റെ ടാക്സിയില്. അവളെന്നെയും കണ്ടു. പക്ഷേ, കൂടെ അവളുടെ അത്തായും അമ്മായും. എന്തെങ്കിലും പറയാനൊക്കുവോ? വയറി എന്നെ സങ്കടത്തോടെ ഒന്നു നോക്കി."

"എങ്ങോട്ടു പോയതാ അണ്ണച്ചീ."

"അറിയത്തില്ല. ഒത്തിരി കഷ്ടപ്പെട്ട്, റെജിക്ക് ഒരു തുമ്പു കിട്ടി. റെയിൽവേ സ്റ്റേഷനിലേക്കാണ് പോയത്. വടക്കോട്ടുള്ള വണ്ടിയിൽ കയറുവേം ചെയ്തു."

കേട്ടതുപാതി കേൾക്കാത്തതുപാതി, ഗുല്ലുവിനു തടയാനാവുന്ന തിനു മുൻപ് വീണ്ടുവിചാരമില്ലാതെ ഷാഹിദ് പടികടന്നോടി. ഗുല്ലു പിറകെയോടാൻ തുടങ്ങിയതാണ്. പിന്നെയെന്തോ ഓർത്ത് സ്വയം നിയന്ത്രിച്ചു, ഷാഹിദ് ഓടിക്കയറിയത് താച്ചിയുടെ വീട്ടിലേക്കാണ്. വാതില്ക്കൽ ചെന്ന് ഭ്രാന്തുപിടിച്ചപോലെ അലറി:

"താച്ചി എവിടെ?"

കൊമ്പൻ കമറുദ്ദീൻ - താച്ചിയുടെ വല്യത്താ - ഭീഷണഭാവ ത്തോടെ ഷാഹിദിനെ വരവേറ്റു. വട്ടത്താടിയുള്ള വെളുത്ത മുഖത്തു നിന്നു ചുവന്ന വട്ടക്കണ്ണുകൾ ഷാഹിദിനെ ഇരുത്തി നോക്കി.

"ഇവിടില്ല." കൊമ്പൻ മുരണ്ടു.

"എവിടെപ്പോയി?" ക്ഷുബ്ധനായി ഷാഹിദ് നിലവിളിച്ചു.

"അവളോട് നിനക്കെന്നാ കാര്യം?" കൊമ്പൻ കണ്ണുരുട്ടി. സംഗതി പിശകിപ്പോയെന്ന്, രഹസ്യം അകാലത്തിലാണ് പുറത്തു ചാടിയ തെന്ന് ഷാഹിദിന് വ്യക്തമായി. എങ്കിലും നവയൗവനത്തിന്റെ ചൂടിൽ ഷാഹിദ് തർക്കുത്തരം പറഞ്ഞു:

"കാര്യം അവളോട് പറഞ്ഞോളാം."

"അവളോട് പറയാനോ?" കൊമ്പൻ എഴുന്നേറ്റ് ചെന്ന്, ഷാഹിദിന്റെ കോളറിൽ പിടിച്ച് ഒന്ന് കുലുക്കിയുലച്ചു: "എറങ്ങെടാ വീട്ടീന്ന്. ഒരു കാര്യക്കാരൻ വന്നിരിക്കുന്നു."

അടിപിടിയുടെ വക്കത്താണെങ്കിൽ രോഷം പ്രകടിപ്പിക്കുന്നതിനു കൊമ്പന് ചില ചിട്ടവട്ടങ്ങളൊക്കെയുണ്ട്, സാധാരണയായി നിവർന്നു നിന്ന് മുഷ്ടി ചുരുട്ടി വായുവിലേക്കെറിഞ്ഞ്, ഏകാഗ്രതയോടെ പോർവിളി മുഴക്കും.

"യാ മൊഹിയുദ്ദീൻ!"

ഷാഹിദിനെ നേരിടാൻ പക്ഷേ, അത്രയ്ക്കൂർജ്ജം നഷ്ടപ്പെടു ത്തേണ്ടെന്നു കൊമ്പൻ കരുതിയപോലെ തോന്നി. പോർവിളി മുഴക്കി യില്ല. തന്റെ പിടിയിൽ കുതറിക്കൊണ്ടിരുന്ന ഷാഹിദിനെ വലിച്ചിഴച്ച്

പള്ളിപ്പറമ്പിൽ വീടിന്റെ മുറ്റത്തേക്കു ബലമായി തള്ളിയിറക്കുക മാത്രം ചെയ്തു.

''താച്ചിയേം അന്വേഷിച്ചിനി വന്നാലൊണ്ടല്ലോ. കാല് തല്ലിയൊടിക്കും.''

ഗുലാം മുസ്തഫ ആകാംക്ഷയോടെ സംയമനം പാലിച്ച് മുറ്റത്തു നില്പുണ്ടായിരുന്നു. പുറത്തളത്തിൽ തൂണുംചാരി ചവിട്ടുപടികൾക്കു മുകളിലായി കുഞ്ഞാലിയുമുണ്ടായിരുന്നു. ക്ഷോഭംകൊണ്ടു വീർപ്പുമുട്ടുന്ന കുഞ്ഞാലി ആ ദുരന്തമുഹൂർത്തത്തിന്റെ ആഘാതത്തിൽ, മൂത്തവരോടു കാണിക്കേണ്ട മര്യാദ കാറ്റിൽ പറത്തി.

ഗുല്ലുവിന്റെ വളർത്തുപക്ഷികളിൽ പ്രത്യേക സ്ഥാനമുള്ള ഒരു മൈനയുണ്ടായിരുന്നു-രാജാത്തി. ഉമ്മറത്ത് കഴുക്കോലിൽ കമ്പി കെട്ടി അതിൽനിന്ന് കൂടു ഞാത്തിയിട്ട് അതിലാണ് രാജാത്തിയെ പാർപ്പിച്ചിരുന്നത്. കുഞ്ഞാലി ക്ഷണത്തിൽ രാജാത്തിയുടെ കൂടിനടുത്തേക്കുനീങ്ങി; പക്ഷിയോട് അമർത്തിയ ഒരാഹ്വാനം നടത്തി.

''പറ, പുട്ടുറുമീസ്...''

ആയിടയ്ക്ക് ചെമ്പകപ്പള്ളിയിലെ ഏക സിനിമാക്കൊട്ടകയിൽ വന്നു പോയ സിനിമയിലെ കഥാപാത്രമായിരുന്നു പുട്ടുറുമീസ്. വലിയൊരു താരം അവതരിപ്പിച്ച പുട്ടുതീനിക്കാരനും പാവത്താനുമായ കഥാപാത്രം ഉറുമീസ്.

കുഞ്ഞാലി രാജാത്തിയുമായി നടത്തിയ ഗൂഢാലോചന ആരുടെയും ശ്രദ്ധയിൽ പെട്ടില്ല.

തീക്ഷ്ണമായ പ്രതികാരവാഞ്ഛകൊണ്ടു കുഞ്ഞാലി പക്ഷിയെ വീണ്ടും പതിഞ്ഞ ഒച്ചയിൽ നിർബന്ധിച്ചു:

''മൈനേ പറ, പുട്ടുറുമീസ്...''

കുഞ്ഞാലിയോടു സൗഹൃദവും പെട്ടെന്ന് പഠിക്കാൻ കഴിവുമുള്ള രാജാത്തി കൂർത്ത ഒച്ചയിൽ അനുകരിച്ചു:

''പുട്ടുറുമീസ്...

പുട്ടുറുമീസ്...''

കൊമ്പൻ കേട്ടു, വല്ലാത്തൊരു നോട്ടം നോക്കി. അമർത്തിച്ചവിട്ടി തിരികെപ്പോയി.

ചെമ്പകപ്പള്ളിയിലെ മുഅ്മീനിങ്ങൾക്ക്[2] മറ്റേതെങ്കിലും ജാതിക്കാരുടെ പേരുകളിൽനിന്ന് വല്ലതും വന്ന് ഇരട്ടപ്പേരായി തങ്ങളുടെ

---

2. വിശ്വാസികൾ

മേൽ വീഴുന്നതു സഹിക്കാനാവുന്നതിനപ്പുറമാണ്. സ്വന്തം അസ്തി ത്വത്തെ ധ്വംസിക്കുന്നപോലെയാണതവർക്ക്. കൊമ്പൻ കമറുദ്ദീൻ ഭൂരിപക്ഷം സ്ഥലവാസികളെയുംപോലെ സിനിമ കാണുന്നവനായി രുന്നു. പുട്ടുറുമീസ് കൊമ്പനു പരിചിതനുമായിരുന്നു.

രാജാത്തിയുടെ ഉത്സാഹം അവിടംകൊണ്ടു തീർന്നില്ല. അന്നു വൈകുന്നേരം ഷാഹിദിന്റെ വീടിന്റെ മുന്നിലൂടെ നടന്നുപോയ കൊമ്പനെ കണ്ട് തിരിച്ചറിഞ്ഞ രാജാത്തി വിളിച്ചുകൂവി.

''പുട്ടുറുമീസ്

പുട്ടുറുമീസ്...''

''എന്താടാ, തൂങ്ങിപ്പിടിച്ചിരിക്കുന്നത്, വല്ലതും പറ.'' റെജി പറഞ്ഞു.

''ചിരിക്കണോ കരയണോ എന്നറിഞ്ഞുകൂടാ ഓരോന്നോർക്കു മ്പോൾ.'' ഷാഹിദ് റെജിയെ നോക്കി.

''എന്നാ?''

''ഓർക്കുന്നില്ലേ റെജീ പുട്ടുറുമീസിന്റെ കാര്യം?''

കഥമുഴുവനറിയാവുന്ന റെജി കുലുങ്ങിച്ചിരിച്ചുകൊണ്ടു കുഞ്ഞാലി യുടെ ചരിത്രപ്രസിദ്ധമായ ആ ഉദ്ബോധനം ഉറക്കെ ഓർത്തു: ''മൈനേ പറ, പുട്ടുറുമീസ്!''

## ഒന്നും നിസ്സാരമല്ല

**രാ**ജാത്തി എന്ന മൈനയുടെ കഥയിൽ തുടങ്ങിയ വർത്തമാനം വഴിതിരിഞ്ഞു ജീവിതത്തിലെ കെട്ടുപിണച്ചിലുകളെക്കുറിച്ചായി.

"ജീവനെ ശരീരത്തിൽ പിടിച്ചുനിർത്താൻ നിസ്സാരമായ എത്ര അണുജീവികളോടാണ് നമുക്ക് പൊരുതേണ്ടി വരുന്നത്!" ഷാഹിദ് പറഞ്ഞു: "എന്നിട്ടെന്താ നമ്മുടെ ഗമയ്ക്ക് വല്ല കുറവുമുണ്ടോ?"

"നീ പറയുന്നതെത്ര ശരി." റെജി ഉടനെ ഷാഹിദിന്റെ നിരീക്ഷണത്തോടു യോജിച്ചു. "അത്ഭുതമാണ് മനുഷ്യന്റെ കാര്യം."

ഷാഹിദ് തുടർന്നു: "കബീറിന്റെ വാക്കുകളിൽ ഒൻപതു വാതിലുള്ള വീടാണീ ശരീരം. താമസക്കാരൻ ചെറിയൊരു കാറ്റ്, അതകത്തു നില്ക്കുന്നത് എന്തൊരത്ഭുതം!"

റെജി തെല്ലൊരമ്പരപ്പോടെ ഷാഹിദിനെ നോക്കി; "എന്നാടാ ഇത്, എവിടന്നു പഠിച്ചു ഇതൊക്കെ?"

ഷാഹിദ് അതു കേട്ടപ്പോഴാണ് ഓർത്തത്. പണ്ട് താനിങ്ങനെയൊന്നും ചിന്തിക്കുമായിരുന്നില്ല. പക്ഷേ, വാസ്തവമല്ലേ? ഒന്നുംതന്നെ നിസ്സാരമല്ല. ചെറുതല്ല. നിസ്സാരമെന്നും ചെറുതെന്നും പറഞ്ഞു തള്ളുന്ന സംഭവങ്ങൾ, കാര്യങ്ങൾ എത്ര വലിയ അവസ്ഥാന്തരങ്ങളാണ് ജീവിതത്തിൽ പലപ്പോഴും വരുത്തിവയ്ക്കുക!

രാജാത്തി കൊമ്പനെ കളിയാക്കി. കളിയാക്കുക എന്ന അമൂർത്താശയം അതിനറിയില്ല. അതിനെ പഠിപ്പിച്ച കുഞ്ഞാലിയാകട്ടെ ഒരു കൊച്ചുപെണ്ണ്. പക്ഷിയെയും കുട്ടിയെയും കാര്യമാക്കി എടുക്കേണ്ടതില്ലായിരുന്നു.

സ്വന്തം മനോധർമം അനുസരിച്ച് ആരുടെയും പ്രേരണയില്ലാതെ രാജാത്തി കൊമ്പനെ പുട്ടുറുമീസ് എന്നു വിളിക്കുന്നത്, പുറത്തളത്തിന്റെ ഒരറ്റത്ത് അരഭിത്തിയിൽ ഇരുന്നു ഗുല്ലു കേൾക്കുകയുണ്ടായി. ഇടംവലം നോക്കാതെ കൊമ്പൻ പടിയുടെ മുന്നിൽക്കൂടെ കടന്നു

പോയിക്കഴിഞ്ഞപ്പോൾ ഗുല്ലു പക്ഷിയോട് ദയനീയമായ സ്വരത്തിൽ ചോദിച്ചു:

"രാജാത്തി, നീ എന്നതാടീ ചെയ്തേ?"

അഭിനന്ദനമർഹിക്കുന്ന പ്രവൃത്തിതന്നെ എന്ന മട്ടിൽ ഓമന ക്കൊക്ക് കൂട്ടിനഴികളിലുരസി ചിറകു വിടർത്തി ചിലച്ചുകൊണ്ട് രാജാത്തി കസർത്തുനടത്തി. ഇടയ്ക്ക് അവൾ സ്നേഹത്തോടെ കുശലം ചോദിക്കുകയും ചെയ്തു:

"ഗുല്ലു എന്നാ ഒക്കെ ഒണ്ട് വിശേഷം?"

രാജാത്തിയെ സംസാരിക്കാൻ പഠിപ്പിക്കുന്നതിൽ താൻ കണ്ടെ ത്തിയ സന്തോഷം ഇപ്പോൾ യാതനയായി ഗുല്ലുവിനു തോന്നി.

പിറ്റേന്ന് അതികാലത്ത് മുറ്റമടിക്കാൻ ചെന്ന കുഞ്ഞാലി ഒരു പതിവിന്റെ അഭാവമറിഞ്ഞു. "കുഞ്ഞാലീ, കുഞ്ഞാലീ" എന്നുള്ള ആ സ്നേഹാർദ്രമായ വിളി കേൾക്കുന്നില്ല. എവിടെ രാജാത്തി? പുറത്തളത്തിൽ ഞാത്തിയ കൂട് തുറന്നു കിടക്കുകയാണ്. രാജാത്തി യില്ല.

"ഗുല്ലുവണ്ണൻ എങ്ങാനും അകത്തു കൊണ്ടുപോയിരിക്കുമോ?" തന്നോടുതന്നെ സംസാരിച്ചുകൊണ്ടു കുഞ്ഞാലി ചൂലു മുറ്റത്തിട്ട് അകത്തേക്കു ചെന്നു. ഉറക്കം വരാത്ത ഷാഹിദിന്റെ കൂടെ രാത്രി വളരെ വൈകുംവരെ ഇരുന്ന ഗുല്ലു സുബ്ഹി നമസ്കാരത്തിനു പോയിട്ടില്ല. ഇപ്പോഴും ഉറക്കമാണ്. ഗുല്ലുവിന്റെ മുറിയിലും മറ്റു മുറികളിലും കുഞ്ഞാലി അന്വേഷിച്ചു. രാജാത്തി അപ്രത്യക്ഷയാ യിരിക്കുന്നു. ഒടുവിൽ ഗുല്ലുവിനെ ഉണർത്തി അവൾ വിവരമറിയിച്ചു.

കഠാരകൊണ്ടു കീറിയതുപോലെ ഗുലാം മുസ്തഫയുടെ ഹൃദയം നൊന്തു. തനിക്കിത്ര ജാഗ്രത കുറഞ്ഞതെങ്ങനെ? പാവം രാജാത്തി. അപഹരണം നടക്കുമ്പോൾ ആരെയെല്ലാം പേരെടുത്തു വിളിച്ചു കരഞ്ഞുകാണും? കൊമ്പനാണ് ഈ തിരോധാനത്തിനു പിന്നിലെന്ന് ഊഹിക്കേണ്ടിയിരിക്കുന്നു. പക്ഷേ, തുമ്പും തെളിവുമില്ലല്ലോ?

"നീ അന്വേഷിക്കാനൊന്നും പോകണ്ട," മമ്മി പറഞ്ഞു.

"എന്നുവച്ചാലെങ്ങനാ?" ഗുല്ലു ചോദിച്ചു.

"മമ്മി പറയുന്നതനുസരിച്ചാ മതി," പപ്പാ പറഞ്ഞു.

ഷാഹിദ് വിഷണ്ണനായി നിന്നു. കുഞ്ഞാലി കരയുന്നുണ്ടായി രുന്നു.

"നീ കരയാതെ കൊച്ചേ," മമ്മി പറഞ്ഞു. നടന്ന സംഭവങ്ങ ളൊന്നും മമ്മിയും പപ്പായും അറിഞ്ഞിരുന്നില്ല. അതിനാൽ മമ്മി അത്ഭുതപ്പെട്ടു.

“എന്തുമാത്രം പക്ഷകളെ ഗുല്ലു വളർത്തീട്ടൊള്ളതാ. നാളിതുവരെ നമ്മുടെ വീട്ടീന്ന് ഒരു പക്ഷിപോലും കളവ് പോയിട്ടില്ല. ഇതിപ്പ എന്നാ പറ്റിയേ?”

മൈനയെ രാത്രി കിടപ്പുമുറിയിലേക്ക് മാറ്റാമായിരുന്നു. ഗുല്ലുവിനു ഖേദം തികട്ടിത്തികട്ടി നിന്നു. മൈനയെക്കൊണ്ട് കൊമ്പനെ ഇരട്ടപ്പേര് വിളിപ്പിക്കേണ്ടായിരുന്നു, കുഞ്ഞാലിയുടെ ഹൃദയം കുറ്റബോധംകൊണ്ടു വിങ്ങി.

മമ്മിയും പപ്പായും ജോലിക്ക് ഇറങ്ങിയപ്പോൾ ഗുല്ലു ഷാഹിദിനെയും കൂട്ടി തന്റെ മുറിയിൽ വിഷമിച്ചിരുന്നു. രണ്ടുപേരും രാവിലെ ഒന്നും നേരേ കഴിക്കാതിരുന്നതിനാൽ അവർക്കു രുചിക്കുന്ന മീൻകറി കുഞ്ഞാലി പ്രത്യേകമായുണ്ടാക്കി. തിളയ്ക്കുന്ന ചുവന്ന കറി നിറഞ്ഞ ചട്ടി അടുപ്പിൽനിന്ന് വാങ്ങി പാതിയാമ്പുറത്തേക്കു വയ്ക്കുമ്പോൾ അവൾ കരഞ്ഞുകൊണ്ടു നേർന്നു:

“എന്റെ കുരുകിപ്പാറപ്പള്ളി അവുലിയാക്കളെ ഞാനൊരു കൊടം മാലീസപ്പൊടി കൊണ്ടുവരാവേ. രാജാത്തിയെ കാത്തോളണേ...”

അപ്പോൾ വാതിൽമണി അക്ഷമമായി ശബ്ദിച്ചു. കുഞ്ഞാലി അടുക്കളയിൽ നിന്നോടി ഉമ്മറത്തുചെന്നു. പുറത്തളത്തിലേക്കുള്ള വാതിൽ തുറന്നുതന്നെയാണ് കിടന്നത്. വാതിൽക്കൽ ഒരു ചെറിയ രൂപം നില്പുണ്ടായിരുന്നു. ഉടുപ്പില്ലാക്കോയ. മെലിഞ്ഞ്, നിക്കറിട്ട്, കുറ്റിത്തലമുടിക്കാരനായ, ഷർട്ട് ചുരുട്ടി സ്ലേറ്റിന്റെയും പുസ്തകത്തിന്റെയുമൊപ്പം പിടിച്ചു സംഭ്രമത്തോടെ നില്ക്കുന്ന കോയ. കുഞ്ഞാലിയെ കണ്ടതും ഒരു പീപ്പിയുടേതുപോലെ നീട്ടം കൂടിയ ഉച്ചത്തിലുള്ള ശബ്ദത്തിൽ ഉടുപ്പില്ലാക്കോയ തിരക്കി:

“അക്കച്ചീ, അണ്ണന്മാരിവിടൊണ്ടോ?”

“ഒണ്ട്. അകത്തോട്ടു ചെല്ല്.” കുഞ്ഞാലി നിർദ്ദേശിച്ചു. വളരെ പ്രധാനപ്പെട്ട ഏതോ ഒരു വിഷയം അണ്ണന്മാരെ അറിയിക്കാനുണ്ട് അവനെന്നു വ്യക്തമായിരുന്നു.

സ്കൂളിലേക്കു വരുമ്പോഴും പോകുമ്പോഴും ഷർട്ടഴിച്ചു കൈയിൽ പിടിച്ച് അർദ്ധനഗ്നനായി ഓടുന്നതാണ് കോയയുടെ പതിവ്. സ്കൂളിന്റെ വാതിൽക്കലെത്തുമ്പോൾ ഓട്ടം നിർത്തി ഷർട്ടിടും. കോയയ്ക്കു മാത്രം സ്വന്തമായ ഈ ശൈലികൊണ്ടാണ് അവന്റെ പേര് ഉടുപ്പില്ലാക്കോയ എന്നായി മാറിയത്. സ്കൂളിലേക്കും തിരിച്ചുമുള്ള ഓട്ടങ്ങൾക്കിടയിൽ കോയയ്ക്ക് ഒരു ‘ഹോൾട്ട്’ ഉണ്ട്. ഷാഹിദിന്റെ പടിവാതിൽക്കൽ. അവിടെനിന്ന് പീപ്പിവിളിപോലുള്ള ഒച്ചയിൽ കോയവിളിക്കും:

“രാജാത്തി, രാജാത്തി...”

രാജാത്തി പ്രതികരിക്കും:

''ഉടുപ്പില്ലാക്കോയേ ഓടടാ ഓടടാ.'' കുഞ്ഞാലി പഠിപ്പിച്ചതാണത്.

ഉടുപ്പില്ലാക്കോയ അണ്ണന്മാരെ അറിയിച്ച കഥ ഇതായിരുന്നു:

''കാലത്ത് ഇവിട രാജാത്തിയെ കണ്ടില്ല. ഓത്തു പഠിക്കാഞ്ചെന്നു, സുമയ്യാ പറഞ്ഞ്, ഒരു കിളിയെ കിട്ടീട്ടൊണ്ടെന്ന്, ഞാഞ്ചോദിച്ചു, ആരടെ കിളിയാ, എവിടത്തെ കിളിയാന്ന്. അവക്കറിയാമ്മേല. ഓത്തു കഴിഞ്ഞപ്പ ഞാമ്പറഞ്ഞു കിളിയെ കാണിച്ചുതാന്ന്. എന്റണ്ണച്ചീ, അവിട വീട്ടീ ചെന്നപ്പം ഉടുപ്പില്ലാക്കോയേ, ഉടുപ്പില്ലാക്കോയേ എന്നു വിളിക്കുവാ നമ്മുടെ രാജാത്തി. അവളെ പക്ഷേ കാണാനൊക്കത്തില്ല. കക്ഷി അകത്തെങ്ങാണ്ടോ നിന്നു വിളിക്കുവാരുന്നു. അകത്തോട്ടു ചെല്ലാനൊക്കുവോ. ആ കൊമ്പമ്മാമാ ഇരുപ്പൊണ്ടായിരുന്നു അവിട.''

''അപ്പോ നീ സ്കൂളിപ്പോന്നില്ലേ?'' ഗുല്ലു ചോദിച്ചു.

''രാജാത്തിയുടെ കാര്യം ഇങ്ങുവന്നു പറയാതെങ്ങനാ? ഞാനിപ്പ ഓടിച്ചെന്നാ മതീലോ?''

''എന്നാ നീ ചെല്ല്.'' ഗുല്ലു അവനോടു പറഞ്ഞു.

ഉടുപ്പില്ലാക്കോയ ഓടിപ്പോയി.

ഗുല്ലു എഴുന്നേറ്റ് ഷർട്ട് എടുത്തിട്ടു. ഷാഹിദും കൂടെ ഇറങ്ങാൻ ഒരുങ്ങി.

''വേണ്ട,'' ഗുല്ലു തടഞ്ഞു: ''ഞാൻ റെജിയെ കൂട്ടിക്കൊള്ളാം.''

രാജാത്തിയെ രക്ഷിക്കാൻ റെജിയെയും കൂട്ടി ഗുല്ലു കൊമ്പന്റെ വീട്ടിലെത്തി: ''മാമാ ഞങ്ങടെ മൈനയെത്താ.''

ഗുല്ലൂ, ഗുല്ലൂ എന്ന്, ഏതോ രഹസ്യസ്ഥാനത്തിരുന്ന് രാജാത്തി വിളിക്കുമെന്നു പ്രതീക്ഷിച്ചതായിരുന്നു. മുറ്റത്ത് ഗുല്ലുവിന്റെ ശബ്ദം ഉയർന്നുകേട്ടിട്ടും രാജാത്തിയുടെ പ്രതികരണം കേൾക്കുകയുണ്ടാ യില്ല.

''മൈനയോ ഏതു മൈന?'' കമറുദ്ദീൻ പച്ചത്തോടെ ചോദിച്ചു.

''എന്റെ മൈന.'' ഗുല്ലു പറഞ്ഞു. ''മാമായ്ക്ക് ഞങ്ങളോട് വഴ ക്കൊണ്ടേല് ഞങ്ങളോട് തീർക്ക്. ആ മിണ്ടാപ്രാണിയോട് വേണോ മാമാ?''

മിണ്ടാപ്രാണി എന്ന പ്രയോഗം കേട്ടപ്പോൾ കൊമ്പൻ ഗുല്ലുവിനെ തീക്ഷ്ണമായൊന്നു നോക്കി. ഗുല്ലു ചമ്മാതിരുന്നില്ല - രാജാത്തി വളരെ അധികം മിണ്ടുന്ന പ്രാണി ആണെന്നത് മറന്നു. ഇനിയിപ്പോൾ തിരുത്തുന്നതെങ്ങനെ?

''മുസ്തഫാ നീ വേണേൽ ഈ വീട്ടിനകത്ത് വന്നു നോക്ക്.'' കൊമ്പൻ വെല്ലുവിളിച്ചു. അതിന്റെ അർത്ഥം ഗുല്ലുവിനു മനസ്സിലായി. ഉടുപ്പില്ലാക്കോയയെ വിളിച്ചതിന് പക്ഷിക്ക് വീണ്ടും പണിഷ്മെന്റ് ട്രാൻസ്ഫർ വന്നിരിക്കുന്നു.

അതോ, ഇനി അതിനെ ഹലാലായി വകവരുത്തിയതാണോ? പെട്ടെന്ന്, ആ സാദ്ധ്യത മനസ്സിൽ മനസ്സിൽ തെളിഞ്ഞപ്പോൾ ഗുല്ലു വിന്റെ നിയന്ത്രണമത്രയും വിട്ടുപോയി. കരച്ചിലിന്റെയും അലർച്ച യുടെയും ഇടനിലങ്ങളിലൂടെ ആത്മഹത്യാപരമായ ഒരു കുതിപ്പ് ഗുല്ലു കുതിച്ചു. ജീവൻ കളഞ്ഞും ഗുല്ലുവിനെ രക്ഷിക്കണമെന്ന നിഷ്ഠയിൽ റെജിയും കൂടെ കുതിച്ചു.

ശത്രുവിന്റെ മുന്നേറ്റം കണ്ട് കൊമ്പനിലെ ധർമയോദ്ധാവ് ഉണർന്നു. ബലിഷ്ഠങ്ങളായ ഭുജാമുസലങ്ങൾ വായുവിലേക്കു വീശി ഉയർത്തിക്കൊണ്ടു കൊമ്പൻ എഴുന്നേറ്റു.

''യാാ... മൊഹിയുദ്ദീൻ...!!''

കൊമ്പൻ മുറ്റത്തേക്കു ചാടിയിറങ്ങി ശത്രുവിനു നേരെ മണി ക്കൂറിൽ നൂറു കിലോമീറ്റർ വേഗതയിൽ നീങ്ങി. ഇരുകൂട്ടരും തൊട്ടു,

തൊട്ടില്ല എന്നായപ്പോൾ വളരെ നാടകീയമായ ഒരു അപ്രതീക്ഷിത സംഭവം ഉണ്ടായി. ആരോ ഓടിക്കയറി വന്ന് ചെറുപ്പക്കാരെ തള്ളി മാറ്റി കൊമ്പനെ കത്തികൊണ്ടു കുത്തി. ഗുല്ലുവും റെജിയും ഞെട്ടി ത്തരിച്ചു. വേദനകൊണ്ടലറുന്ന കൊമ്പനും എതിരാളിയും തമ്മിൽ മൽപ്പിടുത്തം നടക്കുമ്പോൾ വീട്ടിനകത്തുനിന്ന് ആരൊക്കെയോ ഓടിവരുന്നുണ്ടായിരുന്നു. റെജി ഗുല്ലുവിന്റെ കൈപിടിച്ചുവലിച്ചു തിരിഞ്ഞോടി ജീപ്പിൽ കയറി.

‘‘നമ്മളോടിപ്പോകുന്നത് ശരിയല്ല,’’ ഗുല്ലു സംഭ്രമത്തോടെ പറഞ്ഞു.

‘‘ശരിയാണ്.’’ റെജി ജീപ്പ് സ്റ്റാർട്ടു ചെയ്തു കഴിഞ്ഞിരുന്നു.

വീട്ടിലേക്കു പോകേണ്ട വഴിയിൽനിന്നും മറ്റൊരു പാതയിലേക്കു ജീപ്പു തിരിച്ചപ്പോൾ അതുവരെ സ്തബ്ധനായിരുന്ന ഗുല്ലു ചോദിച്ചു:

‘‘വീട്ടിലേക്കല്ലേ?’’

‘‘അല്ല, ഏലപ്പാറയ്ക്ക്.’’

വഴിയിലെവിടെയോ വണ്ടി നിർത്തി റെജി ഒരു ഫോൺ ബൂത്തിൽ നിന്ന് അബ്ദുൽ ലത്തീഫിനെ വിളിച്ച് അതുവരെ ഉണ്ടായ സംഭവ ങ്ങൾ എല്ലാം ചുരുക്കിപ്പറഞ്ഞു.

വൈകുന്നേരത്തോടുകൂടി റെജിയുടെ എസ്റ്റേറ്റ് ബംഗ്ലാവിലേക്ക് അബ്ദുൽ ലത്തീഫ് ഫോൺ വിളിച്ചു: കൊമ്പനേറ്റ പരിക്ക് സാര മുള്ളതാണ്. പക്ഷേ, അപകടഘട്ടം തരണം ചെയ്തിരിക്കുന്നു. കൊമ്പനു ബോധം വീഴുകയും കുത്തിയ ആൾ ആരെന്നു പറയുകയും ചെയ്തിട്ടുണ്ട്. പഴയ ഏതോ ധർമയുദ്ധത്തിന്റെ ബാക്കിയായി ഏതോ എതിർപക്ഷ സൈനികൻ വന്നുപെട്ടതാണവിടെ. ഭാഗ്യത്തിന് കൊമ്പൻ, ആ വരവും ഗുല്ലുവിന്റെ വരവും ഒരൊത്തുചേർന്നുള്ള വരവാണെന്ന് ആരോപിച്ചിട്ടില്ല. എങ്കിലും ഈ വിസ്ഫോടക സാഹചര്യത്തിൽ ചെമ്പകപ്പള്ളിക്കാരിൽ പലരും ആവേശഭരിതരായി, പള്ളിപ്പറമ്പിൽ വീട്ടുകാർ കൊമ്പനെ കൊല്ലാൻ ആളെ വിട്ടു എന്നു പറയുന്നുണ്ട്. അതുകൊണ്ട് ഏലപ്പാറയിൽതന്നെ കുറച്ചുനാൾ നില്ക്കുക. ഷാഹി ദിനെ ഏലപ്പാറയ്ക്ക് അയച്ചിട്ടുണ്ട്. അവൻ വിശദവിവരങ്ങൾ പറയും.

അധികം താമസിയാതെ ഇരുൾ പരക്കുന്നതിനു മുമ്പായി ഷാഹിദ് എത്തി. ഷാഹിദിന്റെ വിവർണമായ മുഖം കണ്ട് ചകിതനായി ഗുല്ലു ചോദിച്ചു:

‘‘എന്നതാടാ മോനേ വല്ലാതിരിക്കുന്നേ?’’

‘‘താച്ചിയുടെ നിക്കാഹ് ഉറപ്പിച്ചു’’ ഷാഹിദിന്റെ കണ്ണുകൾ നിറ ഞ്ഞൊഴുകി. ഗുല്ലു ഷാഹിദിനെ പിടിച്ചണച്ചു:

"അത്തമ്മാടെ വീരപ്പുലിയല്ലേ. കരയുവാണോ? ധൈര്യമായിരിക്ക്."

ഷാഹിദ് ഗുല്ലുവിനെ കെട്ടിപ്പിടിച്ചു കരഞ്ഞു. ഗുല്ലു അനുജനെ പുറത്തുതട്ടി സമാശ്വസിപ്പിച്ചുകൊണ്ടിരുന്നു: "എല്ലാം അല്ലാഹുവിന്റെ നിശ്ചയമെന്നു കരുതിയാൽ മതി."

അനുജനെയുംകൊണ്ട് കർണാടകത്തിൽ ചെന്ന് പെങ്ങളുടെ കൂടെ കുറേനാൾ താമസിക്കാമെന്നു ഗുല്ലുവാണ് നിശ്ചയിച്ചത്. ഏലപ്പാറയിൽനിന്നാണ് അവർ യാത്ര പുറപ്പെട്ടതും. ചെന്നുപെട്ട സ്ഥലത്ത് അത്ര പൊടുന്നനെ വേരുകൾ പൊടിക്കുമെന്നു ചിന്തിച്ചതല്ല. പക്ഷേ, സംഭവിച്ചത് അതാണ്. നിറഞ്ഞ വേദനയുടെയും അതേ വേദനയിൽ നിന്നുള്ള മോചനത്തിന്റെയും ഓർമകളിൽ ഏലപ്പാറയിലെ ആ ബംഗ്ലാവിനു വലിയൊരു സ്ഥാനമുണ്ട്. അവിടം മറ്റൊരു കർമമണ്ഡലത്തിലേക്കുള്ള ചവിട്ടുപടിയായി. ചുറ്റിക്കറങ്ങിപ്പോകുന്ന മലമ്പാതയിൽ ഹരിതനീലങ്ങളായ മലമുടികളിൽ, അവയുടെ താഴ്വാരങ്ങളിൽ തണുത്ത വെയിൽ നിറഞ്ഞുകിടന്നു.

"യാ അല്ലാഹ്!" ഷാഹിദ് ഒരു നെടുവീർപ്പിട്ടു.

വീണ്ടും ചെമ്പകപ്പള്ളിയിലേക്ക് - ഷാഹിദ് ഓർത്തു.

## കുല്ലുമൻ അലയ്ഹാഫാൻ

"**അ**സ്സലാത്തുഖൈറുമ്മിനന്നഊം," മുഴങ്ങുന്ന സ്വരം!

ഷാഹിദലി ഉണർന്നു. കണ്ണുതിരുമ്മി എഴുന്നേറ്റ് ലൈറ്റിട്ടു. ചുവരിലെ ക്ലോക്കിലേക്കു നോക്കി. സമയം മൂന്നര. പടിക്കൽ ആ ചൊല്ലി ഉണർത്തൽ ആവർത്തിച്ചു.

"അസ്സലാത്തുഖൈറുമ്മിനന്നഊം."

ഉറക്കത്തേക്കാൾ ശ്രേഷ്ഠം പ്രാർത്ഥനയാകുന്നു.

കേട്ടു പരിചയമുള്ള ഏതോ ശബ്ദം. ഷാഹിദിനു തിരിച്ചറിയാനായില്ല.

"ആരാണത്?" ഷാഹിദ് അകത്തുനിന്നു വിളിച്ചു ചോദിച്ചു.

മറുപടി കിട്ടിയില്ല. ഉറങ്ങിക്കിടക്കുന്നവരെ പ്രാർത്ഥനയ്ക്കു വിളിക്കുന്ന ആ വിളി സുബ്ഹിനിസ്കാരത്തിന്റെ ബാങ്കുവിളിയിൽ ഉള്ളതാണ്. ഏലപ്പാറയിൽനിന്നു തിരിച്ചുവന്നിട്ട് രണ്ടുനാൾ കഴിഞ്ഞു. ഇതുവരെ രാവിലെ പള്ളിയിലേക്കു സുബ്ഹി നിസ്കരിക്കാൻ പോയിട്ടില്ല. സുബ്ഹിക്കെന്നല്ല ഒന്നിനും ചെന്നിട്ടില്ല. നിസ്കാരങ്ങൾക്കു വേണ്ടത്ര ചിട്ട വന്നിട്ടില്ല. അതു ശ്രദ്ധിച്ച ആരോ ഉണർത്താൻ വന്നിരിക്കുന്നു. സഹോദരാ, സുബ്ഹി നിസ്കാരത്തിനായി ഒരുങ്ങൂ.

വാതിൽ തുറന്നപ്പോൾ മുറ്റത്തു കണ്ടത് ഒരു വിചിത്ര വേഷമാണ്. പച്ചച്ചീട്ടിത്തുണികൊണ്ടു തയ്പിച്ച 'ഔറത്തും' മറച്ച്, മുട്ടിനു വളരെ താഴേക്ക് ഇറങ്ങിക്കിടക്കുന്ന ജൂബ്ബാ. ജൂബ്ബയ്ക്കും കീഴെ കണങ്കാലിനും മീതെ നില്ക്കുന്ന വെള്ളയിൽ പച്ച കളങ്ങളുള്ള കൈലി. തലയിൽ പച്ചനിറത്തിലുള്ള നിസ്കാരത്തൊപ്പി. മീശ വടിച്ചുകളഞ്ഞിരിക്കുന്നു. താടി വട്ടത്തിൽ കത്രിച്ചൊതുക്കിയിരിക്കുന്നു. കൊച്ചാമ്മദ്! ചാക്കോച്ചിയുടെ കടയിൽവെച്ച് കണ്ടപ്പോൾ ഇത്ര വ്യക്തമായി ശ്രദ്ധിക്കാൻ കഴിഞ്ഞിരുന്നില്ല.

അതിരാവിലെ സ്വന്തം ഉറക്കം കളഞ്ഞ് മറ്റുള്ളവരെ ഉണർത്താൻ കൊച്ചാമ്മദിനെ പ്രേരിപ്പിച്ചതെന്ത്? ഷാഹിദലി സ്തബ്ധനായി.

തിരിച്ചുവന്നതിനുശേഷം ആദ്യമായി കാണാനെത്തിയതാണ് കൊച്ചാമ്മദ്. എങ്കിലും ഓർമ പുതുക്കുന്ന കുശലാന്വേഷണങ്ങളൊന്നുമില്ലാതെ കൊച്ചാമ്മദ് നേരെ കാര്യത്തിലേക്കു കടന്നു:

''സുബ്ഹിക്ക് എന്നാ വരാത്തെ?''

''യാത്രാക്ഷീണം മാറിയില്ല. നിസ്കരിക്കുന്നൊണ്ട്. ഖളാഅ് വീട്ടുന്നുമൊണ്ട്,'' ഷാഹിദ് ക്ഷമാപണസ്വരത്തിൽ പറഞ്ഞു.

''ഇമാമും ജമാഅത്തുമായി നിസ്കരിക്കണേന്, പോരിശ കൂടുതലാ.''

കൊച്ചാമ്മദ് കാര്യമാത്രപ്രസക്തമായി ഉപദേശിച്ചു:

''ഇഖാമത്ത് കൊടുക്കണേനു മുമ്പ് വരണം.''

ഷാഹിദ് തലകുലുക്കി സമ്മതിച്ചു.

''എന്നാ ഞാൻ വരട്ടേ,'' കൊച്ചാമ്മദ് ഉപസംഹരിച്ചു: ''എനീം കൊറച്ച് പേരെ ഒണർത്താനൊണ്ട്.''

ബാങ്കുവിളി മതി പള്ളിയിലേക്കു പോകേണ്ടവർക്ക് ഉണരാനും ഒരുങ്ങാനും. ഒരു ദൗത്യംപോലെ ആളുകളെ പ്രാർത്ഥനയ്ക്കു വിളിച്ചുകൂട്ടാൻ കൊച്ചാമ്മദിനിതെന്തുപറ്റി? അതും അസമയത്ത്. കൊച്ചാമ്മദിന്റെ ചിരി ഉണർത്തുന്ന രൂപാന്തരം ഷാഹിദലിയെ വാസ്തവത്തിൽ വിസ്മയിപ്പിക്കുകയാണ് ചെയ്തത്.

ഏഴിലോ എട്ടിലോ തോറ്റ് മത്തിക്കച്ചവടത്തിനു പോയി, ചെമ്പകപ്പള്ളിയുടെ പുറമ്പോക്കിലുള്ള ചേരിപ്പിള്ളേരോടു കൂട്ടുംകൂടി, കഞ്ചാവും വലിച്ച്, വീണ്ടുവിചാരമില്ലാതെ നടന്നതാണ് കൊച്ചാമ്മദ്. ജീവിതത്തിലെ എല്ലാ വിപരീതാവസ്ഥകൾക്കും വിവാഹം ഒറ്റമൂലിയാണെന്നു വിശ്വസിക്കുന്ന വീട്ടുകാരും ബന്ധുക്കളുംകൂടി കൊച്ചാമ്മദിനെക്കൊണ്ടു പെണ്ണുകെട്ടിച്ചു. എന്നിട്ടും നിയതമായ ജീവിതശൈലി, കൊച്ചാമ്മദിനു വഴങ്ങിയില്ല. അങ്ങനെയൊക്കെ ആയിരുന്നു സ്ഥിതിഗതികൾ – ഷാഹിദ് നാടുവിടുന്ന സമയത്ത്.

പള്ളിയിൽനിന്നു ബാങ്കുവിളി ഉയരുന്നതിനുമുമ്പേ ഷാഹിദിന്റെ ഒരുക്കങ്ങൾ തീർന്നു. അതുകൊണ്ട് കൂടെ കൊണ്ടുവന്നിരിക്കുന്ന പുസ്തകങ്ങളിൽനിന്ന് കാപ്രയുടെ 'അൺകോമൺ വിസ്ഡം' എടുത്തു തുറന്നു. തത്ത്വചിന്തകളുമായി പരിചയിക്കുമ്പോൾ മനുഷ്യന്റെ പിടിയിൽനിന്നും ജീവിതം വല്ലാതെ തെന്നിമാറുന്നുവോ? പ്രപഞ്ചത്തിന്റെ നിഗൂഢതകൾക്കു മുമ്പാകെ, പ്രതിഭാസങ്ങൾക്കു മുമ്പാകെ, മനുഷ്യൻ നിസ്സാരജീവി. എങ്കിലും അനന്തമായി വിസ്മയിക്കാൻ അവനുള്ള കഴിവ് അവനെ നിസ്സാരതയിൽനിന്നും അനന്തതയിലേക്ക്

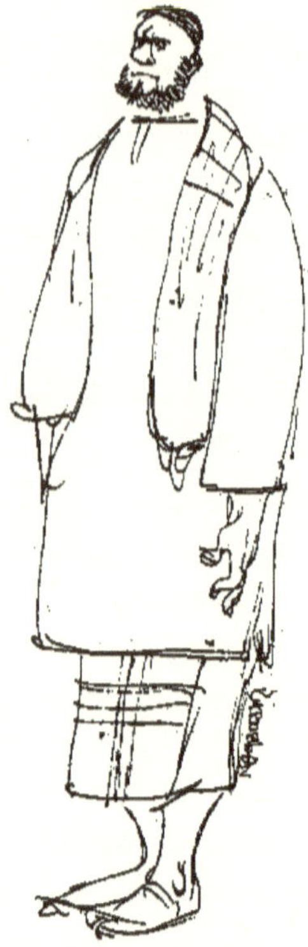

ഉയർത്തുന്നു. ഒറ്റയ്ക്കു നില്ക്കാൻ കഴിയാത്തവരാകട്ടെ സംഘടിക്കുന്നതിലൂടെ സ്വന്തം നിസ്സഹായതയെയും ഭയത്തെയും മറികടക്കാൻ ശ്രമിക്കുന്നു. ആചാര്യന്മാരും ചിന്തകന്മാരും പറഞ്ഞു വയ്ക്കുന്നതു പലപ്പോഴും ഭാഗികമായി മനസ്സിലാക്കി, ഓരോ ശാഠ്യങ്ങളാക്കി മാറ്റുകയും ചെയ്യുന്നു. കന്മഷമില്ലായ്മയുടെയും ക്രൂരതയുടെയും ഭ്രാന്തിന്റെയും അതിരുകൾ പരസ്പരം തൊട്ടുരുമ്മുന്നതുപോലെ ഷാഹിദലിക്കുതോന്നി.

ഷാഹിദലി സത്യവിശ്വാസിയാണ്. ആയിരുന്നില്ലെങ്കിൽ താച്ചിയുടെ വേർപാടുകൊണ്ടുണ്ടായ തീവ്രമായ ഇച്ഛാഭംഗം അയാളെ ആത്മഹത്യയിലേക്കു മാത്രമേ എത്തിക്കുമായിരുന്നുള്ളൂ. വിശ്വാസിക്ക് ആത്മഹത്യ മഹാപാതകമാണ്. കടുത്ത ദൈവനിഷേധം. മറ്റൊരു തരം മരണം ഷാഹിദ് ചിലപ്പോൾ ആഗ്രഹിച്ചു. സൂഫിയുടെ - അവധൂതന്റെ - എല്ലാമുപേക്ഷിച്ചുകൊണ്ടുള്ള അജ്ഞാതവാസം. ചെമ്പകപ്പള്ളിയിൽ വന്ന് ഖബറടങ്ങിയ അള്ളാമേട്ടിലെ തങ്ങളെപ്പോലെ

വല്ല ചാക്കുതുണ്ടും കൊണ്ടു നാണം മറച്ച്, ആരുമായും ബന്ധ മില്ലാതെ കഴിയുക.

സുബ്ഹി നിസ്കാരം തുടങ്ങുംമുമ്പ്, ഇഖാമത്ത് കൊടുക്കുന്ന തിനുമുമ്പുതന്നെ ഷാഹിദലി പള്ളിയിലെത്തി പള്ളിക്കിണറിന്റെ കരയിൽ 'വൊളു' എടുത്ത്, പിൻനിരയിൽ - അവസാനത്തെ സഫ്ഫിൽ - പ്രാർത്ഥനയ്ക്കു ചേർന്നു.

ഷാഹിദലിയുടെ മനസ്സിൽ 'റക്അത്തുകൾ' പതിഞ്ഞ നക്ഷത്ര സംഗീതമായി. രാത്രി ഉദയത്തിലേക്കു വഴിമാറുന്ന, തമസ്സ് ജ്യോതിസ്സി ലേക്കു സംക്രമിക്കുന്ന മുഹൂർത്തമായിരുന്നു.

നക്ഷത്രങ്ങളുടെ വിളർച്ച. പതിയെ തെന്നുന്ന ഇളംകാറ്റ്. കുളിർമ. പള്ളിമുറ്റത്തെ ചാമ്പയിലും തങ്ങളുടെ ഖബറിനരികിലെ പേരയിലും പേരയോടുരുമ്മി നില്ക്കുന്ന മൾബറി മരത്തിലും കിളികളുണർന്നു തുടങ്ങി. ശാന്തവും ഉന്മേഷദായിയുമായ ഒരു വേദന. ആരാധനയിൽ ലയിച്ച്, പള്ളിക്കകത്തു ഖബറിൽ ശയിക്കുന്ന തങ്ങളുടെ സാന്നിധ്യം തന്നെയാണ്, അവിടെ നിറഞ്ഞുനിന്ന ശാന്തിയെന്ന് ഷാഹിദിനു തോന്നി. വർഷങ്ങൾകൂടി ചെമ്പകപ്പള്ളിയിൽ താൻ ചെയ്ത പ്രഭാത നമസ്കാരം അയാളെ അഗാധമായി സ്പർശിച്ചു.

നിസ്കാരം കഴിഞ്ഞ് ആളുകൾ പിരിഞ്ഞു. മോദീൻ ബിലാൽ 'തസ്ബി' ചെയ്തുകൊണ്ടിരുന്നു. വളരെ നേർത്ത ശബ്ദത്തിൽ ഉരു വിടുന്നത് അവ്യക്തമായി കേൾക്കുന്നുണ്ടായിരുന്നു.

ഷാഹിദലിക്ക് നിസ്കാരപ്പായയിൽനിന്ന് എഴുന്നേല്ക്കാൻ മനസ്സു വന്നില്ല. വണ്ട് മൂളുന്നപോലെ പരന്ന ബിലാലിന്റെ സ്വരം കേട്ടിരുന്ന് അയാൾ പായിലേക്കു ചാഞ്ഞു. എപ്പോഴാണാവോ മയങ്ങിയത്? അമ്മയുടെ മടിത്തട്ടിലെന്നപോലെ ഉറങ്ങിപ്പോയി.

ഉണർന്നപ്പോൾ സൂര്യൻ പൊങ്ങിയിരുന്നു. ബിലാൽ തസ്ബി നിർത്തി അപ്രത്യക്ഷനായിരുന്നു. പള്ളിയിൽ ആരുമില്ല. ഒരു വാതി ലൊഴികെ ബാക്കിയെല്ലാം അടച്ചു ബിലാൽ പോയിരുന്നു. ഷാഹിദ് എഴുന്നേറ്റ്, ആ വാതിൽ പുറത്തുനിന്നും അടച്ച് ചാക്കോച്ചിയുടെ കടയിലേക്കു നടന്നു. ദോശക്കല്ലിൽനിന്നും അപ്പോഴപ്പോൾ പ്ലേറ്റി ലെത്തിക്കൊണ്ടിരുന്ന പതുപതുത്ത കട്ടിദോശകൾ. കൊഴുത്ത തേങ്ങച്ചട്നി, ഒപ്പം ഒരുശിരൻ സുലൈമാനിയും. പ്രിയങ്കരമായ ആ പ്രഭാതഭക്ഷണം കഴിഞ്ഞപ്പോൾ ഷാഹിദിന് ഒരു സിഗരറ്റു വേണ മെന്നു തോന്നി. അയാൾ ബസ്സ്സ്റ്റോപ്പിനരികിലുള്ള അദ്‌ലെഹിയുടെ മുറുക്കാൻ കടയിലേക്കു നടന്നു. അദ്‌ലെഹി ഒരു പുഞ്ചിരിയോടെ ഷാഹിദിനെ എതിരേറ്റു.

"അസ്സലാമു അലൈക്കും."

ഷാഹിദും ചിരിച്ചുകൊണ്ടു, സലാം വീട്ടി.

"സിഗർട്ടെടുക്കട്ടേ?" അദ്‌ലെഹി ചോദിച്ചു.

"ഒരെണ്ണം മതി." സിഗരറ്റ് വാങ്ങിച്ച്, തൂങ്ങിക്കിടന്ന കയറിന്റെ അറ്റത്തുള്ള തീ പറ്റിച്ച്, ഷാഹിദ് വലിച്ചൂതി പുകവിട്ടു.

"ഒരു മുറുക്കാനൂടെ എടുത്തോ." ഷാഹിദ് പറഞ്ഞു.

അപ്പോഴാണ് അരികെ ബസ് ഷെൽറ്ററിൽ ഓത്തുപള്ളിക്കാലത്തെ പഴയ സഹപാഠിയെ കണ്ടത്, ഊർജ്ജത്തിന്റെ വലിയൊരു പന്തു പോലെ എല്ലായ്പ്പോഴും തെറിച്ചുനടന്നിരുന്ന സഫറുള്ളയെ. സ്വിച്ചിട്ടതുപോലെ ഷാഹിദിന്റെ ഉള്ള് പ്രകാശംകൊണ്ടു നിറഞ്ഞു. സഫറുള്ളയെ കണ്ടിട്ട് ഒത്തിരി കാലമായി. നാടു വിടുന്നതിനു വളരെ മുമ്പാണ് കണ്ടത്.

"സഫറുള്ളാ!" ഷാഹിദ് വിളിച്ചു.

സഫറുള്ള മുഖം തിരിച്ചു പരിചയക്കുറവോടെ നോക്കി.

"ഞാനാടാ ഷാഹിദ്."

"ഷാഹിദ്! ലത്തീഫ് സാറിന്റെ മോനോ?" അവന് അമ്പരപ്പായിരുന്നു.

"നീ ആളാകെ മാറിപ്പോയല്ലോ?"

സഫറുള്ളയ്ക്ക് ഒരു തണുപ്പൻമട്ടായിരുന്നു. ബാല്യകാലസുഹൃത്തിനെ ഇത്രനാൾകൂടി കണ്ടതിന്റെ ആവേശം അവനില്ല. ഷാഹിദിനു നിരാശയായി.

"നിനക്ക് മുറുക്കാനെടുക്കട്ടേ?" ഷാഹിദ് ചോദിച്ചു.

"ആ എടുത്തോ." സഫറുള്ള നിസ്സംഗതയോടെ പറഞ്ഞു.

ഷാഹിദിന് അകമേ ഇത്തിരി പരിഭവവും അരിശവും വരുന്നുണ്ടായിരുന്നു. മനസ്സിലൂടെ ചടുലമായ ബാല്യകാലസ്മരണകൾ ഓടിക്കടന്നുപോയി. പ്രത്യേക മിഴിവാർന്ന ഒരോർമയിൽ ഷാഹിദ് ലയിച്ചു.

അന്ന് സഫറുള്ളയും ഷാഹിദും അഞ്ചിൽ പഠിക്കുകയാണ്. ക്ലാസ്സു തുടങ്ങും മുമ്പ് ഏഴുമണിക്കു മദ്രസയിൽ ഓത്തു പഠിക്കാൻ ചെല്ലണം. അവിടെ, ഹാളിന്റെ മൂന്നു ചുവരുകളോടും ചേർന്ന ഓരോ ബെഞ്ചുകൾ. നടുവിലെ ബെഞ്ചിൽ തുടക്കക്കാരായ പൊടികൾ. ഒരു വശത്ത് ഇടത്തരക്കാർ, മറുവശത്ത് മുതിർന്നവർ.

പൊടികൾ അക്ഷരങ്ങൾ ചില പ്രത്യേക ശബ്ദക്രമങ്ങളിലൂടെ ഹൃദിസ്ഥമാക്കുന്നു.

"അ... അലീഫിനെ... അ അയ്നേ ഈ... ആ ഊ
ദ... ദാൽനേ... ദു- അഊദു
ബാക്കുബി ലാമിന സദ്ദ്
ലാമല്ലാ ഹാക്കീഹി-
-അ ഊദുബില്ലാഹി..."

അതേസമയം ഇടത്തരക്കാരുടെ ബെഞ്ചിൽനിന്ന് ഒരു പാട്ടാണ് വരുന്നത്:

"ഇസ്ലാംകാര്യം അഞ്ചാണ്
ഈമാൻ കാര്യം ആറാണ്
അവകളറിയൽ ഫർളാണ്
ഈമാൻ ഇസ്ലാം അറിഞ്ഞില്ലെങ്കിൽ
നരകം നമ്മുടെ വീടാണ്."

മുതിർന്നവരുടെ ബെഞ്ചിൽനിന്ന് പഠിച്ചുകഴിഞ്ഞ ആയത്തുകളാണ് ഉയരുന്നത്. അതിനിടയ്ക്ക് ഷാഹിദിന്റെ കാതുകൾ ഏതോ വ്യത്യസ്ത ശബ്ദം പിടിച്ചെടുത്തു. തൊട്ടരികത്തിരുന്ന സഫറുള്ളയുടേതായിരുന്നു ആ ശബ്ദം.

രാപ്രസംഗങ്ങളുടെ കാലമായിരുന്നു അത്. പള്ളിയിലെ അന്നാളുകളിലെ ഖത്തീബായിരുന്ന നൂറുദ്ദീൻ കഴിഞ്ഞ രാത്രിയിൽ പ്രസംഗിച്ച ക്ഷീണത്തോടെയാണ് ഓത്തുപള്ളിയിൽ കുട്ടികളെ പഠിപ്പിക്കാൻ വന്നത്. പഠിച്ചതൊക്കെ വീണ്ടും ചൊല്ലിയുറപ്പിക്കാൻ നിർദ്ദേശം കൊടുത്തിട്ട് മദ്രസയുടെ അകത്തളത്തേക്ക് മൂപ്പർ പിൻവാങ്ങിയിരുന്നു. ചാക്കോച്ചിയുടെ കടയിൽനിന്നു വരുത്തിയ ചൂടുദോശയും ചുവന്ന തേങ്ങാചട്ണിയും അവിടെ അയാളെ പ്രതീക്ഷിക്കുന്നുണ്ടായിരുന്നു.

ഉസ്താദ് നൂറുദ്ദീൻ, തലേരാത്രിയിൽ ചെയ്ത പ്രസംഗത്തിനു ഹാസ്യാനുകരണം ചമയ്ക്കുകയായിരുന്നു സഫറുള്ള.

"പ്രിയപ്പെട്ട സത്യവിശ്വാസികളേ
ഞാൻ പറയുന്നതെല്ലാം
നിങ്ങൾ കേൾക്കുന്നുണ്ടോ...!
അല്ലാഹു സുബ്ഹാനഹുത്തആലാ
പരിശുദ്ധ ഖുർആനിലൂടെ പറഞ്ഞിരിക്കുന്നു.
കുല്ലുമൻ അലയ്ഹാഫാൻ...
എന്നുവച്ചാൽ
കുമ്മനം പള്ളിയിൽ ഫാനുണ്ടോ?
അത് കറങ്ങുന്നുണ്ടോ?"

പതുക്കെ പതുക്കെ ഷാഹിദിന്റെ കൂർപ്പിച്ച ചെവികളുടെ പിറകെ മറ്റു ചെവികളും തിക്കിക്കൂടി. കുട്ടികളുടെ വായ്ത്താരികൾ തോരാൻ തുടങ്ങി. പകരം ഒതുങ്ങിയ ചിരികളുടെ കൊച്ചുകൊച്ചു സ്ഫോട നങ്ങൾ. കൂർത്ത കണ്ണും അതിനേക്കാൾ കൂർത്ത കാതും അകത്തെ മുറിയിലെ പാതിതുറന്ന ജനാലയിലൂടെ അകത്തുവന്നതറിഞ്ഞില്ല. പെട്ടെന്ന് സഫറുള്ളയുടെ നേർക്ക് ആഞ്ഞുവന്ന ചൂരലാണ് എല്ലാ വരും കാണുന്നത്. ഉസ്താദ് പൂച്ചയെപ്പോലെ പതുങ്ങി വന്നത് എപ്പോഴാണെന്ന് ആരും അറിഞ്ഞില്ല. സഫറുള്ള സർവശക്തിയു മെടുത്തു രണ്ടുകൈകൊണ്ടും ചൂരലിൽ പിടികൂടി. പിടിവിടുവിക്കാൻ മുസ്ല്യാർ തുല്യശക്തിയോടെ ശ്രമിച്ചു. ഫലമോ ഒരു പൊട്ടലോടെ ചൂരൽ രണ്ടായൊടിഞ്ഞു. കൈയിൽ കിട്ടിയ ചൂരൽതുണ്ടും പ്രാണ നുംകൊണ്ട് സഫറുള്ള മുസ്ല്യാരുടെ പിടിയിൽനിന്നും കുതറിയോടി.

ഷാഹിദലി ഇപ്പോൾ അതെല്ലാമോർത്തു ചിരിച്ചുപോയി. ''കുമ്മനം പള്ളിയിൽ ഫാനുണ്ടോ?''

ഷാഹിദ് സഫറുള്ളയുടെ നേർക്ക് മുഖം നീട്ടി അയാൾക്കു കേൾക്കാൻ മാത്രമായി പറഞ്ഞു. സഫറുള്ള പക്ഷേ ആ നർമത്തിൽ പങ്കു ചേർന്നില്ല.

അദ്ലെഹി മുറുക്കാൻ തെറുത്തുകഴിഞ്ഞിരുന്നു.

''അത് വാങ്ങി ഇങ്ങോട്ട് തന്നേര്.'' സഫറുള്ള ഷാഹിദലിയോടു പറഞ്ഞു.

ഷാഹിദലിക്ക് അല്പം വാശിയുണ്ടായി.

''ഹ! അങ്ങനെ മടിയായാൽ കൊള്ളുകേലാ.''

ഏന്തിവലിഞ്ഞ് ഷാഹിദലി സഫറുള്ളയുടെ കൈയിൽ പിടിച്ചപ്പോൾ അവൻ കിതച്ചുകൊണ്ട് തടഞ്ഞു:

''ഷാഹിദേ, വേണ്ട.''

ഷാഹിദ് അമ്പരന്നു നില്ക്കവേ, സഫറുള്ള സ്വതന്ത്രമായ കൈകൊണ്ട് ഉടുമുണ്ട് ഇടത്തെ തുടയോളം തെറുത്തുപൊക്കി.

ഷാഹിദ് അക്ഷരാർത്ഥത്തിൽ ഞെട്ടിപ്പോയി. മഞ്ഞച്ച കൃത്രിമക്കാല്. ജീവനുള്ള കാലിന്റെ ജീവനറ്റ, ഭീതി ജനിപ്പിക്കുന്ന ഒരനുകരണം. സ്വന്തം ശരീരം ജലരൂപമായി മാറിയതുപോലെയും അതു രൂപമില്ലാതെ ഇടറി വീണുടയുന്നതുപോലെയും ഷാഹിദിനു തോന്നി. തരിച്ചു നില്ക്കുമ്പോൾ ദൂരെ എവിടെനിന്നോ അയഥാർത്ഥമായി സഫറുള്ളയുടെ നിസ്സംഗമായ ശബ്ദം ഷാഹിദലി കേട്ടു.

''പനിവന്ന് പഴുപ്പ് കേറിയതാ, അള്ളാഹുവിന്റെ കൃപകൊണ്ട് ഒന്നേ മുറിച്ചൊള്ളൂ.''

ഷാഹിദിന്റെ ഉള്ളിലെ കണ്ണീരലകളിൽ ഒരു സ്വരം വെളിച്ചം പോലെ വീണു തിളങ്ങി.

കുല്ലുമൻ അലയ്ഹാഫാൻ -- എന്നുവെച്ചാൽ

ഈ ലോകത്തുള്ള എല്ലാ വസ്തുക്കളും നശ്വരമാണ്.

എല്ലാം മായുന്നത്, മറയുന്നത്, മാറുന്നത്...

കുല്ലുമൻ അലയ്ഹാഫാൻ...

# ദീനാറുകളുടെ തമ്പുരാൻ

**ചെ**മ്പകപ്പള്ളിയിൽനിന്നും ഷാഹിദലി കർണാടകത്തിലേക്കു പോയത് ജീവിതത്തെ തളർത്തിയ വിഷാദരോഗത്തിലേക്കു കൂടിയായിരുന്നു. ചികിത്സയ്ക്കായുള്ള ആധിനിറഞ്ഞ യാത്രകൾ. മരുന്നിലൂടെയുള്ള അസ്വസ്ഥമായ ഉറക്കം. ഉറങ്ങിയാലും തീരാത്ത ക്ഷീണം. ഉന്മേഷ മില്ലാത്ത ഉണർച്ച. ഹൃദയത്തെ സദാ വലയംചെയ്ത തിക്തമായ ഇരുട്ട്. വളരെ നീണ്ടതെന്നു തോന്നിച്ച ആ നാളുകളിൽ ഷാഹിദ് അറച്ചറച്ചു വച്ച ഓരോ ചുവടിലും വീട്ടുകാർ ഒപ്പം നിന്നു. ആ ഇരുണ്ട ഘട്ടത്തിന്റെ അടിക്കരടുകൾ ഒരു മരവിപ്പായി ഷാഹിദിന്റെ ഉള്ളി ലെവിടെയോ ബാക്കിയുണ്ടായിരുന്നു.

ആ മരവിപ്പാണ് ചെമ്പകപ്പള്ളിയിലേക്കുള്ള തിരിച്ചുവരവിൽ, സ്മരണകളുടെ വേലിയേറ്റത്തിൽ കുതിർന്നലിഞ്ഞത്. സഫറുള്ള യുടെ മഞ്ഞച്ച കൃത്രിമക്കാൽ കണ്ടിട്ടുണ്ടായ ഞെട്ടലാകട്ടെ ഷാഹി ദിനെ പാടേ ഉണർത്തി. ''കുമ്മനം പള്ളിയിൽ ഫാനുണ്ടോ'' എന്ന മറുമൊഴിക്കുസൃതി കരുണമായ ഒരു മാറ്റൊലിയായി ഷാഹിദിനെ പിൻതുടരുകയും ചെയ്തു. കുമ്മനം പള്ളിവരെയൊന്നു പോകാനും അത് ഷാഹിദിനു പ്രേരണയായി.

''മാലിക്കുദ്ദീനാറിന്റെ പള്ള്യാ.'' അത്തമ്മാ പണ്ട് ഷാഹിദിനു പറഞ്ഞുകൊടുത്തിരുന്നു.

പള്ളിക്കടുത്ത് അത്തമ്മായുടെ ആങ്ങള താമസിച്ചിരുന്നു. അത്തമ്മാ ഷാഹിദിനെയും കൂട്ടി ഇടയ്ക്കവിടെ പോകും. പലപ്പോഴും കുമ്മനം പള്ളിയിൽ പോകാൻ നിമിത്തമായത് അങ്ങനെയാണ്.

''വല്യ്യോര് തങ്ങളായ്ര്ന്ന് മാലുക്കുദ്ദീനാര്,'' അത്തമ്മാ പറയും, ''പേർഷീന്ന് കൊടുങ്ങല്ലൂര് വരെ വന്ന്. മുപ്പരെക്കണ്ട് രാജാവ് ദീനിൽ വിശ്വസിച്ചു.''

അത്തരമറിവുകൾ പെരിയത്തായിൽനിന്നു കിട്ടിയതാണ് അത്ത മ്മായ്ക്ക്. ഭർത്താവും ഭാര്യയും ഉറ്റ ചങ്ങാതിമാരായിരുന്നു. പരസ്പരം പറയാത്തതൊന്നുമില്ല.

സൂഫികളെക്കുറിച്ചുള്ള ഒരു പടിഞ്ഞാറൻ പുസ്തകത്തിൽ ഷാഹിദലി പിന്നീട് ''മാലിക്-എ-ദീനാറി'നെക്കുറിച്ചു വായിച്ചു; കടത്തു തോണിയിൽ കയറിയ, മുഷിഞ്ഞുകീറിയ വസ്ത്രമണിഞ്ഞ യാത്രക്കാരൻ. അയാൾക്കു കടത്തുകൂലി കൊടുക്കാൻ വശമില്ലെന്നു തോണി പുറപ്പെട്ടശേഷമാണ് തോണിക്കാരൻ അറിയുന്നത്. ആളുകളുടെ എണ്ണത്തിൽ കവിഞ്ഞ് തോണിയിൽ ഭാരം തെല്ലൊന്നു കൂടിയിരുന്നു. നിങ്ങളെ വെള്ളത്തിലേക്കെടുത്തിടുകയാണ്, ഭാരം കുറയ്ക്കാൻ... കാശുതരാത്തതല്ലേ? ബാക്കിദൂരം നീന്തിപ്പോയാൽ മതി എന്നായി തോണിക്കാരൻ.. പറഞ്ഞുതീർന്നില്ല - കാറ്റും കോളും ഇളകി, വലിയൊരു കറാമത്ത്[1] നടക്കുകയും ചെയ്തു.

തോണിക്കുചുറ്റും ക്ഷുബ്ധമായി ഉയർന്ന തിരക്കൈകളിൽ വലിയ മീനുകൾ പൊങ്ങിവന്നു; വായിൽ ഓരോ ദീനാർ-സ്വർണ്ണനാണയം-കടിച്ചുപിടിച്ചുകൊണ്ട്.

ആ കാഴ്ച തോണിക്കാരനെ പരിഭ്രാന്തനാക്കി. തോണിയാകട്ടെ കാറ്റിൽ നട്ടംതിരിഞ്ഞു മുങ്ങാനായുന്നു. തോണിക്കാരൻ നിസ്വനായ ആ സഞ്ചാരിയുടെ കാൽക്കൽ വീണു മാപ്പിരന്നു! അല്ലയോ മാലിക്-എ-ദീനാർ-ദീനാറുകളുടെ തമ്പുരാനേ-പൊറുക്കുക, ഞങ്ങളെ രക്ഷിക്കുക എന്നപേക്ഷിച്ചു.

അതോടെ തിരയൊതുങ്ങി; സ്വർണ്ണനാണയങ്ങളുമായി പൊങ്ങിവന്ന മത്സ്യങ്ങൾ ജലഗർഭത്തിലേക്കു താണു. കാറ്റടങ്ങി.

മാലിക്-എ-ദീനാറാണോ സഞ്ചരിച്ച് കൊടുങ്ങല്ലൂരിലെത്തിയത്? എങ്കിൽ മലനാട്ടിൽ എവിടെയെല്ലാം സിദ്ധന്റെ കാൽപാടുകൾ പതിഞ്ഞിരിക്കണം.

ചരിത്രത്തിന്റെ ഗതിക്ക് സ്ഥലകാലങ്ങളുമായി എന്തെല്ലാം സംയോഗങ്ങളാണ്! ഇതേ കൊടുങ്ങല്ലൂരിൽത്തന്നെയല്ലേ തോമാശ്ലീഹായും വന്നത്. കാലങ്ങൾക്കുശേഷം യൂറോപ്യന്മാർ എത്തിയതും അവിടെത്തന്നെ. എല്ലാം ഭാരതത്തിന്റെ വ്യവസ്ഥിതിയെ അട്ടിമറിച്ച സ്വാധീനങ്ങൾ. ദൈവനിശ്ചയമാവാം, ഷാഹിദലി ചിന്തിച്ചു. ജാതിവ്യവസ്ഥയുടെ കടുംകെട്ടുകൾ അല്ലെങ്കിൽ ഇത്രകണ്ടെങ്കിലും തകരുമായിരുന്നോ?

കുമ്മനത്തെ മാലിക്കുദ്ദീനാറിന്റെ പേരുമായി ബന്ധമുള്ള, ആയിരം കൊല്ലം പഴക്കമുള്ള, കേരളീയ വാസ്തുശൈലിയിൽ തീർത്ത പള്ളിയുടെ മുറ്റത്ത്, നാടൻമട്ടിൽ കുളപ്പുരയോടുകൂടിയ കൊച്ചുകുളത്തിന്റെ പടവുകളിൽനിന്ന് ഷാഹിദ് 'വൊളു'[2] എടുത്തു. അത്തമ്മായുടെ

1. ദിവ്യാത്ഭുതം
2. അംഗസ്നാനം

ആങ്ങളയുടെ മകൻ അബ്ദുൽമുത്തലിബ് എന്ന അത്തുകൊച്ചാപ്പ യുടെ കൂടെ ആ പടവുകളിൽ പലതവണ 'വൊളു' എടുത്തിട്ടുള്ള താണ്.

അത്തുകൊച്ചാപ്പയും ചിന്നമ്മായും കാർ ആക്സിഡന്റിൽ മരിച്ചു പോയി. പെൺമക്കൾ വിവാഹിതരായി. ഷാഹിദിന്റെ പ്രായത്തിൽ ഒരു മകനുള്ളത് ദുബായിൽ. കുമ്മനത്തെ ആ ബന്ധുഗൃഹത്തിൽ ഇപ്പോൾ ഷാഹിദിനെ ആകർഷിക്കാൻ ഒന്നുംതന്നെയുണ്ടായിരുന്നില്ല. പരിചയ ക്കാരെ ആരെയും കാണാതെ ഷാഹിദ് ളുഹർ[3] നിസ്കരിച്ചു മടങ്ങി.

ചെമ്പകപ്പള്ളി-കുമ്മനം അമ്പതു കിലോമീറ്ററിലേറെ ദൂരമാണ്. മൂന്നു ബസ് മാറിക്കയറണം. ചെല്ലുമ്പോഴും പോരുമ്പോഴും ആറ്റിൻകര വരെ കുറെ നടക്കണം. കടത്തുവള്ളത്തിൽ കയറി ആറു കടന്ന് അപ്പുറം ചെല്ലണം. കുട്ടിക്കാലത്ത് ആ യാത്ര മഹാസംഭവമായിരുന്നു. ഇന്നും സാമാന്യം ദീർഘമായിത്തന്നെ ഷാഹിദിനത് അനുഭവപ്പെട്ടു. വീട്ടിലേക്കുള്ള വഴിയിൽ മൂന്നാമത്തെ ബസ്സിൽ കയറാൻ തുടങ്ങു മ്പോൾ അരികത്തെത്തിയ താടിക്കാരൻ ചോദിച്ചു:

---

3. മദ്ധ്യാഹ്നനമസ്കാരം

"അള്ളാമേട് ജാറത്തിലേക്ക്[4] ഈ ബസ്സിൽ പോകാമോ?"

"പോകാമല്ലോ." ഷാഹിദ് പറഞ്ഞു: "ആ സ്റ്റോപ്പിൽതന്നെയാണെനിക്കും ഇറങ്ങേണ്ടത്."

ഷാഹിദിന്റെ പിറകെ താടിക്കാരനും ബസ്സിൽ കയറി. വ്യക്തിത്വവുമായി എന്തുകൊണ്ടോ പൊരുത്തപ്പെടാത്ത വസ്ത്രധാരണം കൊണ്ട് അയാളെ ഷാഹിദ് ശ്രദ്ധിച്ചു. ഏറെ ഉപയോഗിച്ചു ജീർണിക്കാൻ തുടങ്ങിയതുകൊണ്ടാവാം പൊടിയുടെ നിറമായിത്തീർന്ന ജൂബായും മുണ്ടും കഴുത്തിൽ ചുറ്റിയ ഷാളും. പഴകി നിറംമങ്ങിയ ഒരു തൂക്കുസഞ്ചി തോളിൽനിന്ന് ഞാന്നുകിടക്കുന്നു. തലമുടിയുടെ നേർത്ത ഇഴകൾ അല്പം ചെമ്പിച്ചു ധാരാളമായി തോളറ്റം വളർന്നു കിടക്കുന്നു. ചെറുപ്പമാണെങ്കിലും അഭിജാതമായ ഗാംഭീര്യമാണ് മുഖത്ത്; അഴകാർന്ന ചലനങ്ങൾ.

അടുത്തടുത്ത സീറ്റുകളാണ് രണ്ടുപേർക്കും കിട്ടിയത്. യാത്രയ്ക്കിടയിൽ എപ്പോഴോ അയാൾ വിളിച്ചെന്നു തോന്നി. ഷാഹിദ് മുഖം തിരിച്ചു. തോന്നൽ മാത്രമായിരുന്നു അത്. അയാൾ ഇങ്ങോട്ടു നോക്കുകയോ വിളിക്കുകയോ ഒന്നുമുണ്ടായില്ല. എന്നാൽ ഷാഹിദ് നോക്കിയ ക്ഷണത്തിൽ ജനാലയ്ക്കു പുറത്തേക്കു നോക്കിയിരുന്ന അയാളും കണ്ണുതിരിച്ചു.

തെളിഞ്ഞ്, ആകാശംപോലെയുള്ള കണ്ണുകൾ. എവിടെയോ കണ്ടപോലെ, ഗാഢമായ പരിചയം പോലെ.

"കണ്ടുപരിചയം തോന്നുന്നല്ലോ." ഷാഹിദിനു പറയാതിരിക്കാനായില്ല.

"എനിക്കും." അല്പമൊന്നാലോചിച്ചു താടിക്കാരൻ പറഞ്ഞു.

നീണ്ട കൺപീലികളുള്ള കൺപോളകൾ പാതി അടഞ്ഞ് അയാൾ കുറെ നേരം ഇരുന്നു. ഷാഹിദലിയും ഏതോ മണംപിടിച്ച് ബഹുദൂരം സഞ്ചരിച്ചു. കൈയെത്താവുന്ന ദൂരത്ത്, എവിടെയോ ഒരോർമ.

"ശായദലി!" താടിക്കാരന്റെ വിളികേട്ട് ഷാഹിദ് ഞെട്ടിത്തിരിഞ്ഞു. ആകാശംപോലുള്ള കണ്ണുകൾ വെളിച്ചംകൊണ്ടു നിറഞ്ഞിരിക്കുന്നു. ഷാഹിദ് വിസ്മയംകൊണ്ടു നിലവിട്ടു: "സഞ്ജു!"

സഹയാത്രികർ ചിലർ തിരിഞ്ഞു നോക്കുന്നുണ്ടായിരുന്നു.

കുട്ടിക്കാലത്തേക്ക്, സ്കൂൾമുറിയിലേക്ക് ഷാഹിദിന്റെ മനസ്സു പാഞ്ഞു. 'ശായദ്' എന്ന ഹിന്ദിവാക്ക് പഠിച്ച ദിവസം തൊട്ടടുത്തിരുന്ന സഞ്ജീവ് കടലാസിൽ എഴുതിക്കാട്ടി:

"ശായദ് അലി."

---

4. ദിവ്യന്മാരുടെ ശവകുടീരം

''ആരാടാ കത്തു കൈമാറുന്നത്?'' അഹമ്മദുണ്ണി മാസ്റ്റർ തൊട്ട ടുത്ത്. ഭീതിയോടെ നോക്കിയപ്പോൾ മാസ്റ്ററുടെ തുടുത്ത മുഖം ഒന്നുകൂടി തുടുത്തതായി കണ്ടു. കൈയിലെ കടലാസ് ഇപ്പോൾ മാസ്റ്ററുടെ കൈയിലാണ്. മാസ്റ്റർ ഉറക്കെ വായിക്കുന്നു:

''ശായദലി!'' ക്ലാസ്സിൽ ചിരി പടർന്നു. മാസ്റ്ററുടെ ഫലിത ങ്ങളില്ലാത്ത ഹിന്ദി ക്ലാസ്സിൽ ഫലിതങ്ങൾക്കുള്ള നേർത്ത സാധ്യത കൾപോലും കുട്ടികൾ ഒരാഘോഷമാക്കിയിരുന്നു.

അധികനാൾ കഴിഞ്ഞില്ല; ഷഹദ്-തേൻ-എന്ന വാക്കു പരിചയ പ്പെട്ട ഉടനെ സഞ്ജീവ് വീണ്ടും കടലാസുതുണ്ടു കൈമാറി: ''ഷഹദ് അലി.'' ഇക്കുറിയത് മാസ്റ്ററുടെ കണ്ണിൽപെട്ടില്ല.

ശായദേ, ഷഹദേ എന്നൊക്കെ സഞ്ജീവ് മാറി മാറി വിളിക്കും. അതിൽപ്പിന്നെ.

ചെമ്പകപ്പള്ളി യു.പി സ്കൂളിലെ പഠിപ്പുകഴിഞ്ഞ് വളരെ ദൂരെ യുള്ള എൻ.എസ്.എസ്സിൽ ചേർന്നപ്പോഴാണ് ഷാഹിദ് സഞ്ജീവിനെ കാണുന്നത്. കളിക്കുക എന്നൊരു വിചാരം മാത്രമാണ് സഞ്ജീവിന്

ഉണ്ടായിരുന്നത്. എന്തിലാണോ ശ്രദ്ധ പതിയുന്നത് അതിൽ ഏകാഗ്രതയാണ്. ക്ലാസ്സിലും ശ്രദ്ധയുണ്ടായിരുന്നു. അതുകൊണ്ടു പരീക്ഷകൾക്കു നല്ല മാർക്കു കിട്ടും, എത്ര കളിച്ചു നടന്നാലും അടങ്ങിയിരിക്കാൻ സഞ്ജീവിനു ബുദ്ധിമുട്ടായിരുന്നു. ഏതു മരത്തിലും കയറും. ആരുമായും അടിപിടിയുണ്ടാക്കും. എന്നാലും സഞ്ജീവിനെ എല്ലാവരും ഒരു സ്നേഹിതനായാണ് കണ്ടത്. അടുത്തടുത്തിരുന്നതു കൊണ്ടാകണം സഞ്ജീവിന് ഷാഹിദിനോടൊരു സൗഹൃദക്കൂടുതൽ ഉണ്ടായിരുന്നു. ഏഴ്, എട്ട്, ഒമ്പത്... അങ്ങനെ ക്ലാസ്സുകളും വർഷങ്ങളും കഴിഞ്ഞുപോകുമ്പോൾ ആ സൗഹൃദത്തിന്റെ ആഴവും കൂടി. അപ്പോഴാണതു സംഭവിക്കുന്നത്.

ഒമ്പതിലെ ഓണപ്പൂട്ടൽ കഴിഞ്ഞ് സ്കൂൾ തുറന്നപ്പോൾ സഞ്ജീവ് ഇല്ല. ഹാജരെടുത്ത ക്ലാസ്സ്ടീച്ചർ അവന്റെ പേർ വിളിച്ചു പ്രകടമായ വിഷമത്തോടെ ഒന്നു തടഞ്ഞുനിന്നു. കുട്ടികളിൽ ചിലർ കുശുകുശുത്തു. അവധിക്കാലം തീരുംവരെ വീട്ടുകാരോടൊത്ത് ഊരുചുറ്റിയതുകൊണ്ട് ഷാഹിദ് അപ്പോഴാണ് സംഗതി അറിഞ്ഞത്.

ക്ലാസ്സിലെല്ലാവരും സങ്കടപ്പെട്ടു. പത്താംക്ലാസ്സ് കഴിഞ്ഞു പിരിയും വരെ സംഭാഷണങ്ങളിൽ അവനെക്കുറിച്ചുള്ള പരാമർശങ്ങൾ എന്തെങ്കിലും പൊങ്ങിവന്നു. അവന്റെ കാര്യത്തിൽ തികച്ചും അസംഭവ്യമാണെന്നിരിക്കലും മയക്കുമരുന്നു കച്ചവടക്കാർ തട്ടിക്കൊണ്ടു പോയതാവാം എന്നും മറ്റും അഭ്യൂഹങ്ങൾ പരക്കുകയുണ്ടായി. വ്യാപകമായ അന്വേഷണങ്ങൾക്കു തുമ്പുണ്ടായില്ല. എവിടെപ്പോയി എന്നോ എന്തു സംഭവിച്ചുവെന്നോ വീട്ടുകാർക്കും കൂട്ടുകാർക്കും ഊഹിക്കാനായില്ല.

ഷാഹിദിനിപ്പോൾ ആ ക്ലാസ്സുമുറിയിൽ കൗമാരത്തിന്റെ ഉല്ലാസത്തിലാണോ താൻ എത്തിപ്പെട്ടിരിക്കുന്നത് എന്നു ക്ഷണനേരത്തേക്കു തോന്നിപ്പോയി.

''നീയെവിടെയാണിപ്പോൾ?'' ഷാഹിദ് ചോദിച്ചു.

''ഒക്കെപ്പറയാം.'' നേർത്ത സ്വരത്തിലുള്ള ഉത്തരം. വീണ്ടും ആകാശംപോലുള്ള കണ്ണുകൾ പാതിയടച്ച് സഞ്ജീവ് ഉൾവലിഞ്ഞു.

ഷാഹിദിന്റെ ആവേശമൊന്നു തണുത്തു. ഇവൻ അടുപ്പിക്കുന്നില്ലല്ലോ. പിന്നെ സമാധാനിച്ചു - അകറ്റുന്നുമില്ല.

ചോദ്യങ്ങൾ ഉള്ളിൽ നുരഞ്ഞു പൊങ്ങുന്നുണ്ടായിരുന്നു. തങ്ങളുടെ ജാറവുമായി സഞ്ജീവിനെന്തു ബന്ധം? സമ്പന്നകുടുംബത്തിൽ പിറന്ന ഇവൻ എന്താണീ മുഷിഞ്ഞ വേഷത്തിൽ? കാണാനില്ലാതായ ഇവൻ എവിടെയാണു പോയത്? തിരിച്ചു വന്നത് എപ്പോൾ? പഠനം തുടർന്നുവോ? വീട്ടിലാവുമോ താമസം? വാക്കുകൾക്ക് എന്തിനിത്ര പിശുക്ക്?

എന്തോ ആവട്ടെ. ഷാഹിദ് ഓർത്തു. ജീവിച്ചിരിക്കുന്നുവെന്നത് സന്തോഷകരമായ ഒരത്ഭുതം തന്നെ. അല്ലാഹുവിനു സ്തുതി!

സഞ്ജീവിന്റെ ഘനമൗനം ഷാഹിദിനെ ഇത്തിരിയിത്തിരിയായി ഗ്രസിച്ചു. പതുക്കെ ചോദ്യങ്ങൾ ശമിച്ചു. എന്തെന്നില്ലാത്ത ഒരു സുഖം. ബസ് പള്ളിക്കവലയിലെത്തിയപ്പോൾ അസർ നിസ്കാരം കഴിഞ്ഞ് ആളുകൾ തിരിച്ചുവരുന്നതു കണ്ടു.

ബസ്സിറങ്ങി, പള്ളിയുടെ മകുടത്തിലേക്കു നോക്കി സഞ്ജീവ് നിന്നു. പള്ളിക്കു പിറകിൽ അള്ളാമേട് ഉയർന്നുനിന്നു. പള്ളിവളപ്പിലാണ് അള്ളാമേട്ടിൽത്തങ്ങൾ ശയിക്കുന്ന ജാറം.

സഞ്ജീവിന്റെ ഇച്ഛയെന്താണെന്നറിയാൻ ഷാഹിദ് കാത്തു.

"കുന്നു കയറണം." സഞ്ജീവ് തന്നോടുതന്നെയെന്നപോലെ പറഞ്ഞു.

പതുക്കെ നടന്നുതുടങ്ങിയ സഞ്ജീവിനെ ഷാഹിദ് അനുഗമിച്ചു. പണ്ടത്തെ സതീർത്ഥ്യൻ ഇപ്പോൾ മൂത്ത സഹോദരനെപ്പോലെ തോന്നുകയാണോ? പള്ളിവളപ്പിൽ തങ്ങളുടെ ശയനാഗാരത്തിൽ തെല്ലിട നിന്നിട്ട് സഞ്ജീവ് അള്ളാമേട്ടിനെ ലക്ഷ്യമാക്കി നീങ്ങി. കുന്നുകയറുന്നിടത്തുവെച്ച് ഷാഹിദിനെ തിരിഞ്ഞുനോക്കി.

"ഞാനിനി പൊയ്ക്കോളാം."

"ഒറ്റയ്ക്കോ?"

സഞ്ജീവ് ഇപ്പോൾ പൂർണമായും തിരിഞ്ഞ് ഷാഹിദിനഭിമുഖം നിന്നു.

"ഷഹദ് വെറുതെ വിഷമിക്കല്ലേ. നീ ഒരുപാടു വിഷമിച്ചവനല്ലേ." എത്ര മൃദുവാണാ സ്വരം!

സഞ്ജു എങ്ങനെയാണ് അതറിഞ്ഞത്? ഷാഹിദ് ആശ്ചര്യപ്പെട്ടു.

ആർദ്രമായി മന്ദഹസിച്ച് സഞ്ജീവ് തുടർന്നു.

"അല്ലെങ്കിൽ മനുഷ്യൻ ആഗ്രഹിക്കുന്നതെല്ലാം അവനു കിട്ടണമെന്നില്ലല്ലോ, അല്ലേ."

എന്തു പറയണമെന്നറിയാതെ ഷാഹിദ് പകച്ചു നിന്നു.

"അടുത്തുതന്നെ ഷഹദിനെ വന്നു കാണാം." സഞ്ജീവ് തല്ക്കാലം വിടവാങ്ങുകയായിരുന്നു.

തിരിഞ്ഞൊന്നു നോക്കാതെ സുഭഗമായ ആ രൂപം നീണ്ടു നിവർന്ന് അള്ളാമേട്ടിലേക്കു നടന്നു കയറുന്നത് കണ്ണിൽനിന്നു മറയുവോളം ഷാഹിദലി നോക്കി നിന്നു.

# ആയിഷ, പ്രപിതാമഹി

ഓർമയിൽനിന്നുപോലും അകന്നുപോയ ബാല്യകാലസുഹൃത്തിനെ വീണ്ടും കണ്ടുമുട്ടിയതിന്റെ ആഹ്ലാദത്തിലായിരുന്നു ഷാഹിദലി. അള്ളാമേട്ടിലേക്കു കയറിപ്പോയ സഞ്ജു താഴേക്ക് ഇറങ്ങിവരുന്നതും കാത്ത് അയാൾ അക്ഷമയോടെ സമയം പോക്കി. ആ കാത്തിരിപ്പി നിടയിലാണ് താജുമ്മാ ഒരു കത്തുമായി എത്തിയത്.

"മോനേ ദേ നോക്ക് മാമാടെ കത്ത്."

തന്നെക്കൊണ്ട് കത്തുവായിപ്പിക്കാൻ വന്നിരിക്കയാണോ താച്ചാമി. ഷാഹിദ് ചിന്തിച്ചു. അക്ഷരമറിയാതിരുന്ന താച്ചാമി സാക്ഷരതാ യജ്ഞത്തിന്റെ അവസരത്തിലാണ് അക്ഷരം പഠിച്ചത്. സമ്പൂർണ സാക്ഷരതയായിരുന്നു ജില്ലയുടെ ലക്ഷ്യം. ചെമ്പകപ്പള്ളിയിലും അക്കാലത്ത് ധാരാളം പ്രവർത്തനങ്ങൾ നടന്നു. സായാഹ്നങ്ങളിൽ കൊച്ചുപിള്ളേരുടെ ഉത്സാഹത്തോടെ താച്ചാമി ക്ലാസ്സിനു പോകുന്നതും പാഠങ്ങൾ ഹൃദിസ്ഥമാക്കുന്നതും താച്ചി വിവരിച്ചുതരുന്നത് ഷാഹിദ് ഓർത്തു. താച്ചിയായിരുന്നല്ലോ താച്ചാമിയുടെ മുഖ്യഗുരു.

"എന്നതാ താച്ചാമി പഠിച്ചതൊക്കെ മറന്നോ? വായിക്കാമ്മേലേ?" ഷാഹിദ് ചോദിച്ചു.

"ഞാൻ വായിച്ച്. നിനക്കു വായിക്കാമ്മേണ്ടി കൊണ്ടന്നതാ. നിനക്കുംകൂടിയൊള്ളതാ എഴുത്ത്."

മാമാ സേലത്തുനിന്നെഴുതിയിരിക്കുന്നു:

"...അജ്മേറിൽനിന്ന് പെങ്ങളുടെ അടുത്തേക്കാണു വന്നത്. വർഷങ്ങൾ കഴിഞ്ഞു കാണുന്നതല്ലേ. പെങ്ങളും അളിയനും ഇപ്പോഴൊന്നും വിടുകേല. നാഗൂരേക്ക് പോകാൻ പരിപാടിയിട്ടിട്ടൊണ്ട്. പിന്നെ-"

മാമായുടെ പര്യടനത്തിന്റെ വിശദാംശങ്ങൾ അങ്ങനെ നീളുന്നു. എന്നു തിരിച്ചെത്തുമെന്നു കൃത്യമായി പറഞ്ഞിട്ടില്ല. പറമ്പിൽ നട്ടിരിക്കുന്ന ഇഞ്ചിയും മഞ്ഞളും പറിപ്പിക്കണം എന്നു തുടങ്ങി കാർഷികോപദേശങ്ങളായിരുന്നു ഷാഹിദലിക്കു വേണ്ടി പ്രത്യേകം കുറിച്ചിരുന്നത്. ഷാഹിദിനതൊന്നും ശ്രദ്ധിക്കാൻ തോന്നിയില്ല.

ഒരാഴ്ചയായിട്ടും സഞ്ജുവിനെ കാണാതിരുന്നപ്പോൾ ഷാഹിദ് അള്ളാമേട്ടിലേക്കു പോകാനുറച്ചു. യാത്രയ്ക്കിറങ്ങിയപ്പോഴാണ് കാറ്റിന്റെ ഒരല കൊണ്ടുവന്ന നേരിയ സുഗന്ധം ഷാഹിദിനെ തടഞ്ഞു നിർത്തിയത്. അയാൾ തിരിഞ്ഞ് വരാന്തയിൽ താൻ യാത്രയാവുന്നതു നോക്കി നിൽക്കുകയായിരുന്ന താലിയപ്പനോടു പറഞ്ഞു:

"നമ്മുടെ ചെമ്പകം എവിടാന്നറിയാവല്ലോ. ചെന്ന് അവുത്തേല് പൂവൊണ്ടോന്ന് നോക്കിക്കേ. ഒണ്ടെങ്കി പൊട്ടിച്ചോണ്ടു വാ."

ഷാഹിദലി മുറ്റത്ത് പതുക്കെ ഉലാത്തിക്കൊണ്ടിരുന്നു. താച്ചിയുടെ കൈപ്പടങ്ങൾ അയാൾക്കോർമ വന്നു. അവയ്ക്കു മൈലാഞ്ചിയുടെ കനൽച്ചുവപ്പ്. ആ കൈകൾ ഒരു കുമ്പിളാക്കിപ്പിടിച്ചിരിക്കുന്നു. ആ കുമ്പിൾ നിറയെ മഴത്തുള്ളികൾ തങ്ങിനിൽക്കുന്ന പാൽച്ചെമ്പക പ്പൂക്കൾ. കൗമാരത്തിന്റെ മോഹകമായ ഏതോ വിദൂരസായന്തന ത്തിൽനിന്നും മഴത്തുള്ളികളും പൂക്കളും മുഖത്തേക്കു വന്നു വീഴും പോലെ. മുടിച്ചുരുളുകളുലഞ്ഞ്, ചിരിയും വളയും കൊലുസും കിലുങ്ങി ഒരോടിപ്പോക്ക്.

താലിയപ്പന്റെ കാൽപെരുമാറ്റം ഷാഹിദിനെ ഉണർത്തി. അവന്റെ മടിക്കുത്തിൽ നിറയെ ചെമ്പകപ്പൂക്കൾ. ഷാഹിദ് അതു മുഴുവൻ ജീൻസിന്റെയും ഷർട്ടിന്റെയും കീശകളിലാക്കി. വെളുത്ത ആ പാതി മലരുകളുടെ മണം മനംമയക്കുന്നു. പള്ളിപ്പറമ്പിലൂടെ കുന്നിനെ ലക്ഷ്യമാക്കി നടക്കുന്ന വഴിക്ക് തങ്ങളുടെ ജാറത്തിൽ ഷാഹിദ് കുറെ പൂക്കൾ വിതറി. കുന്നുകയറുമ്പോൾ എന്തെന്നില്ലാത്ത ലാഘവം! ചിന്തകളും ഓർമകളും പെട്ടെന്നവസാനിച്ചതുപോലെ.

ചവിട്ടിത്തെളിഞ്ഞിട്ടില്ലാത്ത ഒറ്റയടിപ്പാതയ്ക്ക് ഇരുവശത്തും തൊട്ടാവാടിയും കദളിയും വളർന്നുനിന്നു. പിന്നെ അങ്ങിങ്ങായി കുറ്റിച്ചെടികൾ, മരങ്ങൾ. കുറേച്ചെന്നപ്പോൾ വഴിയിൽനിന്ന് തെല്ലു മാറി തനിച്ച് മരച്ചുവട്ടിലിരുന്ന ഒരാൾ പരുക്കൻ ശബ്ദത്തിൽ പാടുന്നതുകേട്ടു:

> മേൽമേൽ സുബ്ഹിക്കു[1]
> മുട്ടയൊന്നിട്ടു ഞാൻ
> നേരം അസറിന്
> കൂട്ടിലായ്ച്ചെന്നപ്പോൾ...

ഷാഹിദ് കാതോർത്തു. അത്തമ്മാ ചൊല്ലിക്കൊണ്ടു നടക്കാറുണ്ടായിരുന്ന പക്ഷിപ്പാട്ട്! സ്വരം പരിചിതം. തിരിച്ചറിയാനായി അയാൾ നടത്തം നിർത്തി ശ്രദ്ധിച്ചുനിന്നു.

---

1. അഞ്ചു നിസ്കാരങ്ങൾ: സുബ്ഹി-അതിരാവിലെ, ളുഹർ-ഉച്ച, അസർ-സായാഹ്നം, മഗ്രിബ്-സന്ധ്യ, ഇശാഅ്-രാത്രി.

എന്റെ ഇണപ്പക്ഷി
ചോദിക്കുന്നെന്നോട്
ഇട്ടുള്ള മുട്ട ഹറാമോ*
ഹലാലെന്നോ?

അക്ബർ സദക്കാ എന്നൊരു പക്ഷിയുടെ ഭാര്യ നബിയെക്കണ്ടു സങ്കടമുണർത്തിക്കുന്നതാണു സന്ദർഭം. സുബ്ഹിയുടെയും അസറിന്റെയും സമയങ്ങളിലായി പെൺപക്ഷി രണ്ടു മുട്ടകളിട്ടു. ഭർത്താവിനു സംശയമായി. അവളെ കൂട്ടിൽ നിന്നിറക്കിവിട്ടു. താൻ പരിശുദ്ധയാണെന്നു ഭർത്താവിനെ പറഞ്ഞു മനസ്സിലാക്കി പ്രശ്നം പരിഹരിക്കണമെന്ന് അപേക്ഷിക്കുകയാണ് സദക്കായുടെ ഭാര്യ.

പക്ഷിപ്പാട്ടിന്റെ കഥ പറഞ്ഞുതരുന്ന അത്തമ്മായുടെ ശബ്ദം ഇപ്പോൾ കേൾക്കാമെന്നു ഷാഹിദിനു തോന്നി:

"...സദക്കാന്റെ കെട്ട്യോൾടെ പരാതി തീർക്കാൻ മുത്ത്നബി ഒത്തിരി കഷ്ടപ്പെട്ട്..."

ഷാഹിദിനു പാടുന്ന ആളെ മനസ്സിലായി-ആമു അണ്ണൻ എന്നറിയപ്പെടുന്ന അഹമ്മദ്കുട്ടി. പപ്പായുടെ ഒരനിയനായി വരും വകയിൽ. ഷാഹിദിന്റെ സാന്നിധ്യം അയാളറിഞ്ഞില്ല. സഞ്ജുവിനെ കാണാനുള്ള ആകാംക്ഷയിൽ ഷാഹിദ് അവിടെ തങ്ങിനിൽക്കാൻ ആഗ്രഹിച്ചതുമില്ല.

കുന്നിന്റെ നിറുകയിൽ തങ്ങളുമായി ബന്ധമുള്ള ഒരു പേരാലുണ്ട്. അതിന്റെ നിരവധി താങ്ങുവേരുകൾ മണ്ണിലൂന്നി, വളർന്നു മുറ്റിയ തടികളെപ്പോലെ തോന്നിച്ചിരുന്നു. ആ വിശാലമായ പന്തലിപ്പിനു കീഴെ ഒരു ശിലാതലത്തിൽ താങ്ങു വേരുകളിലൊന്നിൽ ചാരി സഞ്ജു ഇരിപ്പുണ്ടായിരുന്നു.

"സലാം ഷഹദലി," സഞ്ജു പ്രസാദപൂർണനായി സുഹൃത്തിനെ വരവേറ്റു: "നിന്നെ കാത്തിരിക്കുകയായിരുന്നു."

സഞ്ജുവിന്റെ പ്രസന്നത ഷാഹിദിലേക്കും സംക്രമിച്ചു.

കീശകളിൽ നിറച്ച പൂക്കൾ എടുത്ത് സഞ്ജുവിന്റെ അപ്പോഴേക്കും നീണ്ടുവന്ന കൈകളിലേക്കു ഷാഹിദ് ഉതിർത്തു.

"വരുന്ന വഴിക്ക് കുറച്ച് തങ്ങൾക്കും കൊടുത്തു," ഷാഹിദ് പറഞ്ഞു.

"നന്നായി," കൈകളിൽ നിറഞ്ഞു കുമിഞ്ഞ പൂക്കൾ സഞ്ജു മുഖത്തോടടുപ്പിച്ചു: "എന്തു നല്ല മണം!"

---

2. നിയമമനുസരിച്ചുള്ളതും അല്ലാത്തതും.

"സ്ഥലപുരാണവുമായി ഇതിനു ബന്ധമുണ്ട്. ഇതിന്റെ മുത്തശ്ശി ച്ചെമ്പകമാണ് സ്ഥലപ്പേരിനു കാരണക്കാരി."

"ഓഹോ!" സഞ്ജു പൂക്കൾ അരികെ കല്ലിൻപുറത്തു വെച്ച് അതീവതല്പരനായി, "എന്നാലിത്തിരി സ്ഥലപുരാണമാവാം എന്താ..."

ഷാഹിദ് സഞ്ജുവിനരികെ ചമ്രം പടഞ്ഞിരുന്നു കഥ പറയാനൊരുങ്ങി.

അത്തമ്മാ തന്നെയാണ് ഷാഹിദിന് ആ കഥയും പറഞ്ഞുകൊടുത്തത്. അങ്ങുദൂരെ പാണ്ടിനാട്ടിലെവിടെയോ നാച്ചിയാർകുടി എന്നൊരിടം. അതുൾപ്പെടുന്ന ദേശം വാഴുന്ന 'അരശ'ന്റെ മകൻ കുതിരപ്പുറത്ത് ഊരുചുറ്റാനിറങ്ങിയതാണ്. വഴിയിലെപ്പോഴോ ദാഹം തോന്നി കുതിരയെ നിർത്തിയത് നാച്ചിയാർകുടിയിൽ. ഒരു വീട്ടുപടിക്കൽ.

പൊന്നിൽ കടഞ്ഞെടുത്തതുപോലെ ആകർഷകമായ കൈകൾ; അരയോളം നീണ്ട് പുറം നിറഞ്ഞു കിടക്കുന്ന മുടി; വിസ്മയിപ്പിക്കുന്ന പാർശ്വഭംഗി. നീണ്ട കമ്പുപയോഗിച്ച് അതിസുന്ദരിയായ ഒരു പെൺകുട്ടി മുറ്റത്തെ ചെമ്പകത്തിൽനിന്ന് പൂ പൊട്ടിക്കാൻ പണിപ്പെടുകയാണ്. പൂവത്രയും ഉയർന്ന ചില്ലകളിലായിപ്പോയി. കുറച്ചു നേരം നോക്കിനിന്നിട്ട് ഇളവരശൻ വിളിച്ചു ചോദിച്ചു:

‘‘പറിച്ചുതരട്ടെ?’’

‘‘ഹായ് അള്ളാ!’’ പെൺകുട്ടി പരിഭ്രമിച്ചു ഞെട്ടിത്തിരിഞ്ഞു.

കൊള്ളി തീപ്പെട്ടിയിലുരസിയപോലെ കണ്ണുകൾ കണ്ണുകളിൽക്കൊണ്ട് കത്തിപ്പിടിച്ചു. പ്രകൃതിയൊരുക്കുന്ന നാടകീയ മുഹൂർത്തങ്ങൾ ആരെ, എങ്ങനെ, എവിടെവെച്ച് തട്ടിവീഴ്ത്തുമെന്നു പറയുക വയ്യ.

മുറ്റത്തേക്കു കടന്ന് ഇളവരശൻ ചോദിച്ചു:

‘‘എന്താണു പേര്?’’

‘‘ആയിഷ...’’

‘‘ആരുടെ മകളാണ്?’’

‘‘ഷെയ്ഖ് അബ്ബാസിന്റെ...’’

പൂ പൊട്ടിക്കുന്ന തിരക്കിൽ തലയിൽനിന്ന് തട്ടം വീണുപോയിരുന്നു. അന്യപുരുഷന്റെ മുന്നിൽ തലമറയ്ക്കാതെ നിൽക്കുകയാണെന്നു മാത്രമല്ല വർത്തമാനം പറയുകകൂടിയാണ് താനെന്ന് ആയിഷ കുറച്ചുനേരത്തേക്ക് ഓർത്തതേയില്ല. പരിസരബോധം വന്നപ്പോൾ അവൾ ധൃതിയിൽ തട്ടമെടുത്തു ലജ്ജയോടെ ചുറ്റിപ്പുതച്ചു.

‘‘എന്തുവേണം?’’ അവൾ ഇളവരശനോടു ചോദിച്ചു. വീട്ടിലാരുമില്ലായിരുന്നു.

‘‘കുടിക്കാൻ വെള്ളം,’’ ഇളവരശൻ പറഞ്ഞു: ‘‘കുതിരയ്ക്കും വേണം.’’ ആയിഷ വെള്ളമെടുത്തു വരുമ്പോഴേക്ക് ഇളവരശൻ ധാരാളം പൂക്കൾ പൊട്ടിച്ചു വച്ചിരുന്നു.

ഇളവരശൻ തിരികെപ്പോകുമ്പോൾ സുറുമയിട്ട വിടർന്ന കണ്ണുകൾ തട്ടത്തിൽ പാതിമറഞ്ഞ്, അവൾ നോക്കി നിന്നു. മുറ്റത്തെ ചെമ്പകവും അതിന്റെ പൂക്കളും ആരോ തനിക്ക് ഇപ്പോൾ തന്നുപോയ സമ്മാനമാണെന്ന് ആയിഷയ്ക്കു തോന്നി.

ഇളവരശൻ പിന്നെയും ആ വഴി വന്നു. ഒരിക്കലല്ല, പലവട്ടം. വഴിപോക്കനായി, പരിവ്രാജകനായി, വള വിൽക്കുന്ന ചെട്ടിയാരായി. മുറ്റത്ത് ആരുടെയെങ്കിലും കാൽപെരുമാറ്റം കേൾക്കുന്നുണ്ടോ? ‘‘അമ്മാ ഇത്തിരി വെള്ളം’’ എന്നാരെങ്കിലും ആവശ്യപ്പെടുന്നുണ്ടോ? ആയിഷ ചെവിയോർക്കും.

രാജാവിന്റെ അശ്വഭടന്മാരിലൊരുവൻ എന്നു മാത്രമേ ആയിഷയോട് ഇളവരശൻ പറഞ്ഞുള്ളൂ. രാജകുമാരനാണെന്നറിയിച്ചാൽ ആയിഷ അധീരയാവുമോ എന്നായിരുന്നു ഭയം. സാമാന്യം സമ്പന്നരാണെങ്കിലും കൃഷിയും കച്ചവടവുമായിക്കഴിയുന്ന സാധാരണക്കാരായിരുന്നു ആയിഷയുടെ കുടുംബക്കാർ.

പ്രണയത്തിന് അധികകാലം ഒളിച്ചിരിക്കാൻ കഴിയില്ല. ചുണ്ടിൽ ഈണമായും കണ്ണിൽ നക്ഷത്രത്തിളക്കമായുമൊക്കെ അതു പ്രകടമാവും. നിറഞ്ഞുപൂത്ത പാലപോലെ; ഇരുട്ടത്ത് ഒളിച്ചുനിന്ന് ചുറ്റിനും അദമ്യമായ ഗന്ധം പരത്തി...

ആയിഷയിൽ കൃത്യമായി നിർവചിക്കാനാവാത്ത ഒരു മാറ്റം പിതാവു കണ്ടു. ആധിയായി അബ്ബാസിന്. വർഷങ്ങൾക്കു മുമ്പേ മകൾക്കായി വരനെ കണ്ടുവച്ചതാണ്. ബന്ധുവും കൂടിയായ ഒരു കൂട്ടുകാരന്റെ മകനെ. അക്കാര്യം രഹസ്യമാക്കിവച്ചതും നാട്ടുനടപ്പനുസരിച്ചുള്ള കെട്ടുപ്രായം കഴിഞ്ഞ ആയിഷയെ വീട്ടിൽ നിർത്തിയതും വാത്സല്യക്കൂടുതൽകൊണ്ടു മാത്രം.

ഇനി നീട്ടിവച്ചുകൂടാ. കൂട്ടുകാരനെച്ചെന്നുകണ്ട് നിക്കാഹിന്റെ തീയതി ഉറപ്പിക്കുകതന്നെ. യാത്രയ്ക്കൊരുങ്ങിയപ്പോഴാണ് രാജാവിന്റെ ദൂതൻ സന്ദേശവുമായി വന്നത്. ആയിഷയെ രാജകുമാരന് വിവഹം കഴിച്ചുകൊടുക്കണം. അവൻ അവളെ കണ്ടുമോഹിച്ചിരിക്കുന്നു.

രാജാവിനെ ധിക്കരിച്ചാൽ എന്തുതന്നെ സംഭവിക്കില്ല! അതേ സമയം അവിശ്വാസിക്ക് മകളെ വിവാഹം കഴിച്ചുകൊടുക്കുകയോ? ആലോചിക്കാൻ ഒരവധി; അതു ചോദിക്കുന്നതുപോലും ധിക്കാരമായി കണക്കാക്കപ്പെടാമെന്നറിയാമെങ്കിലും അതായിരുന്നു ധർമ സങ്കടത്തിൽപ്പെട്ട അബ്ബാസ് ദൂതനോടു പറഞ്ഞയച്ചത്.

ഇനി എന്തുവേണം? അബ്ബാസ് ആൺമക്കളോടാലോചിച്ചു.

''രാജകുമാരനെ നീ അറിയുമോ?'' ആങ്ങളമാർ ആയിഷയോടു ചോദിച്ചു.

''ഇല്ല.'' ആയിഷ മറുപടി പറഞ്ഞു.

അബ്ബാസ് വിലപിച്ചു. 'പൊന്നു മകളേ, രാജകുമാരന്റെ ദൃഷ്ടി നിന്നിൽ പതിഞ്ഞത് എവിടെവെച്ചായിരിക്കും? നിന്നെ അവർ ആവശ്യപ്പെട്ടിരിക്കുന്നു. കൊടുത്തില്ലെങ്കിൽ പിടിച്ചുകൊണ്ടു പോവില്ലേ. എങ്ങനെ രക്ഷിക്കും നിന്നെ, എവിടെയൊളിപ്പിക്കും?'

അബ്ബാസ് ഒരു പേടകം പണിയിച്ച് അതിനകം രണ്ടായിത്തിരിച്ചു. വിസ്താരം കുറഞ്ഞ മേലറ. താഴെ പെൺകുട്ടിക്ക് ചാഞ്ഞുകിടക്കാനും എഴുന്നേറ്റിരിക്കാനും പാകത്തിൽ ഇടമൊരുക്കി. അത് ഒരു കള്ളറയായിരുന്നു. വായു കടക്കാൻ സൂത്ര ഓട്ടകളുള്ളത്. മേലറ വിത്തുകളെക്കൊണ്ടു നിറച്ചിരുന്നു.

കരുത്തരായ ആങ്ങളമാർ ആ പേടകം ഒരു പല്ലക്കുപോലെ ചുമന്നു. മലയാളനാട്ടിലേക്ക് മലകയറിപ്പോകാനായിരുന്നു തീരുമാനം.

ഇളവരശൻ അന്ന് ആയിഷയെ കാണാനെത്തി. പ്രച്ഛന്നവേഷത്തിലായിരുന്നില്ല വരവ്. അശ്വഭടന്മാരുടെ അകമ്പടിയോടെ, ഭാവി വധുവിന് ഉപഹാരങ്ങളുമായി. വീട് പൂട്ടിക്കിടക്കുന്നതാണവർ കണ്ടത്.

ഇളവരശനും ഭടന്മാരും നാച്ചിയാർകുടിയിൽനിന്നു പോകുന്ന പാതകൾ അരിച്ചുപെറുക്കി. ഏറെസമയം കഴിഞ്ഞാണ് ഒരു തുമ്പു കിട്ടിയത്. പേടകവും വഹിച്ച് ഒരു സംഘം പുരുഷന്മാർ വിജനമായ ഒരൂടുവഴിയിലൂടെ പോകുന്നതു ചിലർ കണ്ടുവത്രെ.

ഇളവരശനും കൂട്ടരും ആ സംഘത്തെ താമസിയാതെ കണ്ടെത്തി. അശ്വഭടന്മാരെക്കണ്ട് പേടകക്കാർ ചിതറിയോടി. പേടകം വഴിവക്കിൽ ഉപേക്ഷിക്കേണ്ടിവന്നു അവർക്ക്. അതു തുറന്നു നോക്കിയ ഇളവരശൻ കണ്ടത് നെല്ലും കായ്കനികളുടെ വിത്തുമാണ്. ആശ കെട്ട് തലയ്ക്കു കൈകൊടുത്ത് താഴെ ഇരുന്നുപോയ ഇളവരശനു തോന്നി, പേടകത്തിനകത്തുനിന്ന് നേരിയൊരു ഞരക്കം കേൾക്കുന്നുണ്ടെന്ന്.

പേടകം തുറന്നു മീതെക്കണ്ട ധാന്യവും വിത്തുകളും ഇളവരശൻ അകമ്പടിക്കാരുടെ സഹായത്തോടെ കോരിമാറ്റി. അതെല്ലാം കിടന്ന

തട്ട് എടുത്തുമാറ്റി. അപ്പോൾ കണ്ടു അടിയിൽ ബോധമറ്റുകിടക്കുന്ന ഒരു പെൺകുട്ടി.

''ആയിഷാ!'' ഇളവരശൻ ആധിയോടെ അവളെ വിളിച്ചു. അവൾ എഴുന്നേറ്റില്ല. ഇളവരശൻ അവളെ പുറത്തെടുത്തു.

ആയിഷയുടെ അച്ഛനും ആങ്ങളമാരും ദുഃഖാർത്തരായി അവരുടെ നിശ്ചയത്തിന്റെ വഴിയേ നീങ്ങി. ദിവസങ്ങൾ കഴിഞ്ഞ് കേരളത്തിന്റെ ഒരു മലവാരത്തിലെത്തിപ്പെട്ടു. നാടുവാഴിയെക്കണ്ട് അനുമതി വാങ്ങി ആ പ്രദേശത്ത് കുടിലുവച്ചു. വീട്ടുമുറ്റത്തുനിന്നു പറിച്ച രണ്ടുമൂന്നു ചെമ്പകത്തൈകൾ ആയിഷ ഇളയ ആങ്ങളയെ ഏല്പിച്ചിരുന്നു. വേരുകൾ നനമണ്ണിൽ പൊതിഞ്ഞുവച്ചിട്ടും ആ കിളുന്നു ചെടികൾ വാടിമയങ്ങിയിരുന്നു. പെങ്ങളുടെ ഓർമയ്ക്ക് അവൻ ആ ചെടികൾ മുറ്റത്തു നട്ടു. അവ ആ മലവാരത്തോടു പ്രതികരിച്ചു. വേരുപിടിച്ചു വളർന്നു. അപ്പോഴേക്ക് നാച്ചിയാർകുടിയിൽ നിന്നും മറ്റും ആരൊക്കെയോ ബന്ധുക്കളും സുഹൃത്തുക്കളും ആ മലവാരത്തേക്കു വന്നിരുന്നു. വിജനമായിരുന്ന ആ മലഞ്ചെരിവ് ക്രമേണ ചെമ്പകപ്പള്ളിയായി.

ആയിഷ, പ്രപിതാമഹി, സഞ്ജു ചിന്തിച്ചു. ചെമ്പകപ്പള്ളിക്കു നിമിത്തമായത് അവരാണല്ലോ:

''ഇവിടെയേതെങ്കിലും ചെമ്പകമരത്തിൽ ചേക്കേറിയിരിപ്പുണ്ടാവുമോ ആയിഷമുത്തശ്ശി?''

''ഏയ് ഉണ്ടാവില്ല. ഞങ്ങടെ കൂട്ടർ മരിച്ചാൽ ഖബറിനകത്ത് മുൻകർ, നക്കീർ എന്ന രണ്ടു ദൂതന്മാർ ചോദ്യം ചെയ്യും. കണക്കെടുപ്പിനുശേഷം മരിച്ചയാൾ ഖിയാമത്തും കാത്തുകിടപ്പാണ്,'' ഷാഹിദലി പറഞ്ഞു, ''പിന്നെ, ആയിഷ മുത്തശ്ശിയായില്ല.''

ചെമ്പകപ്പള്ളിയിൽ താമസമാക്കി ഏതാനും മാസങ്ങൾ കഴിഞ്ഞ് ആയിഷയുടെ മൂത്താങ്ങള നാച്ചിയാർകുടി സന്ദർശിച്ചു, ആയിഷയെക്കുറിച്ചുള്ള വിവരങ്ങളറിയാൻ.

വരാനിരിക്കുന്ന വിധിയുടെ ഊഹിക്കാനാവാത്ത ഗതിയെപ്പേടിച്ച്, പ്രണയത്തിന്റെ എന്നെന്നേക്കുമായുള്ള തിരോധാനം മുന്നിൽക്കണ്ട് ആയിഷ ജീവിതത്തിനുനേരെ പുറംതിരിയുകയായിരുന്നു. പേടകത്തിനകത്തുണ്ടായിരുന്ന, ഉള്ളിൽ നിന്നടയ്ക്കാനും തുറക്കാനും പറ്റുന്ന കൊച്ചുവാതായനങ്ങൾ - പുറമെനിന്ന് ചിത്രപ്പണിയായി മാത്രമേ അവ തോന്നിച്ചിരുന്നുള്ളൂ - അടച്ച് അവൾ പ്രാണവായു സ്വയം നിഷേധിക്കുകയാണുണ്ടായത്. അതുകൊണ്ട് പേടകത്തിൽ നിന്നും അവളെ ഇളവരശൻ പുറത്തെടുക്കുമ്പോൾ അവൾ മരണാസന്നയായിരുന്നു.

എന്നാൽ കൊട്ടാരം വൈദ്യന്റെ ശുശ്രൂഷകൊണ്ട് ആയിഷയ്ക്കു ബോധം വീണ്ടുകിട്ടി. ഇളവരശനെ അവൾ തിരിച്ചറിഞ്ഞു. ജീവിതം നീട്ടിയ കൈകളെന്നുകണ്ട് മുറുകെപ്പിടിക്കുകയും ചെയ്തു. പക്ഷേ, കൊട്ടാരത്തിനകത്തുണ്ടായിരുന്ന ഏതോ വിരോധി അവളുടെ മരുന്നിൽ വിഷം കലർത്തി...

ആയിഷയുടെ മരണത്തിൽ തകർന്നുപോയ ഇളവരശനെ ഒരു ദിവസം കാണാതായി. ആത്മഹത്യ ചെയ്തുവെന്നു ചിലർ പറഞ്ഞു. നാടുവിട്ടു പോയതാണെന്നും.

വിരക്തനായി, അവധൂതനായി നടന്ന് ഒടുവിൽ കാലുകുത്തിയ ദിക്കിലെല്ലാം സ്നേഹത്തിന്റെ പരിമളം പരത്തി അത്ഭുതമനുഷ്യനായി ത്തീർന്നു ഇളവരശനെന്നും പിൽക്കാലത്തൊരു ഐതിഹ്യമുണ്ടായി.

‘‘അപ്പോൾ ആയിഷയുടെ ബന്ധുക്കളാണ് ചെമ്പകപ്പള്ളിക്കാർ?’’

‘‘പ്രത്യേകിച്ച് ഞങ്ങളുടെ കുടുംബക്കാർ.’’ ഷാഹിദ് പറഞ്ഞു:

‘‘ബാക്കി പലരും പിന്നീട് നാച്ചിയാർകുടിയിൽനിന്നു വന്ന പരിചയക്കാരാണ്.’’

അവരിലൊരുവന്റെ പിന്മുറക്കാരാണ് താച്ചിയുടെ കുടുംബക്കാർ. നാലഞ്ചു തലമുറകളായി ഷാഹിദിന്റെ കുടുംബവും അവരും തമ്മിൽ പോര്. ആ പോരിൽ നഷ്ടമായത്...

‘‘എന്താ ഇത്ര കാര്യമായ ആലോചന?’’ സഞ്ജു അന്വേഷിച്ചു.

‘‘ഒന്നുമില്ല.’’

‘‘നുണ. കഥയിലെ നഷ്ടം ഏതോ യഥാർത്ഥ നഷ്ടത്തെ ഓർമിപ്പിച്ചുവെന്നതല്ലേ സത്യം?’’

മരച്ചുവട്ടിലെ വായു കുളിർന്നു മധുരിക്കാൻ തുടങ്ങിയിരുന്നു. കുറച്ചുമാറി ഒരു പാണൽമരത്തിൽ അതിന്റെ പഴങ്ങൾ തിന്നാനെത്തിയ കുറെ കിളികൾ കലമ്പൽ കൂട്ടുന്നുണ്ടായിരുന്നു. ഷാഹിദ് അത്ഭുതത്തോടെ സഞ്ജുവിനെ നോക്കിക്കൊണ്ടിരുന്നു. അയാൾ ചോദിച്ചു:

‘‘എങ്ങനെ മനസ്സിലായി?’’

‘‘കുരങ്ങു ചത്ത കുറവനെപ്പോലെ നീ ഇരിക്കുന്നതു കണ്ടിട്ട്.’’ സഞ്ജു ചിരിച്ചു: ‘‘പരകായപ്രവേശം നടത്തി മനസ്സിലാക്കിയെന്നു കരുതിയോ?’’

‘‘സ്കൂളിനു പുറത്തുപോയി നീ എന്തൊക്ക പഠിച്ചുവെന്ന് ആർക്കറിയാം?’’ ഷാഹിദലി വിഷയം മാറ്റി, ‘‘നിന്നെക്കുറിച്ചു കേൾക്കാനായിരുന്നു വന്നത്. എന്നിട്ട് പറഞ്ഞു കേൾപ്പിച്ചു, അതും വെറും കഥ.’’

"എല്ലാം കഥയല്ലേ. ഈ ഇരിക്കുന്ന പാറക്കല്ലും മരവും പുല്ലും എന്തിന് ഓരോ മൺതരിയും പറഞ്ഞുവരുമ്പോൾ ഒരു കഥയായിരിക്കും."

"അങ്ങനെയൊരു കഥയാവട്ടെ ഇനി..."

"കേട്ടോളൂ. ഏതോ പഴയ യുഗത്തിൽ നമ്മൾ രണ്ടും കൂടപ്പിറപ്പുകളായി ഇവിടെ താമസിച്ചിരുന്നു. ഒടുവിൽ രണ്ടുപേരുടെയും ശരീരങ്ങൾ ഇവിടെത്തന്നെ അടങ്ങി. ഈ മണ്ണിൽ അലിഞ്ഞു. ഇവിടെ ഈ ആലുമുളച്ചപ്പോൾ അതിനു നമ്മളായിരുന്നു പോഷകം. ഇപ്പോൾ ഇതാ നമ്മൾ നമ്മളെച്ചാരി ഇരിക്കുന്നു." സഞ്ജു തന്റെ യൗഗിക നയനങ്ങളിൽ ചെറിയൊരു കുസൃതിയുടെ തിളക്കത്തോടെ ഹൃദയപൂർവം ചിരിച്ചു.

ഷാഹിദിനു ചിരിവന്നില്ല. പ്രിയപ്പെട്ട ഈ അവധൂതൻ പറയുന്ന കഥ നേരെന്നു കരുതുക-അയാൾ തന്നോടുതന്നെ പറഞ്ഞു- എങ്കിൽ നശ്വരങ്ങളിലൂടെ ജീവൻ ആവർത്തിക്കുകയാണ്. അഴിഞ്ഞു ലയിക്കുന്നവതന്നെ അപ്പോൾ ഏതോ വിധത്തിൽ എന്നും നിലനിൽക്കുന്നു - ആ കാണായ്മയിൽ.

സഞ്ജുവും ഗൗരവം പൂണ്ടു. അയാൾ നിവർന്നിരുന്നു നെഞ്ചിൽ കൈപടങ്ങൾ ചേർത്തു കണ്ണടച്ചു.

പകൽ ചാഞ്ഞുതുടങ്ങിയിരുന്നു. താഴെ പള്ളിയിൽ നിന്നുമുയർന്ന മഗ്‌രിബിനുള്ള ബാങ്ക്‌വിളി അലകളായി കുന്നിൻനിറുകയിലെത്തി അവരെ ഒരു സ്നേഹാശ്ലേഷത്തിൽ പൊതിഞ്ഞു.

# അലവിക്കട

**ചെ**മ്പകപ്പള്ളിയിൽ ആകെ ഒരൊറ്റ പച്ചക്കറിക്കടയാണുണ്ടായിരുന്നത്. അലവിക്കട. യഥാർത്ഥ പേര് ബിസ്മി സ്റ്റോഴ്സ് എന്നാണ്. ആ പേരെഴുതിവെച്ച തകരപ്പലക അക്ഷരങ്ങൾ മുഷിഞ്ഞു ചായം മങ്ങി പലയിടത്തും ദ്രവിച്ച് പഴക്കം അറിയിക്കുകയും വായിക്കാൻ ശ്രമിക്കുന്നവരെ പരാജയപ്പെടുത്തുകയും ചെയ്യുന്നു. അതിന്റെ നല്ല കാലത്തുതന്നെ അതിനെ അവഗണിച്ചാണ് ചെമ്പകപ്പള്ളിയിലെ ജനം അലവിക്കട എന്ന പേരിട്ടുറപ്പിച്ചത്.

കടയുടമസ്ഥനായ സെയ്തലവിയുടെ അച്ഛൻ ചെമ്പകപ്പള്ളിയിലെ അങ്ങാടിയുടെ സിരാകേന്ദ്രമെന്നു പറയാവുന്ന കൊമ്പൻ കവലയ്ക്കു സമീപം നാലുസെന്റു സ്ഥലം വാങ്ങി വെട്ടുകല്ലും തടിയും ഉപയോഗിച്ചു നിർമിച്ച സാമാന്യം വലിയ ദീർഘചതുരമായ ഒരു മുറിയായിരുന്നു അത്. മരപ്പലകകൾകൊണ്ടുള്ളതാണ് അടയ്ക്കാനുള്ള സംവിധാനം. അടുത്ത കാലത്തൊന്നും അറ്റകുറ്റപ്പണികൾ നടന്നിട്ടില്ല.

എങ്കിലെന്ത്? ചെമ്പകപ്പള്ളിക്കാർ കടയിൽ വരാതിരിക്കുമോ? പച്ചക്കറി മാത്രമല്ലല്ലോ അവിടെ കിട്ടുക. ഉണക്കമീൻ, നാടനും അല്ലാത്തതുമായ കോഴിമുട്ട, താറാമുട്ട, കാടമുട്ട, വാളൻപുളി, കുടംപുളി, പപ്പടം, ചെറുനാരങ്ങ, ''മോഡേൺ ബ്രഡ്'', മംഗളം വാരിക എന്നിങ്ങനെ എന്തെല്ലാം.

സെയ്തലവിക്ക് ഷാഹിദലിയോടു പരിഭവമുണ്ടായി. പരിഭവത്തിന്റെ മുഖ്യകാരണം ഷാഹിദിന്റെ അടുക്കളയിലേക്കുള്ള പച്ചക്കറികൾ ഇപ്പോൾ അലവിക്കടയിൽനിന്നല്ല എന്നതാണ്. ഷാഹിദാകട്ടെ അക്കാര്യത്തിൽ തീർത്തും നിസ്സഹായനാണ്. അടുക്കളഭാരം താലിയപ്പൻ ഏറ്റെടുത്തിട്ടു കുറെ നാളായി. ആദ്യമാദ്യം അവന്റെ അമ്മ താജുമ്മാ ഷാഹിദിനുവേണ്ടി ഭക്ഷണം ഉണ്ടാക്കിക്കൊണ്ടുവരികയായിരുന്നു പതിവ്. പിന്നീട് ഷാഹിദിന്റെ ആഗ്രഹം മാനിച്ച് പാചകം ചെയ്യാൻ ഇങ്ങോട്ടു വന്നു തുടങ്ങി. പ്രീഡിഗ്രിക്ക് തോറ്റതാണെങ്കിലും താലിയപ്പന് പ്രായോഗികവിദ്യകളിലെല്ലാം താൽപര്യമാണ്. അതുകൊണ്ടു

തന്നെ കുറേശ്ശെ വീട്ടുപണി അവനറിയാമായിരുന്നു. ഇപ്പോൾ ഷാഹിദിന്റെ അടുക്കളയിൽ താജുമ്മായുടെ കൂടെ നിന്ന് അൽപം പരിശീലനം കൂടി നേടിയിട്ട് അവൻ പാചകം മുഴുവനായി ഏറ്റെടുത്തു. ഷാഹിദിനോടു പണ്ടേയുള്ള അവന്റെ ഇഷ്ടമായിരുന്നു ഇതിനു പിന്നിൽ പ്രവർത്തിച്ച വികാരം. ആ താലിയപ്പനാണ് അലവിക്കടയിൽനിന്ന് പച്ചക്കറി വാങ്ങേണ്ടെന്നു നിശ്ചയിച്ചത്. സംഭവം നടന്നതിങ്ങനെ.

താലിയപ്പൻ അലവിക്കടയിൽ ചെല്ലുന്നു. അവനാവശ്യപ്പെട്ട സാധനങ്ങളെല്ലാം പൊതിഞ്ഞു പ്ലാസ്റ്റിക് കൂടിലിട്ടുകൊടുത്തിട്ടു സെയ്തലവി താലിയപ്പനോടു ഗൂഢാലോചനയുടെ സ്വരത്തിൽ ചോദിക്കുന്നു:

‘‘നീ നിന്റെ വീട്ടിൽ പോന്നുണ്ടോ ഇപ്പോഴെങ്ങാനും?’’

‘‘എന്നാത്തിനാ?’’ താലിയപ്പനന്വേഷിച്ചു.

''ഇതാ, ഇത്.'' ചുരുട്ടി റബ്ബർബാൻഡിട്ടുവെച്ചിരുന്ന ഒരു മംഗളം വാരിക പണം സൂക്ഷിക്കുന്ന മേശവലിപ്പിൽനിന്നെടുത്ത്, സെയ്തലവി താലിയപ്പനു നീട്ടി.

''സുലേഖായ്ക്ക് കൊടുത്തേക്കാമോ?''

സുലേഖ മൊയ്തുവിന്റെ ഭാര്യയാണ്. താലിയപ്പന്റെ അയൽപക്കത്താണ് അവരുടെ താമസം.

''വാരിക എത്തുമ്പഴേക്കനും ആളെത്താറൊള്ളതാ, ഇന്നാരേം കണ്ടില്ല.''

''ആ ശരിയാ!'' താലിയപ്പൻ തലകുലുക്കി ശരിവച്ചു: ''മൊയ്തു അണ്ണൻ മലബാറിനു പോയേക്കുവാ.''

''സുലേഖാനെത്തന്നെ ഏൽപിച്ചേക്കണേ,'' സെയ്തലവി ഓർമിപ്പിച്ചു: ''പൊസ്തകം കൈമറിഞ്ഞാപ്പിന്നെ ആ പെമ്പ്രന്നോത്തി വഴക്കൊണ്ടാക്കും.''

ഷാഹിദിന്റെ അടുക്കളയിൽ വലിയൊരു മേശയുണ്ട്. ഇരുന്നു കറിക്കരിയാനും ഉണ്ണാനും മറ്റുമായി പല വിധത്തിൽ ഉപയോഗിക്കപ്പെടുന്നത്. താലിയപ്പൻ വാരികയുടെ ചുരുൾ മേശയുടെ ഒരറ്റത്തു വെച്ച് വാങ്ങിക്കൊണ്ടുവന്ന സാധനങ്ങൾ പുറത്തേക്കെടുക്കാൻ തുടങ്ങിയപ്പോൾ ഷാഹിദലി കടന്നുവന്നു:

''സിഗരറ്റു വാങ്ങിച്ചോ?''

''വാങ്ങിച്ചു.'' താലിയപ്പൻ സിഗരറ്റു പായ്ക്കറ്റിനായി പ്ലാസ്റ്റിക്ക് കൂടിൽ കൈയിട്ടു പരതി.

ഷാഹിദിന്റെ കണ്ണുകൾ വാരികയുടെ ചുരുളിൽ പതിഞ്ഞു:

''ഇതൊക്കെയാണോടാ നീ വായിക്കുന്നേ?''

ഷാഹിദ് അതെടുത്ത് റബ്ബർ ബാൻഡുമാറ്റി ചുരുൾ അഴിച്ചു. അറിയാതെ മറിഞ്ഞ താളുകൾക്കിടയിൽനിന്ന് ഒരു മടക്കുകടലാസു താഴെ വീണു. ഷാഹിദ് അതു കുനിഞ്ഞെടുത്തു നിവർത്തി. താലിയപ്പൻ വെച്ചുനീട്ടിയ സിഗരറ്റ് പായ്ക്കറ്റ് വാങ്ങിച്ചുകൊണ്ട് ഷാഹിദ് ചോദിച്ചു:

''ഇതെന്നതാടാ?''

താലിയപ്പൻ ഷാഹിദിന്റെ അരികിലേക്കു നീങ്ങി കടലാസിലൂടെ കണ്ണോടിച്ചു. ഷാഹിദും അതു വായിക്കുകയായിരുന്നു.

''എന്റെ സുലു,

ഇന്നലെ രാത്രി സുലുവിന്റെ വീട്ടിലേക്കു തിരിയുന്ന വഴിവരെയെത്തി. അപ്പഴത്തേക്കനും ഷറഫ് ആ വഴി വന്നു. ഷറഫിനെ അറിയൂലോ. സൈനുവിന്റെ മൂത്താങ്ങള. രാത്രി അവിടെക്കണ്ടതിന് ഒത്തിരി

കള്ളം പറയേണ്ടിവന്നു. അവരെന്നെ വിളിച്ചോണ്ടും പോയി. രാത്രി ഞാനുറങ്ങിയതേയില്ല. എന്റെ ചക്കരേ ഇന്നു രാത്രി ഞാൻ വരും. പുറത്തെ വിളക്ക് അണച്ചിട്ടേക്കണേ.

എന്നെന്നും സുലുവിന്റെ

.......''

വായിച്ചെടുക്കാൻ വയ്യാത്ത ഒരൊപ്പ്. താലിയപ്പന്റെ മുഖം വല്ലാതെ ഇരുണ്ടു.

''എന്റെ കരുകിപ്പാറപ്പള്ളി അവുലിയാക്കളേ! സെയ്തലവി പറ്റിച്ച പണി! എന്നെ പോസ്റ്റുമാനാക്കിക്കളഞ്ഞല്ലോ ഞാനറിയാതെ.''

''എന്നതാടാ ഇതൊക്കെ?'' ഷാഹിദ് അൽപമൊരു നീരസം അഭിനയിച്ചു.

''അണ്ണച്ചീ, മൊയ്തുവണ്ണന്റെ കെട്ട്യോള് സുലേഖായ്ക്ക് ആ മുടിഞ്ഞ സെയ്തലവി എഴുതിയ കത്താന്നാ തോന്നുന്നേ. വാരികയ്ക്കകെത്ത് വച്ചത് ഞാനറിഞ്ഞോ?''

''ആരാ താലിയപ്പാ സൈനു?''

''അലവിയുടെ കെട്ട്യോള് സൈനബാ.''

ഷാഹിദിന് സൈനബയെ ഓർമവന്നു. ഓത്തുപള്ളിക്കാലങ്ങളിൽ താച്ചിയുടെ കൂടെ ഓടിനടക്കുമായിരുന്ന ഒരു കൂട്ടുകാരി. സുലേഖയെ പരിചയം പോരാ. കൊല്ലത്തുനിന്നാണ് അവളെ മൊയ്തു നിക്കാഹ് ചെയ്തുകൊണ്ടു വന്നത്.

''ചുമ്മാ പോണോരെപ്പിടിച്ച് പോസ്റ്റുമാനാക്കിയതിന് അവനനുഭവിക്കും.''

താലിയപ്പനെന്തു നടപടിയാണ് സെയ്തലവിക്കുനേരെ എടുക്കാനുദ്ദേശിക്കുന്നതെന്ന് ഷാഹിദിന് ഊഹിക്കാൻ കഴിഞ്ഞില്ല.

രണ്ടുനാൾ മാത്രമേ വേണ്ടിവന്നുള്ളൂ അതറിയാൻ. ചെമ്പകപ്പള്ളിയുടെ യുവതലമുറയിൽപ്പെട്ട മിക്കവർക്കും എന്റെ സുലു എന്നു തുടങ്ങുന്ന ആ സന്ദേശം ഹൃദിസ്ഥമായിക്കഴിഞ്ഞിരുന്നു.

സുലേഖ ഇരുനിറക്കാരിയാണ്. മൊയ്തു കറമ്പൻ. ഈ ദമ്പതികൾക്കു രണ്ടു കുഞ്ഞുങ്ങളാണ്. മൂത്തത് കറുത്തിട്ടും രണ്ടാമത്തേത് വെളുത്തിട്ടും. ''എന്റെ അത്തമ്മായെപ്പോലാ'' എന്നായിരുന്നു സുലു തന്റെ വെളുമ്പൻ കുഞ്ഞിനെക്കുറിച്ച് എല്ലായ്പോഴും പറഞ്ഞിരുന്നത്. ചോർന്നു കിട്ടിയ കത്തിന്റെ വെളിച്ചത്തിൽ ആ വ്യാഖ്യാനത്തിന് ഒരു പുനർവായന സ്വാഭാവികമായും ഉണ്ടായി. സെയ്തലവി നല്ലപോലെ വെളുത്ത സുമുഖനായിരുന്നു.

കത്തിന്റെ ഉള്ളടക്കവും തുടർന്നുള്ള വ്യാഖ്യാനവും സെയ്തലവിയുടെ കുടുംബത്തിലെത്താൻ ഒട്ടും താമസിച്ചില്ല. സൈനു കുഞ്ഞിനെ എളിയിലെടുത്ത് ഒരു ബാഗും തൂക്കി മൂടിക്കെട്ടിയ മുഖത്തോടെ കവലയിൽനിന്നും ബസ്സു കയറിപ്പോയതിന് നാട്ടുകാർക്കു സാക്ഷ്യം വഹിക്കേണ്ടിവന്നു.

താലിയപ്പൻ സെയ്തലവിയുടെ കടയിൽനിന്ന് പച്ചക്കറി വാങ്ങുന്ന പതിവ് അപ്പാടെ നിർത്തി. ചെമ്പകപ്പള്ളിയിൽ നിന്നു ബസ്സു കയറി ദൂരെയുള്ള ചന്തയിൽപ്പോകുന്നതിന് അവൻ യാതൊരു വൈമനസ്യവും കാണിച്ചില്ല.

അങ്ങനെ സെയ്തലവിക്കു ഷാഹിദിനോടു തോന്നിയ പരിഭവത്തിനു മതിയായ കാരണങ്ങളാണുണ്ടായിരുന്നത്. സുലുവിനെഴുതിയ കത്ത് അങ്ങാടിപ്പാട്ടായതും ജനങ്ങൾക്കു വിനോദമായതും ഒന്ന്. സൈനു കുഞ്ഞിനെയുംകൊണ്ട് സ്ഥലം വിട്ടുപോയത് മറ്റൊന്ന്. ഇതിനും പുറമെയാണ് രണ്ടു സ്ഥിരംകുറ്റികൾ കടയിൽനിന്നും ഒന്നും വാങ്ങാതായത്. താലിയപ്പനെ നിലയ്ക്ക് നിർത്തേണ്ടതു ഷാഹിദായിരുന്നു എന്ന് സെയ്തലവി വിശ്വസിച്ചു.

ഷാഹിദും സെയ്തലവിയും ഓത്തുപള്ളിമുതൽ എട്ടാംക്ലാസ്സുവരെ ഒന്നിച്ചു പഠിച്ചവരായിരുന്നു, സമപ്രായക്കാർ, ഒരർത്ഥത്തിൽ കൂട്ടുകാർ. അതുകൊണ്ട് ഷാഹിദ് ധർമസങ്കടത്തിലായി. അലവിക്കടയിൽനിന്നുതന്നെ പച്ചക്കറി വാങ്ങണമെന്ന് താലിയപ്പനോടു ശഠിക്കാൻ ഷാഹിദിനായില്ല. വഴിയേ നടക്കുമ്പോൾ സെയ്തലവി തന്റെ നേരെ എയ്യുന്ന ചാട്ടുളിപോലുള്ള നോട്ടങ്ങൾ കാണുമ്പോൾ ഷാഹിദ് ക്ഷമാപണസ്വരത്തിൽ അവനോടു കുശലം ചോദിക്കും. ചർച്ചയ്ക്കെടുക്കാവുന്ന ഒരു വിഷയമായിരുന്നില്ലല്ലോ ഉണ്ടായത്. അവർക്കിടയിൽ തന്റെ സഹായി താലിയപ്പൻ കരുതിക്കൂട്ടിയോ അല്ലാതെയോ സെയ്തലവിയുടെ പ്രതിസന്ധിക്ക് ഒരു ഹേതുവായി എന്നതിൽ ഷാഹിദിന് കുറ്റബോധം തോന്നുന്നുണ്ടായിരുന്നു.

ഒരു ദിവസം കാലത്ത് നിസ്കാരം കഴിഞ്ഞപ്പോൾ സഞ്ജുവിനെ കാണണമെന്ന് ഷാഹിദിനു തോന്നി. അള്ളാമേട്ടിലേക്കു കയറാനായി പള്ളിപ്പറമ്പിലൂടെ നടക്കുമ്പോൾ താലിയപ്പൻ ഖബറിസ്ഥാനിന്റെ ദിശയിൽനിന്ന് നടന്നുവരുന്നതു കണ്ടു. പിറകെ ഒരു ചുവന്ന നാടൻ പട്ടിയും കുഞ്ഞുമുണ്ട്, ഘോഷയാത്രപോലെ വരുന്നു. ഷാഹിദ് അത്ഭുതപ്പെട്ട് ആ ഘോഷയാത്രയ്ക്കുനേരെ നടന്നു.

"എന്നതാടാ ഇത്? ഈ നജീസുകളെ എവിടന്നു കിട്ടി?"

"ഇത് പള്ളിയുമ്മായാ." താലിയപ്പൻ പറഞ്ഞു: "കുഴിഞ്ഞുകിടക്കുന്ന ഖബറുകളിലാണ് പുള്ളിക്കാരിയുടെ താമസം." പള്ളിയുമ്മാ എന്ന വാക്കുകേട്ട് തള്ളപ്പട്ടി ചെറുതായൊന്നു വാലനക്കി.

''പുള്ളിമാനേ, ഡാ.'' താലിയപ്പൻ വിളിച്ചു.

വെള്ളയിൽ ചുവന്ന പുള്ളികളുള്ള പട്ടിക്കുഞ്ഞ് ഒരു സന്തോഷ ശബ്ദം പുറപ്പെടുവിച്ചുകൊണ്ട് ഉത്സാഹത്തോടെ വാലാട്ടി. അതിന്റെ വിടർന്ന് എഴുന്നു നില്ക്കുന്ന ചെവികളുടെ അറ്റങ്ങൾ അല്പം ഒടിഞ്ഞു ഞാന്നു കിടന്നു.

''നീയെന്നാ എടുക്കുവാ ഇതുങ്ങളേംകൊണ്ട്?'' ഷാഹിദ് ആരാഞ്ഞു.

''റൊട്ടിയോ ചപ്പാത്തിയോ ഒക്കെ ബാക്കിവരുന്നത് ഞാനിവറ്റയ്ക്കു കൊണ്ടുവന്നു കൊടുക്കാറുണ്ട്.''

ഷാഹിദിന് ആ മൂവർസംഘത്തെക്കണ്ട് ചിരിവന്നു. താലിയപ്പനും അവന്റെ പള്ളിയുമ്മായും പുള്ളിമാനും.

''ആരു കൊടുത്തതാണിവറ്റയ്ക്കീ പേര്?'' ഷാഹിദ് ചോദിച്ചു.

''പള്ളിയുമ്മാന്ന് ആരാ വിളിച്ചതെന്നറിയത്തില്ല. ഇവടെ മോനെ ഞാനാ പുള്ളിമാനെന്നു വിളിച്ചെ.'' തുടർന്ന് പള്ളിയുമ്മ ആ നാട്ടിൽ കുഞ്ഞുപട്ടിയായി വന്നതും ദൈവസഹായം ചാക്കോച്ചിയും തട്ടുകടക്കാരൻ രാമൻകുട്ടിയും ബോർമക്കാരൻ പൗലോസും എല്ലാം കൂടി അവളെ തീറ്റിപ്പോറ്റുന്നതുമായ സകല ചരിത്രവും താലിയപ്പൻ ഒറ്റശ്വാസത്തിൽ വിവരിച്ചു.

''മതി, മതി. ഞാൻ കുറച്ചു കഴിഞ്ഞേ വീട്ടിൽ വരത്തുള്ളൂ. നീ ചെന്നു കാപ്പികുടി.'' ഷാഹിദ് അവനെ പറഞ്ഞുവിട്ടു. അവർ മൂന്നു

പേരും പള്ളിപ്പറമ്പിനു പുറത്തേക്കു കടക്കുംവരെ ഷാഹിദ് നോക്കി നിന്നു.

അള്ളാമേട്ടിലേക്കു കയറാൻ തുടങ്ങുമ്പോഴാണ് ഷാഹിദ് സെയ്ത ലവിയെക്കുറിച്ചോർത്തത്, സുബ്ഹിക്കു സ്ഥിരം കാണാറുള്ളതാണ്. ഇന്നുപക്ഷേ അയാളില്ലായിരുന്നു. കുറച്ചുദൂരം കയറിയതേയുള്ളൂ അപ്പോൾ വളഞ്ഞുതിരിഞ്ഞു വന്ന വഴിത്താരയിലൂടെ സഞ്ജു ഇറങ്ങി വരുന്നത് കാണാനായി. കുളിരുള്ള ഉന്മേഷദായകമായ പ്രഭാതവായു ആവോളം ആഴത്തിൽ ശ്വസിച്ചകത്താക്കിക്കൊണ്ട് സഞ്ജു അടു ത്തെത്തുന്നതും കാത്ത് ഷാഹിദ് ഒരു പാറക്കല്ലിൽ ഇരുന്നു.

സഞ്ജു ഉല്ലാസവാനായി ചിരിച്ചുകൊണ്ടു ഷാഹിദിനോടു പറഞ്ഞു: ''വാ. ഒരു ചായ കുടിക്കാം.''

സഞ്ജുവിന്റെ രീതികൾ കുറെയൊക്കെ ഷാഹിദിനു മനസ്സിലായി ത്തുടങ്ങിയിരുന്നു. ചിലതരം കടലകൾ, ഉണങ്ങിയ പഴങ്ങൾ, വിത്തുകൾ, കൽക്കണ്ടം അങ്ങനെ അല്ലറചില്ലറ സാധനങ്ങൾ അയാളുടെ തൂക്കു സഞ്ചിയിൽ ചെറുതായി സംഭരിച്ചിരിക്കും. ഭക്ഷണം അതാണ്. അതും വളരെക്കുറച്ച്. പിന്നെ അരുവിയിലെ വെള്ളം കുടിക്കും.

''ഇടയ്ക്കൊക്കെ ഓർമവരുന്ന ദുശ്ശീലം.'' ചായയ്ക്കായുള്ള മോഹത്തെക്കുറിച്ച് സഞ്ജു വിശദീകരണം നൽകി.

''എന്നാപ്പിന്നെ എന്റെ വീട്ടിൽ പോകാം. ഇതേവരെ വന്നിട്ടു മില്ലല്ലോ.''

''ഇനിയൊരിക്കലാകട്ടെ. ഇന്ന് ഏതെങ്കിലും കടയിൽക്കയറാം.''

ചാക്കോച്ചിയുടെ കടയെപ്പറ്റി സഞ്ജുവിനോടൊപ്പം നടന്ന ഷാഹിദ് കുട്ടികളെപ്പോലെ പ്രകീർത്തിക്കാൻ തുടങ്ങി: ''ഒന്നാന്തരം ദോശയാ ചാക്കോച്ചീടെ.''

''എന്നാലിന്ന് ദോശയുമാവാം.'' സഞ്ജു പറഞ്ഞു: ''പക്ഷേ നീ വാങ്ങിത്തരണം. എന്റെ കൈയിൽ കഷ്ടി ചായക്കാശേ ഉള്ളൂ.''

''പിന്നെന്നാ.'' ഷാഹിദിനു വലിയ സന്തോഷമായി.

ചാക്കോച്ചിയുടെ കടയിലേക്കു നടക്കുന്ന വഴിക്ക് അലവിക്കട യുടെ മുന്നിൽ ചെറിയൊരാൾക്കൂട്ടം കണ്ടു. ഒസ്സാൻ അത്ത്ക്കെരി, കഞ്ചാവു സക്കായി, ബസ്സ്സ്റ്റാൻഡിലെ തട്ടുകടക്കാരനും മാർക്സിസ്റ്റു കാരനുമായ രാമൻകുട്ടി, ഒരു വിളിപ്പാടകലെ ചേരിപ്രദേശത്തു താമസി ക്കുന്ന മൊയ്തീൻകണ്ണ്, അപ്പുറത്ത് ലക്ഷംവീട് കോളനിയിലെ പെയിന്റർ ജോസപ്പൻ എന്നിങ്ങനെ ഒരുപാടുപേരെ ഷാഹിദ് ആൾക്കൂട്ട ത്തിൽ തിരിച്ചറിഞ്ഞു. അവരെ വകഞ്ഞുമാറ്റി വഴിയുണ്ടാക്കി ഷാഹിദും തൊട്ടുപിറകെ സഞ്ജുവും ഞെങ്ങിഞെരുങ്ങി കടയ്ക്കുമുന്നിലെത്തി ച്ചേർന്നു.

എന്തൊരു കാഴ്ച! ബിസ്മി സ്റ്റോഴ്സിനകത്ത് ഒരു ടൈംബോംബു പോലെ നിൽക്കുന്നു സെയ്തലവി. വെളുത്തമുഖം നല്ലപോലെ തുടുത്തിട്ടുണ്ട്. ചെന്നിയിലുടെ വിയർപ്പൊഴുകുന്നു. കണ്ണുകൾ സ്തോഭം കൊണ്ട് വികസിച്ചിരിക്കുന്നു. ചേനയും മത്തനുമൊക്കെ മുറിക്കാനുപയോഗിക്കുന്ന മൂർച്ചയുള്ള വാക്കത്തി കൈയിൽ. ഇട്ടിരിക്കുന്ന ടീഷർട്ടിൽ ചോരപ്പാടുകൾ. കടയ്ക്കു പുറത്ത് വാതിൽക്കലായി തിങ്ങിക്കൂടിയ സ്തോഭപൂർണങ്ങളായ മുഖങ്ങൾ ഒരർദ്ധവൃത്തം സൃഷ്ടിച്ചിരിക്കുന്നു. ആ അർദ്ധവൃത്തത്തിന്റെ ഭാഗമായി ഷാഹിദലി സ്തബ്ധനായി നിന്നു. നിമിഷനേരത്തേക്കു വല്ലാത്തൊരുഭയം അലിയുടെ തലച്ചോറിലൂടെ ചീറിമറഞ്ഞു. സുലുവിനുള്ള കത്തും താലിയപ്പനും ഈ നാടകീയ മുഹൂർത്തത്തിൽ വല്ല പങ്കും വഹിക്കുന്നുവോ? എങ്കിൽ സംഗതി ഗുരുതരമാണ്.

‘‘എന്നാ പറ്റി?’’ സംയമനം വീണ്ടെടുത്തുകൊണ്ട് ഷാഹിദലി ചോദിച്ചു. ഉത്തരം പറയാനുള്ള അവസ്ഥയിലായിരുന്നില്ല സെയ്തലവി.

‘‘അലവീന്റെ കൈക്കിട്ട് കടിച്ചു.’’ കഞ്ചാവ് സക്കായി ആണ് അതു പറഞ്ഞത്. ഷാഹിദലി ശ്രദ്ധിച്ചു. അലവിയുടെ വലതുകൈത്തണ്ടയിൽ നിന്ന് രക്തം വാർന്നൊഴുകുന്നു.

‘‘ആര്?’’ ഷാഹിദ് ചോദിച്ചു.

‘‘ഞാനവനെ വെട്ടിക്കൊല്ലും,’’ വാക്കും ശബ്ദവും തിരികെക്കിട്ടിയ സെയ്തലവി ശഠിച്ചു.

ഷാഹിദിന്റെ വിസ്മയം അധികരിച്ചു.

വെയിൽ പൊങ്ങുകയായിരുന്നു. കൊമ്പൻകവല സജീവമായിത്തുടങ്ങിയതുകൊണ്ട് ഓരോ കാര്യത്തിനായി ഓരോ വഴിക്കിറങ്ങിയവർ ആൾക്കൂട്ടത്തിൽ ആകൃഷ്ടരായി അതിൽച്ചേരുകയും ക്രമത്തിൽ അത് ചെമ്പകപ്പള്ളിയിലെ പൗരാവലി മുഴുവൻ എത്തിയിട്ടുണ്ടോ എന്നു സംശയിക്കത്തക്ക നിലയിലാവുകയും ചെയ്തിരുന്നു.

‘‘ആര്? കടിച്ചതാരെന്ന്?’’ ഷാഹിദ് വീണ്ടും ചോദിച്ചു. അതിനുള്ള ഉത്തരവും സക്കായിയാണ് പറഞ്ഞത്.

‘‘ദേ ആ അലമാരിക്കകത്താ ആള്.’’

‘‘അലമാരിക്കകത്തോ?’’

ജനം ശ്വാസം വിടാതെ രംഗം വീക്ഷിക്കുകയാണ്.

‘‘ആം.’’ സക്കായി പറഞ്ഞു: ‘‘മരപ്പട്ടിയാ. മരപ്പട്ടി!’’

ഷാഹിദിന്റെ ശ്വാസം നേരെ വീണു. ഹാവൂ! പരസ്ത്രീഗമനവും കുടിപ്പകയുമൊന്നുമല്ല വിഷയം. അൽഹംദുലില്ലാ! അല്ലാഹു രക്ഷിച്ചിരിക്കുന്നു.

അത്ഭുതമാണ്. മരപ്പട്ടി ആളുകളുമായി ഉടക്കാൻ വരാറില്ല. ചെമ്പക പ്പള്ളിയുടെ ചരിത്രത്തിൽ ആരെയും കടിച്ചിട്ടുമില്ല.

താച്ചിയുടെ മുറിയിൽ ഒരു മരപ്പട്ടി പണ്ട് സ്ഥിരമായി വരാറുണ്ടാ യിരുന്നു. തട്ടിൻപുറത്തുനിന്നിറങ്ങി നിഗൂഢമായ ഏതോ കവാടം വഴി മുറിയിലേക്കു വരും. ജനാലയിലൂടെ പുറത്തിറങ്ങും. മുറ്റത്തെ ആഞ്ഞിലിയിൽ കായ്പിടിച്ചു പഴുക്കുമ്പോഴാണ് അങ്ങനെ. പഴുത്ത ആഞ്ഞിലിച്ചുളകൾ നിറച്ചു വിഴുങ്ങി, താച്ചിയിരുന്നു പഠിക്കുന്ന മേശ പ്പുറത്ത് ആഞ്ഞിലിക്കുരു മാലമാലയായി കാഷ്ഠിച്ചു വെയ്ക്കും. എന്നാലും അതിനെ ആരും കാണുകയില്ല. കാഷ്ഠം മാത്രം പരസ്യ മാക്കുന്ന അശരീരി.

ഒരു ദിവസം രാവിലെ ആഞ്ഞിലിത്താഴെ അത് മുറിവേറ്റു കിടന്നു. ഏതോ നിശായുദ്ധത്തിൽ പരുക്കേറ്റു മരണവക്ത്രത്തിലേക്കു വഴുതി വീണ ആ ജീവിയുടെ കുടൽമാല പുറത്തേക്കു വന്നിരുന്നു.

''മുഴുവൻ മരിച്ചിട്ടില്ല.'' താച്ചി ഓടിവന്നു പറഞ്ഞത് ഷാഹി ദോർത്തു. താൻ അതുകേട്ടു ചിരിക്കുകയുണ്ടായി:

''ഹൃദയം മരിച്ചു. തലച്ചോറ് മരിച്ചിട്ടില്ല എന്നെല്ലാം ഡോക്ടർ പറയുന്നതുപോലെ ഉണ്ടല്ലോ.'' എങ്കിലും അവളുടെ പുറകേ പോയി. ആ ദൃശ്യം അന്നു കാണുകയുണ്ടായി. അവിടെച്ചെല്ലുമ്പോഴേക്ക് അതു 'മുഴുവൻ' മരിച്ചിരുന്നു.

സഞ്ജു പതുക്കെ ഷാഹിദിന്റെ തോളിൽപ്പിടിച്ച് വഴിയിൽനിന്നു മാറ്റി. സഖാവ് രാമൻകുട്ടി പറയുന്നതുകേട്ടു.

''കൈയേലെ കടി വിടത്തില്ല. കുടഞ്ഞെറിഞ്ഞതുകൊണ്ടാ അല വീടെ കൈയ് ഇത്രേം മുഴുപ്പിന് കീറിയെ. പിന്നെ അലവീം കത്തി കൊണ്ടൊന്നു വെട്ടീട്ടൊണ്ട്. നേരെ ഏറ്റില്ലാന്നേയൊള്ള്.''

ക്ഷുബ്ധനായി നിന്ന സെയ്തലവിയുടെ കൈയിൽനിന്നും സഞ്ജു സരളമായി ആ കത്തി മന്ദഹാസത്തോടെ പിടിച്ചെടുത്തു: ''വധ ശിക്ഷയ്ക്ക് ഒരിളവ്.''

അപരിചിതങ്ങളായ ആ ആകാശനയനങ്ങൾ സെയ്തലവിയിൽ വിസ്മയമുണർത്തി. അവ അയാളെ ക്ഷണിച്ചു. വരൂ. സ്വതന്ത്രനാവൂ.

ഷാഹിദ് ചിരിച്ചു. ജനവും ചിരിച്ചു. സെയ്തലവിയുടെയും മുഖത്തെ പേശികൾ പതുക്കെ അയഞ്ഞു.

''എന്തെങ്കിലും ശിക്ഷ കൊടുക്കാതെങ്ങനാ?'' സെയ്തലവി ആൾക്കൂട്ടത്തെ നോക്കി. ''അനവധി ദിവസങ്ങളായി പഴങ്ങൾ കാണാ താവുന്നു.'' അയാൾ പറഞ്ഞു. ''എലിയാന്നു കരുതി കെണിവെച്ചു നോക്കി, കിട്ടിയില്ല. കടയിൽ വരുന്ന ആളുകളെ സംശയിച്ചു.'' സെയ്ത ലവി പറഞ്ഞുകൊണ്ടിരുന്നു.

“ഇതെന്നാ കോപ്പാന്നറിഞ്ഞിട്ടേ ഒള്ളൂന്നുംവെച്ച് ഇന്നലെരാത്രി കടേൽ കുത്തിയിരുന്നു. അകത്തൂന്ന് അടച്ചിട്ട് മൂന്നുമണി വരെ ഉറങ്ങാതിരുന്നു. പിന്നൊന്നു മയങ്ങി. കുറെക്കഴിഞ്ഞ് എന്തോ ശബ്ദം കേട്ട് നോക്കിയപ്പോ എന്നാ പറയാനാ, കഴുക്കോലേ ഞാന്നുകിടന്നു തിന്നുവാ.” സെയ്തലവി രസികൻ ഞാലിപ്പൂവൻകുല ചൂണ്ടിക്കാട്ടി, “എട്ടെണ്ണം മുഴുവൻ പുള്ളി ഒറ്റയടിക്കു തിന്ന്.”

ആൾക്കൂട്ടത്തിൽ നേരിയ ചിരി പടർന്നു.

“ശിക്ഷിക്കാമല്ലോ,” സഞ്ജു സമാധാനിപ്പിച്ചു. “നാടുകടത്താം... കാലാപാനി...”

ആരൊക്കെയോ വാവിട്ടു ചിരിച്ചു. കടയുടെ ഒരു വശത്ത് അടഞ്ഞു കിടന്നിരുന്ന ഒരു അലമാരി സഞ്ജു തുറന്നു. ചെറുതായി കത്തികൊണ്ടു മുറിവേറ്റു പ്രാണഭീതിയോടെ ഓടിയ മരപ്പട്ടി തുറന്നു കിടന്ന അലമാരയിൽ അറിയാതെ ചെന്നു കേറിയതാണ്.

“സൂക്ഷിച്ച്...” ആരോ പറയുന്നുണ്ടായിരുന്നു. “ചാടിക്കടിക്കും. വിരണ്ടിരിക്കുവാ.”

അലമാരയിൽനിന്നും പൂച്ചയുടെ വലിപ്പമുള്ള ആ ജീവി പുറത്തേക്കു ചാടി. പിടഞ്ഞോടാൻ തുടങ്ങിയ അതിനു മുകളിൽ തന്റെ കൈപ്പത്തി വിടർത്തിക്കാട്ടി സഞ്ജു നിന്നു. എന്തുകൊണ്ടോ അത് ഒതുങ്ങി നിലംപറ്റിക്കിടന്നു.

“മോഷണം മരപ്പട്ടിക്കു ഭൂഷണമല്ല. അതുകൊണ്ടല്ലേ നിനക്കീ ഗതി വന്നത്?” സഞ്ജു മൃദുവായി അതിനോടു സംസാരിച്ചു, “എന്നാലും പേടിക്കണ്ട.”

അതിനു മലയാളഭാഷ മനസ്സിലായിട്ടോ എന്തോ അതനങ്ങാതിരുന്നു. അതിനെ അതിന്റെ പിടലിക്കുപിടിച്ചു തൂക്കിയെടുത്ത് വീഞ്ഞപ്പെട്ടിയിലാക്കി അടച്ച്, തലച്ചുമടേറ്റി സഞ്ജു കടയിൽനിന്നിറങ്ങി.

ജനത്തിന്റെ ചിരി അടങ്ങിയിരുന്നു. എങ്ങനെയാണ് ഈ ജീവിയെ ഈ ചെറുപ്പക്കാരൻ ഇണക്കിയത്? ഷാഹിദലിയുടെ കൂടെവന്ന ഈ മനുഷ്യൻ ആര്? എന്തുകൊണ്ടോ സംശയങ്ങളൊന്നുമവർ ചോദിച്ചില്ല. ഷാഹിദലിയുടെ മനസ്സിനകത്ത് ഉയർന്നുവന്ന സംശയങ്ങളും വ്യത്യസ്തങ്ങളായിരുന്നില്ല.

ആൾക്കൂട്ടം സഞ്ജുവിനുവേണ്ടി വഴിയുണ്ടാക്കി. ഷാഹിദലി പിറകെ നടന്നു. സാമാന്യം വേഗതയിൽ നടന്നുതുടങ്ങിയ സഞ്ജുവിനോട് ഷാഹിദ് ചോദിച്ചു:

“ചായ?”

“ഇനിയിപ്പോ വേണ്ട. ഇതിനെ കാട്ടുപഴം വല്ലതും കിട്ടുന്ന സ്ഥലം നോക്കി കൊണ്ടുപോയി വിടട്ടെ. നീ ഏതായാലും കൂടെ കുന്നു കയറണ്ട.”

ശരിയാണ്. താനിന്ന് അലയരുത്. ബാംഗ്ലൂരിൽനിന്ന് വീട്ടുകാർ വിളിക്കും. അയലത്തെ കുറിച്ചിയാനിക്കലേക്കായിരിക്കും വിളിക്കുക. നാളെ...

“രണ്ടുദിവസം കഴിയട്ടെ, കാണാം.” ഷാഹിദിന്റെ ചിന്തകളിലേക്കു മുറിച്ചു കടന്ന് സഞ്ജു പറഞ്ഞു.

വിചിത്രജീവി തന്നെ സഞ്ജു. ചായ കുടിക്കാനിറങ്ങി വന്നിട്ട് മരപ്പട്ടിയെയും തലയിലേറ്റി തിരിച്ചു കുന്നുകയറുന്നു. പള്ളിപ്പറമ്പിലേക്കു കടന്ന് അള്ളാമേടിനെ ലക്ഷ്യമാക്കി അയാൾ നടക്കുന്നത് ഷാഹിദ് നോക്കിനിന്നു. കഞ്ചാവുസക്കായി, ഒസ്സാൻ അത്ത്ക്കെ്രി, സെയ്തലവി, പച്ചമരുന്നുപറിക്കാരി ഒറോതച്ചേടത്തി അങ്ങനെ ഒരു പാടുപേർ ആ കാഴ്ച നോക്കിക്കാണുന്നുണ്ടായിരുന്നു. അവരുടെയെല്ലാം മനസ്സിൽ എന്തോ ഒരു കുളിർമ, അതോടൊപ്പം എന്തോ ഒരു കൗതുകവും നിറഞ്ഞിരുന്നു.

## കാറ്റിൽ പറക്കുന്നവർ

**പ**ള്ളിയുമ്മയെയും അവളുടെ മകൻ പുള്ളിമാനെയും പേരില്ലാത്ത മരപ്പട്ടിയെയും കണ്ടു പരിചയിച്ച പ്രഭാതത്തിൽ അസ്ഥാളിപ്പോടെ യാണ് ഷാഹിദ് വീട്ടിൽ തിരിച്ചെത്തിയത്. ജീവിതത്തിലുടനീളം ഉണ്ടാവാറുള്ള അപ്രതീക്ഷിതമായ പരിണാമങ്ങളെക്കുറിച്ചോർക്കാതിരിക്കാൻ അയാൾക്കായില്ല. കുട്ടിക്കാലത്തു കൂടെ പഠിച്ച ചട്ടമ്പിയും സുഖിമാനുമായിരുന്ന ഒരു വിദ്വാൻ ഇതാ രാത്രി വെട്ടവും വെളിച്ചവുമില്ലാതെ കാട്ടിലും വെളിമ്പുറങ്ങളിലും കഴിയുന്നു. വിത്തുകളും പഴങ്ങളും കിട്ടുന്നതനുസരിച്ച് ഭക്ഷിക്കുകയും കാട്ടരുവിയിലെ വെള്ളം കുടിക്കുകയും ചെയ്യുന്നു.

രാവിലത്തെ ഭക്ഷണത്തിനുശേഷം കുറിച്ചിയാനിക്കൽ ചെല്ലണമെന്നുറപ്പിച്ചു ഷാഹിദ്. ഷാഹിദിനു ഫോൺ വരുന്നത് കുറിച്ചിയാനിക്കലേക്കാണ്. കർണാടകത്തിൽനിന്നും വീട്ടുകാരുടെ ഫോൺ വരാൻ സാദ്ധ്യതയുള്ള ദിവസമാണ്. ഏകദേശം ഉച്ചയാകുമ്പോൾ.

രണ്ടും മൂന്നും ദിവസം കൂടുമ്പോൾ അവർ വിളിക്കും. പപ്പ, മമ്മി, ഗുല്ലു ആരെങ്കിലും സംസാരിക്കും. ജാസ്മിൻ അക്കച്ചിയുടെ മകൻ, സംസാരിക്കുന്നതിന്റെ പുതുമയെന്തെന്നു കണ്ടുപിടിച്ചവൻ, നിശ്ചയമായും അവന്റെ കൊഞ്ചൽ കേൾപ്പിക്കും. ഇവിടെ പള്ളിപ്പറമ്പിൽ വീട്ടിൽ ഫോൺ ഇല്ല. ചെമ്പകപ്പള്ളിയിൽ ഫോൺ വന്നത് ഷാഹിദിന്റെ വീട്ടുകാർ കർണാടകത്തിലേക്കു കുടിയേറിയതിനു ശേഷമായിരുന്നു. അതുകൊണ്ട് കണക്ഷനുവേണ്ടി അപേക്ഷിക്കുകയുണ്ടായില്ല.

പള്ളിപ്പറമ്പിൽവീടിനു നേരേ എതിർവശത്താണ് കുറിച്ചിയാനിക്കൽ. പഞ്ചായത്തുപാത കുറുകെ കടന്ന് അപ്പുറത്ത്. ചെമ്പകപ്പള്ളിയിലെ വലിയ റബ്ബർ കൃഷിക്കാരിലൊരാളാണ് കുറിച്ചിയാനിക്കൽ തോമസ് എന്ന തൊമ്മിച്ചായൻ. തൊമ്മിച്ചായന്റെ മൂത്തമകൻ റെജിയും ഗുല്ലുവുമായുള്ള അടുപ്പം ഇപ്പോഴും നിലനിന്നുപോരുന്നുണ്ട്. ഏലപ്പാറയിൽ അവർക്കുള്ള എസ്റ്റേറ്റിലാണ് റെജി താമസിക്കുന്നത്. റെജി

ഷാഹിദിനെ ഏലപ്പാറയ്ക്കു കൊണ്ടുപോയസമയത്ത് റെജിയുടെ ഭാര്യ ഷൈനമ്മ അവിടെയില്ലായിരുന്നു. ഇപ്പോഴും അവൾ അവിടെ യില്ല. രണ്ടാമത്തെ പ്രസവത്തിന് സ്വന്തം തറവാട്ടിലേക്കു പോയിരി ക്കുകയാണ്. റെജിയുടെ രണ്ടനിയന്മാർ ദുബായിലാണ്. ഏറ്റവും മൂത്തത് പെണ്ണുങ്ങളാണ്. ഷാഹിദ് സ്കൂളിൽ പഠിക്കുമ്പോഴേ അവരുടെ വിവാഹം കഴിഞ്ഞിരുന്നു. തൊമ്മിച്ചായനും ഭാര്യയ്ക്കും അതുകൊണ്ട് അൽപസ്വൽപം ഏകാന്തതയൊക്കെ അനുഭവപ്പെടുന്നുണ്ട്. ''റെജിക്ക് എസ്റ്റേറ്റിൽനിന്നിങ്ങോട്ടു വരാൻ സമയം കിട്ടത്തേയില്ല,'' തൊമ്മി ച്ചായന് അറിയാമത്. എന്തിനെങ്കിലും ഷാഹിദ് അങ്ങോട്ടു ചെല്ലുന്നത് മക്കൾ ചെല്ലുന്നതുപോലെയാണെന്ന് അവർ എപ്പോഴും പറയും.

തൊട്ടാൽ പൊടിയുന്ന സ്വാദിഷ്ഠമായ കപ്പ പുഴുങ്ങിയതും അക മ്പടിയായി കാന്താരിമുളകും വാളൻപുളിയും ചുവന്നുള്ളിയും കൂട്ടി ''മുളകുടച്ചതും'' ഷാഹിദിനെ കാത്തിരിപ്പുണ്ടായിരുന്നു. അടുക്കള യിലെ വലിയ മേശമേൽ വെച്ച് ആ പ്രാതൽ കഴിച്ചുകൊണ്ടിരിക്കു മ്പോൾ പിന്നാമ്പുറത്തെ മുറ്റത്തുനിന്ന് അക്ഷമ ദ്യോതിപ്പിക്കുന്ന ഉച്ചത്തിലുള്ള മൂളലുകൾ കേട്ടു. ഷാഹിദിന് ഉടനെ കാര്യം മനസ്സി ലായി. താലിയപ്പനെ വിളിച്ചു. ''ആ നജീസിനെ നീ ഇങ്ങോട്ടു കൊണ്ടു പോന്നു അല്ലേ?''

താലിയപ്പൻ മനസ്സിലായില്ലെന്ന ഭാവത്തിൽ പരുങ്ങിനിന്നു.

''വേലത്തരം കൈയിലിരിക്കട്ടെ,'' ഷാഹിദ് സ്വരം പരുഷമാക്കി, ''എന്തിനാടാ അതിനെ കൊണ്ടുപോന്നെ?''

''അത്... '' താലിയപ്പൻ വാക്കുകൾക്കായി ഒന്നു പരതി: ''കൂടെ പ്പോന്നതാ. എറിഞ്ഞോടിച്ചിട്ടും...''

''നീ എറിഞ്ഞോടിച്ചിട്ടും മറ്റുമില്ല,'' ഷാഹിദ് ഉള്ളാലെ ചിരിച്ചു.

''എറക്കിവിട്ടോണം പറഞ്ഞേക്കാം.'' അരിശം ഭാവിച്ചുകൊണ്ടു തന്നെ ഷാഹിദ് താലിയപ്പനെ വിരട്ടി.

പിൻമുറ്റത്തുനിന്നുള്ള വിളി കൂടുതൽ അക്ഷമമമായി.

ഭക്ഷണം കഴിച്ചുതീരുംമുമ്പേ വാതിൽമണി ശബ്ദിച്ചു. പിൻമുറ്റത്തു നിന്നും പ്രതിഷേധസൂചകമായി ഒരു നീണ്ട കുര ഉയർന്നു.

''വേഗം ചെന്നു നോക്ക് .'' ഷാഹിദ് താലിയപ്പനോടു പറഞ്ഞു: ''ഈ കഴുത ചെന്നു കടിക്കുകയോ മറ്റോ ചെയ്യണ്ട.''

കുറിച്ചിയാനിക്കലെ തൊമ്മിച്ചനായിരുന്നു വന്നത്.

''വീട്ടീന്നു ഫോണുണ്ട്. പത്തു മിനിട്ടു കഴിഞ്ഞ് വീണ്ടും വിളിക്കും.''

''ഇന്നു നേരത്തെയായി അല്ലേ?'' ഷാഹിദ് ധൃതിയിൽ എഴുന്നേറ്റു കൈകഴുകി തൊമ്മിച്ചായനോടൊപ്പം പോയി.

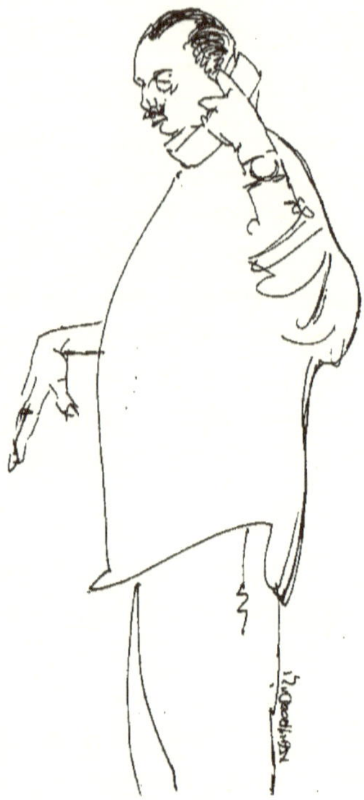

"മമ്മിയിങ്ങോട്ടു പോരണമെന്നും പറഞ്ഞു നില്ക്കുകയാണ്." പപ്പ ഫോണിൽ പറഞ്ഞു.

"എന്തു പറ്റി?" ഷാഹിദ് അന്വേഷിച്ചു.

"ഇനിയും ഷാഹിദിനെ ഒറ്റയ്ക്കുവിട്ട് ഇവിടെ സ്വൈരമായി ഇരിക്കാൻ കഴിയുകയില്ലെന്ന്."

"എനിക്കിവിടെ സുഖമാണല്ലോ. പിന്നെയെന്തിനു വിഷമിക്കുന്നു. താലിയപ്പന്റെ പാചകം ഒന്നാന്തരം. പറമ്പിലെ കാര്യങ്ങളും അവൻ നോക്കുന്നു. ഒരു സൈക്കിൾ വാങ്ങിച്ചു കൊടുത്തു. അവൻ വളരെ സന്തോഷത്തിലാണ്."

"അതൊക്കെ ശരി. പക്ഷേ, നിന്റെ അണ്ണച്ചിക്കാണ് കൂടുതൽ വേവലാതി. മമ്മിയെ പറഞ്ഞിളക്കിവിട്ടത് ഗുല്ലുവാണ്. ഒഴികഴിവിനായി കാത്തുനിൽക്കുകയായിരുന്നല്ലോ മമ്മി."

ഷാഹിദിന്റെ പഴയ മുറിപ്പാടുകൾ ആഴത്തിലുള്ളവയാണെന്നും അവ തീർത്തും ഉണങ്ങിയിട്ടില്ലെന്നും ഏറ്റവും കൂടുതലറിയുന്നത്

ഗുല്ലുവാണ്. ഗുല്ലു അവയിൽ പങ്കുചേരുന്നുമുണ്ട്. തന്റെ സ്നേഹ വാത്സല്യങ്ങൾക്കു പാത്രമായിരുന്ന, തന്നെ അങ്ങേയറ്റം ആരാധിച്ചിരുന്ന, വയറിത്താച്ചിയെക്കുറിച്ചോർക്കുമ്പോഴും ഗുല്ലുവിനു ദുഃഖമാണ്.

താച്ചിയുടെ ഓർമകൾ, അവളുടെ ബന്ധുക്കൾ- ഷാഹിദിന്റെ നൊമ്പരങ്ങളെ വീണ്ടും കുത്തിയുണർത്താൻ ചെമ്പകപ്പള്ളിയിൽ ഇല്ലാത്തത് ഒന്നുമില്ലല്ലോ. മമ്മിക്കും അതൊക്കെ അറിയാം. അതൊക്കെ ഓർക്കുമ്പോൾ അസ്വസ്ഥത വരാതിരിക്കുന്നതെങ്ങനെ?

''മമ്മിയോടു ഞാൻ സംസാരിക്കാം പപ്പാ.'' ഷാഹിദ് പറഞ്ഞു.

''നീയെന്നാ എടുക്കുവാ മോനേ?'' മമ്മിയുടെ ശബ്ദത്തിൽ ഒരു ചെറിയ ആധി കലർന്നിരുന്നു.

''നല്ല ഒന്നാന്തരം കപ്പപ്പുഴുക്ക് മുളകു പൊട്ടിച്ചതും കൂട്ടി കഴിക്കുവാരുന്നു.''

''മമ്മി ചെമ്പകപ്പള്ളീലോട്ടു പോരട്ടെ?''

''തൽക്കാലം വരേണ്ട ഒരു കാര്യവുമില്ല. ഉച്ചുമാമ ഹജ്ജിനു പോയി വന്നാൽ ഞാനങ്ങു വരില്ലേ?''

''കൊമ്പൻ ഒതുങ്ങിക്കെടപ്പാണെന്നതാ ഒരു സമാധാനം.'' മമ്മി പറഞ്ഞു.

അന്നത്തെ കത്തിക്കുത്തിൽ തളർന്നുപോയതാണ് കൊമ്പൻ. ഇപ്പോഴും കിടപ്പിലാണ്. എപ്പോഴും മരുന്നാണ് കൊമ്പന്. കഷായം, കുഴമ്പ്, നസ്യം... അങ്ങനെ. കോയമ്പത്തൂരെവിടെയോ കൊണ്ടുപോയി കിടത്തി ചികിത്സിച്ചശേഷം മെയ്സ്വാധീനം മെച്ചപ്പെട്ടിട്ടുണ്ട്.

''ഫോൺ കണക്ഷന് അപ്ലൈ ചെയ്യാൻ പറഞ്ഞിട്ട് ചെയ്തോ നീ?'' മമ്മി ചോദിച്ചു. ''സ്പെഷൽ കണക്ഷനായാ വേഗം കിട്ടുവല്ലോ.''

''കുറിച്ചിയാനിക്കൽ ഫോണുള്ള സ്ഥിതിക്ക് ധൃതി കൂട്ടേണ്ട കാര്യമൊന്നുമില്ല.''

''നിന്നെപ്പോലെയുള്ള പിള്ളാരൊക്കെ മൊബൈലിനു ധൃതി കൂട്ടുന്ന കാലമാ. നീ എന്താ ഇങ്ങനെ?'' മമ്മിയുടെ സ്വരത്തിൽ വിഷാദമുണ്ടായിരുന്നു. ''ആട്ടെ, ഇനിയെന്താ പരിപാടി?''

''പറമ്പിൽ പണിക്കാരുണ്ട്. ഇഞ്ചീം മഞ്ഞളും പറിക്കുന്നു.''

പറമ്പിൽ അന്നു മാത്രമല്ല പണി നടന്നത്. പിറ്റേന്നും ഉണ്ടായിരുന്നു. അതുകൊണ്ട് ആഗ്രഹിച്ചപോലെ സഞ്ജുവിനെ കാണാനായി അള്ളാമേട്ടിലേക്കു പോകാൻ ഷാഹിദിനു കഴിഞ്ഞില്ല. പക്ഷേ, സഞ്ജു തന്റെ ജീർണിച്ചു തുടങ്ങിയ സഞ്ചിയും തൂക്കി ഷാഹിദിന്റെ വീടന്വേഷിച്ചുവന്നു.

പ്രാതൽ കഴിഞ്ഞ് പുട്ടും കടലക്കറിയും ബാക്കിയിരിപ്പുണ്ടായിരുന്നു. അതിൽ സഞ്ജുവിനു താൽപര്യമുണ്ടായില്ല.

''എന്നാൽ കരിക്കിടാൻ പറയാം,'' ഷാഹിദ് സഞ്ജു തടഞ്ഞത് വകവയ്ക്കാതെ, താലിയപ്പനെ ആ ദൗത്യം ഏല്പിക്കാനായി പുറപ്പെട്ടു.

ഷാഹിദിന്റെ മുറിയിൽ തന്റെ സഞ്ചി വച്ചിട്ട് സഞ്ജുവും കൂടെയിറങ്ങി.

ഷാഹിദ് താലിയപ്പനെ ഉറക്കെ വിളിച്ചു. അവൻ പറമ്പിൽനിന്ന് ഓടിവന്നു. പുള്ളിമാനും പുറകെയുണ്ടായിരുന്നു.

''അല്ല. ഇതെന്നാ.'' ഷാഹിദിന് ഇപ്പോൾ ഇത്തിരി അരിശം വരാതിരുന്നില്ല. ആ നജീസിനെ പിന്നെയും...''

താലിയപ്പൻ കുറ്റബോധത്തോടെ ഒന്നും മിണ്ടാതെ നിന്നു. പുള്ളിമാൻ തന്റെ മാൻചെവികൾ കൂർപ്പിച്ചു മുഖം ചരിച്ച് മേൽപോട്ടുയർത്തി ഷാഹിദിനെ നോക്കി. ഹ്രസ്വമായ ചൂളംപോലെ ഒരു മൂളൽ പുറപ്പെടുവിച്ചു.

''അവൻ നിന്റെ മനസ്സു വായിക്കുകയാണ്,'' സഞ്ജു പറഞ്ഞു.

പുള്ളിമാൻ ശക്തമായി വാലാട്ടിക്കൊണ്ടിരുന്നു.

''നീയും സിദ്ധി കാണിക്കാൻ തുടങ്ങിയല്ലോടാ.'' സഞ്ജു പുള്ളിമാനെ കൗതുകത്തോടെ നോക്കി.

ആദ്യമായി പുള്ളിമാനെ കണ്ടപ്പോഴേ ആ ബന്ധം വളരുവാൻ പോവുകയാണെന്നു തോന്നിയിരുന്നില്ലേ എന്ന് ഷാഹിദിപ്പോൾ സംശയിച്ചു. ആ ഇത്തിരിപ്പോന്ന നായ്ക്കുട്ടി പള്ളിപ്പറമ്പിൽവീടിനെ ദത്തെടുത്തുകഴിഞ്ഞിരിക്കുന്നുവെന്ന് അയാളറിഞ്ഞു.

കരിക്കും പറമ്പിലുണ്ടായ ഞാലിപ്പൂവൻ പഴവും കഴിച്ച് കുറച്ചു നേരം ഷാഹിദിന്റെ മുറിയിലിരുന്നശേഷം സഞ്ജു പോകാനൊരുങ്ങി:

''ഞാൻ ഇറങ്ങട്ടെ''

''ഊണു കഴിച്ചിട്ടു പോയാൽ പോരേ?''

''വേണ്ട.''

''എന്തെങ്കിലും ഭക്ഷണം എവിടെയെങ്കിലും വച്ച് കഴിക്കണ്ടേ.''

''കഴിച്ചല്ലോ, അതുമതി. അല്ലാതെ വയറുനിറച്ചു സ്വാദുനോക്കി കഴിച്ചു ശീലിച്ചാൽ പിന്നെ എല്ലാ ദിവസവും അങ്ങനെയൊക്കെ വേണമെന്നാകും.''

''അതിനെന്താ?'' ഷാഹിദ് പറഞ്ഞു: ''ഇവിടെ താമസിക്കാമല്ലോ.''

''സ്വസ്ഥം ഗൃഹഭരണം എന്നപോലെ, അല്ലേ... എടോ ഞാൻ സന്ന്യാസദീക്ഷ സ്വീകരിച്ചത് അതിനാണോ?''

“സന്ന്യാസമോ?” ഷാഹിദ് ചോദിച്ചു: “എന്നിട്ട് എവിടെ കാവി?”

“കാവിമുണ്ട് ഉണ്ടായിരുന്നത് പിഞ്ഞിപ്പോയി. പിന്നെക്കിട്ടിയ മുണ്ടിൽ കാവിമുക്കാൻ ഒത്തില്ല. അതുമല്ല...” സഞ്ജു സ്വകാര്യം പറഞ്ഞു: “ഗുരുവിന്റെ അനുവാദവും ചോദിച്ചിരുന്നു, മഫ്റ്റിയിൽ നടക്കാൻ.” സഞ്ജുവൊന്നു കണ്ണിറുക്കി: “ജാറങ്ങളിലും മറ്റും പോകാൻ അതല്ലേ നല്ലത്.”

ഇപ്പോൾ ഷാഹിദിനു കാര്യങ്ങളുടെ കിടപ്പ് ഏതാണ്ടൊന്നു മനസ്സിലായി.

“അപ്പോൾ നീയൊരു സന്ന്യാസിയാണ്.”

“എന്നു പറഞ്ഞുകൂടാ. ആവാൻ ശ്രമിക്കുന്നു. അതിനാണ് കാവിയും ജീവനാനന്ദ എന്ന പേരും ഗുരുവെനിക്കു തന്നത്.”

“ആരാണ് നിന്റെ ഗുരു?”

“ഷഹദ്, ഒരുപാടു ചോദ്യങ്ങളാണ് നിനക്ക്. ഉത്തരം പറയാൻ ഇപ്പോൾ നേരമില്ല. ഞാനിറങ്ങട്ടെ.” സഞ്ജു എഴുന്നേറ്റു തൂക്കുസഞ്ചി തോളിൽ ഞാത്തി. ഉത്തരം പറയാത്തതിൽ ഷാഹിദിനു പരിഭവം തോന്നിയില്ല. അയാൾ ആകാംക്ഷയോടെ ചോദിച്ചു: “ഇനി എന്നു വരും?”

“തീർച്ചയില്ല.”

“വരുമോ?”

“അതും തീർച്ചയില്ല.”

“നീ എന്തിനാ അള്ളാമേട്ടിൽ വന്നത്?”

“എടോ, തേനീച്ചകൾ എവിടെയൊക്കെ പോവും പൂക്കളന്വേഷിച്ച്, എത്ര കാതം പറക്കും?”

“എന്നിട്ട്... തേൻ കിട്ടിയോ?”

“കുറച്ചുകൂടി നിൽക്കണമായിരുന്നു. പക്ഷേ, പറ്റാതെ വന്നു. മരപ്പട്ടിയുടെ കാര്യത്തിൽ ഇടപെട്ടതാണ് കുഴപ്പമായത്.”

അത്രയും അത്ഭുതകരമായ ആ സംഭവം താൻ മറന്നുപോയതിനെക്കുറിച്ചു ഷാഹിദിനു ആശ്ചര്യം തോന്നി. അയാൾ ഇടയിൽക്കടന്നു ചോദിച്ചു:

“എന്തു ചെയ്തു മരപ്പട്ടിയെ?”

“കുന്നിൻപുറത്ത് പേരാലിൽ നിന്നും കുറച്ചുമാറി ഒരാഞ്ഞിലിയുണ്ട്. അവിടെക്കൊണ്ടുവിട്ടു.” സഞ്ജു പറഞ്ഞു: “അതൊരു സിദ്ധിയായിട്ട് ആർക്കൊക്കെയോ തോന്നി. പോരെങ്കിൽ നിങ്ങളുടെ ഔലിയ ഇരുന്ന സ്ഥലമല്ലേ. ഇന്നു കാലത്ത് ഒരാൾ വന്നു കാലുപിടിച്ചു പറയുകയാണ്, അയാളുടെ രോഗം മാറ്റണമെന്ന്.”

''എന്നിട്ട്?''

''എന്നിട്ടെന്ത്? രക്ഷപ്പെടാനായി കണ്ണടച്ചിരുന്നു. ചെറുതായി ഒന്നു ധ്യാനത്തിലാവുകയും ചെയ്തു. കുറെക്കഴിഞ്ഞു കണ്ണുതുറന്നു നോക്കിയപ്പോൾ പുള്ളി കാത്തിരിപ്പാണ്. കണ്ടിട്ട് മുസ്ലീമാണെന്നു തോന്നി. എല്ലാ ദിവസവും കുടുംബത്തോടൊപ്പമിരുന്ന് യാസീൻ ഓതണമെന്ന് ഉപദേശിച്ചു. അതുകൊണ്ട് ആർക്കും ഒരു ദോഷവും വരാനില്ലല്ലോ. കൈയിലുണ്ടായിരുന്ന ഒരുപിടിക്കടലയും കൊടുത്തു വിട്ടു.''

''എന്തായിരുന്നു രോഗം?''

''ഞാനതൊന്നും ശ്രദ്ധിച്ചില്ല. സിദ്ധി കാണിക്കൽ ആത്മാന്വേഷിക്കു കെണിയാണ്. ആത്മശക്തി ചോർന്നുപോകും.''

''എന്നുവച്ചാൽ സിദ്ധി കാണിക്കാനറിയാം അല്ലേ?''

''ആവോ.''

രണ്ടുപരും തെല്ലിട നിശ്ശബ്ദരായി. പിന്നെ ഷാഹിദ് പറഞ്ഞു: "എന്നാലും ഇത്ര പെട്ടെന്നു പോവുകയാണല്ലോ."

"സഞ്ചരിക്കുക. സഞ്ചരിച്ചുകൊണ്ടേയിരിക്കുക. ഒരിടത്തും വേരുകളുണ്ടാവരുത്. ചരൈവേതി, ചരൈവേതി... എന്നല്ലേ."

കാറ്റത്തു പറക്കുന്നവൻ. ഷാഹിദലി തന്റെ സുഹൃത്തിനെ തിരിച്ചറിഞ്ഞു. ഒരുപക്ഷേ, അള്ളാമേട്ടിലെ തങ്ങളെപ്പോലെ. തങ്ങൾ എവിടെനിന്നോ പാറിവന്നു. പഴുത്ത ഇലപോലെ ഇവിടെ വീണടിഞ്ഞു. സഞ്ജു എവിടെയെല്ലാം പോവുമോ എന്തോ...

രണ്ടുപേരും മുറ്റത്തേക്കിറങ്ങി. ഷാഹിദിന്റെ ചുമലിൽ കൈവച്ചു സഞ്ജു തന്റെ ആ വലിയ കണ്ണുകൾകൊണ്ട് ഷാഹിദിനെ അടക്കിപ്പിടിച്ചു.

"ഞാൻ നിന്നെ കാണാൻ വരും. നിന്നോടെനിക്കൊരു കടമുണ്ട്."

"എന്തു കടം?"

"ചാമ്പയ്ക്ക മോഷ്ടിക്കാൻ ഭഗവതിക്കാവിൽ പോയതോർക്കുന്നോ?"

ഷാഹിദ് ഓർത്തു. ഒരിക്കൽ സ്കൂളിനപ്പുറത്തുണ്ടായിരുന്ന ഭഗവതിക്കാവിലേക്കു മറ്റുള്ളവരുടെ കണ്ണുവെട്ടിച്ച് കടക്കുകയുണ്ടായി. ക്രിസ്മസ് പൂട്ടൽ കഴിഞ്ഞ് സ്കൂളു തുറന്ന സമയമായിരുന്നു. സഞ്ജു ഷാഹിദിന്റെ കൂട്ടുതേടുകയാണുണ്ടായത്:

"എടാ ഉവ്വേ നമുക്കൊന്നു പോയിനോക്കാം. അതിനകത്ത് പനിനീർചാമ്പയ്ക്ക നിറയെ ഉണ്ടെന്ന് ആരാണ്ടോ പറഞ്ഞു."

ഭയത്തിന്റെ മേഖലയായിരുന്നു ആ കാവ്. ഭൂതഗണങ്ങൾ ഭഗവതിക്കു കാവലാണ്. കാവിനുചുറ്റും എമ്പാടും സ്ഥലമുണ്ട്. അതു നിറച്ചും പടുവിത്തു വീണു വളർന്ന വൃക്ഷങ്ങളും കാടും പടലും. വൈകുന്നേരം ശാന്തിക്കാരൻ തിരിവയ്ക്കും. അതുമാത്രം. പകലടഞ്ഞു കിടന്ന കാവ്.

കിളികളും കാറ്റും മയക്കം പിടിച്ച ഉച്ചയിൽ ആ കാവിന്റെ ഹൃദയത്തിലെ കുളിര് എന്തൊരു കുളിരായിരുന്നു! പനിനീർചാമ്പ കണ്ടെത്തി. ചാമ്പയിൽ കയറി. തിന്നാനും ട്രൗസറിന്റെ പോക്കറ്റിൽ നിറയ്ക്കാനും തുടങ്ങി. പെട്ടെന്നാണ് സഞ്ജുവിനൊരു ശങ്കയുണ്ടയത്. എത്രയായാലും ഭഗവതിയുടെ സ്വത്തല്ലേ... ഇനി ഭഗവതീകോപം വല്ലതും...

"എന്നെ ഒന്നും ബാധിക്കില്ല. തൗഹീദ് രക്ഷിക്കും." ഷാഹിദ് പ്രഖ്യാപിച്ചു.

"തൗഹീദോ?"

ഷാഹിദിന് അപ്പോഴാണ് ആ പ്രചോദനമുണ്ടായത്:

"നിനക്കും തൗഹീദിന്റെ രക്ഷ കിട്ടും. പറയുമ്പോലെ ഏറ്റുപറഞ്ഞാൽ മതി."

രണ്ടുപേരും ചാമ്പയ്ക്ക പറിക്കൽ നിർത്തി വളരെ ഗൗരവത്തോടെ ആലോചിച്ചിരുന്നു.

ഷാഹിദിരിക്കുന്ന കൊമ്പിനു തൊട്ടരികിലെ അൽപമൊന്നുയർന്ന കൊമ്പിലായിരുന്നു സഞ്ജു. ദൃഢനിശ്ചയത്തോടെ അവൻ പ്രതികരിച്ചു:

"നീ പറ. ഞാനേറ്റു പറയാം."

വളരെ വിശ്വാസത്തോടെ വളരെയേറെ സമർപ്പണത്തോടെ, ഷാഹിദ് മൂന്നുവട്ടം ചൊല്ലി.

"അശ്ഹദു അൻ
ലാ ഇലാഹ ഇല്ലല്ലാഹ്
അശ്ഹദു അന്ന
മുഹമ്മദ് റസൂലുല്ലാഹ്"

ഓരോ തവണയും കൂട്ടുകാരൻ തുല്യസമർപ്പണത്തോടെ അതേറ്റു ചൊല്ലി.

ചൊല്ലിക്കഴിഞ്ഞു കൂട്ടുകാരൻ ചോദിച്ചു: "എന്താണീ തൗഹീദിന്റെ അർത്ഥം?"

"അശ്ഹദു-ഞാൻ സാക്ഷ്യം വഹിക്കുന്നു. അൻ ലാ ഇലാഹ് ഇല്ലല്ലാഹ്-അല്ലാഹു അല്ലാതെ മറ്റൊരാരാധ്യനില്ല. വ അശ്ഹദു-വീണ്ടും ഞാൻ സാക്ഷ്യം വഹിക്കുന്നു. അന്ന-തീർച്ചയായും, മുഹമ്മദ് റസൂലുല്ലാഹ്-മുഹമ്മദ് അല്ലാഹുവിന്റെ പ്രവാചകനാണ്. ഇതാണ് തൗഹീദ്. മനസ്സുകൊണ്ട് വിശ്വസിച്ച്, നാവുകൊണ്ടു പറഞ്ഞുറപ്പിക്കണം. തൗഹീദുണ്ടായാൽ എല്ലാമായി!"

ഒരു രഹസ്യം കൈമാറുന്ന മട്ടിലാണ് ഷാഹിദ് അതത്രയും പറഞ്ഞത്: "ഒന്നും കൂടി പഠിപ്പിച്ചു തരാം."

"എന്താ?"

"സൂറത്തുൽ ഫാതിഹ..."

"പറഞ്ഞുതാ..."

ഒരു ദൗത്യം നിർവഹിക്കുന്നതുപോലെ ഏകാഗ്രമായി ഷാഹിദ് ഉരുവിട്ടു-

"അൽഫാതിഹാ-
അൽഹം ദുലില്ലാഹി റബ്ബിൽ ആലമീൻ
അർറഹ്മാനിർ റഹീം
മാലിക്കിയൗമിദ്ദീൻ..."

എത്ര പെട്ടെന്നാണ് സഞ്ജുവിന്റെ നാവ് അതിനൊക്കെ വഴങ്ങിയത്. അർത്ഥം ചോദിച്ചു മനസ്സിലാക്കി അതു ഹൃദിസ്ഥമാക്കാൻ അയാൾക്ക് അന്നുതന്നെ കഴിഞ്ഞു.

''പണ്ടേ ഇത് ചെയ്യേണ്ടതായിരുന്നു. ഇപ്പോഴെങ്കിലും ചെയ്തതു നന്നായി,'' ഷാഹിദിനുണ്ടായ ആശ്വാസം ചെറുതായിരുന്നില്ല. ''നീയോ ഞാനോ ഇതിനകം മരിച്ചിരുന്നെങ്കിലോ?''

''എങ്കിൽ?''

''ഇതറിയാത്തവന് സ്വർഗത്തിൽ പോകാൻ കഴിയില്ല. ഞാൻ മരിച്ചിരുന്നെങ്കിൽ നിനക്കിതാരു പറഞ്ഞുതരും? ആരോടെങ്കിലും ചോദിച്ചു മനസ്സിലാക്കാൻ നിനക്കിക്കാര്യം അറിയാമായിരുന്നില്ലല്ലോ. നീ മരിച്ചിരുന്നെങ്കിൽ ഇപ്പോൾ കിട്ടിയ അവസരം എനിക്കു കിട്ടുമായിരുന്നോ?''

''ശരിയാ.'' സഞ്ജു പറഞ്ഞു.

''ഇത് നന്നായി. ഇതൊന്നും ആരോടും പറയണ്ട.'' ഷാഹിദ് ആത്മീയമായ ആ ഇടപാടിന്റെ രഹസ്യാത്മകത ഊട്ടിയുറപ്പിച്ചു.

അതൊക്കെയും വീഡിയോ റെക്കോർഡ് ചെയ്തപോലെ മനസ്സിലെവിടെയോ കിടപ്പുണ്ടായിരുന്നു.

''കുട്ടിക്കാലത്തെ ഓരോ വിഡ്ഢിത്തം,'' ഷാഹിദ് അതൊക്കെയോർത്തു ലജ്ജയോടെ ചിരിച്ചു: ''നീ ഓർത്തിരിക്കുന്നോ?''

''വിഡ്ഢിത്തമോ?'' സഞ്ജു ശകാരത്തിന്റെ സ്വരത്തിൽ പറഞ്ഞു: ''എനിക്കുവേണ്ടി അത്ര ഉദാരമായ ഒരു സങ്കൽപം നിന്റെ മനസ്സിലല്ലാതെ മറ്റൊരു സുഹൃത്തിന്റെ മനസ്സിലും രൂപംകൊണ്ടിട്ടില്ല.''

മുറ്റത്തെ വായുവിൽ ചെമ്പകഗന്ധമുണ്ടായിരുന്നു. വീട്ടിൽനിന്നും കുറച്ചു മാറി നിൽക്കുന്ന ചെമ്പകമരം പൂക്കളെക്കൊണ്ടു മുറ്റിയിരുന്നു.

''നിന്റെ ചെമ്പകവല്ലി,'' സഞ്ജു ചിരിച്ചു: ''ആയിഷാബീവി ഇളവരശനെയോർത്ത് ഇപ്പോഴും നെടുവീർപ്പിടുകയാണല്ലോ.''

''പോസ്റ്റ്,'' പടിക്കൽനിന്ന് പോസ്റ്റുമാൻ വിളിച്ചു. ആ ശബ്ദം കേട്ട് പുള്ളിമാൻ എവിടെനിന്നോ കുരച്ചുകൊണ്ടു ചാടിവന്നു. ശൈശവം വിടാത്ത കുര. പുറകെ അവന്റെ രക്ഷിതാവും ഓടിവന്നു.

''ഷാഹിദലി പി.എ., പള്ളിപ്പറമ്പിൽ ഹൗസ്,'' പോസ്റ്റുമാൻ വിലാസം വായിച്ചു: ''ഇതല്ലേ?''

താലിയപ്പൻ ഓടിച്ചെന്ന്, പുള്ളിമാനെ വഴിയിൽനിന്നു മാറ്റി. കത്തുകൾ വാങ്ങിക്കൊണ്ടുവന്നു ഷാഹിദിനു കൊടുത്തു.

താവളം ചെമ്പകപ്പള്ളിയാണെന്നു സുഹൃത്തുക്കളെ അറിയിച്ചിരുന്നു. അവരിൽ ഒന്നുരണ്ടു പേർ മറുപടി അയച്ചിരിക്കുന്നു. നാട്ടിലുള്ളവരെ കണ്ടുപിടിക്കാനുള്ള ശ്രമം തുടങ്ങിയിട്ടേയുള്ളൂ.

പോസ്റ്റുമാനെ വിട്ട് പുള്ളിമാനും താലിയപ്പന്റെ കൂടെ ഷാഹിദിനു മുന്നിൽ ഹാജരായിരുന്നു.

''ചേട്ടൻ പോവ്വാണോ?'' താലിയപ്പൻ സഞ്ജുവിനോടു ചോദിച്ചു: ''ഊണു കഴിക്കണ്ടേ?''

''ചേട്ടനെന്നല്ല സ്വാമീന്ന് വിളി; അല്ലെങ്കിൽ ഔലിയാന്ന്.'' ഷാഹിദ് അവനു നിർദ്ദേശം നൽകി.

''എന്നാൽ ഇനി ഞാനിറങ്ങട്ടെ.'' താലിയപ്പനെ നോക്കി സഞ്ജു പറഞ്ഞു: ''ഇനിയൊരിക്കലാവാം ഊണ്.''

പുള്ളിമാൻ ഭവ്യതയോടെ സഞ്ജുവിന്റെ ജീർണിച്ച വസ്ത്രങ്ങൾ മണപ്പിച്ചുനോക്കി.

പടികടന്നും തന്നെ അനുഗമിച്ച ഷാഹിദിനെ സഞ്ജു തിരിഞ്ഞു നിന്നു വിലക്കി.

''നീ പോരണ്ട.''

പിന്നെ ഷാഹിദിന്റെ കൈകൾ കൂട്ടിപ്പിടിച്ചു പതിഞ്ഞ സ്വരത്തിൽ സഞ്ജു പറഞ്ഞു:

''ആറുമാസത്തിനകം ഒരു സംഭവം... പിന്നെ വലിയ മാറ്റങ്ങളായിരിക്കും നിന്റെ ജീവിതത്തിൽ...''

''എന്താണെന്നുകൂടി പറഞ്ഞുകൂടെ?'' ആശ്ചര്യത്തോടെ ഷാഹിദ് ചോദിച്ചു.

''എനിക്കിപ്പോളിതേ തോന്നുന്നുള്ളൂ.'' സഞ്ജു യാത്ര പറഞ്ഞു: ''ഖുദാ ഹാഫിസ്...''

ഉച്ചവെയിലിന്റെ പാതയിലേക്ക് അയാളിറങ്ങി. നീണ്ട കാൽവയ്പുകളോടെ നടന്നകന്നു.

# വ്രതത്തിന്റെ നാളുകൾക്കുമുൻപ്

**ഷാ**ഹിദലിയും താച്ചിയും പ്രണയബദ്ധരായിരുന്നു എന്നും ആ പ്രണയം അവരെയും അവരുടെ കുടുംബങ്ങളെയും എങ്ങനെ ബാധിച്ചു വെന്നും ചെമ്പകപ്പള്ളിയിൽ എല്ലാവർക്കും ഇപ്പോൾ അറിയാം. വിവാഹത്തിനുശേഷം താച്ചി ചെമ്പകപ്പള്ളിയിൽ വന്നിട്ടേയില്ല. വീട്ടു കാരെ കാണേണ്ട എന്നതാണ് അവളുടെ നിശ്ചയം. ഒറ്റമകൾ ആ വിധത്തിൽ തങ്ങളെ വെറുത്തത് അച്ഛനമ്മമാർക്കു വലിയ ആഘാത മായി. താച്ചിയുടെ അമ്മ ചൈതന്യം വാർന്നുപോയ മുഖവുമായി, യാന്ത്രികമായ ദിനചര്യയിൽ തന്റെ സമയം കളഞ്ഞു. അച്ഛന്റെ ശ്രദ്ധ നിസ്കാരങ്ങളിലും പള്ളിക്കാര്യങ്ങളിലുമായി ഒതുങ്ങി.

ചെമ്പകപ്പള്ളിക്കാർ കൂട്ടക്കാരുടെ കാര്യങ്ങളിൽ അതീവതൽപര രാണ്. അതുകൊണ്ട് സ്ഥലപുരാണവുമായി ബന്ധപ്പെട്ടു കിടന്ന പള്ളിപ്പറമ്പിൽതറവാടും അവിടുത്തെ ഷാഹിദലിയും അവർക്കു പ്രിയവിഷയമായി. പള്ളിപ്പറമ്പന്മാരും വടക്കേത്താഴന്മാരും തമ്മിൽ നിലനിന്നുപോരുന്ന കുടിപ്പകയുടെ ചരിത്രം അങ്ങനെ വീണ്ടും അവർ പുറത്തെടുത്തു. അവർ ആ ചരിത്രത്തിന്റെ താളുകൾ പിറകോട്ടു മറിച്ചു.

ഇന്നും ഇന്നലെയും തുടങ്ങിയതായിരുന്നില്ല ആ പോര്. ഷാഹി ദിന്റെ പൂർവികൻ അവുക്കാദർകുട്ടിയും താച്ചിയുടെ പൂർവികൻ പരീക്കണ്ണും തമ്മിൽ ഒരു വഴക്കായിട്ടാണ് അതു തുടങ്ങിയത്. തല മുറകൾക്കുമുമ്പു നല്ല അടുപ്പമായിരുന്നുപോലും തമ്മിൽ. പക്ഷേ കാര്യമില്ലാത്തകാര്യങ്ങളുടെ പേരിൽ അവർ തമ്മിൽ ഇടയ്ക്കിടയ്ക്കു തർക്കങ്ങൾ ഉണ്ടാവാറുണ്ടായിരുന്നു. ഒരിക്കൽ ഒരു തർക്കം മൂത്ത പ്പോൾ മുൻശുണ്ഠിക്കാരനായ അവുക്കാദർകുട്ടി പരീക്കണ്ണിന്റെ ചെകിട്ടത്തടിച്ചു. പരീക്കണ്ണ്, അടിയേറ്റ്, ഞരമ്പു തകർന്നു കിടപ്പി ലായി. അവുക്കാദർ മർമ്മം നോക്കി മനഃപൂർവം അടിച്ചു എന്നായി പരീക്കണ്ണിന്റെ സഹോദരന്മാർ. ഒന്നോ രണ്ടോ വർഷം ആ കിടപ്പു കിടന്ന് പരീക്കണ്ണ് അകാലത്തിൽ മരിച്ചുപോയപ്പോൾ അവരുടെ

ഹൃദയങ്ങളിൽ പകയുടെ തീ കത്തിക്കയറി. ഇന്നുമത് അണയാതെ കിടക്കുന്നു. ഓരോ തലമുറയ്ക്കും പക പുതുക്കാൻ സന്ദർഭങ്ങൾ വീണുകിട്ടിയിട്ടുണ്ട് എന്നതാണ് കാരണം. ഒളിഞ്ഞും തെളിഞ്ഞുമുള്ള ചങ്ങാത്തങ്ങൾ ഇതിനിടയിലൊക്കെ സംഭവിക്കാറുണ്ട്. എന്നാലും പ്രേമിക്കാനുള്ള വിധി തലയിലെഴുതിക്കൊണ്ടുവന്നത് താച്ചിയും ഷാഹിദുമാണ്.

സൂക്ഷിച്ചുവച്ചിരിക്കുന്ന ഓർമകളുടെ നിധിശേഖരങ്ങൾ പുറത്തെടുത്ത് കാറ്റും വെളിച്ചവും കാണിക്കുന്നതു ചെമ്പകപ്പള്ളിക്കാർക്ക് ആസ്വാദ്യകരമായിരുന്നു. ഷാഹിദലിക്കാകട്ടെ ഓർമകൾ വർത്തമാന കാലത്തേക്കു കടന്നുവന്നത് എപ്പോഴും പുതിയ പാഠങ്ങളും കൊണ്ടായിരുന്നു. അനുഭവധാര എങ്ങനെയെല്ലാം ദിശമാറിയെന്നു വിലയിരുത്താൻ അവസരങ്ങൾ ഉണ്ടാക്കിക്കൊണ്ട്. കാലഗതിയുടെ തീവ്രദർശനമായി ഷാഹിദലിയുടെ ഉൾക്കണ്ണുകളെ ആ പാഠങ്ങൾ തളർത്തി. ഷാഹിദിനോട് അടുപ്പമുണ്ടായിരുന്നവർക്കും അതു വിലയിരുത്തലിന്റെ കാലമായിരുന്നു. അതുകൊണ്ടാണ് നവയൗവനം സമ്മാനിച്ച പുരുഷസ്വരത്തിൽ ഉടുപ്പില്ലാക്കോയ പറഞ്ഞത്.

''കൊമ്പൻ മാമായെ പടച്ചോൻ കൈയോടെ ശിക്ഷിച്ച്.''

ഉമ്മറത്തെ അരഭിത്തിയിൽ ഇരുന്നുകൊണ്ട് അവൻ പറയുന്നത് ഇമ്പത്തോടെ ശ്രദ്ധിച്ചുകൊണ്ടിരുന്ന ഷാഹിദലിക്ക് അത്ഭുതപ്പെടാതിരിക്കാൻ കഴിഞ്ഞില്ല. പ്രകൃതിയുടെ ഏതു മന്ത്രവാദമാണ് കാതുകളെ തുളച്ചിരുന്ന കോയയുടെ പീപ്പിവിളിപോലുള്ള സ്വരത്തെ ഈ സംഗീതം നിറഞ്ഞ നേർത്ത ഇടിമുഴക്കമായി മാറ്റിയത്. ഷർട്ടൂരിപ്പിടിച്ചോടുന്ന സമ്പ്രദായം എന്നേ അവൻ നിർത്തിയിരിക്കുന്നു. സർക്കാർ ജോലി കിട്ടി തിരുവനന്തപുരത്തു താമസമാക്കിയ ഒരു ചേട്ടൻ കോയയ്ക്കുണ്ട്. പത്താംക്ലാസ്സിലായപ്പോൾ ചേട്ടൻ ഉടുപ്പില്ലാക്കോയയെ അവിടേക്കു കൂട്ടിക്കൊണ്ടുപോയി. ഇപ്പോൾ കാർഷികകോളേജിൽ ഡിഗ്രിക്കു ചേർന്നിരിക്കുകയാണ് കോയ. വീട്ടുകാര്യം പ്രമാണിച്ചു രണ്ടു ദിവസത്തേക്ക് എത്തിയതാണവൻ.

''കുടുംബപ്പോരിന്റെ വീറ് കേറീട്ടല്ലേ.'' ഷാഹിദ് പറഞ്ഞു: ''ആ കൊമ്പൻമീശയും തടിമിടുക്കുമല്ലാതെ അയാൾക്കെന്നാ ഉള്ളത്... പാവം!''

''ഓ ഒരു പാവം. നമ്മുടെ രാജാത്തിയെ തട്ടിക്കളഞ്ഞില്ലേ?''

ഷാഹിദ് പിന്നെ കൊമ്പനെ ന്യായീകരിച്ചില്ല.

തട്ടുകടക്കാരൻ സഖാവ് രാമൻകുട്ടി പടി കടന്നുവന്നു. കറുത്ത മുണ്ടാണ് വേഷം. കഴുത്തിൽ തുളസിമാലയും നെറ്റിയിൽ പ്രകടമായിക്കണ്ട കുറികളും. നീണ്ടുമുറ്റിയ കറുത്ത താടി. മലയ്ക്കു പോകാൻ മാലയിട്ടിരിക്കുകയാണ് സഖാവ്.

‘‘ശരണമയ്യപ്പാ...’’ ഉടുപ്പില്ലാക്കോയ പറഞ്ഞു.

പടി തുറക്കുന്ന ഒച്ചയും മറ്റും കേട്ട് പുള്ളിമാൻ എവിടെനിന്നോ കുരച്ചുചാടിക്കൊണ്ടു മുറ്റത്തേക്കു വന്നു. സഖാവാണെന്നുകണ്ട് കുരനിർത്തി അൽപമൊന്നു ലോഹ്യം നടിച്ചുകൊണ്ടു നിന്നു.

‘‘നിന്നെ ഈയിടെയായി അങ്ങോട്ടൊന്നും കാണാനില്ലല്ലോ?’’ രാമൻകുട്ടി തന്നെ ഉറ്റുനോക്കി നിൽക്കുന്ന പുള്ളിമാനോടു പറഞ്ഞു. അയാൾ ഉമ്മറത്തേക്കു കയറിവന്നപ്പോൾ പുള്ളിമാനും കയറിവന്നു. ഉടുപ്പില്ലാക്കോയയെ കണ്ടപ്പോൾ പരിചയക്കേടുകാരണം അവൻ സംശയഗ്രസ്തനായി മുരണ്ടു.

‘‘ഞാൻ വന്നു കയറിയപ്പോൾ കണ്ടില്ലല്ലോ ഇതിനെ.’’ കോയ പറഞ്ഞു.

‘‘ഇതു നമ്മുടെ പള്ളി ഉമ്മായുടെ മോനാ.’’ രാമൻകുട്ടി അറിയിച്ചു.

‘‘താലിയപ്പന്റെ കൂടെ പോന്നതാ. പുള്ളിമാൻ – അതാ അവനിട്ട പേര്,’’ ഷാഹിദ് പറഞ്ഞു:

‘‘ഇവിടെയാ ഇപ്പം ക്യാമ്പ്.’’

പുള്ളിമാൻ മുരളൽ നിർത്തി ഷാഹിദലിയുടെ നേർക്ക് അനുമതി തേടിക്കൊണ്ടെന്നപോലെ ഒരു നോട്ടമയച്ചു. ചെറുതായൊന്നു വാലാട്ടി കാൽക്കൽവന്നു കിടന്നു.

അരഭിത്തിമേൽ ഇരിപ്പുറപ്പിച്ച് തോളിൽക്കിടന്ന കറുത്ത തോർത്തെടുത്തു മുഖം തുടച്ച് സഖാവ് ചോദിച്ചു:

‘‘ആ കക്ഷി എവിടെ?’’

‘‘ആര്?’’ ഷാഹിദലി ചോദിച്ചു.

‘‘മരപ്പട്ടിയേം തലേക്കേറ്റിപ്പോയില്ലേ...’’ രാമൻകുട്ടി വിശദമാക്കി: ‘‘ആൾ എവിടെപ്പോയി?’’

ആ സംഭാഷണം കേട്ടുകൊണ്ട് ചായയും ചിപ്സുമായി എത്തിയ താലിയപ്പൻ അന്വേഷിച്ചു:

‘‘എന്നതാ സഖാവേ കാര്യം?’’

‘‘അപ്പോഴറിഞ്ഞില്ലേ?’’

‘‘ഇല്ല.’’

‘‘അത്തു അണ്ണന് പുറംവേദന. പണ്ടെങ്ങാണ്ട് വീണതിന്റെയാ.’’

‘‘ഓപ്പറേഷൻ വേണമെന്ന് മെഡിക്കൽ കോളേജിലെ ഡോക്ടർമാര് പറഞ്ഞിരിക്കുവാണല്ലോ.’’

താലിയപ്പന് അക്കാര്യം അറിയാമായിരുന്നു.

പ്രസിദ്ധമായ ഒരു വീഴ്ച അത്തുക്കേ്ക്കരി വീണിട്ടുണ്ട്. ഷാഹിദ് ഓർത്തു.

''എന്നാൽ കേട്ടോ, അണ്ണനിനി ഓപ്പറേഷൻ വേണ്ട. വേദന പോയി.''

''താടിക്കാരനുമായി ഇതിനൊക്കെ എന്നാ ബന്ധം?''

''ഒണ്ടല്ലോ, കഴിഞ്ഞ ദിവസം അത്തു അണ്ണൻ അള്ളാമേട്ടിച്ചെന്ന് താടിക്കാരനെ കണ്ട്; കക്ഷി പ്രാർത്ഥിച്ചേച്ച് ഇത്തിരി കടല അണ്ണന്റെ കൈയിലിട്ട് കൊടുത്തു. അണ്ണനിപ്പം പുറംവേദനയില്ല.''

താലിയപ്പൻ വിസ്മയാധീനനായി.

''എന്റെ കുരികിപ്പാറപ്പള്ളി അവുലിയാക്കളെ. ഒള്ളതാണോ ഈ പറേന്നെ?''

''അത്തു അണ്ണൻ കള്ളം പറയുവേല.'' രാമൻകുട്ടിക്കതുറപ്പായിരുന്നു: ''ഷാഹിദിന്റെ കൂട്ടുകാരനാന്നാ നാട്ടിൽ സംസാരം - ആന്നോ?'' അയാൾ തിരിക്കി.

എന്തു പറയേണ്ടൂ എന്നറിയാതെ ഷാഹിദ് ഒന്നു പരുങ്ങി. പിന്നെ സഞ്ജുവിന്റെ രീതി ഓർത്തു പറഞ്ഞു:

''ഇങ്ങനെ നടക്കുന്നോർക്ക് പ്രത്യേകിച്ച് അടുപ്പം വല്ലതുമുണ്ടോ? എല്ലാവരോടും ഒരുപോലെ.''

''ആളിവിടന്നു പോയി,'' താലിയപ്പൻ പറഞ്ഞു: ''അണ്ണച്ചിയോടു യാത്ര പറയാൻ ഇവിടെ കേറിയിരുന്നു.''

''പോയി അല്ലേ?'' സഖാവിനു നിരാശയായി. ചായ കുടിച്ചുതീർന്ന് ഗ്ലാസ്സ് താഴെവെച്ചുകൊണ്ട് അയാൾ ചോദിച്ചു: ''ആരാ ഷാഹിദേ ആ മനുഷ്യൻ?''

''ഒരു സഞ്ചാരി.'' ഷാഹിദ് ഒഴിഞ്ഞുമാറി.

ചായയും ചിപ്സും കഴിക്കുന്നതിന്റെ ശബ്ദങ്ങൾ പുള്ളിമാനെ ഉണർത്തിയിരുന്നില്ല. പക്ഷേ, കോയയും സഖാവും ഒന്നിച്ചു യാത്ര പറഞ്ഞെഴുന്നേറ്റപ്പോൾ പുള്ളിമാൻ കണ്ണു തുറക്കാൻ ഒരു വിഫല ശ്രമം നടത്തി. ഒന്നു മുരളാനും അവൻ പണിപ്പെട്ടു. കണ്ണുകൾ മുന്നേക്കാളും കൂടുതലടയുകയും മുരൾച്ച ഉറക്കത്തിൽ ലയിച്ചുപോവുകയും ചെയ്തു.

കുട്ടിക്കാലത്തിന്റെ ആ അന്തംവിട്ട ഉറക്കം നോക്കി കുറെനേരം ഷാഹിദ് തൂണും ചാരിയുള്ള ഇരിപ്പ് ഇരുന്നു. ഉറക്കത്തിൽ പുള്ളിമാന്റെ കാൽവിരൽത്തുമ്പുകൾ ഇടയ്ക്കനങ്ങി. സ്വപ്നത്തിൽ അവൻ തുള്ളിക്കളിക്കുകയായിരുന്നിരിക്കണം.

''നജീസാ''യ, അകറ്റിനിർത്തേണ്ട നിഷിദ്ധജീവി. നായ ശല്യമാണെന്നേ ഷാഹിദിനു തോന്നിയിട്ടുള്ളൂ.

പക്ഷേ, പുള്ളിമാന്റെ ഉറക്കം ഷാഹിദിനെ ഓർമിപ്പിച്ചത് പെങ്ങളുടെ കുഞ്ഞു കിടന്നുറങ്ങുന്ന ദൃശ്യമായിരുന്നു. ഷാഹിദിനു പുള്ളിമാനോട് പെട്ടെന്നു വാത്സല്യം തോന്നി; സ്വന്തം മനോവ്യാപാരത്തെക്കുറിച്ചു ബോധവാനായപ്പോൾ ചിരി വരികയും ചെയ്തു.

ഏതായാലും പുള്ളിമാന് ആന്റിറേബിസ് കുത്തിവയ്പ് നടത്തണം. അവൻ ആഴ്ചയിലൊരിക്കലെങ്കിലും കുളിക്കുകയും വേണം. കടിക്കുന്ന പട്ടിയുടെ ലക്ഷണങ്ങളാണിവന് എന്നാണ് താലിയപ്പൻ പറയുന്നത്. എങ്കിൽ ഇവനു കഴുത്തിലണിയാൻ കോളറും ഇവനെ പൂട്ടാൻ ചങ്ങലയും വേണം.

ഊണു വിളമ്പിയതറിയിക്കാൻ താലിയപ്പൻ പുറത്തളത്തിലെത്തിയപ്പോൾ അവനോടു തന്റെ തീരുമാനങ്ങളെല്ലാം ഷാഹിദ് പറഞ്ഞു.

താലിയപ്പനുണ്ടായ സന്തോഷം ചില്ലറയല്ല. പുള്ളിമാനാണ് താനുമായുള്ള സൗഹാർദത്തിനു മുൻകൈ എടുത്തത് എന്ന് അവൻ സ്നേഹത്തോടെ ഓർമിച്ചു.

ഒരു ദിവസം സുബ്ഹി നിസ്കരിച്ചു പള്ളിയിൽനിന്നും പോരുമ്പോൾ ഇവൻ പിറകെ കൂടി. കുറെനേരം അനുയാത്ര ചെയ്തതിൽ പിന്നെ വഴിവക്കത്ത് ഇരുന്നു താലിയപ്പനെ കണ്ണുകൾകൊണ്ടനുഗമിച്ചു. അല്പം കഴിഞ്ഞു വീണ്ടും തിരിഞ്ഞുനോക്കിയപ്പോൾ അപ്രത്യക്ഷനായിരിക്കുന്നു. പിന്നെ ഇതൊരു പതിവായി. ടോഫി, ബിസ്ക്കറ്റ്, റൊട്ടി അങ്ങനെ എന്തെങ്കിലും അവനുവേണ്ടി മടിക്കുത്തിൽ കരുതും. എപ്പോഴോ പള്ളിയുമ്മായും മകനോടൊപ്പം കൂടി. ദേഹത്തു പുള്ളികളും ചെറിയൊരു കുതിപ്പും ഉള്ളതുകൊണ്ട് പുള്ളിമാൻ എന്നാണവനെ വിളിക്കാൻ തോന്നിയത്. അനുഗമിച്ചനുഗമിച്ച് അവനൊടുവിൽ കൂടെ വീട്ടിലേക്കു വരികയായിരുന്നു.

* * *

രണ്ടുമൂന്നു ദിവസം കഴിഞ്ഞപ്പോൾ ഉസ്മാൻമാമായുടെ കത്തുവന്നു, താജുമ്മായ്ക്ക്. നോമ്പു തുടങ്ങുന്നതിനുമുമ്പു ചെമ്പകപ്പള്ളിയിലെത്തും എന്നതായിരുന്നു അതിലെ മുഖ്യവാർത്ത. ഉസ്മാൻ വരുന്നതിനുമുമ്പ്, റംസാൻ വ്രതത്തിന്റെ നാളുകൾക്കുമുമ്പ്, ഒരു സംഭവമുണ്ടായി. താജുമ്മായുടെ ആങ്ങളയുടെ മകൻ നവാസിന്റെ വരവായിരുന്നു അത്. പാലക്കാട് ധോണിയിൽ ഷാഹിദിന്റെ അമ്മയുടെ ആങ്ങളയുടെ എസ്റ്റേറ്റിൽ സഹായിയായി നില്ക്കുകയാണ് നവാസ്. നവാസിന്റെ അച്ഛൻ മരിച്ചിട്ടു വർഷങ്ങളായി. ചേട്ടൻ ഗൾഫിലാണ്. പെങ്ങളൊരാളുണ്ട്. നവാസിന്റെ തൊട്ടു മൂത്തത്. കല്യാണം കഴിഞ്ഞ് ഭർത്താവിന്റെ വീട്ടിലാണ്. അമ്മ തനിച്ചാണിപ്പോൾ. പക്ഷേ, നവാസ് വീട്ടിൽ വന്നപ്പോൾ വീട് പൂട്ടിക്കിടക്കുന്നു. അയൽക്കാർ പറഞ്ഞാണവനറിഞ്ഞത് പെങ്ങളുടെ കൂടെയാണ് അമ്മയെന്ന്. പെങ്ങൾ ഗർഭിണിയാണ്. ആദ്യപ്രസവം. വീടിനടുത്ത് ഹോസ്പിറ്റലും ഡോക്ടറുമുണ്ട്. അക്കാരണംകൊണ്ട് നവാസിന്റെ പെങ്ങളെ ഭർത്താവ് ചെമ്പകപ്പള്ളിയിലേക്കു വിട്ടതേയില്ല.

താക്കോൽ അയൽക്കാരുടെ കൈയിലുണ്ടായിരുന്നെങ്കിലും അതു വാങ്ങാൻ നവാസ് നിന്നില്ല. നേരേ തന്റെ മാമിയുടെ–താജുമ്മായുടെ–വീട്ടിലേക്കു പോന്നു. ചെന്നുകയറിയ ഉടനെ കിടക്കാനുള്ള സൗകര്യമാണ് അവൻ തേടിയത്. താജുമ്മാ നോക്കിയപ്പോൾ അവനു പൊള്ളുന്ന പനി. അവർ താലിയപ്പനെ വിവരമറിയിക്കാൻ പള്ളിപ്പറമ്പിൽ വീട്ടിലേക്കു ചെന്നു.

താലിയപ്പന്റെ കൂടെ ഷാഹിദും നവാസിനെ കാണാൻ പോയി. താലിയപ്പനെ അവിടെ നിർത്തിയിട്ട് തിരിച്ചുനടന്ന് കുറിച്ചിയാനിക്കൽ

തൊമ്മിച്ചായനെ കണ്ട് ജീപ്പിറക്കിച്ച് ഡോക്ടറെ വിളിക്കാൻ പുറപ്പെട്ടു.

ഡോക്ടർ പരിശോധിച്ച് എഴുതിക്കൊടുത്ത കുറിപ്പടിയനുസരിച്ച് മരുന്നു കൊടുത്തപ്പോൾ നവാസിന്റെ പനി വിട്ടു. എങ്കിലും എഴുന്നേറ്റു നടക്കാനുള്ള പ്രാപ്തി അവനു കുറെനാളത്തേക്കു തിരികെ കിട്ടിയില്ല. അതുകൊണ്ട് ഷാഹിദ് തനിക്കറിയാവുന്ന ഒരു പരമ്പരാഗത വൈദ്യന്റെ അടുത്തേക്കു നവാസിനെ കൊണ്ടുപോയി. താലിയപ്പനും കൂടെയുണ്ടായിരുന്നു. അത്തമ്മായ്ക്ക് വലിയ വിശ്വാസമുണ്ടായിരുന്ന ആ വൈദ്യന് ഇപ്പോൾ ഒരുവിധം നല്ലപോലെ പ്രായമായി. നാഡി പിടിച്ചുനോക്കി വൈദ്യൻ നവാസിനോടു ചോദിച്ചു:

“എന്തെങ്കിലും കണ്ട് പേടിക്കുകയുണ്ടായോ?”

നവാസ് വിഷണ്ണനായി വൈദ്യനെ നോക്കി.

ക്ഷമയോടെ അല്പം കാത്തിരുന്നിട്ട് വൈദ്യർ വീണ്ടും ചോദിച്ചു:

“ഈയിടയ്ക്ക് എന്തെങ്കിലും കണ്ടു പേടിച്ചോന്നാ ചോദിക്കണത്?”

“എന്തേലും ഉണ്ടേപ്പറ.” താലിയപ്പൻ പ്രോത്സാഹിപ്പിച്ചു.

മടിയോടെയും അതിലേറെ ജാള്യതയോടെയും നവാസ് പറഞ്ഞു തുടങ്ങി. താലിയപ്പനു വളരെ കൗതുകമായി. നവാസ് പറയുന്നതിനിടയ്ക്കുകയറി ഓരോ ചോദ്യങ്ങൾ ചോദിച്ചുകൊണ്ടിരുന്നു. ആ ചോദ്യോത്തരവേളയിൽ പുറത്തു വന്ന കഥ ഇതാണ്.

ധോണിയിലെ എസ്റ്റേറ്റിൽ ഒരുച്ചയ്ക്ക് വലിയൊരു പാമ്പ് ചുരുണ്ടു കിടക്കുന്നതു കണ്ടു. നവാസിന്റെ കൂടെയുണ്ടായിരുന്ന തെങ്ങുകയറ്റക്കാരനാണ് അതിനെ കാണിച്ചുകൊടുത്തത്.

“ദ് കണ്ടാ പെർമ്പാമ്പ്! എരയും മ്ഴ്ങ്ങിക്കെടക്ക്ണൂ മൂപ്പര്.”

അയാൾ ഉത്സാഹത്തോടെ അഭിപ്രായപ്പെട്ടു:

“നമ്മ്ക്കിതിനെ പ്ടിച്ച്ങ്ങാണ്ട് മലമ്പൊഴില് കൊണ്ട്കൊട്ക്ക് ആ...”

അങ്ങനെ ആ വലിയ പാമ്പിൻചുരുൾ ഒരു വലിയ ചാക്കിനകത്താക്കുന്നു. സൈക്കിൾപ്പുറത്തേറ്റുന്നു. നവാസും തെങ്ങുകയറ്റക്കാരനും സൈക്കിളിൽ കയറി ഉല്ലാസപൂർവം മലമ്പുഴയ്ക്കു ചവിട്ടുന്നു. മലമ്പുഴയിൽ സ്നേക്ക് പാർക്കിൽ ഭാണ്ഡം ഇറങ്ങുന്നു.

അവിടത്തെ ജോലിക്കാർ ശ്രദ്ധാപൂർവം പാമ്പിനെ ഒഴിഞ്ഞൊരു കൂട്ടിനകത്തേയ്ക്കു കെട്ടഴിച്ചിറക്കുന്നു.

കുന്നും കുഴിയും നിറഞ്ഞ പാതകളിലൂടെ ചാടിത്തുള്ളിപ്പോന്ന സൈക്കിളിലെ യാത്രയും ചാക്കിനകത്തെ ബന്ധനാവസ്ഥയും

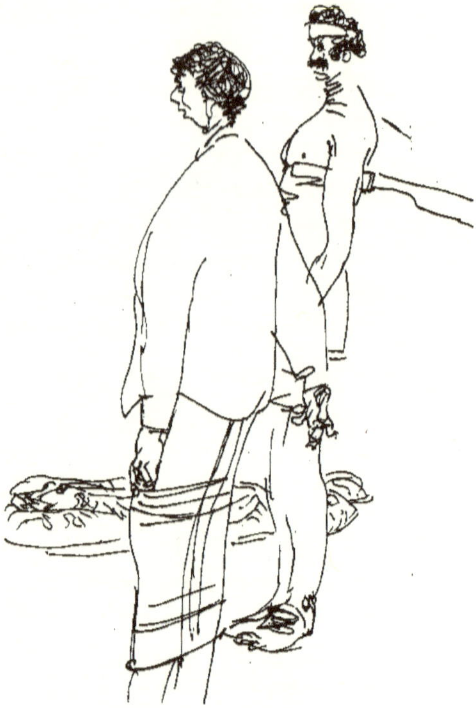

പെരുമ്പാമ്പിനു നേരിയൊരു ബോധം ഉണ്ടാക്കിക്കൊടുത്തിരുന്നു. അതുകൊണ്ട് ഇപ്പോഴത് വളരെ പണിപ്പെട്ട് തലയൊന്നുപൊക്കി. നവാസും കൂട്ടാളികളും അന്തംവിട്ടുനിന്നുപോയി. അവർ കണ്ടത് കുഴഞ്ഞുമയങ്ങിയ ഒരു കൃഷ്ണഫണമായിരുന്നു. സാധാരണ മൂർഖന്റേതിനോളം വലിപ്പമില്ലാത്ത എന്നാലതിനേക്കാൾ ഭീഷണമായ ഒരു ഫണം.

''പെരുമ്പാമ്പ് ആരാന്ന് മനസ്സിലായോ നിങ്ങൾക്ക്?'' പാർക്കിലെ ഉദ്യോഗസ്ഥൻ ചോദിച്ചു.

ഉത്തരം പറയാനുള്ള അവസ്ഥയിലായിരുന്നില്ല അവർ.

''രാജവെമ്പാല, കിങ് കോബ്ര...''

പിന്നെ അവരവിടെ നിന്നില്ല.

ബോധമുള്ള അവസ്ഥയിലായിരുന്നു ആ വിഷസർപ്പമെങ്കിൽ ഫണമുയർത്തി നിന്നാൽ ശരാശരി മനുഷ്യന്റെ ഏതാണ്ട് നേർക്കുനേർ എത്തിയപോലെ തോന്നും എന്ന് അത്തരം കാര്യങ്ങൾ കേട്ടറിവുള്ള

തെങ്ങുകയറ്റക്കാരൻ നവാസിനോടു പറഞ്ഞു. സാധാരണ ഈ പാമ്പിനെ മനുഷ്യവാസമുള്ള ഇടങ്ങളിൽ കാണാറില്ലപോലും.

അന്നുരാത്രി തുടങ്ങിയതാണ് നവാസിനു പനി.

വൈദ്യൻ കഷായം കുറിച്ചു. വീട്ടിൽത്തന്നെ ഉണ്ടാക്കണം. മൺചട്ടിയിൽ, വിറകടുപ്പിൽ, നാല്പത്തിയൊന്നു ദിവസം സേവിക്കയും വേണം.

വൈദ്യന്റെ വീട്ടിൽനിന്ന് അവർ നേരെ പോയത് മരുന്നുപറിക്കാരി ഒറോതച്ചേടത്തിയുടെ വീട്ടിലേക്കാണ്. അള്ളാമേട്ടിന്റെ മറ്റേ ച്ചെരിവിൽ അരുവിയൊഴുകും വഴിക്കരികിലാണവർ പാർക്കുന്നത്. ചുറ്റിവളഞ്ഞുപോകുന്ന ഒരു വഴിയുണ്ട്, ജീപ്പു ചെല്ലുന്നത്. ഷാഹിദ് അത്തമ്മായുടെ കഷായങ്ങൾക്കു മരുന്നിനായി പണ്ട് ആ വഴിയേ ചെന്നിട്ടുള്ളതാണ്.

ഒറോതച്ചേടത്തി മരുന്നുപറിക്കാൻ പോയിട്ട് തിരിച്ചെത്തിയിട്ടുണ്ടായിരുന്നില്ല. ഇനിയും പെണ്ണുകെട്ടി വീടുവച്ചു മാറിയിട്ടില്ലാത്ത ഇളയ മകൻ കുടിലിലുണ്ടായിരുന്നു.

“അമ്മ ഇപ്പം വരും.” അവൻ പറഞ്ഞു.

കുറച്ചുനേരം കാത്തുനോക്കാമെന്ന് ഷാഹിദ് കരുതി.

കുറെ കഴിഞ്ഞപ്പോൾ വലിയൊരു കെട്ടു പച്ചിലകളുമായി ഒറോത വന്നു. ഷാഹിദിനെ അവർക്കിപ്പോൾ കണ്ടാലറിയില്ല. കൂരയുടെ തിണ്ണയിൽ പച്ചിലക്കെട്ടു നിക്ഷേപിച്ച് അവർ ഇരുന്നു.

“കാലപ്പടി കടുകടുപ്പാ,” അവർ പാതി തന്നോടായി പറഞ്ഞു, “എന്റൊടേതമ്പ്രാനേ, നൊന്തിട്ടുമേലായേ...”

ആ അവസ്ഥ ഉണ്ടായതെങ്ങനെ എന്നതിന് ഒരു വിശദീകരണം ഉടനെ ഉണ്ടായി.

“എങ്ങനാ കാലുകഴയ്ക്കാതിരിക്കുന്നേ. തുലുക്കൻ[1] കൂവുമ്പോ ഏറ്റ് മരുന്നു പറിക്കാൻ പോയതാ...”

ഷാഹിദിനും താലിയപ്പനും മുഖത്തോടുമുഖം നോക്കി, ചിരിക്കാതിരിക്കാൻ പാടുപെട്ടു. സുബ്ഹിക്കുള്ള ബാങ്കുവിളി ഒറോതയുടെ കാഴ്ചപ്പാടിൽ തുലുക്കന്റെ കൂവലാണ്. നവാസ് ജീപ്പിന്റെ പിൻസീറ്റിൽ ഇതൊന്നുമറിയാതെ കിടന്നു മയങ്ങുകയായിരുന്നു.

“വീണ്ടും കൂവാറായി.” ഷാഹിദ് പറഞ്ഞു.

‘ളുഹറി’ന്റെ സമയമടുത്തിരുന്നു.

---

1. മുസ്ലീം, ഗ്രാമ്യമായ പ്രയോഗം. ഒരുപക്ഷേ, “തുർക്ക്” എന്നതിൽനിന്നു വന്നതാവാം.

പറിച്ചെടുത്തു വാടാതെ ഉപയോഗിക്കേണ്ട മരുന്നുകളായിരുന്നു കഷായത്തിനു വേണ്ടിയിരുന്നത്. ഒറോതച്ചേടത്തിയെ അതൊക്കെ ധരിപ്പിച്ചു വേണ്ടപോലെ ചട്ടംകെട്ടി, ജീപ്പിൽ കയറിയപ്പോൾ താലി യപ്പൻ ഹൃദയം തുറന്നു ചിരിച്ചു.

“എന്നാലും നമ്മളോടുതന്നെ വേണായിരുന്നോ ചേടത്തീടെ ആ പറച്ചിൽ.”

“എടാ നമ്മള് തുലുക്കന്മാരാണെന്ന് ആ ചേടത്തി അറിഞ്ഞു കാണുകേല.”

“അതറിയാത്ത വേറെ ചിലരുണ്ട്.” താലിയപ്പൻ പറഞ്ഞു: “കുറെ ക്കൂടി മോളില്. അവരുടെ ആരാണ്ടടെയാ കൂവിച്ചയെന്നാ അവരുടെ വിചാരം. പള്ളീന്ന് ബാങ്കുവിളിക്കുമ്പോ മറുപടി പറയുമ്പോലെയാ കുറുക്കന്മാരുടെ കൂവിച്ച. എന്നാ കൂവിച്ചയാന്നോ!”

“എന്നതാ?” അവ്യക്തസ്വരത്തിൽ നവാസ് അന്വേഷിച്ചു.

“ഒന്നുമില്ലടേ.” താലിയപ്പൻ അവനെ നിശ്ശബ്ദനാക്കി: “കേട്ടോ അണ്ണച്ചീ,” താലിയപ്പൻ ഷാഹിദിനോടു പറഞ്ഞു: “ഞാനത് കേട്ടതാ. രാത്രിയൊരിക്കെ രാമൻകുട്ടിച്ചേട്ടായീടെ വീട്ടീക്കെടന്നപ്പോ.”

കേട്ടതൊക്കെയും ഹൃദയംഗമമായി തോന്നി ഷാഹിദിന്. ജീവനാ നന്ദൻ എന്ന സഞ്ജീവ് ഒപ്പമുണ്ടായിരുന്നെങ്കിൽ എന്തായിരിക്കും പറയുക എന്നൊരു ചിന്ത മനസ്സിൽ കടന്നുവരികയും ചെയ്തു.

“എടോ ഷഹദ്! പള്ളിയുമ്മായും കുറുക്കന്മാരും എന്താ ഈശ്വര സൃഷ്ടികളല്ലേ? അവരും സ്രഷ്ടാവിനെ വിളിക്കട്ടെ. അവരെയും തൗഹീദ് രക്ഷിക്കട്ടെടോ.” സഞ്ജു പറയുന്നതിങ്ങനെയാവും.

ഇനി തമ്മിൽ കണ്ടില്ലെങ്കിൽപോലും സഞ്ജു എന്റെ ഭാഗ്യങ്ങളി ലൊന്നാണ്-ഷാഹിദ് ഓർത്തു. ഈശ്വരനോടു തോന്നിയ വാക്കു കളില്ലാത്തതും മധുരതരവുമായ ഒരു കൃതജ്ഞതയിൽ ഷാഹിദിന്റെ മനസ്സ് ലയിച്ചു.

* * *

**ജീപ്പ്** ചെമ്പകപ്പള്ളി കവലയിലെത്തിയപ്പോൾ ബസ്സ്റ്റാന്റിനടുത്ത്, സഖാവ് രാമൻകുട്ടി രാത്രികാലങ്ങളിൽ തട്ടുകട നടത്തുന്ന ഇടത്തി നരികെ ചെറിയൊരാൾക്കൂട്ടം ഷാഹിദ് കണ്ടു. അതിനു നടുവിൽ വെള്ളത്തലേക്കെട്ടും വെള്ള വസ്ത്രങ്ങളും ധരിച്ച ഒരു പരിചിതരൂപം. ഷാഹിദ് സൂക്ഷിച്ചുനോക്കി. താലിയപ്പനും അങ്ങോട്ടുതന്നെ സൂക്ഷിച്ചു നോക്കുകയായിരുന്നു.

# കാഴ്ച നഷ്ടപ്പെട്ട കണ്ണടച്ചില്ലുകൾ

**അ**ന്ന്, ബസ്സ്റ്റാന്റിനു സമീപം ആളുകളാൽ വലയം ചെയ്യപ്പെട്ടു നിന്നത് ഉസ്മാൻമാമാ ആയിരുന്നു. തൂവെള്ള വസ്ത്രങ്ങൾ. തലേക്കെട്ടും വെള്ള. കഴിഞ്ഞവർഷം ഷാഹിദിന്റെ കർണാടകത്തിലുള്ള വീട്ടിൽ ഉസ്മാൻ ചെന്നിരുന്നു. അതുകൊണ്ട് ഏറെക്കാലം കാണാതിരുന്നുവെന്ന തോന്നൽ ഷാഹിദിനുണ്ടായിരുന്നില്ല. എങ്കിലും എന്തെന്നില്ലാത്ത സന്തോഷം തോന്നി. മാമായുടെ അടുത്ത് ഷാഹിദ് ജീപ്പ് കൊണ്ടുനിർത്തി.

''ദേ, കൂട്ടിക്കൊണ്ടുപോവാൻ ആളെത്തിക്കഴിഞ്ഞു.'' ചുറ്റും കൂടിയവരിലാരോ പറഞ്ഞു.

ഷാഹിദിനെയും താലിയപ്പനെയും കണ്ടമാത്രയിൽ മാമായുടെ മുഖവും സന്തോഷംകൊണ്ടു പ്രകാശിച്ചു.

താലിയപ്പൻ ജീപ്പിൽനിന്നും ചാടിയിറങ്ങി ഉസ്മാന്റെ തോളത്തു കിടന്ന ബാഗ് വാങ്ങി.

''അത്താ ഇപ്പം വരുമെന്ന് ഞങ്ങളറിഞ്ഞൊന്നുമില്ല. ഒരിടത്തു പോയി വരുവാ.'' താലിയപ്പൻ പറഞ്ഞു.

എവിടെപ്പോയി വരുന്ന വഴിയാണെന്നായിരുന്നു ജീപ്പിൽ കയറിയിരുന്നപ്പോൾ ഉസ്മാൻ സ്വാഭാവികമായും ചോദിച്ചത്. സ്വാഭാവികമായിത്തന്നെ പടിപടിയായി പെരുമ്പാമ്പിൻകഥയുടെ ചുരുളഴിഞ്ഞു. ഉസ്മാൻ അതാസ്വദിച്ചു കേട്ടുകൊണ്ടിരുന്നു.

ഉസ്മാനെയും താലിയപ്പനെയും നവാസിനെയും അവരുടെ വീട്ടിലിറക്കിയിട്ട് ഷാഹിദ് അപ്പോഴേ ജീപ്പ് തിരിച്ചു. ഉച്ചയ്ക്ക് തൊമ്മിച്ചായന് ഏതോ യാത്രയുണ്ട്. ജീപ്പ് തിരിച്ചേൽപ്പിക്കാൻ ഇനി വൈകിക്കൂടാ.

പള്ളിപ്പറമ്പിൽ വീട്ടിലേക്ക് ഉസ്മാൻ ചെന്നത് ഉച്ചതിരിഞ്ഞിട്ടാണ്. പടികടന്ന ഉടനെ പുള്ളിമാന്റെ കുര പുറത്തളത്തിൽനിന്നുയർന്നതു

കേട്ടപ്പോൾ ഉസ്മാന്റെ മുഖം ഗ്രഹണം ഗ്രസിച്ചു തുടങ്ങിയ സൂര്യനെപ്പോലെ ഒന്നിരുണ്ടു.

പുള്ളിമാൻ പള്ളിപ്പറമ്പിൽ വന്നുകയറിയതിനെപ്പറ്റി ആരും മിണ്ടിയിരുന്നില്ല. പട്ടികളെ ഉസ്മാന് കണ്ണിനുനേരെ കണ്ടുകൂടാ എന്ന് ഉസ്മാനെ അറിയാവുന്നവർക്കറിയാം. പുറത്തളത്തിലെ ചുവരിൽ ഒരു ഇരുമ്പുകൊളുത്ത് ഇറക്കി പുള്ളിമാനെ ചങ്ങലയ്ക്കിടാൻ സൗകര്യമുണ്ടാക്കിയിരുന്നു. കഴുത്തിൽ തവിട്ടുനിറത്തിലുള്ള പട്ടയണിഞ്ഞ് ആകർഷകമായ ഒരു ബന്ധനത്തിൽ കഴിയുകയാണ് പുള്ളിമാനിപ്പോൾ. പരിഷ്കൃതസമുദായങ്ങൾ എങ്ങനെ നായ വളർത്തുന്നുവെന്നതിനെപ്പറ്റി ഷാഹിദിനും താലിയപ്പനും അറിവുകളെല്ലാമായി. ആ അറിവുകളോരോന്നായി അവർ ഇപ്പോൾ പുള്ളിമാന്റെ മേൽ പ്രയോഗിച്ചുകൊണ്ടിരിക്കുകയാണ്.

പുറത്തളത്തിലേക്കുള്ള ചവിട്ടുപടികൾ കയറിവന്ന്, - സ്വധർമം വിട്ടുവീഴ്ചയില്ലാതെ പാലിക്കുന്ന, ബന്ധനസ്ഥനായ - പുള്ളിമാനെ നേരേ കണ്ടതോടെ ഉസ്മാന്റെ മുഖം പൂർണഗ്രഹണത്തിലായി.

ഷാഹിദും താലിയപ്പനും പുറത്തളത്തിലെത്തിയിരുന്നു. അവരിൽനിന്ന് പുള്ളിമാന്റെ ചരിത്രം കുഴിച്ചെടുക്കാൻ ഉസ്മാൻ ഒട്ടും സമയമെടുത്തില്ല. എന്താണിനി സംഭവിക്കുകയെന്നു താലിയപ്പൻ ഭയപ്പെട്ടു. ഉസ്മാന്റെ തീർപ്പുകളെ ഷാഹിദെന്നല്ല, ലത്തീഫ് പോലും ചോദ്യം ചെയ്യാറുള്ളതല്ല.

പിരിമുറുക്കം നിറഞ്ഞ ഒരു നിശ്ശബ്ദതയുണ്ടായി. കുരനിർത്തി, സശ്രദ്ധം രംഗം വീക്ഷിച്ചുകൊണ്ടിരുന്ന പുള്ളിമാൻ സങ്കടത്തോടെ ഒരു കരച്ചിൽ കരഞ്ഞു. ബന്ധനം ഇനിയും ശീലമായിട്ടില്ലാത്തതുകൊണ്ട് അഴിച്ചുവിടണേ, അഴിച്ചുവിടണേ എന്ന ദയനീയമായ അപേക്ഷയായിരുന്നു ആ കരച്ചിൽ. ഉസ്മാൻ പുള്ളിമാനെയും ഷാഹിദിനെയും താലിയപ്പനെയും മാറിമാറി നോക്കി. പുള്ളിമാനും യജമാനന്മാരെയും 'അതിഥി'യേയും മാറിമാറി നോക്കുന്നുണ്ടായിരുന്നു.

ഒടുവിൽ മുഖം കനപ്പിച്ച് അകത്തേക്കുപോവുന്ന പോക്കിൽ ഉസ്മാൻ പറഞ്ഞു:

''കബറിസ്ഥാനിലേക്ക് തിരികെ ഓടിക്കേണ്ടിയതാ...''

ഉസ്മാൻ അകത്തേക്കു കയറിക്കഴിഞ്ഞപ്പോൾ താലിയപ്പൻ ഒരു ദീർഘനിശ്വാസം വിട്ടു!

''എന്റെ കുരുകിപ്പാറപ്പള്ളി ഔലിയാക്കളേ രക്ഷപ്പെട്ട്.''

ഷാഹിദ് ഒരു ചിരിയോടുകൂടി തന്റെ മുറിയിലേക്കു പിൻവാങ്ങി.

* * *

പുള്ളിമാനെ രാത്രികാലങ്ങളിൽ സ്വതന്ത്രനാക്കി വിടും. പക്ഷേ, തന്റെ വീടിന്റെ അതിർത്തിക്കകം വിട്ട് അവനെങ്ങും പോവാറില്ല. ഒരു നട്ടപ്പാതിരയ്ക്ക് താലിയപ്പൻ ഷാഹിദിനെ വിളിച്ചുണർത്തി. പുള്ളിമാന്റെ കുരയാണ് ഉണർന്നപ്പോൾ ഷാഹിദിന്റെ ശ്രദ്ധയിൽപ്പെട്ടത്. പാമ്പ്? മോഷ്ടാവ്? ഏതു സാന്നിധ്യമാണ് പുള്ളിമാനെ പ്രകോപിപ്പിക്കുന്നത്? കുര അല്പം അകലത്തുനിന്നാണ് കേൾക്കുന്നത്. എവിടെയാണവൻ?

''അണ്ണച്ചീ, കദിയ വല്യമ്മാടെ വീട്ടീന്ന് ബഹളം കേക്ക്ന്ന്,'' താലിയപ്പൻ ഉദ്വേഗത്തോടെ പറഞ്ഞു: ''പുള്ളിമാൻ കൊരച്ച് തൊണ്ട പൊട്ടാറായി.''

''അവൻ കദിയ വല്യമ്മാടെ വീട്ടീപ്പോയോ?'' കോട്ടുവായിട്ട് മൂരി നിവർന്നുകൊണ്ടു ഷാഹിദ് ചോദിച്ചു.

''ഇല്ല. കയ്യാലയ്ക്കൽ നിന്ന് അങ്ങോട്ടുനോക്കി കുരയ്ക്കുവാ...''

ഷാഹിദ് വേഗം എഴുന്നേറ്റു ഷർട്ടെടുത്തിട്ട് താലിയപ്പന്റെ കൂടെ മുറ്റത്തേയ്ക്കിറങ്ങി. ഷാഹിദ് പടി തുറന്നപ്പോൾ കൂടെ പുറത്തിറങ്ങാനായി പുള്ളിമാൻ കയ്യാലയ്ക്കൽനിന്ന് ഓടിവന്നു.

''നീയവനെ പിടിച്ചോ.'' ഷാഹിദ് താലിയപ്പനോടു പറഞ്ഞു.

കദിയ വല്യമ്മയുടെ മുറ്റത്ത് കൊച്ചാമ്മദ് തന്റെ പച്ചനിറം മുന്നിട്ടു നിൽക്കുന്ന വേഷത്തിൽ നിൽക്കുന്നുണ്ടായിരുന്നു. പൂമുഖത്തുനിന്നുകൊണ്ട് കദിയ വല്യമ്മ പറയുകയായിരുന്നു:

''നിക്ക്... നിന്നോട് നിയ്ക്കാൻ പറഞ്ഞേക്കുവാ... ഇപ്പം വരും.''

''കൊച്ചാമ്മദണ്ണൻ ഇവിടേം വിളിച്ചുണർത്താൻ വന്നതാണോ?'' ഷാഹിദ് ചോദിച്ചു.

''വല്യത്താ കൊറേ നാളായി സുബ്ഹിക്ക് വര്ന്നില്ല,'' കൊച്ചാമ്മദ് വിശദീകരിച്ചു.

''വല്യത്താടെ കാലിന് നീരുവച്ചിട്ടൊണ്ട്. ഈ തണുപ്പത്ത് എങ്ങനാ പൊറത്തെറങ്ങുന്നേ?'' വല്യമ്മ പറഞ്ഞു.

വല്യത്താ പുറത്തേക്കു വന്നു. കൈകൾ പിറകോട്ടു പിണച്ചുവെച്ച്, ഒരു ചെറുചിരിയോടെ. ഒതുക്കുകളിറങ്ങി, സാവധാനം മുറ്റത്ത് കൊച്ചാമ്മദിന്നടുത്തേയ്ക്കു നീങ്ങി. പെട്ടെന്നാണ് ചിരി മാഞ്ഞതും പിറകോട്ടുകെട്ടിയ കൈകൾ സ്വതന്ത്രമായി മുന്നോട്ടാഞ്ഞതും. ഷാഹിദ് ചാടിവീണില്ലായിരുന്നുവെങ്കിൽ, തക്ക സമയത്ത് പിടിച്ചു മാറ്റിയില്ലായിരുന്നുവെങ്കിൽ വല്യത്തായുടെ കുറുവടിയുടെ ചൂട് കൊച്ചാമ്മദറിഞ്ഞേനെ. ആ രക്ഷാപ്രവർത്തനത്തിൽ ഷാഹിദ് രക്ഷപ്പെട്ടതു തലനാരിഴയ്ക്കാണ്.

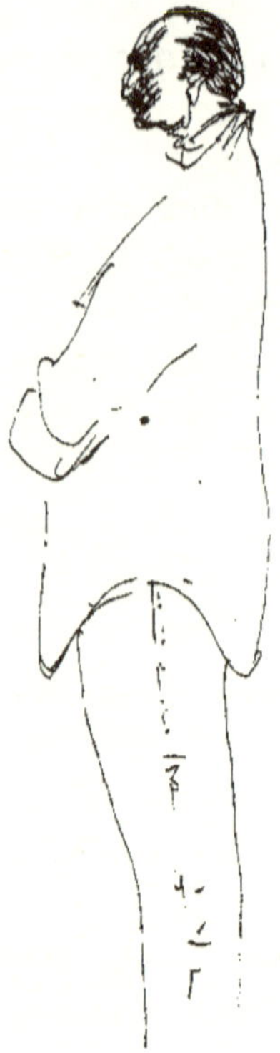

"ന്റെ റബ്ബേ ഇതിന്നായിരുന്നോ അവനെ നിയ്ക്കാമ്പറഞ്ഞേ?" കദിയ വല്യമ്മ ആശ്ചര്യപ്പെട്ടു.

ആരോ പറഞ്ഞപോലെ നോട്ടങ്ങൾക്കു കൊല്ലാൻ കഴിയുമെങ്കിൽ, വല്യത്തായുടെ നോട്ടം കൊച്ചാമ്മദിനെ മൂന്നുതവണയെങ്കിലും കൊല്ലുമായിരുന്നേനെ.

"വല്യത്താ സമാധാനപ്പെട്," ഷാഹിദ് അപേക്ഷിച്ചു: "പ്രാർത്ഥിക്കുന്നത് നല്ലതാണെന്നല്ലേ അണ്ണൻ പറഞ്ഞൊള്ളൂ?"

അസ്സലാത്തു ഖൈറുമ്മിനന്നഊം എന്നുറക്കെ വിളിച്ചുപറഞ്ഞുകൊണ്ട് കൊച്ചാമ്മദ് തന്നെ വന്നുണർത്തിയ രംഗം ഷാഹിദോർമിച്ചു.

"അസ്സലാത്തു ഖൈറുമ്മിനന്നഊം!" വല്യത്താ കൊച്ചാമ്മദിനെ അനുകരിച്ചു, എന്നിട്ടു പറഞ്ഞു:

"അതിന്നിവൻ കാറണോ?"[1]

---

1. നിലവിളിക്കണോ

ആലോചിച്ചു വീണ്ടും പ്രകോപിതനായി വല്യത്താ കൊച്ചാമ്മദിനെ വീണ്ടും തല്ലാനോങ്ങിക്കൊണ്ടു ചെന്നു:

''ഓടടാ... കണ്ടുപോകരുത് ഇവിടെങ്ങും.'' കൊച്ചാമ്മദിന് ഓടേണ്ടതായിത്തന്നെ വന്നു. പുള്ളിമാനെ തടവിലാക്കി, താലിയപ്പൻ അപ്പോഴേക്ക് അവിടെയെത്തി. അങ്ങനെ കൊച്ചാമ്മദിന്റെ ഓടിപ്പോക്കു കാണാൻ അവനുമുണ്ടായി അവസരം.

''ചെന്നുറങ്ങാൻ നോക്ക് മക്കളേ,'' വല്യത്താ വീട്ടിലേക്കു കയറിപ്പോവുമ്പോൾ പറഞ്ഞു: ''ഉറങ്ങേണ്ട സമയത്ത് ഉറങ്ങാതിരുന്നാ ഏക്കണ്ട സമയത്ത് ഏക്കാനൊക്കുകേല.''

* * *

**നോ**മ്പ് തുടങ്ങിക്കഴിഞ്ഞിരുന്നു. ഷാഹിദ് നോമ്പ് മുടക്കാറില്ല. നോമ്പുതുറക്കലിനു വൈകുന്നേരങ്ങളിൽ ഷാഹിദിനു പല വീടുകളിൽനിന്നും ക്ഷണം കിട്ടിക്കൊണ്ടിരുന്നു.

ഒരുച്ചയ്ക്ക് കദിയ വല്യമ്മ വന്ന് ഒരു ചെറിയ കടലാസുപൊതി പുറത്തളത്തിന്റെ അരഭിത്തിമേൽവച്ചു. എന്നിട്ടവർ ഷാഹിദിനോടു പറഞ്ഞു:

''ഇന്ന് നോമ്പു തുറക്കുമ്പം വരണം.'' വല്യമ്മ ആ പൊതിയുടെ അടുത്ത് അരഭിത്തിമേൽ ഇരുന്നു. വൈകുന്നേരത്തെ നോമ്പുതുറക്കലിനെക്കുറിച്ചു പിന്നീടൊന്നും അവർ മിണ്ടിയില്ല. ഖേദം നിറഞ്ഞ കണ്ണുകൾകൊണ്ടു ഷാഹിദിനെ നോക്കി കുറേനേരം അവർ നിശ്ശബ്ദയായി ഇരുന്നു.

''മക്കളേ ഷാഹിദേ,'' അവർ പറഞ്ഞു: ''എന്നോടു പൊറുത്തു താ...''

''വല്യമ്മാ അതിനെന്നാ ചെയ്തിട്ടാ എന്നോട്...''

കദിയവല്യമ്മ കണ്ണു തുടച്ചു.

''എന്നോട് പൊറുത്തെങ്കി ഒരു സഹായം ചെയ്യണം.''

''എന്നതാ?''

വല്യമ്മ പതുക്കെ കടലാസുപൊതിയിൽ കൈവച്ചു.

''ദേ ഇത് വല്യത്താടെ കണ്ണാടീടെ ചില്ലാ, ഇദൊന്ന് പാത്തു വച്ചേര്.''

ഷാഹിദിന് ആശ്ചര്യം തോന്നി. എന്തിനാണ് ഭർത്താവിന്റെ കണ്ണടയുടെ ചില്ലുകൾ എടുത്ത് ഒളിച്ചുവെയ്ക്കാൻ കൊണ്ടുവന്നത്?

''കനിയപ്പനാ എന്റെ ഏറ്റോം എളേ മോൻ,'' കദിയവല്യമ്മ പറഞ്ഞു. ഷാഹിദിനെ അമ്പരപ്പിച്ചുകൊണ്ട് വല്യമ്മ ഉറക്കെ കരയാൻ

തുടങ്ങി. പൊഴിഞ്ഞുപോയ പല്ലുകളുടെ അഭാവങ്ങളിലൂടെ അവർ എണ്ണിയെഴുതിപ്പറയുകയും ചെയ്യുന്നുണ്ടായിരുന്നു:

"ഞാൻ പത്ത് പെറ്റ്. എട്ടേ കിട്ടിയൊള്ള്. എന്റെ ചാറാ, ചൂറാ, ചളീം, ചളാം, അലുമാ... ചൊലയാ... പാത്തിമാ... കനിയപ്പൻ..."[2]

തികച്ചും സ്തബ്ധനായി ഷാഹിദ് അവരെ മിഴിച്ചുനോക്കിക്കൊണ്ടിരുന്നു.

"എന്റെ ചാറാ, ചൂറാ, പാത്തിമാ..." ഒരു പാട്ടുപോലെ അവർ നീട്ടിവിളിച്ചു പറഞ്ഞു: "എന്റെ മക്കടെ അത്തായ്ക്ക് ഒരു പോക്കൊണ്ടാര്ന്ന്... മുണ്ടക്കയത്തേക്ക്... മലഞ്ചരക്ക് എടുക്കാൻ... ഓ, എന്നാ ഒണ്ടാക്കാനാ മലഞ്ചരക്ക് എടുത്തിട്ട്..."

"ഇപ്പ പിന്നേം തൊടങ്ങി മുണ്ടക്കയത്തേക്ക് പോക്ക്..."

കദിയവല്യമ്മയെ അപേക്ഷിച്ച് സൗന്ദര്യം കൂടിയ ആളാണ് വല്യത്താ അന്നും ഇന്നും. ഒരുകാലത്ത് വല്യമ്മായ്ക്കു സംശയം തീർന്ന നേരമില്ലായിരുന്നെന്നു പറഞ്ഞുകേട്ടിട്ടുണ്ട്. അതിന് എന്തോ ഒരു കാരണമുണ്ടായിരുന്നെന്നും വല്യമ്മ തന്നോടു കേണുപറയുന്നത് ഷാഹിദ് കേട്ടു.

"മക്കളേ, മക്കക്കേ വല്യമ്മാനെ രക്ഷിക്കാനൊക്കത്തൊള്ളു...?

"ഞാനെന്നാ ചെയ്യണോന്നാ വല്യമ്മാ പറേന്നെ?"

കൊണ്ടുവന്നുവച്ച പൊതി എടുത്തുനീട്ടിക്കൊണ്ടു വല്യമ്മ പറഞ്ഞു:

"ദാ ദ് ല്ലേല് വല്യത്തായ്ക്ക് ഒന്നും കാണാമ്മേലാ. മോനിത് പാത്ത്വെച്ചേര്. മുണ്ടക്കയത്തേക്ക് പോണതെങ്ങനെയെന്ന് നോക്കട്ടെ."

വല്യത്താ എല്ലാ ദിവസവും കൊമ്പൻകവലയിലുള്ള തന്റെ പലചരക്കുകടയിൽ ഇരിക്കുന്നുണ്ട് എന്നു വല്യമ്മയോടു പറയാൻ ഷാഹിദ് ആഗ്രഹിച്ചു. അപ്പോൾ ഭർത്താവിനെപ്പറ്റി പരാതിപ്പെടാനെന്നോണം വീണ്ടും കരഞ്ഞുകൊണ്ട് അവർ മക്കളെ ഈണത്തിൽ വിളിച്ചു.

"ചാറാ, ചൂറാ, എന്റെ ചളീം, ചളാം..." വല്യമ്മയുമായി ഇങ്ങനെയൊരു വിചിത്രമായ കൂടിക്കാഴ്ച ഷാഹിദ് സ്വപ്നത്തിൽപോലും പ്രതീക്ഷിച്ചതല്ല. എന്തോ ഒരു പന്തികേട്, ഒരയഥാർത്ഥത ഷാഹിദിനനുഭവപ്പെട്ടു. അതുകൊണ്ടുതന്നെ വല്യമ്മയെ ആശ്വസിപ്പിക്കാൻ ഷാഹിദ് തീരുമാനിച്ചു.

"ചില്ല് പാത്തുവെച്ചേക്കാം, വല്യമ്മ വിഷമിക്കാതെ."

---

2. സാറ, സുഹ്റ, സലീം, സലാം, ഹലീമ, സുലേഖ, ഫാത്തിമ, ഹനീഫ

"മക്കള് ആരോടും പറഞ്ഞേക്കല്ല്."

"ഇല്ല വല്യമ്മാ ഇല്ല."

കദിയവല്യമ്മ തൃപ്തിയോടെ പോയി.

* * *

**ഷാ**ഹിദ് നോമ്പുതുറക്കലിനു പോയില്ല. പോവാതിരുന്നപ്പോൾ ആളയച്ചു കദിയവല്യമ്മ വിളിപ്പിച്ചുമില്ല. തന്നെ ഏൽപിച്ച ചില്ലുകളുടെ രഹസ്യം ഷാഹിദ് സൂക്ഷിച്ചുവെന്നതും നേര്.

പക്ഷേ, വിധി മറ്റൊരു വഴിക്കാണ് സംഭവങ്ങളെ തിരിച്ചുവിട്ടത്. കദിയവല്യമ്മ ഷാഹിദിനെക്കാണാൻ വന്ന അവസരത്തിൽ പുള്ളിമാൻ ആദ്യമൊന്ന് കുരച്ച് പ്രതിഷേധം രേഖപ്പെടുത്തിയതുകേട്ട് താലിയപ്പൻ അടുക്കളയിൽനിന്നു പുറത്തളത്തിലേക്കു പുറപ്പെട്ടിരുന്നു. വല്യമ്മയുടെ വർത്തമാനംകേട്ട് വാതിലിന്റെ പിറകിൽ നിന്നുപോയി. വർത്തമാനത്തിന്റെ ഒഴുക്കു കളയേണ്ടെന്നേ അവൻ ഉദ്ദേശിച്ചുള്ളൂ. വർത്തമാനത്തിനു രഹസ്യസ്വഭാവം ഉണ്ടെന്ന് അവൻ ചിന്തിച്ചിരുന്നതേയില്ല. എന്നാൽ ചോർത്തിയെടുക്കണമെന്നുദ്ദേശിക്കാതെ ചോർന്നുകിട്ടിയ രഹസ്യം അവനെ രസിപ്പിച്ചു. ഷാഹിദറിയാതെ അവനൊരു പണി പറ്റിക്കുകയും ചെയ്തു. കണ്ണടച്ചില്ല് ഒളിപ്പിച്ചുവെച്ചത് അവൻ കണ്ടെത്തി. അതീവരഹസ്യമായി എവിടെയോനിന്നു സമ്പാദിച്ചുകൊണ്ടുവന്ന ഉപയോഗശൂന്യമായ രണ്ടുകണ്ണടച്ചില്ലുകൾ പകരംവെച്ച് വല്യത്തായ്ക്ക് ചില്ലുകൾ തിരിച്ചുകൊടുത്തു.

ചില്ലു തിരിച്ചുകൊടുത്തപ്പോൾ താലിയപ്പനു ഖേദമായി. നേരേ ഷാഹിദിന്റെ പഠനമുറിയിലേക്കുവന്ന് അവൻ കുറ്റം ഏറ്റുപറഞ്ഞു:

"ചില്ലെടുത്ത് വല്യത്തായ്ക്ക് കൊടുത്ത്." ഷാഹിദിന് അരിശം വന്നു, ഒന്നും മിണ്ടിയില്ല.

"അണ്ണച്ചീ, പകരം വേറെ ചില്ലു വച്ചിട്ടൊണ്ട്. ആർക്കും വേണ്ടാത്തത്."

ഷാഹിദ് അപ്പോഴും ഒന്നും പറഞ്ഞില്ല.

"എന്റെ അണ്ണച്ചീ... ഒന്ന് സമാധാനപ്പെട്. ആ വല്യത്താ മുണ്ടക്കയത്തേക്കു പോണില്ലെന്നറിയാമ്മേലെ...? പിരിയെളകീതാ ആ വല്യമ്മയ്ക്ക്."

ഷാഹിദ് ഇത്രയുമായപ്പോൾ സംസാരിച്ചു.

"എങ്ങനെ മനസ്സിലായി?"

"നട്ടപ്പൊരിവെയിലത്തുനിന്ന് വല്യമ്മാ മമ്മട്ടികൊണ്ട് മണ്ണുവെട്ടി മാറ്റുവാ... നല്ലൊരു കുഴിയായിട്ടൊണ്ട്. ചോദിച്ചപ്പോ പറഞ്ഞതെന്താണെന്നറിയാവോ? മൊഹിയുദ്ദീൻ ശെയ്ഖിന് കുളിക്കാൻ കൊളം

പണിയുവാന്ന്. വല്യമ്മാനെ ശെയ്ഖ് കാണാൻ വന്നെന്ന്. വെള്ളപ്പട്ടണിഞ്ഞ്. വെള്ളക്കുതിരപ്പുറത്ത്...''

എട്ടു മക്കളെയും നിരവധി ആടുകളെയും വളർത്തി വീട്ടിലുള്ളവർക്കും വന്നുപോയവർക്കും വെച്ചുവിളമ്പി ഒരായുസ്സ് തീർന്നുകൊണ്ടിരിക്കുന്നു. ഈ സായന്തനത്തിൽ അവനവന്റെ മേലുള്ള പിടിവിടുക! എന്തൊരു ദുരന്തം! ഷാഹിദിനു വല്ലാതെ വേദന തോന്നി.

വല്യത്താ അന്നു വൈകീട്ട് ഷാഹിദിനെ കാണാൻ വന്നു.

''നിന്റെ അക്കച്ചിക്കറിയാവുന്ന ഡാക്കിട്ടർമാരാരേലും ഒണ്ടോ മോനെ? വല്യമ്മാനെ കാണിക്കാനാ...''

ഷാഹിദ് ഒന്നാലോചിച്ചു.

''നവാസിനെ ചികിത്സിക്കുന്ന വൈദ്യരാ ഒന്നൂടെ കൊള്ളാവുന്നത്. ഇംഗ്ലീഷ് ഗുളിക കൊടുത്താ മയങ്ങിക്കിടക്കത്തേയൊള്ളൂ. തളവും ധാരയുമൊക്കെയാ ഇതിനു കൂടുതൽ ഗുണം.''

വല്യത്താ ഷാഹിദിന്റെ ഉപദേശം സ്വീകരിച്ചതുകൊണ്ട് വല്യമ്മയ്ക്കുവേണ്ടിയും വൈദ്യരെക്കാണാൻ ഷാഹിദിനു പോകേണ്ടിവന്നു. താലിയപ്പനും ഷാഹിദും വല്യമ്മയുടെ ചികിത്സക്കായി ഒരുപാട് ഓടിനടക്കാനുമിടയായി.

* * *

**നോ**മ്പുകാലത്തിന്റെ വരവും പോക്കും നോമ്പുകഞ്ഞിയുടെ കാലവും കഴിയുകയായിരുന്നു. അതോടൊപ്പം മൊഹിയുദ്ദീൻ ശെയ്ഖിന്റെ വരവിനായി കദിയവല്യമ്മയുടെ കാത്തിരിപ്പും. ആ കാത്തിരിപ്പുകണ്ട് ചെമ്പകപ്പള്ളിയുടെ ഹൃദയത്തിലൂറിയ ചിരിയും കഴിഞ്ഞു.

ചെമ്പകപ്പള്ളി മറ്റൊരു വരവിനായി കാത്തിരുന്നു.

## ചന്ദനക്കുടം

**ചെ**മ്പകപ്പള്ളി കാത്തിരുന്നത് ചന്ദനക്കുടമഹോത്സവത്തിനായിരുന്നു. അള്ളാമേട്ടിലെ തങ്ങളുടെ ഓർമയാണ് ഈ ആഘോഷത്തിനു പിന്നിൽ.

ഷാഹിദിന്റെ കുഞ്ഞുന്നാളിൽ ചെറിയൊരാഘോഷമായിരുന്നു ചന്ദനക്കുടം. പെട്രോമാക്സിന്റെയും റാന്തലിന്റെയും വെളിച്ചത്തിൽ ചെമ്പകപ്പള്ളിക്കാർ ഒത്തുചേരുന്ന കുഞ്ഞുത്സവം. കല്യാണം കഴിച്ചതുകൊണ്ടോ ജോലികിട്ടിയതുകൊണ്ടോ മാറിക്കഴിയുന്നവരും ചന്ദനക്കുടത്തിനെത്തും. അവർക്ക് വേണ്ടപ്പെട്ടവരും കൂടെക്കാണും.

ആനയും അമ്പാരിയും മുത്തുക്കുടയും വാദ്യഘോഷവും അന്നില്ല. ദൂരഗ്രാമങ്ങളിൽനിന്നു നോക്കിയാൽപോലും കാണാവുന്ന നെടുനെടുങ്കൻ വെടിക്കെട്ടുകളില്ല. "മുസ്ഹഫ്" വിൽക്കുന്ന സ്റ്റാളുകളില്ല. ഷാഹിദലിയുടെ മനക്കണ്ണ് ഓർമയുടെ പ്രസരത്തിൽ തെളിഞ്ഞു. കുപ്പിവളകൾ. ഉത്സവപ്പറമ്പിലെ വിൽപനക്കാരിൽനിന്നും വാങ്ങുന്ന ചുവപ്പ്, പച്ച, നീല, കാപ്പിത്തവിട്ടുനിറങ്ങളിലുള്ള കുപ്പിവളകൾ. സുവർണാങ്കനങ്ങളുള്ള വളകൾ. സങ്കീർണമായ നിറക്കൂട്ടുള്ള കടകങ്ങൾ.

നനുത്ത പൊൻവളകളും വർണച്ചില്ലുവളകളും ഇടകലർന്നു കലമ്പുന്ന വെളുവെളുത്ത കൈത്തണ്ടകൾ.

താച്ചിക്ക് ഷാഹിദലി എല്ലാ ചന്ദനക്കുടത്തിനും വള വാങ്ങിച്ചു കൊടുക്കും. പുസ്തകങ്ങളും കാസറ്റുകളുമായിരുന്നു അവൾക്ക് ഏറ്റവും ഇഷ്ടം. എങ്കിലും ഷാഹിദ് കൊടുത്ത വളകൾ അവൾ ഇടയ്ക്കിടെ പുറത്തിറക്കും. വളക്കൈകൾ നീട്ടിക്കാണിച്ച് ചോദിക്കും.

"കണ്ടോ?"

"വയറിക്കാരു വാങ്ങിച്ചുതന്നതാ?"

"ആരു തരാൻ, ഞാമ്മേടിച്ചതാ."

സ്വതന്ത്രമായി ഇടപെടുന്നതിൽ വന്നുചേർന്ന വിലക്ക് ശക്തമായിനിന്ന കാലമായിരുന്നു അതൊക്കെ. അതിനുമുമ്പ്? പല ഘട്ടങ്ങളായിരുന്നു. പപ്പാ, മമ്മി, ഗുല്ലു, ജാസ്മിൻ എന്നിവരുടെ കൂടെ ചന്ദനക്കുടത്തിനുപോയ അവ്യക്തമായ ഓർമകളുണ്ട് ഷാഹിദിന്. പിന്നെ ഗുല്ലുവും ജാസ്മിനും ഷാഹിദിന്റെ കൈപിടിച്ചുകൊണ്ടു പോവുമായിരുന്നു. പിന്നെപ്പിന്നെ ഗുല്ലുവിന്റെ കൈയിൽ താച്ചിയും കാണുമായിരുന്നു. അതിൽപിന്നെ താച്ചിയില്ലാതെ ചന്ദനക്കുടം ഷാഹിദിനുണ്ടായിട്ടില്ല. കൊച്ചുപാവാടയും തിളങ്ങുന്ന തട്ടനുമണിഞ്ഞ് തളയും വളയും കിലുങ്ങി.

താച്ചി ഹൈസ്കൂളിലേക്കു കടന്നപ്പോഴാണ് കുടുംബപ്പോരിന്റെ തീമല വീണ്ടും പൊട്ടിയത്. പള്ളിഭരണം സംബന്ധിച്ച തെരഞ്ഞെടുപ്പിനിടയ്ക്ക് വഴക്കുണ്ടായി. അതാണ് ബാഹ്യമായ ഹേതു. ലത്തീഫ് അഭ്യസ്തവിദ്യനും പരിഷ്കാരിയും ആയപ്പോൾതന്നെ വടക്കേത്താഴന്മാർക്ക് അക്ഷമ തോന്നിത്തുടങ്ങിയിരുന്നു. താച്ചിയുടെ വല്യത്താ,

അച്ഛന്റെ ചേട്ടൻ, കൊമ്പനെന്നറിയപ്പെട്ട കമറുദ്ദീനാണ് തറവാട്ടു കാരണവരെന്ന നിലയിൽ സംഭവങ്ങളോടു പ്രതികരിച്ചുകൊണ്ടിരുന്നത്.

പള്ളിഭരണത്തിൽ തുടർച്ചയായി മൂന്നാംതവണ ലത്തീഫ് അധ്യക്ഷനായി തിരഞ്ഞെടുക്കപ്പെട്ടപ്പോൾ കമറുദ്ദീന് ഈർഷ്യയുണ്ടായി. ഒരു പൊതുയോഗത്തിൽ ഭരണക്കമ്മറ്റിയിലെ ഒരംഗം ലത്തീഫിനെ എതിർത്തു സംസാരിച്ചു. മനഃപൂർവം ലത്തീഫിനെ അപമാനിക്കാനായിരുന്നു അതെന്നു വ്യക്തമായിരുന്നു. ലത്തീഫ് പക്ഷക്കാർ അയാളെ തെറിവിളിച്ചു. അതോടെ ആളുകൾ ചേരിതിരിഞ്ഞു പൊരിഞ്ഞ അടിയായി. സംഘർഷത്തിനിടയിൽ കൊമ്പൻ കമറുദ്ദീന്റെ അസഹിഷ്ണുതയാണ് ഇതിന്റെയൊക്കെ പിന്നിൽ എന്ന രഹസ്യം ചോർന്നു വെളിച്ചത്താവുകയും ചെയ്തു.

സംഘർഷത്തെത്തുടർന്നു കമറുദ്ദീൻ താച്ചിയെ പള്ളിപ്പറമ്പിൽ നിന്ന് കർശനമായി വിലക്കിക്കൊണ്ട് ഒരു നിരോധനാജ്ഞ പുറപ്പെടുവിച്ചു:

"നമ്മടെ പെണ്ണ് പള്ളിപ്പറമ്പിക്കേറിയെറങ്ങുന്നത് ഞാങ്കാണുന്നൊണ്ട്. ഒന്നേയൊള്ളെന്നുംവെച്ച് അവടെ താളത്തിനങ്ങു തുള്ളുവാണല്ലോ. അവടെ പോക്ക് നിർത്തിക്കോണം പറഞ്ഞേക്കാം."

കമറുദ്ദീനെ ഭയമുള്ള കൂട്ടത്തിലാണ് അനുജന്മാർ. താച്ചിയുടെ അച്ഛൻ അവളെ കൊമ്പൻ വല്യത്തായ്ക്ക് അരിശം വന്നാലുള്ള പ്രത്യാഘാതങ്ങളെക്കുറിച്ചു പറഞ്ഞുപേടിപ്പിക്കാൻ ശ്രമിച്ചു. താച്ചി വീട്ടുകാരുടെ കണ്ണിൽ പൊടിയിട്ടു പള്ളിപ്പറമ്പിൽ ഇടയ്ക്കൊക്കെ സൂത്രത്തിൽ പോവാൻ പഠിച്ചു. വാത്സല്യക്കൂടുതൽകൊണ്ട് അച്ഛനമ്മമാർ അതു കണ്ടുപിടിക്കാതിരിക്കാനും ശ്രദ്ധിച്ചു.

ഏതായാലും കമറുദ്ദീൻ പള്ളിക്കാര്യം പറഞ്ഞു ലത്തീഫിനോട് ഇടഞ്ഞ്, കുടുംബവഴക്ക് കുത്തിപ്പൊക്കിയതിനുശേഷം താച്ചിയും ഷാഹിദും ചന്ദനക്കുടത്തിന് ഒന്നിച്ച് ആഘോഷപൂർവം പോകുന്നത് ഇല്ലാതായി.

എന്നാൽ ഒരേ സമയത്ത് എത്തിപ്പെടാനും തിരക്കിൽ കൂട്ടിമുട്ടാനും അവർ ആസൂത്രണങ്ങൾ നടത്തി. ഗുല്ലുവും ഈ ഗൂഢാലോചനകളിൽ ഭാഗഭാക്കായിരുന്നു.

ആ കാലമാവുമ്പോഴേക്കു ചന്ദനക്കുടത്തിന് ആൾത്തിരക്കുകൂടിയിരുന്നു. ദൂരസ്ഥലത്തുനിന്ന് ആളുകൾ വരാൻ തുടങ്ങിയതായിരുന്നു കാരണം. ജാറത്തിൽ വന്നു നേർച്ചയിടുന്നവരുടെ എണ്ണവും പെരുകി. അതുകൊണ്ടു മൈക്കും ഭക്തിഗാനകാസറ്റുകളും വെടിവഴിപാടുകളും ആനലേലവും ഒക്കെ ഉത്സവാഘോഷങ്ങളുടെ ഭാഗമായിക്കഴിഞ്ഞിരുന്നു.

ഷാഹിദലിയുടെ പപ്പാ ലത്തീഫ് ചന്ദനക്കുടമഹോത്സവക്കമ്മറ്റിയുടെ അധ്യക്ഷനാവാറുണ്ടായിരുന്നു. ജമാഅത്തെ ഇസ്ലാമി പ്രമാണങ്ങളോടു ലത്തീഫിന് ചായ്‌വുണ്ട്. അതുകൊണ്ട് ഔലിയാക്കന്മാരെയും പീരുക്കളെയും മറ്റും ആരാധനാമനോഭാവത്തോടെ കാണുന്നത് ഇസ്ലാമിനു നിരക്കാത്തതാണെന്ന് അയാൾ കരുതി. അല്ലാഹുവല്ലാതെ മറ്റൊരു ആരാധ്യനില്ലെന്നതാണല്ലോ ഇസ്ലാമിന്റെ അടിസ്ഥാന വിശ്വാസം.

എന്നിരിക്കിലും പൂർവികർക്ക് അള്ളാമേട്ടിലെ തങ്ങളുമായി ഉണ്ടായിരുന്ന പ്രത്യേകസ്നേഹം ലത്തീഫിനു മറക്കാൻ കഴിഞ്ഞിരുന്നില്ല. ചെമ്പകപ്പള്ളിയുടെ പൊതുകാര്യം എന്ന നിലയിലും ചന്ദനക്കുടം നടത്തിപ്പിൽനിന്നു ലത്തീഫിനു ഒഴിഞ്ഞുമാറാൻ ആവുമായിരുന്നില്ല. പോരാത്തതിനു പള്ളിക്കാര്യമെന്ന പരിവേഷവും ചന്ദനക്കുടത്തിനുണ്ട്. അള്ളാമേട്ടിലെ തങ്ങളുടെ ജാറം പള്ളിക്കകത്താണല്ലോ. പള്ളിയാകട്ടെ പൂർവികർ ദാനം ചെയ്ത സ്ഥലത്തും.

നാടുവിട്ട സമയത്ത് ഷാഹിദലി ഒരു കോളേജ് കുമാരൻ മാത്രമായിരുന്നു ചെമ്പകപ്പള്ളിക്കാർക്ക്. തിരിച്ചുവന്ന ഷാഹിദലി പ്രണയകഥയിലെ നായകനും ഏറെപ്പഠിച്ചവനും മറുനാട്ടിൽക്കഴിഞ്ഞവനുമൊക്കെയായ മുതിർന്ന മനുഷ്യനായിരുന്നു. ഒരു ''ഹീറോ''. മറുചേരിക്കാർപോലും ഷാഹിദിനെ ഒരു ചെറിയ ആരാധനയോടെ കണ്ടു.

അതുകൊണ്ട് ലത്തീഫിനുപകരം എന്നപോലെ ചെമ്പകപ്പള്ളിക്കാർ ഷാഹിദലിയെ ചന്ദനക്കുടത്തിന്റെ ഉത്സവക്കമ്മറ്റിയിൽ മുൻകൂർ സമ്മതം വാങ്ങിക്കാതെ അംഗമാക്കി. പള്ളിഭരണവും പള്ളിയുടെ പൊതുയോഗങ്ങളും ഒക്കെ സംഘർഷങ്ങളുടെയും നഷ്ടങ്ങളുടെയും ഓർമകളാണ് ഷാഹിദിന്റെ മനസ്സിലേക്ക് കൊണ്ടുവന്നത്. അന്തസ്സാരശൂന്യങ്ങളും നിലയ്ക്കാത്തവയുമായ തർക്കങ്ങളുടെയും. എങ്കിലും കമ്മിറ്റിയിൽ അംഗത്വം സ്വീകരിക്കുന്നതുപോലെ അബദ്ധമായേക്കാം നിരസിക്കുന്നത് എന്ന ശങ്ക ഷാഹിദിനുണ്ടായി. ചന്ദനക്കുടം അടുത്തുവന്ന അവസരത്തിൽ താലിയപ്പൻ ഒരു പുതിയ ആവശ്യവുമായി വന്നു. കണക്കിൽപെടുത്താതെ-അതായത് വീട്ടുകാരറിയാതെ - കുറച്ചു രൂപ വേണം. അത്ര വലിയ തുകയൊന്നുമായിരുന്നില്ല ചോദിച്ചത്. എങ്കിലും വെറുതെ ചടങ്ങിനു ഷാഹിദ് നിബന്ധനവെച്ചു.

''തരാം. പക്ഷേ, എന്തിനാണെന്നു പറഞ്ഞാലേ തരത്തൊള്ളൂ.''

ആർജ്ജവത്തോടെ അവൻ ഷാഹിദിനോടു പറഞ്ഞു:

''ആരോടും പറയ്കേലങ്കിപ്പറയാം...''

''പറയ്കേല.'' ഷാഹിദ് ഉറപ്പു നൽകി: ''അല്ലേലും ഞാനാരോടു പറയാനാ?''

ഒരു നാണം അവന്റെ വാക്കുകളെ ചെറുതായി തടയുന്നുണ്ടായിരുന്നു.

"ഒരു മോതിരം... വാങ്ങാനാ... കൊറച്ച് രൂപ ഇരിപ്പൊണ്ട്... തെകയത്തില്ല."

അവന്റെ കൈയിലൊരു കല്ലുവച്ച സ്വർണ്ണമോതിരം കിടപ്പുള്ളത് ഷാഹിദ് ശ്രദ്ധിക്കുന്നതായി അവൻ മനസ്സിലാക്കി.

"എന്റെ മോതിരത്തിനിട്ടു നോക്കുവാന്നല്ലോ. വാങ്ങാമ്പോണത് എനിക്കല്ല."

"ആർക്കാ?"

"അതൊരാളൊണ്ട്."

ഷാഹിദ് വിസ്തരിച്ചില്ല. പൈസ കൊടുത്തു. താലിയപ്പൻ അന്നു തന്നെ മോതിരം വാങ്ങിച്ചു. അതു കൊണ്ടുചെന്നു ഷാഹിദിന് കാണിച്ചുകൊടുക്കുകയും ചെയ്തു.

ചന്ദനക്കുടത്തിനു രണ്ടുനാൾ മുമ്പ് അതിരാവിലെ മുറ്റമടിക്കുന്ന ശബ്ദം കേട്ടാണ് ഷാഹിദുണർന്നത്. സുബ്ഹിക്കുള്ള ബാങ്കുവിളി കേട്ട് ഒന്നുണർന്നിട്ടു വീണ്ടും മയങ്ങിപ്പോയതായിരുന്നു. ജലദോഷമുള്ളതുകൊണ്ട് പുലരിമഞ്ഞ് കൊള്ളരുതെന്നുവച്ചു രണ്ടുമൂന്നു ദിവസമായി സുബ്ഹിക്കു പള്ളിയിൽ പോകാതിരിക്കുകയായിരുന്നു.

അതിരാവിലെ താജുമ്മാ വരാറില്ല. തൂക്കാനും വീടുവൃത്തിയാക്കാനും വരുന്നത് താജുമ്മായാണ്. ആ വരവ് വീട്ടിലെ പണിയൊതുക്കി, ഉച്ചയാവാറാവുമ്പോഴായിരിക്കും. പിന്നെയാരാണ്? ഷാഹിദിനു ജിജ്ഞാസ തോന്നി.

ഷാഹിദ് എഴുന്നേറ്റ് പുറത്തളത്തിൽ ചെന്നു. മുന്താണികൊണ്ട് തലമറച്ച ഒരു സാരിക്കാരി യുവതിയാണ് മുറ്റമടിക്കുന്നത്.

"ആരാത്?" ഷാഹിദ് ചോദിച്ചു.

യുവതി തൂത്തുവാരൽ നിർത്തി. നിവർന്നു ഷാഹിദിനഭിമുഖം നിന്നു.

"ഷാഹിദണ്ണൻ എന്നെ മറന്ന്, അല്ലേ?" പരിഭവവും സ്നേഹവും കളിയാക്കലും ഒക്കെ ഒരേ ശ്വാസത്തിൽ ധ്വനിപ്പിക്കുന്ന ശബ്ദം. കുഞ്ഞാലി! രാജാത്തിയെക്കൊണ്ട് കൊമ്പനെ കളിയാക്കിച്ച വമ്പത്തി ആലിയ...

"ആഹാ കുഞ്ഞാലിയായിരുന്നോ? എപ്പോളെത്തി? മറ്റേമ്മയ്ക്കെങ്ങിനെയൊണ്ട്?"

തന്റെ അമ്മയുടെ അമ്മയെ ഒരുപാടൊരുപാട് സ്നേഹമാണ്

കുഞ്ഞാലിക്ക്. അവർക്കസുഖമായപ്പോൾ കാണാൻ ചെന്നതാണ്. ശുശ്രൂഷിക്കാൻ നിന്നു.

"മറ്റേമ്മയ്ക്ക് സുഖംതന്നെ. ചന്ദനക്കുടത്തിന് ഒന്നിച്ചു പോവാമെന്നു പറഞ്ഞിട്ട് ഞാനവിടെ നിന്നതാ... മറ്റേമ്മയും പോന്നിട്ടൊണ്ട്."

മുറ്റത്ത് ആളെ കണ്ട പത്രക്കാരൻ പയ്യൻ സൈക്കിളിൽനിന്നിറങ്ങാതെ പത്രം മുറ്റത്തേക്കിട്ടു. കുഞ്ഞാലി വേഗം ചെന്ന് അത് എടുത്തുകൊണ്ടുവന്നു പുറത്തളത്തിന്റെ അരഭിത്തിയിലിരിപ്പായ ഷാഹിദിനു കൊടുത്തു.

കുഞ്ഞാലിയുടെ വിരലിൽ കിടക്കുന്ന മോതിരം താലിയപ്പൻ തനിക്കു കാണിച്ചുതന്ന മോതിരമാണെന്നു ഷാഹിദ് തിരിച്ചറിഞ്ഞു. ഉരുണ്ട ഒരൊഴുക്കൻ മോതിരം. ഈടുള്ളത്. ജീവിതകാലം മുഴുവൻ അതങ്ങനെ അവളുടെ വിരലിൽ കിടക്കണമെന്ന് അവൻ ആശിക്കുന്നുണ്ടാവാം.

ഷാഹിദിനു സന്തോഷം തോന്നി. കുഞ്ഞാലിയും താലിയപ്പനും നന്നായി ചേരും. ഷാഹിദ് പക്ഷേ, അറിഞ്ഞ ഭാവമേ നടിച്ചില്ല.

"നീയെന്തിനാ പിന്നെ ഇത്രകാലത്തെ ഇങ്ങോട്ടുവന്നെ?" ഷാഹിദ് ചോദിച്ചു.

"താച്ചാമി പറഞ്ഞിട്ടാ..."

അടുത്തടുത്താണ് കുഞ്ഞാലിയുടെയും താലിയപ്പന്റെയും വീടുകൾ.

ഷാഹിദിന് ഒന്നുകൂടി സന്തോഷം തോന്നി. കുഞ്ഞാലിയെ മരുമകളായി താച്ചാമി മനസ്സിൽ കണ്ടുതുടങ്ങിയ മട്ടുണ്ട്.

അള്ളാമേട്ടിലെ തങ്ങളെക്കുറിച്ചു നിരവധി കഥകൾ ചെമ്പകപ്പള്ളിയിൽ പ്രചാരത്തിലുണ്ട്.

അള്ളാമേട് എന്ന പേരിന്റെ ഉത്ഭവത്തിനും തങ്ങളുമായി ബന്ധപ്പെട്ട ഒരു കുഞ്ഞുകഥയുണ്ട്. തങ്ങൾ പള്ളിക്കുന്നു കയറാൻ തുടങ്ങുമ്പോൾ അള്ളാഹുവിനെ ഉറക്കെ സ്മരിച്ചു തുടങ്ങുമായിരുന്നുവത്രെ.

"അല്ലാഹു അക്ബർ...

അല്ലാഹു അക്ബർ..."

അങ്ങു മുകളിലെത്തുംവരെ ഇടയ്ക്ക് ആ ജപം ആവർത്തിക്കും. ഒടുവിൽ പള്ളിക്കുന്ന് അള്ളാമേടായി.

ചെമ്പകപ്പള്ളിക്കാർ ആദ്യമായി തങ്ങളെ പരിചയപ്പെട്ട കഥയുണ്ട്. പള്ളിക്കുന്നിൽ ചുള്ളലു തേടിപ്പോയ ചില പെണ്ണുങ്ങളാണ് തങ്ങളെ ആദ്യമായി അവിടെ കണ്ടുമുട്ടിയവർ.

ചുള്ളിവിറകു പെറുക്കിനടക്കുന്ന വഴിക്ക് ഒരു പാറപ്പുറത്തിരുന്ന കറുത്ത മനുഷ്യനെ കണ്ട് പെണ്ണുങ്ങൾ പേടിച്ചു. ആ തീക്കണ്ണുകൾ അവരെ ആകർഷിക്കുകയും ചെയ്തു. അവർ പരിഭ്രമത്തോടെ തിരിഞ്ഞു നടന്നപ്പോൾ വഴി തടയാനെന്നപോലെ പത്തിവിടർത്തിയ ഒരു കരിമൂർഖൻ. പെണ്ണുങ്ങൾ നിലവിളിച്ചുപോയി.

പാറപ്പുറത്തിരുന്ന രൂപത്തിൽനിന്നു മുഴങ്ങുന്ന ഒരാജ്ഞ പുറപ്പെട്ടു:

"ഡേയ്, പോടാ..."

സർപ്പം പത്തിതാഴ്ത്തി സ്ഥലം വിട്ടു.

തങ്ങളുടെ ആജ്ഞാശക്തിയെക്കുറിച്ചു മറ്റൊരു കഥയുണ്ട്.

തങ്ങളുടെ കാലുകളിൽ വ്രണംവന്നു പൊട്ടി പഴുപ്പു ബാധിച്ചു. വ്രണങ്ങളിൽ ചെറിയ പുഴുക്കൾ ഉണ്ടായി. എന്നിട്ടും തങ്ങൾ ചികിത്സിച്ചില്ല.

അക്കാലത്ത് അരുവിയിൽ കുളിക്കാനിറങ്ങുന്നതിനുമുമ്പ് ഒരു ചടങ്ങ് പതിവായി. ഒഴുക്കിനു കാഠിന്യമില്ലാത്ത, താൻ പതിവായി ഇറങ്ങുന്ന കടവിനരികെ, വെള്ളം തെറിച്ചുവീഴാത്ത അകലത്തിൽ സിദ്ധൻ നിലയുറപ്പിക്കും. എന്നിട്ട് സ്നേഹപൂർവം ആജ്ഞാപിക്കും:

"എറങ്ങിനെടാ, നായിന്റെ മക്കളേ..."

വ്രണങ്ങളിൽ പാർക്കുന്ന പുഴുക്കൾ അരിച്ച് പുറത്തുവരും. ഉരുതി താഴേക്കു വീഴും.

അവയെ ചവിട്ടാതെ, തങ്ങൾ നടന്നു മാറി വെള്ളത്തിലിറങ്ങും. കണ്ണുചിമ്മി ജലസംഗീതത്തിൽ മുഴുകി കഴുത്തറ്റം വെള്ളത്തിൽ അങ്ങിനെ ഇരിക്കും.

ഏറെക്കഴിഞ്ഞ്, കരയ്ക്കുകയറി, കാട്ടുമരങ്ങളെ തഴുകിവരുന്ന ഇളംകാറ്റിൽ തുവർന്ന്, സൂര്യസ്നാനത്തിൽ വെടിച്ച്, ശരീരം ചൂടുപിടിച്ചു തുടങ്ങുമ്പോൾ പിരിഞ്ഞുപോന്നവരെ തേടിച്ചെല്ലും:

"കേറിനെടാ നായിന്റെ മക്കളേ..."

പ്രവാസികൾ ജന്മസ്ഥലത്തേക്കു തിരികെപ്പോവുകയായി.

വീണ്ടും ആ കഥകളെല്ലാം ഓർത്ത ഷാഹിദലി വിസ്മയിച്ചു. ചുറ്റുപാടുമുള്ള മനുഷ്യരിൽ നൂറ്റിൽ തൊണ്ണൂറ്റൊമ്പതുപേരും ഭ്രാന്തനും തെണ്ടിയുമായിക്കണ്ടിരുന്ന ഊരും പേരുമില്ലാത്ത സഞ്ചാരി. വാസ്തവത്തിൽ അയാളൊരു മുസൽമാനായിരുന്നോ? ആയിരുന്നെങ്കിൽ ഏതു നാട്ടുകാരൻ? എവിടെ പിറന്നു? എവിടെ വളർന്നു? ഉറ്റവരെയും പെറ്റവരെയും വിട്ട്, എല്ലാം മറന്ന്, മറ്റേതോ വിളികേട്ടു

മന്ത്രമുഗ്ദ്ധനായി കുട്ടിക്കാലത്തേ ഓടിപ്പോയതാണോ അയാളും? എന്തിന് ഈ മണ്ണിൽ നിത്യവിശ്രമം തേടിവന്നു? ഈ ദേശത്തിനു കാവലാളായി?

ചന്ദനക്കുടത്തിന്റെ അന്നു വൈകുന്നേരം ഷാഹിദലി ഉത്സവപ്പറമ്പിൽ ചുറ്റിനടക്കുകയായിരുന്നു. വെറുതെ...

പണ്ടുമുതൽക്കേ വഴിവാണിഭക്കാർ കൊണ്ടുവരാറുള്ള എല്ലാ വസ്തുക്കളുമുണ്ട് ഇപ്പോഴും. കുഞ്ഞുങ്ങളെയും പെൺകുട്ടികളെയും വീട്ടമ്മമാരെയും ലാക്കാക്കിക്കൊണ്ടു വന്നുനിരത്തിയ കച്ചവടച്ചരക്കുകൾ, ബലൂണുകൾ, പീപ്പികൾ, വിലക്കുറവുള്ള ഞെക്കുപാവകൾ, മുടിപ്പിന്നുകൾ, വളകൾ, കൽച്ചട്ടി, കടകോല്, ചിരവ, തവി... ആ പട്ടിക നീണ്ടുപോവുന്നതാണ്. ഉഴുന്നാടയും ഈന്തപ്പഴവും അലുവയും തീറ്റിസാധനങ്ങളിൽ പഴയതുപോലെ മുഖ്യാകർഷണങ്ങളായി പ്രാമാണ്യം പുലർത്തുന്നു.

സ്നേഹം നിറഞ്ഞ ഒരു വിളികേട്ട് ഷാഹിദ് തിരിഞ്ഞു. തൊട്ടുപിറകിൽ ഒസ്സാൻ അത്തുക്കെ്റി.

''അലിയാരെ കാണണോന്നു വിചാരിച്ച്!'' അത്തുക്കെ്റി പറഞ്ഞു: ''വിശേഷം അറിഞ്ഞോ?''

എന്താണ് പറയാൻ പോകുന്നതെന്നു ഷാഹിദ് ഊഹിച്ചു. പുറംവേദന മാറിയ കഥയാവും. എങ്കിലും രസംകെടുത്തേണ്ട എന്നു കരുതി ചോദിച്ചു:

''എന്നതാ അത്തുഅണ്ണേ?''

ആവേശത്തോടെ അത്തു പുറംവേദന മാറാനിടയായ സാഹചര്യങ്ങൾ പൊടിപ്പും തൊങ്ങലുംവച്ചു വർണിച്ചു. ഒടുവിൽ പറഞ്ഞു:

''എന്നാലും എപ്പം മുതൽക്ക് ഒള്ളതാരുന്ന് ആ വേദന... അതല്ലേ പോയത്!''

അത്തുവുമായി സംസാരിച്ചുനിന്നപ്പോൾ ഷാഹിദും താച്ചിയും കുട്ടികളായിരിക്കുമ്പോൾ നടന്ന ഒരു സംഭവത്തെക്കുറിച്ചു ഷാഹിദിനോർമവന്നു.

അന്ന് ഒരു ചന്ദനക്കുടത്തിന്, നെറ്റിപ്പട്ടംകെട്ടിയ ഒരു ഗജവീരൻ വന്നിരുന്നു. 'ആനലേലം' എന്ന വഴിപാട് നടത്താനാണവനെ കൊണ്ടുവന്നത്.

ആനപ്പുറത്തുകയറാനുള്ള അവസരങ്ങൾ ലേലം വിളിച്ചുറപ്പിക്കുകയാണ്. ഓരോ തവണയും മൂന്നും നാലും പേരാണ് കയറുക. ഇരുപത്തഞ്ച്, ഇരുപത്, പതിനഞ്ച് അങ്ങനെ ഓരോ ഊഴത്തിന് ഓരോരുത്തരും പൈസ കൊടുക്കും. നേർച്ചക്കയറ്റമായതുകൊണ്ട്

ഭക്തിയോടെയും ഗൗരവത്തോടെയുമൊക്കെയാണ് കയറുന്നത്. വെഞ്ചാമരം, ആലവട്ടം എന്നിങ്ങനെയുള്ള അലങ്കാരവസ്തുക്കൾ കൈയിൽ കിട്ടും. അതെല്ലാം വീശിയും ഇളക്കിയും ആനപ്പുറത്തു നിൽക്കുന്നതാണ് 'ആനലേലം' വഴിപാട്.

അത്തുക്കെ്‌രി വെമ്പലോടെ ആ വഴിപാടിൽ പങ്കുചേർന്ന്, ആനപ്പുറത്തു കയറിയിരുന്നു. വെഞ്ചാമരങ്ങളാണ് അത്തുവിന്റെ കൈയിൽ ലേലം നടത്തിപ്പുകാർ പിടിപ്പിച്ചത്.

## "ലബ്ബൈക്കല്ലാഹുമ്മ ലബ്ബൈക്ക്..."

ഒസ്സാൻ അത്തുക്കേ്കരി വെഞ്ചാമരവും കൈയിൽപിടിച്ച് ആനപ്പുറത്ത് തെല്ലിട ഇരുന്നു. പൃഷ്ഠത്തിൽ ആനരോമം കൊള്ളുന്നതു കാരണം അയാൾ അസ്വസ്ഥനാവുന്നത് കണ്ടുനിന്നവരിൽ ചിലരെല്ലാം മനസ്സിലാക്കി. അവർക്കു ചിരിവന്നു. രസം പിടിച്ച ഒരുത്തൻ വിളിച്ചുകൂവി:

"വെഞ്ചാമരോം കൈയിപ്പിടിച്ചങ്ങു ചുമ്മാ ഇരിക്കുവാണോ... വീശണ്ണേ. വീശ്..."

അത്തുക്കേ്കരിക്കും അതേ ആഗ്രഹം തന്നെയാണുണ്ടായിരുന്നത്. അതിനായി ആനപ്പുറത്ത് എഴുന്നേറ്റുനിൽക്കാമെന്നു മനസ്സിൽ നിരൂപിച്ച് അതിനുള്ള ധൈര്യം സംഭരിച്ചുകൊണ്ടു വരികയുമായിരുന്നു. ഇപ്പോൾ അത്തുക്കേ്കരി സൂക്ഷിച്ചു പതുക്കെ എഴുന്നേറ്റു. അതീവ ശ്രദ്ധയോടെ നിലയുറപ്പിച്ച്, കൈയിലിരുന്ന വെഞ്ചാമരം വായുവിൽ ചുഴറ്റി. മൂട്ടിൽ കുത്തുന്ന ആനരോമങ്ങളിൽനിന്നും മുക്തനായപ്പോൾ ആൾക്ക് ഉത്സാഹമായി. നേർച്ച നടത്തുന്നതിൽ കൃതാർത്ഥത. ആളുകൾ കാണാനുണ്ട് എന്ന അഭിമാനം. ആകെ ഹരംപിടിച്ച് അത്തുക്കേ്കരി വെഞ്ചാമരം ഒന്നുകൂടി വായുവിൽ ചുഴറ്റി.

ആ മുഹൂർത്തത്തിലാണ് ആന ചുവടൊന്നു മാറ്റിയത്. ആ മാറ്റം അത്തുക്കേ്കരിയുടെ നില പാടേ തെറ്റിച്ചു. അലൗകികമായ ഒരലർച്ചയോടെ അത്തുക്കേ്കരി ആനപ്പുറത്തുനിന്നു വിടർത്തിപ്പിടിച്ച വെഞ്ചാമരവുമായി താഴോട്ടുപറന്നു. മലർന്നടിച്ചു താഴെ വീണപ്പോഴും വെഞ്ചാമരത്തിലെ പിടി വിട്ടിരുന്നില്ല.

വീണിടത്തുനിന്നു നിവരാൻ ശ്രമിക്കുകയായിരുന്ന അത്തുക്കേ്കരിയുടെ സമീപത്തേക്കു ലേലം നടത്തിപ്പുകാർ ഓടിവന്നു. കണ്ടുനിന്നവരും ചുറ്റുംകൂടി. അക്കൂട്ടത്തിൽ ഷാഹിദും താച്ചിയും ഗുല്ലുവുമുണ്ടായിരുന്നു.

"വല്ലോം പറ്റിയോ?" ലേലം നടത്തിപ്പുകാരിലൊരാൾ അന്വേഷിച്ചു.

ചോദ്യം രസിക്കാതെ, അത്തുക്കെ്‌രിയുടെ വേദനയും സംഭ്രമവും കൊണ്ടു കോടിയ മുഖം ഒന്നുകൂടി കോടി.

അയാളുടെ ചോരയൊലിക്കുന്ന കൈമുട്ടിലേക്കു നോക്കി എഴുന്നേൽക്കാൻ സഹായഹസ്തം നീട്ടിക്കുനിഞ്ഞ ലേലംനടത്തിപ്പുകാരിൽ മറ്റൊരുത്തൻ പറഞ്ഞു:

''സാരമില്ലണ്ണേ, ഏക്ക്...''

അത്തുക്കെ്‌രിയുടെ കണ്ണിൽനിന്നും തീ പാറി. അതു കാണാതെ ഇനിയുമൊരു ലേലക്കാരൻ പറഞ്ഞു:

''വാ, കേറണ്ണേ ആനപ്പൊറത്ത്, നേർച്ചയല്ലേ...''

വേദനയും അരിശവുംകൊണ്ട് ആകെച്ചുളിഞ്ഞ മുഖത്തോടെ അത്തുക്കെ്‌രി പയ്യേ നിവർന്നിരുന്നു. അപ്പോഴും കൈയിലുണ്ടായിരുന്ന വെഞ്ചാമരം, കൈമുട്ടിനേറ്റ പരിക്കുമറന്ന്, അത്തുക്കെ്‌രി, ലേലക്കാരുടെ നേർക്കു വലിച്ചെറിഞ്ഞു:

''ദേ കെടക്കുണു നിങ്ങടെ...''

പച്ചത്തെറിയായിരുന്നു അത്തുക്കെ്‌രിയുടെ വായിൽനിന്നും വീണുപോയത്. ചുറ്റും കൂടിയവരുടെ ആകാംക്ഷ കൂട്ടച്ചിരിക്കു വഴിമാറി.

ചന്ദനക്കുടം കഴിഞ്ഞ്, ചന്ദനക്കുഴമ്പ് നെറ്റിയിൽ തൂത്ത്, കളിപ്പാട്ടങ്ങളും പലഹാരപ്പൊതികളുമായി തിരിച്ചുപോരുമ്പോൾ താച്ചി ഷാഹിദിനോടു ചോദിക്കുകയുണ്ടായി:

''അത്തുക്കെ്‌രി എന്നതാ പറഞ്ഞേ?''

ഷാഹിദും അതെന്താണെന്ന് ചിന്തിക്കുകയായിരുന്നു. ''അറിയത്തില്ല.'' അവൻ പറഞ്ഞു: ''അണ്ണച്ചിയോടു ചോദിക്കാം, വാ...''

ഗുല്ലു ഗൗരവം പാലിച്ചുകൊണ്ട് ആ സംശയം തീർക്കലിനെ അഭിമുഖീകരിച്ചു.

''എന്തോ പന്ന വാക്കാ. എന്നതാന്ന് അണ്ണച്ചിക്കും അറിയത്തില്ല.''

* * *

**നേർ**ച്ചയിൽ പറ്റിയ വീഴ്ചയുടെ കേട് വർഷങ്ങൾ കഴിഞ്ഞപ്പോഴാണ് അത്തുക്കെ്‌രിക്ക് അനുഭവപ്പെട്ടുതുടങ്ങിയത്. പുറംവേദന... ചികിത്സിച്ചിട്ടും മാറാതെ അത് അത്തുക്കെ്‌രിയെ അലട്ടിക്കൊണ്ടിരുന്നു. സഞ്ജുവിനെ കണ്ടപേക്ഷിച്ചതോടെ മാറിപ്പോയത് ആ വേദനയാണ്.

അതുകൊണ്ട് ചന്ദനക്കുടം നടക്കുന്ന പള്ളിമൈതാനത്തുവച്ച് ഷാഹിദിനെ കണ്ടപ്പോൾ അത്തുക്കെ്‌രി ചോദിച്ചു:

''ഫക്കീറ് ഇനി വരുവോ അലിയാരേ?''

''അറിയത്തില്ല...''

സഞ്ജുവിനെപ്പറ്റി എന്തെല്ലാമോ ചോദിച്ചറിയാൻ അത്തുക്കേരി ക്കുള്ള താൽപര്യം ഷാഹിദിനു മനസ്സിലായി. കൂടുതൽ പറയാൻ ഇഷ്ടപ്പെടാതെ ഷാഹിദ് ഒഴിഞ്ഞുമാറി.

* * *

**ഹജ്ജ്** യാത്രയ്ക്കു മൂന്നാഴ്ചയുള്ളപ്പോൾ ഷാഹിദലിയെ പ്രത്യേ കിച്ചു കാണാനായി ഉസ്മാൻ ഒരപരാഹ്നത്തിൽ മുറിയിലേക്കു ചെന്നു. അതിനു തൊട്ടുമുമ്പുള്ള ദിവസങ്ങളിൽ, എന്നേ കടുംവെട്ടു കഴിഞ്ഞു കിടന്ന റബർമരങ്ങൾ വെട്ടിവിൽക്കുന്ന തിരക്കിലായിരുന്നു ഉസ്മാൻ. അതിൽനിന്നുള്ള പണം ഷാഹിദിന്റെ കൈയിൽ ഏൽപ്പിച്ച്, ഉസ്മാൻ പറഞ്ഞു:

''പപ്പ വിളിക്കുമ്പം ഇനി എന്നാ ചെയ്യണ്ടേന്നു ചോദിച്ചേരേ... റബറോ തയ്യോ വാഴയോ നടേണ്ടിയതെന്ന്.''

''അതൊക്കെ പപ്പാ എനിക്കു വിട്ടുതന്നേക്കുവാ. ആദ്യം മാമാ ഹജ്ജിനു പോയേച്ചുവാ. പിന്നെ നമുക്ക് മഴ വരുമ്പം വേണ്ടപോലെ ചെയ്യാം,'' ഷാഹിദ് പറഞ്ഞു: ''ഇനി ഇതൊക്കെ താലിയപ്പൻ നോക്കട്ടെ. മാമാ അവന് പറഞ്ഞുകൊടുത്താൽ പോരേ?''

ഉസ്മാൻ ഇരുന്ന് ആലോചനയിലാണ്ടു.

''എന്താ മാമാ ഒന്നും പറയാത്തെ?'' തീരുമാനമെടുക്കാനാവാതെ മാമാ ഷാഹിദിനെ നോക്കി:

''അവനൊരുത്തരവാദിത്വം വരട്ടെ. ഇപ്പം മോൻ തന്നെ എല്ലാം ശ്രദ്ധിച്ചോണം.''

''എളേതായതുകൊണ്ട് മാമായ്ക്കു തോന്നുന്നതാ ഉത്തരവാദിത്വ മില്ലെന്ന്. അവന് അനുഭവപരിചയം കൊറയും എന്നല്ലാ ഒള്ളോ?'' ഷാഹിദ് അഭിപ്രായപ്പെട്ടു.

മുഖവുരയില്ലാതെ മറ്റൊരാശയവും ഷാഹിദ് മാമായുടെ മുമ്പാകെ അവതരിപ്പിച്ചു:

''അവനെക്കൊണ്ട് നിക്കാഹ് കഴിപ്പിച്ചൂടെ മാമായ്ക്ക്?''

മാമാ ഷാഹിദിനെ വിശ്വാസം വരാതെ നോക്കി.

''അതിനെന്നാ പ്രായമൊണ്ടവന്?'' മാമാ തിരിച്ചുചോദിച്ചു.

താലിയപ്പൻ കുഞ്ഞാലിക്കു വാങ്ങിച്ചുകൊടുത്ത ഉരുണ്ട പൊൻ മോതിരം ഷാഹിദിന്റെ മനക്കണ്ണിൽ തെളിഞ്ഞു. പാവം കുട്ടികൾ. സൂചിമുനകൊണ്ടതുപോലെ ഒരു നോവ്, ഹൃദയത്തിലെവിടെയോ, ഷാഹിദിനനുഭവപ്പെട്ടു. അവരെപ്പോലെ പരസ്പരം കണ്ടുവളർന്ന രണ്ടു പാവം കുട്ടികളെ ഓർമവന്നതായിരുന്നു കാരണം. കണ്ടിട്ടും കൊതി തീരാതെ, പറഞ്ഞിട്ടും വർത്തമാനം തീരാതെ ജീവിതകാലം മുഴുവൻ ഒന്നിച്ചുകഴിയാൻ ആഗ്രഹിച്ച നിരുപദ്രവികളായ രണ്ടുപേർ.

ഇല്ല, താച്ചിക്കും തനിക്കും നേരിട്ട വിധി ഇവർക്കുണ്ടാകരുത്. ഇവരുടെ കുടുംബങ്ങൾ തമ്മിൽ വഴക്കില്ല എന്നു ഷാഹിദിനറിയാം. എങ്കിലും മറ്റേതെങ്കിലും കാരണംകൊണ്ട്...

ഷാഹിദ് അവരുടെ പക്ഷത്തുനിന്നു പ്രവർത്തിക്കാൻ നിശ്ചയിച്ചു:

"കെട്ടാനുള്ള പ്രായമെന്നാ ഇല്ലാതെ. ഇപ്പം നേരത്തെ കെട്ടുന്നത് വീണ്ടും ഫാഷനായിരിക്കുവാ."

തന്റെ വാക്കുകൾക്ക് മാമായുടെ മേൽ സ്വാധീനമുണ്ടായിവരുന്നതിനെക്കുറിച്ചു തികച്ചും ബോധവാനായ ഷാഹിദ് ആത്മവിശ്വാസത്തോടുകൂടി അഭിപ്രായപ്പെട്ടു.

"മാമാ ഹജ്ജിനുപോകും മുന്നേ അതങ്ങു നടത്തിയേരേ. അതുമൊരു ബാധ്യതയല്ലേ?"

"മോനെ, അവനൊരു പെണ്ണിനെ പുലർത്താനെന്നാ ചെയ്യും?"

"അതിനൊക്കെ വഴിയുണ്ടാകും. അവൻ നല്ല വിശ്വാസള്ളോനാ."

"എന്നാലും ഇങ്ങനെ എടുപിടീന്ന് എവിടെപ്പോയിക്കൊണ്ടു വരാനാ പെണ്ണിനെ?"

താലിയപ്പന്റെയും കുഞ്ഞാലിയുടെയും വിഷയം ഉസ്മാന് അറിഞ്ഞുകൂടെന്നു ഷാഹിദിനു മനസ്സിലായി.

"ഞാനൊരു കൊച്ചിനെ കണ്ടുവെച്ചിട്ടുണ്ട്," ഷാഹിദ് പറഞ്ഞു. "നമ്മുടെ കുഞ്ഞാലിയില്ലേ... താലിയപ്പന് നല്ല ചേർച്ചയായിരിക്കും."

അത് ഉസാമാൻ ഒട്ടും പ്രതീക്ഷിച്ചതായിരുന്നില്ല.

"ആ മരംകേറിവായാടിയോ? എന്റെ റബ്ബേ. തീക്കൊളുത്തിയ പടക്കംപോലാ അത്, എപ്പഴ് എവിടെവച്ച് പൊട്ടൂന്ന് അറിയാമ്പറ്റത്തില്ല."

കുഞ്ഞാലിയും താലിയപ്പനും തമ്മിൽ വലിയ പ്രായവ്യത്യാസമില്ല. അവർക്കെന്നും വഴക്കായിരുന്നു കുട്ടികളായിരിക്കുമ്പോൾ.

"അതൊക്കെ കുട്ടിക്കാലത്ത്. ഇപ്പം കൊച്ച് വളർന്നില്ലേ മാമാ." ഷാഹിദ് മയത്തിൽ പറഞ്ഞു.

ഷാഹിദ് വെട്ടിത്തുറന്ന ചിന്താപദ്ധതിയിൽ പതുക്കെ ഉസ്മാൻ വീഴുകതന്നെ ചെയ്തു.

"നീ പറഞ്ഞത് ശരിയാ മോനെ, ആ ഒര് കടമയേ എനിക്ക് ബാക്കിയൊള്ളൂ." ഉസ്മാൻ സമ്മതിച്ചു: "മോന് കുഞ്ഞാലിയെ ബോധിച്ചെങ്കി, നമുക്കതു മതി. പിള്ളാര്ടെ മനസ്സുംകൂടി അറിയണം. ഇന്നത്തെ കാലമല്ലേ."

"അതൊക്കെ ഞാനേറ്റു."

താജുമ്മായെ ആണ് ഷാഹിദ് ആദ്യം സമീപിച്ചത്. ഷാഹിദിന്റെ ഊഹം ശരിയായിരുന്നു. അവർക്കു കുഞ്ഞാലിയെ ഇഷ്ടമാണ്. സംഗതികളുടെ കിടപ്പിനെക്കുറിച്ച് ഏകദേശധാരണയുണ്ട്. താലിയപ്പന്റെ നിക്കാഹ് ചർച്ചയ്ക്കെടുത്തിടാൻ മാമി ശ്രമിച്ചിരുന്നുവത്രെ. പെണ്ണിനെ പുലർത്താറാവട്ടെ എന്നുപറഞ്ഞു മാമാ അതു തള്ളിക്കളയുകയായിരുന്നു.

എല്ലാം വെട്ടിത്തുറന്നു പറയുന്ന താലിയപ്പനും കുഞ്ഞാലിയും പ്രണയകാര്യത്തിൽ ലജ്ജാലുക്കളായത്, അങ്ങേയറ്റം ഒതുക്കം പാലിച്ചത് ഷാഹിദിനെ വിസ്മയിപ്പിച്ചു. വളരെ വിനീതരായിരുന്നു താലിയപ്പനും കുഞ്ഞാലിയും. മൂത്തവരെ അനുസരിക്കുന്ന പാവങ്ങൾ. അവർ എത്രകണ്ടു പ്രണയബദ്ധരായിരുന്നുവെന്നു ഷാഹിദിനും ഒരളവോളം താജുമ്മായ്ക്കും മാത്രമേ അറിയുമായിരുന്നുള്ളൂ.

രോഗം കുറഞ്ഞപ്പോൾ ഷാഹിദും താലിയപ്പനും തനിക്കുവേണ്ടി കഷ്ടപ്പെട്ടതത്രയും കദിയവല്യമ്മ മനസ്സിലാക്കി. മക്കളോടുള്ളതു

പോലെ വാത്സല്യം ഉണ്ടാവുകയും ചെയ്തു. താലിയപ്പന്റെ നിക്കാഹിനു കദിയവല്യമ്മ കണ്ടമാനം അദ്ധ്വാനിച്ചത് അതുകൊണ്ടായിരുന്നു.

നിക്കാഹ് കഴിഞ്ഞു താലിയപ്പൻ കുഞ്ഞാലിയെ പള്ളിപ്പറമ്പിലേക്കു കൂട്ടിക്കൊണ്ടുവരാനിരുന്നതാണ്. പക്ഷേ, ഉസ്മാന്റെ വീട്ടിൽത്തന്നെ അവർ താമസിക്കണമെന്നു ഷാഹിദിനു നിർബന്ധമായിരുന്നു. താലിയപ്പനു ഷാഹിദ് കുറേ നാളത്തേക്ക് അവധിയും കൊടുത്തു.

എന്നാലും താലിയപ്പനും കുഞ്ഞാലിയും ഒന്നിച്ചും തനിച്ചും പള്ളിപ്പറമ്പിൽ വന്നുംപോയുംകൊണ്ടിരുന്നു. ചിലപ്പോൾ പുള്ളിമാന്, ചിലപ്പോൾ ഷാഹിദിന്, ഭക്ഷണവും കൊണ്ട്. ചിലപ്പോൾ പുള്ളിമാനെ കുളിപ്പിക്കാൻ, ചിലപ്പോൾ വീട് വൃത്തിയാക്കാൻ. ചാക്കോച്ചിയുടെ കടയെ ആശ്രയിക്കാൻ തീരുമാനിച്ച ഷാഹിദിനെ ഒരുനേരംപോലും അങ്ങോട്ടുവിടാതെ കദിയവല്യമ്മയും വട്ടംചുറ്റി നടക്കുന്നുണ്ടായിരുന്നു.

ഹജ്ജിനു പോകാനുള്ള ഒരുക്കത്തിൽ, പള്ളിയിൽവച്ച്, ജുമാനിസ്കാരം[1] കഴിഞ്ഞപ്പോൾ ഉസ്മാൻ ജമാഅത്തിനെ[2] അഭിസംബോധനചെയ്തു. എന്തെങ്കിലും കടങ്ങൾ തിരിച്ചുതരാനുണ്ടെങ്കിൽ ഓർമിപ്പിക്കുക. തീർക്കാൻ കഴിയാത്തതാണ് കടമെങ്കിൽ പൊറുക്കുക. എന്തെങ്കിലും പിഴവുകൾ പറ്റിയിട്ടുണ്ടെങ്കിൽ അവയും പൊറുത്തുതരിക. ഉസ്മാൻ മാത്രമല്ല, അന്നു സമൂഹത്തിന്റെ പൊറുക്കലിനെ തേടിയത്. താച്ചിയുടെ അച്ഛനും അതുതന്നെ ചെയ്തു.

പണ്ടുകാലത്ത് ഹജ്ജ് തീർത്ഥാടനം സുദീർഘങ്ങളായ എല്ലാ യാത്രകളെയുംപോലെ ദുഷ്കരമായിരുന്നു. അങ്ങനെ പോകുന്നവർ തിരിച്ചുവരുമെന്നോ വരുമെങ്കിൽ എന്നു വരുമെന്നോ ഒന്നും തീർച്ചപ്പെടുത്താൻ പറ്റുകയില്ലല്ലോ. മക്കത്ത് ജീവിതയാത്ര അവസാനിപ്പിക്കണമെന്ന് ആഗ്രഹിക്കുന്ന തീവ്രവിശ്വാസികളും ഉണ്ട്. അതുകൊണ്ടാക്കെയാവണം ബാധ്യതകളെല്ലാം തീർക്കാൻ ഹജ്ജിനൊരുങ്ങുന്നവർ നിഷ്കർഷിച്ചുവന്നത്. അങ്ങനെ എല്ലാ കർത്തവ്യങ്ങളും കടങ്ങളും തീർത്ത് പ്രവാചകന്റെ നഗരത്തിലേക്കു പോകുന്നവർ വിളിച്ചുചൊല്ലി:

ലബ്ബൈക്കല്ലാഹുമ്മ ലബ്ബൈക്ക്
ലബ്ബൈക്കല്ലാഹുമ്മ ലബ്ബൈക്ക്[3]

ഒരു മരിച്ചുയർക്കലിന്റെ പ്രതീകംകൂടിയാണ് ഈ യാത്ര. ശവക്കച്ചയ്ക്കെന്നപോലെ മുറിച്ചെടുക്കുന്ന ശുഭ്രമായ ഒറ്റത്തുണി ചുറ്റിയാണ്

1. വെള്ളിയാഴ്ചത്തെ ഉച്ചനമസ്ക്കാരം
2. കൂടിയിരിക്കുന്നവരെ
3. അല്ലാഹുവേ! നിന്റെ വിളിക്ക് ഞങ്ങൾ ഉത്തരം ചെയ്യുന്നു

തീർത്ഥാടനം നടത്തുക. ദൈവത്തിന്റെ വിളിക്കുത്തരം ചെയ്യുന്നവർ പ്രതീകാത്മകമായി അവനവനെത്തന്നെ മായ്ച്ചുകളയുകയാണ്. ഉസ്മാനെ യാത്രയയക്കാൻ ചെന്നപ്പോൾ ഷാഹിദ് അങ്ങനെയെല്ലാം ചിന്തിച്ചു.

ഉസ്മാന്റെ ബന്ധുക്കൾ പലരും യാത്രയാക്കാൻ എത്തിയിരുന്നു.

താച്ചിയുടെ വീട്ടിലും ചെല്ലണമെന്നും താച്ചിയുടെ അച്ഛനെ യാത്ര യാക്കണമെന്നും ഷാഹിദിനു മോഹമുണ്ടായി. പക്ഷേ, അങ്ങനെ ചെയ്യാൻ അയാൾക്കു ധൈര്യം വന്നില്ല.

* * *

എന്തുകൊണ്ടാണ് തനിക്ക് ആകപ്പാടെ ഒരു ഇരിപ്പുറയ്ക്കായ്ക അനുഭവപ്പെടുന്നത് എന്നു ഷാഹിദലി ആലോചിച്ചുകൊണ്ടിരുന്നു. ഇപ്പോൾ നിസ്കാരങ്ങൾ ചിട്ടയോടെ നടക്കുന്നുണ്ട്. മനസ്സു ശാന്ത മാണ്. രുചിയും ഗുണവുമുള്ള ഭക്ഷണം സ്നേഹംനിറഞ്ഞ കൈകളിൽ നിന്നു വിളമ്പിക്കിട്ടുന്നുണ്ട്. ഒന്നിനും ഒരു കുറവുമില്ല. രാത്രികാല ങ്ങളിൽ തനിച്ചാണെങ്കിലും താലിയപ്പനും താജ്ജുമ്മായും തൊമ്മി ച്ചായനും കദിയ വല്യമ്മയുമൊക്കെ വന്നന്വേഷിക്കാത്ത പകലുകളില്ല. പുള്ളിമാനാകട്ടെ ഷാഹിദിനോടിപ്പോൾ അപാരമായ സ്നേഹവും പരിഗണനയുമാണ്. താച്ചിയുടെ വീട്ടുകാരുടെ പകയും വിദ്വേഷവും ദുർബലമായി, നാമാവശേഷമായിപ്പോയിരിക്കുന്നു. പിന്നെ, എന്ത്? എന്ത്? എന്ത്? ഷാഹിദ് അതിന്റെ ഉത്തരത്തിനായി സ്വന്തം ഹൃദയ ത്തിന്റെ ഉള്ളറകളിൽ തേടിക്കൊണ്ടിരുന്നു.

സഞ്ജു യാത്ര പറഞ്ഞിറങ്ങുമ്പോൾ തന്നോടു പറഞ്ഞതെല്ലാം ഷാഹിദ് ഇടയ്ക്കിടെ ഓർമിക്കുന്നുണ്ടായിരുന്നു. ആറു മാസം കഴി യുമ്പോൾ വരാനിരിക്കുന്ന മാറ്റം! അങ്ങനെയൊരു മാറ്റം സത്യമായും വരുമോ? എങ്കിൽ എന്തായിരിക്കുമത്? സഞ്ജു പോയിട്ടു നാലു മാസമാവുന്നു.

ഒരു ദിവസം സഞ്ജുവിന്റെ കത്തുവന്നു.

“.... യാത്ര... വീണ്ടും വീണ്ടും യാത്ര... നിന്റെ കാര്യം ഇടയ്ക്ക് ഓർക്കാറുണ്ട്.”

“മനസ്സിനെ സ്വതന്ത്രമാക്കാൻ ആവതും ശ്രദ്ധിക്കുക. അവനവനു മാത്രം ചെയ്യാനാവുന്ന കാര്യമാണത്. അതിനായി ശ്രമിക്കയാണെ ങ്കിൽ ഈശ്വരൻ ഏതെങ്കിലും വഴിക്കു സഹായം വച്ചുനീട്ടും.”

“ഈശ്വരോന്മുഖത പ്രണയത്തെപ്പോലെയാണ്, കലയെപ്പോ ലെയും. സ്വാതന്ത്ര്യമാണ് അതിന്റെ മുഖമുദ്ര. അഥവാ മനസ്സിന്റെ സ്വാതന്ത്ര്യം, മനസ്സിൽനിന്നുമുള്ള സ്വാതന്ത്ര്യമെന്നു പറയട്ടെ, മനു ഷ്യനെ ഈശ്വരോന്മുഖതയിലേക്കു നയിക്കും...”

ഷാഹിദ് കത്ത് വീണ്ടും വീണ്ടും വായിച്ചു. സഞ്ജുവിന്റെ വാക്കുകൾ വീണ്ടും വീണ്ടും വീണ്ടും തന്നെ വിമലീകരിക്കുന്നതായി ഷാഹിദിനു തോന്നി. ആ മാനസികാവസ്ഥയിൽ, ഉച്ചയ്ക്കൂണു കഴിഞ്ഞപ്പോൾ അള്ളാമേട്ടിൽ, കുന്നിന്റെ നെറുകയിലെ പേരാൽപ്പന്തലിനുകീഴിൽ, കുളിരും ശുദ്ധവായുവും നുകർന്നു കുറച്ചുനേരം ഇരിക്കാൻ കൊതി തോന്നി. വീട്ടിൽനിന്നിറങ്ങി പള്ളിയെ ലക്ഷ്യമാക്കി നടക്കാൻ തുടങ്ങി. അപ്പോഴാണ് എതിരെ വന്ന ഒരോട്ടോറിക്ഷ അരികത്തെത്തി നിന്നത്. അതിനകത്തുനിന്ന് ആമുഅണ്ണൻ തല പുറത്തേക്കു നീട്ടി.

''ഷാഹിദേ, കേറ്. നിന്നെ അന്വേഷിച്ചു വരുവാരുന്നു.''

''എന്നതാ കാര്യം?''

''ഒണ്ട്. അത് പിന്നെപ്പറയാം.''

ഷാഹിദ് കയറി. ഓട്ടോ സ്റ്റാർട്ടായി. വന്ന വഴിക്കു തിരിഞ്ഞു.

ആമുഅണ്ണൻ ഒന്നും പറഞ്ഞില്ല. അള്ളാമേട്ടിലെ ഏകാന്തതയിലിരുന്ന് അണ്ണൻ പക്ഷിപ്പാട്ടു പാടിയത് ഷാഹിദ് ഓർത്തു. അന്നു കണ്ടതിൽപ്പിന്നെ ആമുഅണ്ണനെ ഇപ്പോഴാണ് കാണുന്നത്. മലഞ്ചരക്ക് എടുക്കാൻ ആമു ഇടയ്ക്കിടയ്ക്കു യാത്ര പോകും. നല്ല തിരക്കാണ് ആമുവിന്.

''ഒരു വിശ്വാസം, അതല്ലാ ഒള്ളോ ജീവിതത്തിലൊരു പിടിവള്ളി?'' ആമു ആത്മഗതമായിട്ടെന്നോണം ചോദിച്ചു. ആമു എന്തിനാണത് ചോദിച്ചതെന്നു ഷാഹിദിന് മനസ്സിലായില്ല.

ഓട്ടോറിക്ഷ പള്ളിയിലേക്കാണു നേരെ ചെന്നത്. അവിടെനിന്ന് ആമുഅണ്ണൻ മുസ്ല്യാരെയും കൂടെ കൂട്ടി.

''എന്നതാ കാര്യം?'' മുസ്ല്യാർ അന്വേഷിച്ചു.

''ഇത്തിരി ക്ഷമിക്കിൻ ഉസ്താദേ.'' ആമു പറഞ്ഞു.

പള്ളിയിൽനിന്ന് ഓട്ടോ തിരിഞ്ഞത് ആമുഅണ്ണന്റെ വീട്ടിലേക്കുള്ള വഴിയേ ആയിരുന്നു. പത്തു മിനിറ്റിന്റെ ദൂരം കഴിഞ്ഞ്, വീട്ടിലേക്കുള്ള ഇടവഴി തുടങ്ങുന്നിടത്ത്, ആമു ഓട്ടോ നിർത്തിച്ചു. വീടുവരെ പോകാമായിരുന്നിട്ടും എന്തിനങ്ങനെ ചെയ്തുവെന്നു ഷാഹിദിനു മനസ്സിലായില്ല. ആമുവിന്റെ മുഖത്തെ വ്യഗ്രത കണ്ട് ഷാഹിദും മുസ്ല്യാരും ഒരക്ഷരം പറയാതെ ഇറങ്ങി ആമുവിന്റെ പിറകേ നടന്നു.

വീടിന്റെ ചാരിയ പടി പതിയെ ശബ്ദമുണ്ടാക്കാതെ ആമു തുറന്നു. എന്തോ ചോദിക്കാനാഞ്ഞ മുസ്ല്യാരെ ആംഗ്യംകൊണ്ടു വിലക്കി. വൃക്ഷങ്ങൾ തഴച്ചു നിന്നിരുന്ന വീട്ടുവളപ്പിലേക്ക്, അടഞ്ഞുകിടന്ന, ആളില്ലാത്ത ആ വീട്ടിലേക്ക്, എന്തിനാണ് ഇത്ര കരുതലോടെ തങ്ങളെ കൊണ്ടുചെല്ലുന്നതെന്ന ചോദ്യം ഷാഹിദിന്റെയുള്ളിൽ ഞാണിൽ ത്തൊടുത്ത ശരംപോലെ അക്ഷമമായി.

## ആരകനേ, ജീരകനേ

**അ**സ്വസ്ഥവും ദുരൂഹവുമായ ആ യാത്ര ആമുവിന്റെ വീടിന്റെ സിറ്റൗട്ടിൽ എത്തിനിന്നു. വീണ്ടും എന്തോ ചോദിക്കാനാരംഭിച്ച മുസ്ല്യാരോടു ശബ്ദമുണ്ടാക്കരുത് എന്ന് വീണ്ടും ആമു ആംഗ്യ ഭാഷയിൽ വിലക്കി. ഷാഹിദ് അതിൽപ്പിന്നെ ശ്വാസംപിടിച്ചാണ് അവിടെ നിന്നത്. ആമു സിറ്റൗട്ടിൽ നിന്നിറങ്ങി വീടിനെ ഒന്നു ചുറ്റി ക്കറങ്ങിവന്നു. വീടും പരിസരവും ശാന്തമായി, നിശ്ശബ്ദമായി കിട ക്കുകയായിരുന്നു. ഒരു റൂഹാനിപ്പക്ഷി "കൂ... കീ" "കൂ... കീ..." എന്ന് മുറ്റത്തെ മാവിലിരുന്നു കൂവിക്കൊണ്ടിരുന്നു എന്നുമാത്രം.

ആ നിശ്ശബ്ദതയെ പരുഷമായി ഭേദിച്ചുകൊണ്ട് ആമു വാതിൽമണി അമർത്തി അടിച്ചു. കതകു പുറത്തുനിന്നു കൊളുത്തിട്ടിരിക്കുകയാ യിരുന്നു. ആ കൊളുത്ത് ഇപ്പോൾ ആമു നീക്കി. വിചിത്രമായ പെരു മാറ്റം.

വളരെ നീണ്ടതെന്നു തോന്നിച്ച ഏതാനും നിമിഷങ്ങൾ കടന്നു പോയി. അകത്തുനിന്ന് ഒരു കാലൊച്ച അടുത്തുവരുന്നതായി തോന്നി. ആ കാത്തിരിപ്പിന്റെ അവസാനത്തിൽ സിറ്റൗട്ടിലേക്കുള്ള വാതിൽ തുറന്ന് ആമുവിന്റെ ഭാര്യ സീനത്ത് മുമ്പിൽ നിൽക്കുന്നവരെ കണ്ട് വിളറി, പകച്ചുനിന്നു.

ആമു അകത്തേക്കു കടക്കാനൊരുങ്ങിയപ്പോൾ സീനത്ത് വഴി മാറിനിന്നു. ആമു അകത്തുകടന്നു, ഷാഹിദിനോടും മുസ്ല്യാരോടും കൂടെ വരാൻ ആംഗ്യം കാണിച്ചുകൊണ്ട്. കിടപ്പുമുറിയിലാണ് ആ യാത്ര അവസാനിച്ചത്. വിസ്താരമുള്ള കട്ടിലിൽ ഷർട്ടിന്റെ കുടു ക്കുകൾ ഇട്ടുംകൊണ്ട് ഇരുന്ന ഒരു ചെറുപ്പക്കാരൻ ചാടിയെഴുന്നേറ്റു തലകുനിച്ചു നിൽപ്പായി.

"നീ പോ," ആമു ചെറുപ്പക്കാരനോട് വികാരരഹിതമായി ആജ്ഞാപിച്ചു. പേടിച്ചുവിറച്ച് ഇനിയെന്ത് എന്നറിയാതെ നിന്നിരുന്ന ചെറുപ്പക്കാരൻ അപ്പോൾത്തന്നെ മുറിവിട്ടുപോയി.

ആമു ഭാര്യയുടെ നേരെ തിരിഞ്ഞ്, അവരുടെ മുഖത്തേക്കു നോക്കാതെ, പതിഞ്ഞ ഒച്ചയിൽ തീർപ്പുകല്പ്പിച്ചു:

''ഒരുത്തലാക്ക്... ഇരുത്തലാക്ക്... മുത്തലാക്ക്...!''[1]

ഷാഹിദലിയും മുസ്ല്യാരും തരിച്ചുനിന്നു. ഒന്നും പറയാനാവാതെ. ആമുവിന്റെയും സീനത്തിന്റെയും പത്തുവർഷത്തെ ദാമ്പത്യം അവരുടെ കൺമുന്നിൽ, പെട്ടെന്ന്, വളരെ പെട്ടെന്ന് അവസാനിക്കുകയായിരുന്നു.

വീട്ടുവളപ്പിലെവിടെയോ മേയാൻ കെട്ടിയിട്ട ആടു കരയുന്നതു ഷാഹിദ് ശ്രദ്ധിച്ചു. ആ മുറിയിൽനിന്ന് ഓടിപ്പോകാൻ ഷാഹിദ് ആഗ്രഹിച്ചു. അറകൾക്കകത്തു നിറയുന്നത് അശാന്തിയാണ്. അടച്ചുകെട്ടില്ലാത്ത വെളിമ്പുറങ്ങളിൽ എവിടെയെങ്കിലും നീലാകാശത്തെ കണ്ണുകളിൽ നിറച്ചു കിടക്കണം...

എന്താണിത്! ഷാഹിദ് സ്വയം ശാസിച്ചു. ആമുഅണ്ണൻ ബന്ധുവാണ്. ആർജ്ജവമുള്ള മനുഷ്യനാണ്. മാനസികാഘാതമേറ്റ ആമുവിന്റെ കൂടെ അൽപസമയം കഴിച്ചുകൂട്ടാൻ ഇത്ര വൈമുഖ്യമോ?

തരളമായ ശബ്ദത്തിൽ ആമു സീനത്തിനോടു പറയുന്നതു ഷാഹിദ് കേട്ടു:

''ഈ നിമിഷം പോവണോന്ന് പറയത്തില്ല, എന്നാലും കഴിയും വേഗം...''

''ഇന്നുതന്നെ പോവാം.'' സീനത്ത് കണ്ണീരിൽ കുതിർന്ന വാക്കുകൾ വിഷമിച്ച് ഉച്ചരിച്ചു: ''മോൻ സ്കൂളീന്ന്...''

ആ വാചകം പൂർത്തിയാക്കാൻ ആമു അനുവദിച്ചില്ല.

''മോനെക്കൊണ്ടോവാനോ?'' അയാൾ ചോദിച്ചു.

''ഞാനില്ലാതെ അവൻ...'' സീനത്ത് പേടിച്ചു പേടിച്ചു സ്വന്തം നിലപാടു ന്യായീകരിക്കാൻ ശ്രമിച്ചു.

''നീ മരിച്ചുപോയിരുന്നെങ്കി എന്നാ ചെയ്യും?'' ആമു ആ ന്യായീകരണം തള്ളിക്കളഞ്ഞു: ''അവനിനി അവന്റെ അത്താ മതി.''

സീനത്ത് മുഖംപൊത്തി പൊട്ടിക്കരഞ്ഞു.

ക്ഷീണിച്ച കാൽവയ്പുകളോടെ ആമു സിറ്റൗട്ടിലേക്കു തിരിച്ചു നടന്ന്, അവിടെ ഇട്ടിരുന്ന ചൂരൽക്കസേരകളിലൊന്നിൽ ഇരുന്നു. പിറകെ വന്ന ഷാഹിദും മുസ്ല്യാരും ആമുവിന്റെ സമീപത്ത് ഇരുന്നു.

നനവാർന്ന കണ്ണുകളോടെ ആമു ഷാഹിദിന്റെ കൈകൾ പിടിച്ച് സ്വന്തം നെറ്റിയിൽ ചേർത്തു. പിന്നെ മുസ്ല്യാരുടെ കൈകളും.

---

1. വിവാഹബന്ധം വേർപെടുത്തുന്നത്

മൂന്നുപേരും കുറെനേരം ഒന്നും പറയാതെ ഇരുന്നു.

ഒരു വിശ്വാസം അതല്ലേ ഉള്ളൂ ജീവിതത്തിലൊരു പിടിവള്ളി എന്ന് ആമുഅണ്ണൻ പറഞ്ഞത് ഷാഹിദ് ഓർത്തു, തനിയെ ഇരുന്ന് അയാൾ പാടിയ വരികളും:

''എന്റെ ഇണപ്പക്ഷി ചോദിക്കുന്നെന്നോട്

ഇട്ടുള്ള മുട്ട ഹറാമോ ഹലാലെന്നോ?''

താച്ചി ഭർത്താവിനോടു മനസ്സുകൊണ്ടു വിശ്വസ്തത പുലർത്തുന്നുണ്ടാവുമോ? തന്നെ പൂർണമായും മറന്ന്? ഷാഹിദിന്റെ ഹൃദയത്തിലെവിടെയോ പഴയ ഒരു നൊമ്പരമുണർന്നു. അവളുടെ ഭർത്താവ് താനുമായുള്ള ബന്ധം പറഞ്ഞ് അവളെ നോവിക്കുന്നുണ്ടാവുമോ? താച്ചി ബഹ്റിനിലാണെന്നു കേട്ടിട്ടുണ്ട്. അവളുടെ ഭർതൃഗൃഹം മലബാറിലാണെന്നും. അവളുടെ ഒരു മാമിയുടെ വീടിനടുത്ത്. നിക്കാഹ് കഴിഞ്ഞ് ഒരു വർഷം തികയുംമുമ്പേ അവൾ പ്രസവിച്ച വാർത്തയും താനറിയുകയുണ്ടായി.

മുസ്ല്യാർ താഴ്ന്നസ്വരത്തിൽ ആമുവിനോടു ചോദിക്കുന്നതു കേട്ടു: ''മുമ്പേ അറിയാരുന്നോ?''

ആമു സംസാരിക്കാൻ തുടങ്ങി. സംശയം തീരെ ഉണ്ടായിരുന്നില്ല ആമുവിന്. ആരോ ഒക്കെ സീനത്തിന്റെ സ്വഭാവത്തെപ്പറ്റി മോശമായി സംസാരിച്ചിട്ടുണ്ടെങ്കിലും അതൊന്നും കാര്യമായെടുത്തിരുന്നില്ല.

വ്യാപാരാവശ്യങ്ങൾക്കായി ഇടയ്ക്കിടയ്ക്കു യാത്ര പോകാറുണ്ട് ആമു. ചില രാത്രികളിൽ തിരിച്ചുവരാറില്ല. ആദ്യകാലങ്ങളിൽ അയൽപ്പക്കത്തുനിന്ന് 'മാമി'മാരോ 'അത്തമ്മ'മാരോ ആരെങ്കിലും അത്തരം സന്ദർഭങ്ങളിൽ സഹായത്തിനെത്തുമായിരുന്നു. പ്രസവിച്ച് മകനു രണ്ടുമൂന്നു വയസ്സുകഴിഞ്ഞ് പിന്നീടെപ്പോഴോ അയൽപക്കത്തെ സ്ത്രീകളെ കൂട്ടുകിടക്കാൻ വിളിക്കുന്ന ശീലം സീനത്ത് ഉപേക്ഷിച്ചു.

കഴിഞ്ഞ ഒരു വർഷക്കാലമായി സീനത്ത് സ്വന്തം വീട്ടിൽ ഇട യ്ക്കിടയ്ക്കു പോവുന്നതൊരു പതിവാക്കിയിട്ട്. ''അത്തായുടെ സോക്കേട്'' ആയിരുന്നു സന്ദർശനങ്ങളുടെ പ്രഖ്യാപിതമായ ഹേതു. തന്റെ അമ്മായിഅപ്പന് ഇടയ്ക്കിടെ അസുഖം വരുന്നുണ്ടോ എന്ന് അന്വേഷിക്കാൻ ആമുവിന് സമയം കിട്ടിയിരുന്നില്ല. പക്ഷേ, രണ്ടു മാസം മുമ്പ് ഭാര്യാവീടിനടുത്തൊരിടംവരെ പോകേണ്ടിവന്നപ്പോൾ അൽപം അസൗകര്യം സഹിച്ച് അയാൾ യാത്ര അങ്ങോട്ടു നീട്ടുക തന്നെ ചെയ്തു.

''നിങ്ങക്കൊക്കെ എടയ്ക്കു വന്നുപോയാലെന്നാ?'' അമ്മായി അമ്മ ചോദിച്ചു.

താൻ വരുന്നില്ലെങ്കിലെന്ത്, ഭാര്യ വരുന്നുണ്ടല്ലോ എന്നു പറയാ നൊരുങ്ങിയതാണ്. അപ്പോഴേക്ക് അമ്മായിഅപ്പൻ ചോദിച്ചു:

''നിനക്കു ടൈമില്ലെങ്കി കെട്ട്യോളേം കൊച്ചിനേം വിട്ടാലെന്നാ?'' ഒരാഴ്ച മുമ്പാണ് അത്തായ്ക്ക് മേലാ, എഴുത്തൊണ്ട് എന്നുപറഞ്ഞു സീനത്ത് ഒരു പകൽ മുഴുവൻ വീട്ടിൽനിന്നു വിട്ടുനിന്നത്. അവിടെ വീടിനടുത്തുള്ള ആരോ ഈ വഴിക്ക് വരാൻ സൗകര്യപ്പെടുത്തി, വിവരം തന്നു എന്നാണ് പറഞ്ഞത്. ആമുവിന് പിന്നെ സംശയിക്കാ തിരിക്കാൻ നിർവാഹമില്ലായിരുന്നു. സീനത്തിന്റെ ഭാവത്തിലോ പെരുമാറ്റത്തിലോ പതിവിൽനിന്നും വിപരീതമായി എന്തെങ്കിലും കണ്ടുപിടിക്കാൻ കഴിഞ്ഞതുമില്ല.

ആളുകളെ കാലത്തുണർത്തുന്ന കൊച്ചാമ്മദ് ആമുവിന്റെ അയൽ പക്കത്താണ് താമസം. 'ആമുഅണ്ണന്റെ വീട്' അന്വേഷിച്ചൊരാൾ വന്നിരുന്നതായി ഒരു ദിവസം കൊച്ചാമ്മദ് ആമുവിനോടു പറഞ്ഞു: 'അന്നു വന്ന'യാൾ വീണ്ടും വന്ന കാര്യം കൊച്ചാമ്മദിൽനിന്നുതന്നെ യാണ് ആമു അറിഞ്ഞത്. സീനത്തിനോടന്വേഷിച്ചപ്പോൾ ആരും

വന്നില്ല എന്നാണു സീനത്ത് പറഞ്ഞത്. താൻ അയൽപക്കത്തെ ങ്ങാനും പോയ സമയത്ത് വല്ലവരും വന്നുപോയിട്ടുണ്ടോ എന്ന് തനിക്കറിയില്ലെന്നും സീനത്ത് ഒരു ന്യായം പറഞ്ഞു.

മതിയായ തെളിവില്ലാതെ സീനത്തിനോടു സംസാരിക്കാനോ വഴക്കിടാനോ ആമുവിനു മനസ്സു വന്നില്ല. ഏതോ തെറ്റിദ്ധാരണ യാണ് ഇതിനൊക്കെ കാരണം എന്നും ഇടയ്ക്ക് തോന്നാതിരുന്നില്ല.

ഇന്ന് അതിരാവിലെ ഒരു ദൂരയാത്രയ്ക്കായി വീട്ടിൽനിന്നിറങ്ങിയ തായിരുന്നു ആമു. കൊമ്പൻ കവലയിലെത്തിയപ്പോൾ കടയിൽ നിൽക്കുന്ന ചെറുക്കൻ ഒരാളുടെ രോഗവിവരമറിയിച്ചു. വ്യാപാര ബന്ധമുള്ള വേണ്ടപ്പെട്ട ഒരാൾ. ഹൃദയാഘാതമായി ഹോസ്പിറ്റലി ലാണ്. പിന്നെ ഹോസ്പിറ്റലിലേക്കാണ് ആമു പോയത്. ഇന്റൻസീവ് കെയറിൽനിന്നു വൈകുന്നേരം അയാളെ പേവാർഡിലേക്കു കൊണ്ടു വരും. നാളെ കാലത്തു കാണാനൊക്കും. അതുകൊണ്ട് ദൂരയാത്ര ഉപേക്ഷിച്ച് ആമു തിരിച്ചുവന്നു. വഴിക്ക് ചാക്കോച്ചിയുടെ 'ദൈവ സഹായ'ത്തിൽ ചായകുടിക്കാൻ കയറിയതാണ്. അവിടെ വച്ച് കൊച്ചാമ്മദ് വീണ്ടും 'അന്നുവന്ന'യാൾ വീട്ടിലേക്കു പോകുന്നതു കണ്ടെന്നു പറഞ്ഞു. താനില്ലാത്ത അവസരങ്ങളിൽ മാത്രമാണ് ഈ വരവ് എന്ന് അതോടെ ആമുവിനു തീർച്ചയായി. എന്നിട്ടും മനസ്സിൽ ഒരുപാടു കൂട്ടലും കിഴിക്കലും നടന്നു.

വീട്ടിൽ ചെന്നപ്പോൾ കതക് അടഞ്ഞുകിടക്കുന്നു. ആളുള്ളപ്പോൾ അതങ്ങനെ അടച്ചിടാറുള്ളതല്ല. മുന്നിലെയും പിന്നിലെയും വാതിലു കൾ പുറമെനിന്ന് കുറ്റിയിട്ട് ശബ്ദമുണ്ടാക്കാതെ ആമു കൊമ്പൻ കവലയെ ലക്ഷ്യമാക്കി തിരിച്ചുനടന്നു. വഴിയിൽകണ്ട ഓട്ടോറിക്ഷ യിൽ കയറി, ഷാഹിദിന്റെ വീട്ടിലേക്കു പോയി. വീട്ടിനകത്ത് സീനത്ത് അന്യപുരുഷനെ കയറ്റിയിട്ടുണ്ടെങ്കിൽ, ആ കുറ്റം തെളിയിക്കുമ്പോൾ കൂടെ ജനസമ്മതിയുള്ള രണ്ടു സാക്ഷികൾ വേണം എന്നാണ് ആമു ചിന്തിച്ചത്.

"അപ്പഴ് ആളൊണ്ടെന്ന് തീർച്ചയില്ലായിരുന്നു അല്ലേ?" കഥ യത്രയും കേട്ട മുസ്ല്യാർ ചോദിച്ചു.

"ഇല്ല." ആമു പറഞ്ഞു. സീനത്ത് വാതിലടച്ച് ഉറക്കത്തിൽപ്പെട്ടു കിടക്കുകയായിരിക്കട്ടെ എന്നാണ് ആമു ആഗ്രഹിച്ചതും പ്രാർത്ഥിച്ചതും.

ആമുവിന്റെ ചെറിയ കണ്ണുകളിൽനിന്ന് ഒന്നുരണ്ടു കണ്ണുനീർ ത്തുള്ളികൾ അടർന്ന് പരുക്കനായ കവിളിൽക്കൂടി ഒലിച്ചു നിബിഡ മായി ചുരുണ്ടുനീണ്ട താടിക്കുള്ളിലേക്കിറങ്ങിപ്പോയി.

ആമുവിന്റെ ഹൃദയം അങ്ങനെ നിർബലമായി എന്നതു ഷാഹിദിനെ പരിഭ്രമിപ്പിച്ചു. മുസ്ല്യാരും അപരിചിതമായ ആ കണ്ണുനീർ കണ്ടി ല്ലെന്നു നടിച്ച് എഴുന്നേറ്റു:

''ഞാൻ മാറിക്കോട്ടെ? അസറിന് ഇനി അധികം നേരമില്ല.''

ഷാഹിദും എഴുന്നേറ്റു പോകാനൊരുങ്ങി.

''ഷാഹിദേ ഒരുപകാരം.'' ആമുഅണ്ണൻ ക്ഷമാപണസ്വരത്തിൽ അപേക്ഷിച്ചു: ''ഒരു ടാക്സി വിളിച്ചോണ്ടു വരാവോ, അതിലിങ്ങ് പോരുവേം വേണം.''

സീനത്തിനെ അവരുടെ വീട്ടിൽക്കൊണ്ടുചെന്നെത്തിക്കേണ്ട അസുഖകരമായ ചുമതല അങ്ങനെ ഷാഹിദിന്റെ ചുമലിൽ വന്നു വീണു.

ആമു സീനത്തിനെ മൊഴിചൊല്ലിയെന്ന വാർത്തയറിഞ്ഞ ചെമ്പക പ്പള്ളിക്കാർക്കെല്ലാംതന്നെ ആമുവിനോടാണ് അനുതാപം ഉണ്ടായത്. വിരോധികളും ശത്രുക്കളുമില്ലാതിരുന്ന ആമുവിന് അങ്ങനെയൊരു മാനസികാഘാതമേറ്റത് ഒരു ദുരന്തമായി പലരും കരുതി.

അന്നു രാത്രി ഷാഹിദ് ഒരു സ്വപ്നം കണ്ടു. ആളിക്കത്തുന്ന തീയിൽനിന്ന് രക്ഷപ്പെടാനായി ഓടുകയാണ് ആരൊക്കെയോ. ആരു ടെയോ ഒക്കെ നിലവിളികൾ ഉയരുന്നു. കൂടെ താനും ഓടുകയാണ്. ഞെട്ടിയുണർന്നപ്പോൾ ആകെ വിയർത്തുകുളിച്ചിരുന്നു. തിക്തമായ ഒരു ദുഃഖം ഷാഹിദിന്റെ ഉള്ളിൽ ഉറവപൊട്ടി. എന്തൊരു സ്വപ്നം! അടുക്കള തുറന്ന് മൺകലത്തിൽ അടച്ചുവച്ചിരുന്ന തണുത്ത കിണറ്റു വെള്ളം രണ്ടു ഗ്ലാസ് കുടിച്ച്, ഷാഹിദ് ആശ്വസിച്ചു. യാഥാർത്ഥ്യം പോലെ തോന്നിച്ച ആ അനുഭവം യാഥാർത്ഥ്യമല്ല.

പക്ഷേ, ആ കാഴ്ചയ്ക്കൊരു യാഥാർത്ഥ്യമുണ്ടായിരുന്നു എന്ന് ഒരു ഞെട്ടലോടെ ഷാഹിദ് അറിഞ്ഞു, ഒരാഴ്ച കഴിഞ്ഞ്. ബക്രീദ്... ബലിപെരുന്നാൾ - കഴിഞ്ഞതേ ഉണ്ടായിരുന്നുള്ളൂ. ഹാജികൾ തമ്പ ടിച്ച മിനായിൽ തീപ്പിടിത്തമുണ്ടായി. കുറെപ്പേർ പൊള്ളലേറ്റു മരിച്ചു; ഓടി രക്ഷപ്പെടാൻ ശ്രമിച്ചവരിൽ ചിലർ വീണ്, മറ്റുള്ളവരുടെ ചവി ട്ടേറ്റും. ഉസ്മാനോടൊപ്പം ഹജ്ജിനുപോയ താച്ചിയുടെ അച്ഛൻ ശഹാ ബുദ്ദീൻ പൊള്ളലേറ്റു മരിച്ചവരിൽ ഒരാളായിരുന്നു. ആരോ രക്ഷ പ്പെടുത്തിയ ഉസ്മാൻ കുറെ നേരത്തേക്കു ബോധരഹിതനായിരുന്നു വെങ്കിലും നിസ്സാരപരിക്കുകളോടെ രക്ഷപ്പെടുകയായിരുന്നു. ഉസ് മാൻതന്നെയാണ് ശഹാബുദ്ദീനെക്കുറിച്ചുള്ള ശോകവാർത്ത കുറി ച്ചിയാനിക്കൽ തൊമ്മിയെ ഫോണിൽവിളിച്ച് വേണ്ടപ്പെട്ടവരെ അറി യിക്കാൻ പറഞ്ഞത്. തൊമ്മിച്ചൻ നേരേ വന്നത് ഷാഹിദിന്റെ അടുത്തേക്കാണ്.

''ശഹാബ് അണ്ണൻ പോയി. വാ, അവിടെച്ചെന്ന് വിവരമറിയി ക്കണം.''

പോവുന്ന വഴിക്ക് ഉസ്മാൻ അറിയിച്ച വാർത്ത അതിന്റെ വിശദാംശ ങ്ങളോടുകൂടി തൊമ്മിച്ചൻ ഷാഹിദിനെ ധരിപ്പിച്ചു. ആർത്തുപൊങ്ങുന്ന

തീജ്വാലകളും മനുഷ്യരുടെ പ്രാണരോദനങ്ങളും താൻ സ്വപ്നം കാണുകയുണ്ടായി. ഷാഹിദ് ആലോചിച്ചു, വിചിത്രം തന്നെ!

വടക്കേത്തൊഴത്ത് മരണവാർത്ത അറിയിക്കാൻ തൊമ്മിച്ചന്റെ കൂടെ ചെന്നത് ഷാഹിദിനേറ്റെടുക്കേണ്ടി വന്ന മറ്റൊരു ശ്രമകരമായ ദൗത്യമായിരുന്നു. ഒരക്ഷരംപോലും ഉരിയാടാതെയാണ് ഷാഹിദ് സാജിദാമൻസിലിന്റെ ഉമ്മറത്തു നിന്നത്. എങ്കിലും താച്ചിയുടെ അമ്മ ഷാഹിദിനെ നോക്കി പൊട്ടിപ്പൊട്ടിക്കരഞ്ഞു. കൂടെ ശഹാബുദ്ദീന്റെ വയസ്സുചെന്ന അമ്മയും നിയന്ത്രണംവിട്ടു കരഞ്ഞു. കുല്ലുമൻ അലൈ ഹാഫാൻ! ഷാഹിദ് മനസ്സിലോർത്തു. എല്ലാം നശ്വരം... എല്ലാം നശ്വരം...

ഷാഹിദ് പ്രാർത്ഥനകളിൽ ശ്രദ്ധ ചെലുത്തി. പ്രാർത്ഥനകൾക്കു ചുറ്റും മറ്റെല്ലാ വ്യവഹാരങ്ങളെയും കരുപ്പിടിപ്പിച്ചു. ചില വൈകുന്നേരങ്ങളിൽ അസർ നിസ്കരിച്ച് അള്ളാമേട്ടിൽ ചെന്നിരിക്കും. മഗ്രിബിനുള്ള ബാങ്കു കേൾക്കുംവരെ. സഞ്ജു വന്നിരുന്നുവെങ്കിൽ എന്ന് ചിലപ്പോൾ ഷാഹിദ് തീവ്രമായി ആശിക്കും. എന്താണ് സഞ്ജു പറഞ്ഞിട്ടുപോയത്... ഒരു സംഭവം... ആറു മാസം കഴിഞ്ഞ്. ആറു മാസം ഇപ്പോൾ കഴിഞ്ഞിരിക്കുന്നു.

വിഷുവിന്റെ സമയത്ത് ഒന്നുരണ്ടു മഴകൾ പെയ്തു. ഷാഹിദിന്റെ വീടിനു പിറകിൽ തോടുനിറഞ്ഞു കലങ്ങിയൊഴുകി. കലക്കം കുറെ ദിവസം മാറാതെനിന്നു. ഏതോ പഴയ കർമബന്ധത്താലെന്ന പോലെ ഷാഹിദ് കലങ്ങിയ തോട്ടിൽ ഒരു ദിവസം ചൂണ്ടയിടാൻ ചെന്നു. ഗുല്ലുവിന്റെ കൂടെ ചാടിമറിഞ്ഞ് താച്ചിയും താനുംകൂടി മീൻ പിടിക്കാൻപോയ കുട്ടിക്കാലം ഷാഹിദിന്റെ ഉള്ളിൽ അപ്പോൾ വിഷാദ പൂർണമായ വെളിച്ചത്തിൽ തെളിഞ്ഞുവന്നു.

ഒരുച്ചതിരിഞ്ഞ സമയമായിരുന്നു അപ്പോൾ. വീടുപൂട്ടി വാതിലിൽ സന്ദർശകർക്കായി ഒരു നോട്ടീസ് പതിക്കാനും ഷാഹിദ് മറന്നിരുന്നില്ല. മുഖ്യമായും താലിയപ്പനെയും കുഞ്ഞാലിയെയും ഉദ്ദേശിച്ചായിരുന്നു താൻ തോട്ടുവക്കത്തുണ്ടെന്നു പറയുന്ന ആ കുറിപ്പ്.

ചൂണ്ടയിട്ടു വളരെ നേരം കാത്തിരിക്കേണ്ടിവന്നു ചൂണ്ടയിൽ മീൻ കൊത്താൻ. മുഖം സൂചിപോലെ കൂർത്ത സൂചി ആരകൻ മീനുകൾ, വാഴയ്ക്കാവരയൻ, പള്ളത്തി, ചെറിയ നെറ്റിയേപ്പൊട്ടൻ, മീശയുള്ള നീണ്ട മുഷി-കലങ്ങിയവെള്ളത്തിലും പല മീനുകളുടെയും മിന്നലാട്ടങ്ങൾ ഷാഹിദ് കണ്ടു. ഒരു കൊച്ചുമീൻപോലും ഷാഹിദിന്റെ ചൂണ്ടയിൽ വളരെ നേരത്തേക്കു കൊത്തിയില്ല.

കൊത്തിയപ്പോഴാകട്ടെ മീനും താനും തമ്മിലൊരു ശക്തിപരീക്ഷണം നടക്കുകയാണോ എന്ന തോന്നൽ ഷാഹിദിനുണ്ടായി. മനസ്സ് ഏകാഗ്രമാക്കി ഷാഹിദ് ചൂണ്ട ഒന്നയച്ച്, ഇളക്കി, പതുക്കെ പതുക്കെ പൊക്കിക്കൊണ്ടുവന്ന് ഒറ്റവലിക്കുപൊക്കി... ഒരു മുഴുത്ത ആരകൻ! എണ്ണക്കറുപ്പുള്ള ആ വലിയ മത്സ്യം വായുവിൽ തൂങ്ങിനിന്നു പിടച്ചപ്പോൾ തിളങ്ങുന്നുണ്ടായിരുന്നു. പെട്ടെന്ന് പിന്നിൽനിന്ന് ആവേശം നിറഞ്ഞ ഒരു കൂക്കിവിളി. അത്യന്തം മധുരമായ ഒരു കുഞ്ഞൊച്ചയിൽ! ഷാഹിദ് ഞെട്ടിത്തിരിഞ്ഞു. നാലഞ്ചു വയസ്സായ ഒരാൺകുട്ടി. നീല ജീൻസും മഞ്ഞ ടീഷർട്ടുമിട്ട ഓമനത്തം നിറഞ്ഞ ഒരു കുഞ്ഞ്. അവൻ മേലോട്ടും താഴോട്ടും ചാടിക്കൊണ്ടു പാടി:

"ആരകനേ ജീരകനേ..."

ഏതാണീ കുട്ടി? ഷാഹിദ് അത്ഭുതസ്തബ്ധനായി. എങ്ങനെയാണിവൻ യാതൊരു ശബ്ദവുമുണ്ടാക്കാതെ പിന്നിൽ വന്നുനിന്നത്? ആരകൻ മീൻ നാടകീയമായി വായുവിൽ തൂങ്ങിനിന്ന് തിളങ്ങുന്നതു കണ്ട് ആവേശഭരിതനായ കുട്ടി ചാട്ടം നിർത്താതെ വീണ്ടും പാടി:

"ആരകനേ
ജീരകനേ
ചാടിക്കളിക്കെന്റെ
കോണകനേ..."

# നിയമം തെറ്റിയ വസന്തം

"ആരകനേ
ജീരകനേ
ചാടിക്കളിക്കെന്റെ
കോണകനേ..."

എപ്പോഴോ, പണ്ട് മീൻപിടിത്തങ്ങൾക്കിടയിൽ ഗുല്ലു നടത്തിയ ദ്രുതകവനമായിരുന്നു അത്. അന്നു കൂടെയുണ്ടായിരുന്ന ഷാഹിദും താച്ചിയും അത് ഏറ്റുപിടിച്ചു. ഇടയ്ക്കിടയ്ക്ക് അവരുടെ നാവിൽ തെന്നിയെത്തുന്ന പടുപാട്ടായി കൊണ്ടുനടക്കുകയും ചെയ്തു. വർഷങ്ങൾക്കുശേഷം സുന്ദരനായ ഒരു കൊച്ചുകുട്ടിയുടെ മധുരകണ്ഠത്തിൽനിന്നത് കേൾക്കുക! ആ അനുഭവത്തെ വിചിത്രമെന്നു വിശേഷിപ്പിച്ചാൽ മതിയോ? ഷാഹിദ് അത്ഭുതപ്പെട്ടു. ഒരു പക്ഷേ താൻ കേൾക്കുന്നതും കാണുന്നതും നേരല്ലെന്ന്- വെറുമൊരു മായക്കാഴ്ചയാണെന്നു- വരുമോ?

ഒരടി നീളംവരുന്ന കറുത്ത് മുഴുത്ത കൂർത്ത മുഖമുള്ള ആരകൻ ചൂണ്ടക്കയറിൽത്തൂങ്ങി പിടച്ചുകൊണ്ടിരുന്നു. ചൂണ്ട വലിഞ്ഞു ഷാഹിദിന്റെ കൈ വേദനിക്കാൻ തുടങ്ങി. അതുകൊണ്ട് ഷാഹിദ് മീനിനെ ചൂണ്ടയോടെ തോടിന്റെ കരയ്ക്കിട്ട്, എഴുന്നേറ്റു. മരണപ്പിടച്ചിലിൽ ആരകന്റെ കണ്ണ് തന്റെ കണ്ണുകളിൽ ഒന്നു തടഞ്ഞതായി ഷാഹിദിനു തോന്നി. എന്തിന് എന്നെ മൃത്യുവിന്റെ കൊളുത്തിൽ ഇങ്ങനെ കുടുക്കി, അതിദാരുണമായ രീതിയിൽ പിടഞ്ഞുതീരാനിടയാക്കുന്നു എന്നു കുറ്റപ്പെടുത്തുന്നതുപോലെ.

ഷാഹിദലി വിസ്മയിച്ചു. എന്താണിത്? എത്ര തവണ പണ്ട് ഈ തോട്ടിൽ നിന്ന് മീൻ പിടിച്ചിരിക്കുന്നു. ആരകൻ ധാരാളമുണ്ട് ഈ തോട്ടിൽ. പിടിച്ച മീൻ, പൊരിച്ചും കറിവച്ചും എത്ര അകത്താക്കുകയും ചെയ്തിരിക്കുന്നു! ഇത്തരത്തിലൊരു ചിന്ത മനസ്സിൽ ഒരിക്കലും കടന്നിട്ടില്ല. ഇതാദ്യമായാണ്.

"കൊച്ചത്താ!"

കുട്ടി വിളിച്ചതുകേട്ട് ഷാഹിദ് ചിന്തയിൽനിന്ന് ഉണർന്നു. ഇപ്പോൾ കുട്ടിയുടെ മുഖം പരിചിതമായിത്തോന്നി. തന്റെ മുഖം. അതെ, അതേ മുഖംതന്നെയല്ലേ ഇവന്റേയും? ഇത്ര വലിയ വട്ടക്കണ്ണുകളല്ല തന്റേത് എന്നല്ലേയുള്ളൂ വ്യത്യാസം? തന്റെ കോമളത്വം നഷ്ടപ്പെട്ടുവെന്നും?

തനിക്കൊരു കുട്ടി ജനിക്കാനുള്ള സാഹചര്യം ഇതുവരെ ഉണ്ടായിട്ടില്ല. പിന്നെ ഇത് വംശവൃക്ഷത്തിന്റെ കാണാപ്പുറത്തെ ഏതു ചില്ലയിലെ പൂവ്?

''മോന്റെ പേരെന്നാ?'' ഷാഹിദ് ചോദിച്ചു.

''മോന്റെ പേര്... തായിതലി.'' അവൻ ചാട്ടം നിർത്തി, വലിയ വട്ടക്കണ്ണുകൾകൊണ്ട് ഷാഹിദിനെ സൂക്ഷിച്ചു നോക്കിപ്പറഞ്ഞു.

''ഷാഹിദലിയോ?''

വട്ടക്കണ്ണുകാരൻ ഗൗരവത്തോടെ തലകുലുക്കി ശരിവച്ചു.

''എവിടന്നാ?'' ഷാഹിദ് അന്വേഷിച്ചു.

''അങ്ങൂന്ന്, വീട്ടീന്ന്...'' അവൻ പറഞ്ഞു.

''ആരൊണ്ട് കൂടെ?''

''അമ്മാ. കൊച്ചത്താന അമ്മാ ബിളിച്ച്ന്ന്.''

''അമ്മയോ?''

കൊച്ചു ഷാഹിദ് തിരിഞ്ഞു വലതുകൈ മുഴുവനായി നീട്ടി. വിരൽ കൊണ്ടു ചൂണ്ടിക്കാട്ടി.

''ദേ നിക്ക്ണ്...''

ഷാഹിദ് അവൻ ചൂണ്ടിയ ദിശയിൽ കണ്ണയച്ചു. ഒട്ടും അകലെയല്ലാതെ താച്ചി! ഷാഹിദ് കണ്ണുതിരുമ്മി മിഴിച്ചു വീണ്ടും നോക്കി.

താച്ചിതന്നെ!

അപ്പോളിത് താച്ചിയുടെ മകൻ. താച്ചി മകന് തന്റെ പേരിട്ടിരിക്കുന്നു! ഷാഹിദലി...

പ്രണയപ്രസ്താവത്തിന്റെ സ്വർഗീയമായ ആദ്യമുഹൂർത്തം കഴിഞ്ഞ ഉടനെ വേർപാടിന്റെ നരകപ്പിളർപ്പിൽ വീണ് അതുമായി പൊരുത്തപ്പെട്ട്, രാവും പകലുമായി ആഴ്ചകളും മാസങ്ങളും വർഷങ്ങളും ശ്രമകരമായി താണ്ടി, ജീവൻ ഒഴിഞ്ഞുമാറിയ അവസ്ഥയിൽ ഷാഹിദലി താച്ചിയെ അങ്ങനെ വീണ്ടും കണ്ടു. തന്റെ അവസ്ഥയിൽനിന്നു ഭിന്നമല്ല അവളുടെ അവസ്ഥയും എന്നു നിർണയിക്കാൻ ഷാഹിദിന് അരക്ഷണമേ വേണ്ടിവന്നുള്ളൂ.

താച്ചിയുടെ കണ്ണുകളിൽനിന്ന് പ്രകാശം അപ്പാടെ പിൻവാങ്ങിയിരിക്കുന്നു. ജീവിതവുമായി നിരന്തരമായി സന്ധിസംഭാഷണം

നടത്തിയതിന്റെ തളർച്ച, പോംവഴിയില്ലാത്ത ഒത്തുതീർപ്പുകളുടെ അപ്രസന്നമായ ശാന്തത, ഷാഹിദ് അവളിൽ കണ്ടു. യുവത്വത്തിന്റെ പേരിനു വേണ്ട എല്ലാമുണ്ടായിട്ടും വാർദ്ധക്യത്തിന്റെ നിഴൽവീണ താച്ചി! ഷാഹിദലി സ്തബ്ധനായി അവളെ നോക്കിനിന്നു. ഒന്നും പറയാനാവാതെ, അനങ്ങാനാവാതെ.

പിടച്ചുപിടച്ച് ചലനം നിലച്ചുപോയ ആരകന്റെ അരികിൽ കുനിഞ്ഞിരുന്നു കൊച്ചുഷാഹിദ് പരിശോധന തുടങ്ങിയിരുന്നു.

താച്ചി ഷാഹിദിന്റെ അരികിലേക്കു വന്നു. ഷാഹിദിന്റെ നെഞ്ചിൽ പൊടുന്നനെ തലചായ്ച്ച് ഷാഹിദിനെ മൃദുവായി പുണർന്നു.

എന്നിട്ട്, താച്ചി കരഞ്ഞു. ഷാഹിദിന്റെ കണ്ണുകളിൽനിന്നും ചാലുകളൊഴുകി.

വീരപ്പുലിയലിയാരേ! ആരാണ്, ആരോ തന്നെ അഭിസംബോധന ചെയ്യുന്നപോലെ-അത്തമ്മായോ?- നിനക്കെപ്പോഴുമുണ്ടല്ലോ ഈ കണ്ണുനിറയ്ക്കൽ എന്നു പറയുമ്പോലെ. അവളെ സമാധാനിപ്പിക്ക്

എന്നു നിർബന്ധിക്കുമ്പോലെ. ഷാഹിദ് കണ്ണു തുടച്ചു. പിടയ്ക്കുന്ന ഹൃദയത്തെ ഒതുക്കി, താച്ചിയുടെ തലയിൽ ഒരു കൈ ചേർത്ത്, മറുകൈകൊണ്ടു പുറത്ത് പതുക്കെ തട്ടി ഷാഹിദ് പറഞ്ഞു:

''കരയാതെ മോളേ...''

താച്ചി തേങ്ങലുകൾക്കിടയിലൂടെ പറഞ്ഞു: ''...അത്താ...''

''സമാധാനിക്ക്.'' ഷാഹിദവളെ ചേർത്തുപിടിച്ചു. പരിക്കേറ്റ ഒരു കുഞ്ഞിനെയെന്നപോലെ.

കൊച്ചുഷാഹിദ് ആരകനെ ഉപേക്ഷിച്ച് നിവർന്നു നിൽപായിരുന്നു. അമ്മ അപരിചിതനായ 'കൊച്ചത്താ'യെ കെട്ടിപ്പിടിച്ചു കരയുന്നതുകണ്ട് അവൻ അന്തംവിട്ടിരുന്നു. അതു ശ്രദ്ധിച്ച ഷാഹിദ് താച്ചിയെ പതുക്കെ തന്നിൽനിന്നും വേർപ്പെടുത്തി, തന്റെ കൈകൊണ്ട് അവളുടെ മുഖം തുടച്ചു:

''ധൈര്യമായിരിക്ക്.''

താച്ചി തലകുലുക്കി, കലങ്ങിയ കണ്ണുകളോടെ ഷാഹിദിനെ നോക്കി.

ആ സന്ദർഭത്തിന്റെ പിരിമുറുക്കം അനുഭവപ്പെട്ടിട്ടെന്നവണ്ണം അതലിയിച്ചുകളയാനെന്നവണ്ണം, കൊച്ചുഷാഹിദ് പ്രസന്നതയോടെ ചോദിച്ചു:

''കൊച്ചത്താ അമ്മാടെ കൊച്ചത്തായാന്നോ?''

''അല്ല.'' താച്ചി പറഞ്ഞു: ''അമ്മാടെ ബെസ്റ്റ് ഫ്രെണ്ടാ.''

''അപ്പം മോന്റീം ഫ്രെണ്ടാന്നോ?'' അവൻ ആകാംക്ഷയോടെ ചോദിച്ചു.

''പിന്നല്ലേ...'' ഷാഹിദ് അവനെ തന്റെ കൈകളിൽ കോരിയെടുത്തു.

''ആരകനെ മോന് തരാവോ?'' അവൻ ചോദിച്ചു.

''പിന്നെന്നാ,'' ഷാഹിദ് പറഞ്ഞു.

''എന്നാത്തിനാ മോനെ?'' താച്ചി ചോദിച്ചു.

''കളിച്ചാന്, നീന്ത്ണ കാണാന്...''

''ഇനി അത് നീന്തില്ല.'' താച്ചി വിശദീകരിച്ചു: ''അത് ചത്തുപോയി.''

''തത്തുപോയോ? തത്തുപോയാ നീന്തൂല്ലേ?''

''ഇല്ല...''

''താവാത്ത മീമ്പിടിച്ചു തരാവോ കൊച്ചത്താ?'' അവൻ ഷാഹിദിനോടാവശ്യപ്പെട്ടു.

''തരാം. പിന്നീടാട്ടെ.''

"ഉമ്മ." ആ വാഗ്ദാനത്തിന് അവൻ ഷാഹിദിന്റെ കവിളിലൊരുമ്മ കൊടുത്തു.

പച്ചപ്പട്ടുസാരിയുടെ തലവഴിയിട്ട മുന്താണി ശരിയാക്കിയിട്ട്, അതിന്റെ തുമ്പുകൊണ്ടു മുഖം തുടച്ച് അവൾ കൊച്ചുഷാഹിദിനെ ഷാഹിദിന്റെ കൈകളിൽനിന്നു വാങ്ങി താഴെ നിർത്തി. കൈത്തണ്ടകൾ മൂടിക്കിടന്ന സ്വർണവളകൾ കലമ്പി.

"വാ, നടക്ക്, പോകാം." താച്ചി മകനോട് പറഞ്ഞു.

"പോവ്വാന്നോ?" ഷാഹിദ് നിരാശനായി.

"അമ്മയോടു പറയാതെ ഇറങ്ങിയതാ," താച്ചി പറഞ്ഞു: "പിന്നെ വരാം."

തിരിഞ്ഞു നടക്കാൻ തുടങ്ങുമ്പോൾ അവൾ പതുക്കെ മന്ത്രിച്ചു.

"ഒന്നു കാണാൻ കഴിഞ്ഞല്ലോ. ഞാനിതിനു വേണ്ടിയാ ജീവിച്ചത്."

താച്ചി തിരിഞ്ഞുനോക്കാതെ നടന്നുപോയി. അവളുടെ കൈയിൽ ത്തൂങ്ങി നടന്ന കൊച്ചുഷാഹിദാകട്ടെ ഇടയ്ക്കിടയ്ക്കു തിരിഞ്ഞു നോക്കി, കൈവീശിക്കൊണ്ടിരുന്നു. ''ടാറ്റാ...'' അവർ കണ്ണിൽനിന്നു മറഞ്ഞപ്പോൾ ഷാഹിദ് ആരകനെ ഖേദപൂർവ്വം തൂക്കിയെടുത്തു. ഒരു കൈയിൽ ആരകനും മറുകൈയിൽ ചൂണ്ടക്കോലുമായി ഷാഹിദ് ഉള്ളുകലങ്ങി വീട്ടിലേക്കു നടന്നു. പകുതിവഴി ചെന്നപ്പോൾ താലി യപ്പൻ അന്വേഷിച്ചുവരുന്നതുകണ്ടു. അവൻ ഓടി മുന്നോട്ടുവന്ന് ആരകനെ ഷാഹിദിന്റെ കൈയിൽനിന്നും വാങ്ങി.

ഷാഹിദിന്റെ ഹൃദയം ഒട്ടൊന്നു തണുത്തു. താച്ചി തന്നെ മാത്ര മാണ് സ്നേഹിച്ചിട്ടുള്ളത്, സ്നേഹിക്കുന്നതും. അവളുടെ കുഞ്ഞിന്റെ ആകാരത്തിൽ തന്റെ രൂപമാണ് നിഴലിച്ചു കാണുന്നത്. ഗർഭകാലത്ത് ഒരു സ്ത്രീയുടെ മനസ്സ് ഗർഭസ്ഥശിശുവിന്റെ രൂപീകരണത്തെ എത്ര മാത്രം സ്വാധീനിക്കുന്നു എന്നതിനെപ്പറ്റി അരവിന്ദമഹർഷിയുടെ ശിഷ്യ 'മദർ' എന്നറിയപ്പെട്ട ഫ്രഞ്ചുവനിത എഴുതിയത് ഷാഹിദ് ഓർത്തു. എവിടെയോ താനതു വായിച്ചിരുന്നു.

ഒരിക്കൽ അവർ സന്ദർശിച്ച ഒരു വീട്ടിലെ പെൺകുഞ്ഞിനെ ക്കണ്ട് 'മദറി'ന് അത്ഭുതം തോന്നിയത്രേ. പ്രശസ്തനായ ഒരിംഗ്ലീഷ് ചിത്രകാരന്റെ പ്രശസ്തമായ ഒരു ചിത്രത്തിൽനിന്ന് ഇറങ്ങിവന്നതു പോലെയുണ്ടായിരുന്നു കുഞ്ഞ്. ആ സാമ്യത്തെപ്പറ്റി പെൺകുഞ്ഞിന്റെ അമ്മയായ ആതിഥേയയോട് മദർ സംസാരിച്ചു. ആ ചിത്രത്തിന്റെ പ്രിന്റ് ഉറക്കറയുടെ ചുവരിലുണ്ടായിരുന്നു, കുഞ്ഞിന്റെ അമ്മ പറഞ്ഞു. ഗർഭിണിയായിരിക്കുമ്പോൾ നിത്യവും ആ ചിത്രമാണ് താൻ കണി കണ്ടുണരുക. ചിത്രത്തിലെ കുഞ്ഞിനെപ്പോലെയാവണം തന്റെ കുഞ്ഞ് എന്ന് എന്നും സങ്കൽപ്പിക്കുമായിരുന്നു താൻ.

മദർ പറഞ്ഞത് സത്യമാണ്. സങ്കല്പത്തിനു ശക്തിയുണ്ട്. മന സ്സിൽ നിഴലിക്കുന്നതിന് ശരീരത്തെ സ്വാധീനിക്കാനുള്ള കെല്പു മുണ്ട്.

പ്രണയഭംഗത്തിന്റെയും വിയോഗത്തിന്റെയും കർക്കശമായ വേന ലിൽ വിണ്ടുകീറിയ ഷാഹിദലിയുടെ ഹൃദയത്തിലേക്ക് ഏതോ കാരുണ്യത്തിന്റെ മഴമേഘങ്ങൾ കടന്നുവന്നു. സ്നേഹത്തിന്റെ ആഴ ങ്ങളിൽനിന്നുയർന്നുവന്ന അവ പെയ്തിറങ്ങി. ഷാഹിദലിയുടെ കാഴ്ചകളിൽ നിറംപിടിച്ചു, കേൾവികളിൽ സംഗീതം ധ്വനിച്ചു. വിചിത്ര മായ ഒരു കൃതാർത്ഥത ഷാഹിദലിയെ ശാന്തനാക്കി. നിയമം തെറ്റി വന്ന ഒരു വസന്തം നിമിഷങ്ങൾകൊണ്ട് ഷാഹിദലിയെ ഏറ്റെടുത്തു. പുക നീങ്ങിയ പ്രണയാഗ്നി വീണ്ടും തെളിഞ്ഞുകത്തി.

## പുതുമഴയുടെ മണം

മുറിയുടെ വാതിൽക്കൽ കാലൊച്ച കേട്ടു മുഖമുയർത്തിയ ഷാഹിദലിയുടെ കണ്ണിൽ മധുരമായ ഒരു കുഞ്ഞുരൂപം തെളിഞ്ഞു- കൊച്ചു ഷാഹിദലി. വെളുത്ത കുർത്തയും പൈജാമയും നിസ്കാരത്തൊപ്പിയുമാണ് വേഷം. കഴുത്തിലെ കറുത്ത ചരടിൽ ഒരുറുക്ക്. കുഞ്ഞാലിയോടൊത്താണ് അവൻ വന്നിരിക്കുന്നത്. അവൻ പുഞ്ചിരിയോടെ സലാം ചൊല്ലി:

"ച്ചലാമലേക്കും."

"വാ അലൈക്കുമുസ്സലാം."

കുഞ്ഞാലി ചിരിക്കാൻ തുടങ്ങി. ചിരിച്ചുചിരിച്ചുകൊണ്ട് അവൾ വിവരിച്ചു:

"താച്ചിയക്കച്ചീനെ കാണാൻ ചെന്നതാ... അപ്പഴ് ഈ പുള്ളി മീമ്പിടിച്ചണ കൊച്ചത്താനെ കാണണോന്നും പറഞ്ഞ് ചിണുങ്ങു വാരുന്നു. കൂടെപ്പോന്നാ കാണിച്ചുതരാന്ന് ഞാമ്പറഞ്ഞ്... ദേ എന്റെ കൂടെപ്പോന്നിരിക്കുവാ..."

അപ്പോൾ താച്ചിയും കുഞ്ഞും തോട്ടുവക്കത്ത് തന്നെ കാണാൻ വന്നത് കുഞ്ഞാലി അറിഞ്ഞിരിക്കുന്നു. അവർ തിരിച്ചുപോകുന്നത് താലിയപ്പൻ കണ്ടിരിക്കണം.

"ഞാൻ പോകുവാ, കേട്ടോ." കുഞ്ഞാലി കൊച്ചുഷാഹിദിനോടു പറഞ്ഞു.

"കുഞ്ഞായിയക്കച്ചി പോ," കൊച്ചുഷാഹിദ് നിർദ്ദേശിച്ചു: "മോൻ കൊച്ചത്താടെ കൂടെ നിക്കുവാ."

എത്ര വിചിത്രമായിരിക്കുന്നു, ഷാഹിദ് ചിന്തിച്ചു. താച്ചിയുടെ മകൻ തന്നെ ഇഷ്ടപ്പെടുക. ഈ വിശിഷ്ടാതിഥിക്കു കൊടുക്കാൻ എന്താണിവിടെ ഉള്ളത്?

"കുഞ്ഞിനു കൊടുക്കാൻ എന്നാ ഒണ്ട്?"

''അയ്യോ അണ്ണച്ചീ ഒന്നുമിരിപ്പില്ല,'' കുഞ്ഞാലി പറഞ്ഞു: ''നമ്മുടെ പുള്ളിമാന്റെ ബിസ്കറ്റു വല്ലോം കാണും.''

''എന്നാ താലിയപ്പനെ പറഞ്ഞുവിട്ട് എന്നാ എങ്കിലും വാങ്ങിപ്പിക്ക്.'' ഷാഹിദ് പറയുന്നതിനിടയ്ക്കു കയറി കൊച്ചുഷാഹിദ് ചോദിച്ചു:

''മാനെവിടെ?'' അവൻ പറഞ്ഞു, ''മോന് മാൻബിസ്കറ്റ് മതി.''

''താലിയണ്ണനെ വിടണോ കടയിലേക്ക്?'' കുഞ്ഞാലി ചോദിച്ചു.

''താലിയപ്പനെ വിടണ്ട.'' ഷാഹിദ് പറഞ്ഞു: ''മാൻബിസ്ക്കറ്റ് കൊണ്ടുവന്നേരെ.''

കുഞ്ഞാലി ചിരിച്ചുകൊണ്ടുപോയി.

''കൊച്ചത്താ എന്നാ പൊത്തകവാ വായിക്കുന്നേ?'' ചാരുകസേരയുടെ കൈകളിലിരുന്ന പലകയുടെ പുറത്തു മലർന്നുകിടന്ന പുസ്തകത്താളിൽ ചൂണ്ടുവിരൽകൊണ്ട് കൊച്ചുഷാഹിദ് തൊട്ടു.

''ചുമ്മാ ഒരു പുസ്തകം.'' ഷാഹിദ് പറഞ്ഞു.

''പടങ്ങളൊണ്ടോ?''

''ഇല്ല.''

അവന്റെ ക്രോസ്‌വിസ്താരം അവിടെ തീർന്നില്ല.

''എത്ര പിള്ളാരൊണ്ട്?'' അവൻ ചോദിച്ചു.

ഷാഹിദ് ചിരിച്ചുപോയി.

''പിള്ളാരില്ല,'' ഷാഹിദ് പറഞ്ഞു:

''ആന്റിയില്ലേ?''

''ഇല്ല.''

''പിന്നാരാ ഇവിടെ ഒള്ളേ?''

കുഞ്ഞാലി ഒരു ചെറിയ സ്റ്റീൽ കിണ്ണത്തിൽ പുള്ളിമാനുവേണ്ടി വാങ്ങിച്ച വിലകുറഞ്ഞ ചെറിയ ബിസ്ക്കറ്റുകളുമായി വന്നു.

കൊച്ചുഷാഹിദ് ഒരെണ്ണമെടുത്ത് അതിന്റെ അറ്റം തെല്ലൊന്ന് കരണ്ട് സ്വാദുനോക്കി...

''മോന് ഇസ്റ്റവായി,'' അവൻ പറഞ്ഞു. മേശപ്പുറത്തുകിടന്ന മാസികകളിൽനിന്ന് ഒരെണ്ണം ചാരുകസേരക്കൈകളിലെ പലകപ്പുറത്തു കൊണ്ടിട്ട് കൊച്ചുഷാഹിദ് മറിച്ചുനോക്കാൻ തുടങ്ങി.

''ഇദെന്നാ? ഇദാരാ?'' എന്നൊക്കെ ഇടയ്ക്ക് ഉറക്കെ ചോദിക്കുകയും ചെയ്തു.

മാൻബിസ്കറ്റ് വേഗം തീർന്നു. രണ്ടുമൂന്നു മാസികകളും നോക്കിക്കഴിഞ്ഞു.

''മോനിനി പടം വരയ്ക്ക്,'' ഷാഹിദ് ചാരുകസേരയിൽനിന്നെഴുന്നേറ്റ് ഒരു ഷീറ്റു കടലാസും ചുമപ്പും നീലയുമായ ബോൾപോയിന്റ് പേന കളും തപ്പിയെടുത്തുകൊണ്ടുവന്നു.

നിലത്ത് ഏതാണ്ട് കമിഴ്ന്നടിഞ്ഞുകിടന്നായിരുന്നു കൊച്ചു ഷാഹിദ് വരച്ചത്. തലങ്ങും വിലങ്ങും കുറെ വരകൾ, അനിയത ങ്ങളായ വൃത്തങ്ങൾ. വളരെ വേഗം കടലാസ് നിറച്ചിട്ട് അവൻ എഴു ന്നേറ്റു. അരികെ നോക്കിനിന്നിരുന്ന ഷാഹിദിനെ കെട്ടിപ്പിടിച്ചു. ഷാഹിദവനെ വാരിയെടുത്തു പുറത്തളത്തിലേക്കു നടന്നു. അവൻ ഷാഹിദിന്റെ കഴുത്തിലൂടെ കൈയിട്ട് താടിയിൽ കവിൾ ഉരസി.

കൊച്ചുഷാഹിദിനെയും കൂട്ടിക്കൊണ്ടു കുഞ്ഞാലി പിൻവാതിലി ലൂടെ അകത്തുകടന്ന കാര്യം പുള്ളിമാൻ അറിഞ്ഞിരുന്നില്ല എന്നു തോന്നുന്നു. നിത്യസന്ദർശകയും സുഹൃത്തുമായ കുഞ്ഞാലി വരു ന്നതറിഞ്ഞാലും വലിയ വിശേഷമില്ല, പുള്ളിമാൻ അനങ്ങുകയില്ല. അല്ലെങ്കിലും മുതിർന്നുവരുന്നതിനനുസരിച്ചു പുള്ളിമാൻ ഗൗരവ ക്കാരനായി വരികയാണ്. അത്യാവശ്യം വന്നെങ്കിൽ മാത്രമേ കുരയ്ക്കൂ. അപരിചിതരെ പേടിപ്പിക്കുന്ന ഒരു ഭീഷണി ആ കുരയുടെ മുഴക്ക ത്തിൽ ഇപ്പോൾ കേട്ടുതുടങ്ങിയിട്ടുണ്ട്.

പുറത്തളത്തിൽ കിടക്കുന്ന പുള്ളിമാനെ കണ്ടപ്പോൾ കൊച്ചു ഷാഹിദ് ഷാഹിദിന്റെ കൈയിൽനിന്നും ധൃതിപിടിച്ച് ഉരുതിയിറങ്ങി. തടഞ്ഞില്ലായിരുന്നെങ്കിൽ നിമിഷംകൊണ്ട് അവൻ പുള്ളിമാന്റെ സമീപത്തോടിയെത്തിയേനെ. കൊച്ചുഷാഹിദിന്റെ വലിപ്പത്തിലുള്ള മനുഷ്യജീവികളെ പുള്ളിമാൻ ഓർമവച്ചതിൽപിന്നെ കണ്ടിട്ടുണ്ടോ എന്നു സംശയമാണ്. ആ നിലയ്ക്ക് എമ്മട്ടിലുള്ള സ്വീകരണമാവാം പുള്ളിമാന്റെ ഭാഗത്തുനിന്നുണ്ടാവുക എന്നു ഷാഹിദിന് പ്രവചിക്കുക വയ്യായിരുന്നു.

അവരുടെ വരവറിഞ്ഞു പുള്ളിമാൻ എഴുന്നേറ്റ് മൂരിനിവർന്നു കോട്ടുവായിട്ട് ചില ശബ്ദങ്ങൾ പുറപ്പെടുവിച്ചു. കൊച്ചുഷാഹിദിനെ വീക്ഷിക്കുന്ന പുള്ളിമാന്റെ കണ്ണുകൾ കണ്ടപ്പോൾ ഷാഹിദിനു തോന്നി, മനുഷ്യനെക്കാൾ തിരിച്ചറിവ് മൃഗങ്ങൾക്കുണ്ടെന്ന്. ഇന്ദ്രിയാതീതമായ തലത്തിലുള്ള തിരിച്ചറിവ്. ഷാഹിദിനു കുഞ്ഞിനോടുള്ള പ്രീതി പുള്ളിമാൻ മനസ്സിലാക്കി ക്ഷണംകൊണ്ട് അംഗീകരിച്ചിരിക്കുകയാണ്.

''പുള്ളിമാന് മോനുമ്മ കൊടുക്കട്ടെ?'' കൊച്ചുഷാഹിദ് ആത്മാർത്ഥമായി അന്വേഷിച്ചു.

തന്നോടുള്ള സ്നേഹത്തിൽ ഈയളവുവരെ താലിയപ്പൻ പോലും പോയിട്ടില്ല എന്നു മനസ്സിലാക്കിയിട്ടാവാം പുള്ളിമാൻ സന്തോഷാരവങ്ങൾ പുറപ്പെടുവിച്ചു.

എങ്കിലും പുള്ളിമാനും കൊച്ചുഷാഹിദും തമ്മിലൊരു കെട്ടിപ്പുണരലും ഉമ്മകൊടുക്കലും അനുവദിക്കാനുള്ള ധൈര്യം ഷാഹിദിനുണ്ടായില്ല. ഷാഹിദ് അതുകൊണ്ട് ഒഴികഴിവു പറഞ്ഞു:

''പുള്ളിമാൻ കുളിച്ചിട്ടില്ല...''

''മോനും കുയിച്ചിട്ടില്ല...''

''അതുപോലാണോ പുള്ളിമാൻ? കണ്ടോ... ചെള്ള[1]യിലൊക്കെ ചവിട്ടി ആകെ അഴുക്കായിരിക്കുവാ.''

''അതെന്നാ?''

''രാത്രി അവനെ അഴിച്ചുവിടും. പിന്നെ കറങ്ങി നടപ്പാ...''

കൊച്ചുഷാഹിദ് ശാഠ്യം പിടിച്ചില്ല. എല്ലാം മൂളിക്കേട്ടു ശ്രദ്ധാപൂർവം അവൻ നിന്നു; ഇടയ്ക്ക് പുള്ളിമാനെയും ഇടയ്ക്ക് ഷാഹിദിനെയും നോക്കിക്കൊണ്ട്.

ഷാഹിദ് അവനെയും കൂട്ടി മുറ്റത്തേക്കിറങ്ങി. താച്ചിയുടെ വീട്ടുവളപ്പിൽ ഇല്ലാത്തതായി ഇലഞ്ഞിയും ചെമ്പകവും മാത്രമേ ഉള്ളൂ ഇവിടെ. എങ്കിലും കുഞ്ഞുങ്ങൾക്ക്, മുമ്പു കണ്ടിട്ടില്ലാത്ത ഒരു വീട്,

1. മണ്ണും വെള്ളവും കൂടിക്കുഴഞ്ഞ ചെളി

വലിയ പുതുമയാണ്. ഷാഹിദ് പ്രതീക്ഷിച്ചതുപോലെ കൊച്ചുഷാഹിദ് അങ്ങേയറ്റം പ്രീതനായി വീട്ടുവളപ്പിലെ കൊച്ചുകൊച്ചു വിസ്മയങ്ങൾ കണ്ടുപിടിച്ചു നടന്നു. വിളഞ്ഞ പേരയ്ക്ക, ഇലഞ്ഞിപ്പൂക്കൾ, തുടുതുടുത്തു രക്തത്തുള്ളികൾപോലുള്ള പാണൽപ്പഴങ്ങൾ, വശകന്റെ നീണ്ടുപോകുന്ന ചിലയ്ക്കൽ, നക്ഷത്രത്തിന്റെ ആകൃതിയിലുള്ള ഏതോ പുല്ലിന്റെ പൂവ്... വിസ്മയങ്ങളുടെ പട്ടിക നീണ്ടതായിരുന്നു.

ഇടയ്ക്കു മൂത്രമൊഴിക്കാനായി പൈജാമയുടെ നാട അഴിക്കാനും കെട്ടാനും അവൻ ഷാഹിദിന്റെ സഹായം തേടി. ഒടുവിൽ നടന്നു ക്ഷീണിച്ചപ്പോൾ രണ്ടു കൈകളും പൊക്കി, മുഖമുയർത്തി, നിശ്ശബ്ദമായി എടുക്കണമെന്ന ഇംഗിതം പ്രകാശിപ്പിച്ചു. തന്നിലർപ്പിച്ച വിശ്വാസം കണ്ട് ഷാഹിദിന്റെ മനസ്സുനിറഞ്ഞു. താച്ചിയുടെ പൊന്നുമകൻ! ഷാഹിദിന്റെ ഹൃദയത്തിൽ വാത്സല്യം അണപൊട്ടിയൊഴുകി. കുഞ്ഞിനെ കോരിയെടുത്തു ഷാഹിദ് തോളിൽ കിടത്തി. പതുക്കെ പുറത്തു തട്ടിക്കൊണ്ടു വീട്ടിലേക്കു തിരിച്ചുനടന്നു. തിരിച്ചെത്തുമ്പോഴേക്ക് കുഞ്ഞ് ഉറക്കം പിടിച്ചിരുന്നു.

തന്റെ മുറിയിൽ കട്ടിലിൽ കുഞ്ഞിനെ കിടത്തി, ഷാഹിദ് അവന്റെ കാലിലെ ചെരിപ്പു മാറ്റി. അവന്റെ കോമളമായ മുഖത്തേക്കു നോക്കി വാത്സല്യപൂർവം അരികത്തിരുന്നു, താനുമായുള്ള സാമ്യത്തിൽ വിസ്മയിച്ചുകൊണ്ട്. വിടർന്ന ചെവി അവന്റെ അച്ഛന്റേതായിരിക്കും. പുരികവും ചുണ്ടും താച്ചിയുടേതാണ്. ഷാഹിദിന്റെ ഉള്ളിൽ ഒരിറ്റു കണ്ണീരിന്റെ നനവ്... അതേസമയം ഒരു വലിയ തൃപ്തിയുടെ നിറവ്. എത്രനേരം അങ്ങനെ ഇരുന്നുവോ ആവോ... താച്ചി വരുംവരെയായിരുന്നുവെന്നു നിശ്ചയം.

താച്ചി വന്നു. പതിഞ്ഞ കാലൊച്ച കേട്ടു ഷാഹിദ് വാതിൽക്കലേക്കു നോക്കി. ചുരിദാറും കുർത്തയുമായിരുന്നു വേഷം. പഴയപെൺകുട്ടിയായി ഒരു നിമിഷനേരത്തേക്കു തോന്നിച്ചുവോ? ഇല്ല, ആ മുഖത്തിൽ താൻ തലേന്നുകണ്ട വാർദ്ധക്യംതന്നെയാണ് ഷാഹിദിനിപ്പോഴും കാണാൻ കഴിഞ്ഞത്.

‘‘ബുദ്ധിമുട്ടിച്ചോ?’’ താച്ചി അന്വേഷിച്ചു.

‘‘ആര് മോനോ?’’ ഷാഹിദ് പറഞ്ഞു ‘‘ഏയ്...’’

‘‘കുഞ്ഞുങ്ങളെ ഇഷ്ടമാണോ?’’

ഇഷ്ടമായിരിക്കണം ഷാഹിദ് ഓർത്തു.

ഗുല്ലുവിന്റെയും ജാസ്മിന്റെയും കുഞ്ഞുങ്ങൾ മേലേക്കേറി മറിഞ്ഞു കളിക്കാറുണ്ട്.

‘‘അണ്ണനും അക്കച്ചിക്കുമൊക്കെ കുഞ്ഞുങ്ങളായല്ലോ...’’ ഷാഹിദ് പറഞ്ഞു. ഒരുപാടു സങ്കടത്തോടെ താച്ചി ഷാഹിദിനെ നോക്കി.

''സ്വന്തമായിട്ട് ഒന്നും വേണ്ടേ?'' അവൾ ചോദിച്ചു. ഷാഹിദ് മിണ്ടിയില്ല.

താച്ചി വന്നു കട്ടിലിൽനിന്നു കുഞ്ഞിനെയെടുത്തു തോളിൽ കിടത്തി. അവൾ പൊടുന്നനെ ചോദിച്ചു:

''നിക്കാഹ് കഴിക്കാത്തതെന്താ?''

''തിരക്കു കൂട്ടേണ്ട കാര്യമൊന്നുമില്ലല്ലോ...'' ഷാഹിദ് കളി പറയാൻ ശ്രമിച്ചു.

''ഒരു പെണ്ണിനെയും... പിന്നെ... ഇഷ്ടപ്പെട്ടില്ലേ?'' താച്ചി ചോദിച്ചു: ''ഒന്നും... തന്നെ... ഉണ്ടായില്ലേ?''

''ഇല്ല, ഇത്തിരിപോലും... ഒന്നും ആരോടും തോന്നിയില്ല. ഒരു പെണ്ണിനെയും നോക്കാൻപോലും തോന്നിയിട്ടില്ല.''

താച്ചിയുടെ ഹൃദയം ഒന്നു നുറുങ്ങിയെന്ന്, എങ്കിലും തനിക്കവളോടുള്ള വിസ്മയകരമായ പ്രണയത്തെക്കുറിച്ചു ഓർമ പുതുക്കി

അവൾ ഗർവം പൂണ്ടുവെന്ന്, ഷാഹിദറിഞ്ഞു. താച്ചി ഷാഹിദിൽ നിന്നു ദൃഷ്ടിതിരിച്ചു കുഞ്ഞിനെയുംകൊണ്ട് മുറിയിൽനിന്നു പോയി.

അവൾ കുറച്ചുസമയംകൂടി തന്റെ കൂടെ നിന്നിരുന്നെങ്കിൽ, ഷാഹിദ് ആശിച്ചു. ഊണിന് ഒട്ടും രുചി തോന്നിയില്ല. ഉണ്ടുവെന്നു വരുത്തി, ഷാഹിദ് എഴുന്നേറ്റു. താലിയപ്പൻ മേശയിൽനിന്നു പാത്രങ്ങളെല്ലാ മെടുത്തു മാറ്റി, വീട്ടിലേക്കു പോകാൻ ഒരുങ്ങി:

''ചായയ്ക്ക് നേരമാവുമ്പോഴേക്കും വന്നേക്കാം.''

അള്ളാമേട്ടിലെ പേരാൽപ്പന്തലിനു കീഴെ കുറെനേരം ചെന്ന് ഇരിക്കണം; ഇത്തിരി വിഷമം കുറഞ്ഞുകിട്ടാൻ അതാണ് നല്ലൊരു വഴി, ഷാഹിദ് ഓർത്തു.

''നീ വരണ്ട. ചെലപ്പം ഞാനൊന്നു പുറത്തു പോയേക്കും.'' ഷാഹിദ് പറഞ്ഞു: ''ചോറിരിപ്പൊണ്ടല്ലോ. രാത്രി ഞാനെടുത്തു കഴി ച്ചോളാം.''

''എന്നാപ്പിന്നെ ഞാൻ പാത്രം കഴുകിയേച്ച് എല്ലാം ഒതുക്കിവച്ച് പോയേക്കാം.''

''പുള്ളിമാന് ചോറുകൊടുത്തോ?'' ഷാഹിദ് അന്വേഷിച്ചു.

''കുഞ്ഞാലി കൊടുത്തുകാണും. എന്നാലും നോക്കിയേക്കാം.''

ഷാഹിദ് മുറിയിൽ വന്ന് ഒരു സിഗരറ്റുകത്തിച്ച്. കുറച്ചുനേരം ചാരുകസേരയിലിരുന്നു. പിന്നെ പാന്റും ഷർട്ടുമെടുത്തിട്ടു.

''പുള്ളിമാന്റെ കാര്യം കുഞ്ഞാലി മറന്നു.'' വാതിൽക്കൽ താലി യപ്പൻ പ്രത്യക്ഷപ്പെട്ടു: ''അവന്റെ ചോറ് ചൂടാറാത്തതോണ്ടാ കൊടു ക്കാതെ പോയേ - എന്നാലെന്നെപ്പറഞ്ഞേപ്പിക്കണ്ടേ - ഞാനവൾക്കിന്ന് വച്ചിട്ടൊണ്ട്.''

''സാരമില്ല,'' ഷാഹിദ് പറഞ്ഞു: ''നീ നോക്കുമെന്ന് അവൾക്ക റിയാം.''

''അല്ലേലും അണ്ണച്ചി അവളോടാ വാത്സല്യം കാണിക്കുന്നേ. അതോണ്ട് അവളെന്റെ തലേക്കേറുവാ. പണിയെല്ലാം എന്നെക്കൊണ്ട് ചെയ്യിക്കും.''

താലിയപ്പന്റെ പരാതി ഗൗരവമുള്ളതല്ലെന്നു ഷാഹിദിനറിഞ്ഞു കൂടേ! ഷാഹിദ് ചിരിച്ചു.

''എന്നാ ഞാൻ പോയേക്കുവാ. പിറകിലെ വാതിലടച്ചേക്കണേ.''

പുള്ളിമാനുവേണ്ടി ഭക്ഷണം വേവിച്ച പാത്രം അടുക്കളയിൽ തിരികെവച്ച് അവന് ആ വഴി ഇറങ്ങിപ്പോകാനാണ്. പിൻവാതില ടച്ചു പുറത്തളത്തിലേക്കു തിരിച്ചുവരാനുള്ള മടി. ഷാഹിദ് പിറകിലെ വാതിലടച്ച് തന്റെ മുറിയിൽ വന്ന് മുടിചീകി ഇറങ്ങാൻ ഒരുക്കം

കൂട്ടി. നല്ല വെയിലാണ് പുറത്ത്. ചെറിയ ടർക്കിത്തൂവാലകളുണ്ട്, കട്ടിയുള്ളത്. തലയിലിടാൻ ഒരെണ്ണത്തിനായി ഷാഹിദ് ചുമരലമാര തുറന്നു തപ്പാൻതുടങ്ങി.

മുറിയിൽ പൊടുന്നനെ ഒരു പരിമളം നിറഞ്ഞു. പുതുമഴയുടെ മണം... പുതുമഴ വീണു നനഞ്ഞു തുടങ്ങുന്ന മണ്ണിന്റെ മണം... മഴ ചാറുന്നതു താൻ കേട്ടതേയില്ല. മഴയോടൊത്തു വരുന്ന കാറ്റിന്റെ തണുത്ത അലകൾ കടന്നുവന്നതുമില്ല. പക്ഷേ പുതുമഴയുടെ മണം മാത്രം? ഷാഹിദ് തൂവാലയ്ക്കുള്ള തിരച്ചിൽ നിർത്തി അലമാരയടച്ചു തിരിഞ്ഞു.

താച്ചി മുറിക്കകത്ത്, തനിക്കടുത്ത്, വന്നുനിൽക്കുന്നു. ആ പതിഞ്ഞ കാലൊച്ച താൻ കേട്ടില്ല. തങ്കവളകളുടെ കിലുക്കവും വസ്ത്രങ്ങളുടെ ഉലച്ചിലും അറിഞ്ഞില്ല. ഷാഹിദിന് തന്റെ കണ്ണുകളെ വിശ്വസിക്കാൻ പാടുപെടേണ്ടി വന്നു. താച്ചി, കൈനീട്ടിത്തൊടാവുന്ന ദൂരത്തിൽ മുന്നിൽ നിൽക്കുന്നു. മനോഹരമായ വേഷത്തിൽ. കൈവണ്ണമൂടുന്ന, കൈയിറക്കമുള്ള കോടിനിറത്തിലുള്ള ബ്ലൗസ്. വീതിക്കസവുകരയുള്ള സാരി. തലമുടി പിന്നിയിട്ടില്ല. മറച്ചിട്ടുമില്ല. അരയോളം ഒഴുകിക്കിടക്കുന്നു. ഏതു സാക്ഷാത്കാരത്തിന്റെ വാഗ്ദാനമാണ് തീ കത്തുന്ന ആ കണ്ണുകളിൽ. ഷാഹിദിന്റെ കണ്ണുകൾ ആ കണ്ണുകളിലകപ്പെട്ടു. ഷാഹിദ് സ്വയം നഷ്ടപ്പെട്ട്, അനങ്ങാനാവാതെ നിന്നു. താച്ചി മുന്നോട്ടാഞ്ഞ് ഒരു തേങ്ങലോടെ ഷാഹിദിന്റെ നെഞ്ചിൽ മുഖം ചേർത്ത് ഷാഹിദിനെ പുണർന്നു.

പുതുമഴയുടെ മണം എവിടെനിന്നാണെന്ന് ഇപ്പോൾ ഷാഹിദിനു മനസ്സിലായി. താച്ചിയുടെ ചെവിക്കു പിറകിൽനിന്ന്... നെറ്റിത്തടത്തിൽനിന്ന്... അവൾ പുരട്ടിയിരിക്കുന്ന അത്തറിന്റെ മണം... ഇങ്ങനെയുമുണ്ടോ ഒരത്തർ! മുഖമൽപം കുനിച്ച് ഷാഹിദ് ആ ഗന്ധം ആഴത്തിൽ ഉൾക്കൊണ്ടു. ചാരം മൂടിക്കിടന്ന, ശരീരത്തിന്റെ കനലുകൾ നിറംപിടിക്കുന്നതുപോലെ ഷാഹിദിനു തോന്നി. സിരകളിലൂടെ ഒഴുകുന്നത് സംഗീതമാണോ? സിരകൾ തന്ത്രികളായി ശരീരംതന്നെ ഒരു റബാബ് ആയിത്തീർന്നുവോ? വിരഹമാണോ സംഗമമാണോ രാഗം?

താച്ചി മുഖമുയർത്തി ഷാഹിദിന്റെ മതിമറന്ന കണ്ണുകളെ നേരിട്ടു. ഷാഹിദിന്റെ ശരീരത്തിലൂടെ ഒരു മിന്നൽ പാഞ്ഞു. കാലിന്റെ തള്ളവിരലുകളിലൂന്നിയുയർന്ന്, വിടർന്ന തന്റെ വരണ്ട ചുണ്ടുകൾക്കിടയിൽ താച്ചി ഷാഹിദിന്റെ കീഴ്ചുണ്ട് പിടിച്ചെടുത്തു. അവളുടെ നിശ്വാസം ചൂടുള്ളതായി. മയങ്ങിത്തുടങ്ങുന്ന കണ്ണുകളിൽ ഷാഹിദിനെക്കാത്തുനിന്നത് അവളുടെ ആത്മാവുതന്നെയായിരുന്നു. ഷാഹിദ് ആ ക്ഷണം കണ്ട്.... ഉണർന്നു... അവളെ ഇറുകെപ്പുണർന്നു.

## മറക്കാനാവാത്ത രാത്രി

**ഷാ**ഹിദലി മയക്കത്തിൽനിന്നുണർന്നു താച്ചിക്കുവേണ്ടി ഉഴറി. തന്റെ നെഞ്ചോടു പറ്റിച്ചേർന്നു മയങ്ങിക്കിടന്നതാണല്ലോ! എവിടെ? അവൾ പുരട്ടിയ അത്തറിന്റെ മണം ഇപ്പോഴും മുറിയിൽ നേർത്തു തങ്ങി നിൽപുണ്ട്. പുതുമണ്ണിന്റെ മണം. തലയിണയിൽ താച്ചി തല വച്ചുകിടന്ന ഭാഗത്ത് ഷാഹിദ് മുഖമമർത്തി. എഴുന്നേൽക്കാൻ തോന്നു ന്നില്ല. അമൂല്യവും തേജോമയവുമായിരുന്നു കടന്നുപോയ ഓരോ നിമിഷവും. അവയുടെ ലഹരി ഇറങ്ങുന്നില്ല. ഷാഹിദ് മിഴികൾ പൂട്ടി അവയെ ഹൃദയത്തിലേക്ക് വീണ്ടും ആവാഹിച്ചുകൊണ്ടുവന്നു.

പിറ്റേന്നു കാലത്തുമുതൽ ഷാഹിദ് പ്രതീക്ഷയിലായിരുന്നു. താച്ചി വരും, ഇപ്പോൾ വരുമെന്ന പ്രതീക്ഷ. ഒന്നും വാരി വലിച്ചിടുന്ന സ്വഭാവം ഷാഹിദിനില്ല. എങ്കിലും മുറിയിൽ ഒന്നുകൂടി അടുക്കും ചിട്ടയും വരുത്തി. കിടക്കയിൽ അലക്കിത്തേച്ച വിരിപ്പിട്ടു. തലയിണയുറ മാറ്റി. കുഞ്ഞാലിയും താലിയപ്പനും കൂടി മുറ്റത്ത് വച്ചുപിടിപ്പിച്ചിട്ടുള്ള തോട്ടത്തിൽനിന്ന് കൊച്ചു ജമന്തിപ്പൂക്കളും ഒരു ചുവന്ന റോസാ പ്പൂവും പറിച്ച് ഗുല്ലു പണ്ടെങ്ങാണ്ടോ നഗരത്തിലെ കരകൗശല പ്രദർശനത്തിൽനിന്നു വാങ്ങിയ മണ്ണുകൊണ്ടുള്ള കൊച്ചുപൂപ്പാത്ര ത്തിൽ ഒരുക്കിവച്ചു. തന്റെ നികരില്ലാത്ത അക്ഷമയെ മെരുക്കിയെടുക്കാൻ കൂടിയായിരുന്നു ഷാഹിദ് അത്രയും ചെയ്തത്.

എല്ലാ പണിയും കഴിഞ്ഞ് കുളിക്കാനൊരുങ്ങിയപ്പോൾ വെള്ള ത്തിനോടൊരു വൈമുഖ്യം ഷാഹിദിനനുഭവപ്പെട്ടു. വെള്ളം കഴുകി ക്കളയുന്നത് താച്ചിയുടെ സ്പർശമായിരിക്കുമല്ലോ എന്നോർത്ത് ഷാഹിദ് ഏറെനേരം അറച്ചുനിന്നു.

അങ്ങനെ നിന്നപ്പോഴാണ് ആ ബോധമുദിച്ചത്; തന്റെ ജീവിതത്തിൽ വരാനിരിക്കുന്നുവെന്ന് സഞ്ജു പറഞ്ഞ നിർണ്ണായകസംഭവം ഇതാണ്, ഇതുതന്നെയാണ്. താൻ ജീവനെപ്പോലെ സ്നേഹിച്ചിരുന്ന, സ്നേഹി ക്കുന്ന പെൺകുട്ടി വീണ്ടും ജീവിതത്തിലേക്കു കടന്നുവരിക. ജീവിത ത്തിലാദ്യമായി താനറിയുന്ന സ്ത്രീ അവളാവുക, ആ അറിവ് ആർദ്രവും ചേതോഹരവുമായ അനുഭവമായിത്തീരുക.

പക്ഷേ, ഷാഹിദ് മറ്റൊന്നുകൂടി തിരിച്ചറിഞ്ഞു. ആ അനുഭവവും കടന്നു പോവുകയാണ്. ഷാഹിദിന്റെ ദേഹത്തു കുളിരുകോരിയിട്ടു. എല്ലാം നശ്വരമായവ... കുല്ലുമൻ അലൈഹാഫാൻ... അനശ്വരമായത് അല്ലാഹുവിന്റെ പ്രകാശം മാത്രം...

മീശയും താടിയും അൽപമൊന്നു കത്രിച്ച്, ഒതുക്കി, ഷാഹിദ് കുളിച്ചിറങ്ങി. യാത്രയ്ക്കെന്നപോലെ അലക്കിത്തേച്ച ഡബിൾ മുണ്ടും ഇളംനീല കോട്ടൺ ഷർട്ടും ധരിച്ച്. ദോശയും ചട്ടിണിയും വിളമ്പി ക്കൊടുക്കുമ്പോൾ താലിയപ്പൻ ചോദിച്ചു:

''എങ്ങോട്ടാ അണ്ണച്ചി രാവിലെ?''

''ടൗണിലേക്കൊന്നു പോണം.'' കള്ളംപറയാനിഷ്ടമില്ലെങ്കിലും ഷാഹിദ് കള്ളം പറഞ്ഞു: ''ഇച്ചിരെക്കഴിഞ്ഞിട്ടേ ഒള്ളൂ.''

പ്രഭാതഭക്ഷണം കഴിഞ്ഞു മുറിയിൽച്ചെന്ന് കാത്തിരിപ്പു തുടരുക യാണ് ഷാഹിദ് ചെയ്തത്.

വെയിൽ മൂക്കുംമുമ്പേ താച്ചി വന്നു. ചാരുകസേരയിലിരുന്നു വായിക്കാൻ വൃഥാ ശ്രമം നടത്തിക്കൊണ്ടിരുന്ന ഷാഹിദ് പുസ്കതം മാറ്റിവച്ച് താച്ചിയെ എതിരേൽക്കാനെഴുന്നേറ്റു ചെന്നു.

താച്ചിയുടെ മുഖത്തു രക്തപ്രസാദം വന്നിരുന്നു; കണ്ണുകളിൽ പ്രകാശവും.

''ഒരു കാര്യം പറഞ്ഞിട്ടുപോട്ടെ,'' അവൾ പറഞ്ഞു: ''ഇന്നു രാത്രി ഞാനിവിടെയാ കിടക്കുന്നേ.'' അവളെന്താണ് പറയുന്നത്?

''രാത്രിയോ?''

''രാത്രിതന്നെ.''

''അപ്പോ കൊച്ച്...''

''വെളുക്കുന്നിടം വരെ ഉറങ്ങിക്കൊള്ളും. പിന്നെ അമ്മാടെ കൂടെ വല്യ കൂട്ടായിരിക്കുവാ.''

''അമ്മ അറിയത്തില്ലേ?''

''അറിയും.'' താച്ചി കാര്യമാത്രപ്രസക്തമായി പറഞ്ഞു.

താച്ചിയെച്ചൊല്ലി ഷാഹിദിന്റെ ഹൃദയത്തിൽ ഒരു സംഘർഷം പതുക്കെ ഉടലെടുക്കുവാൻ തുടങ്ങുന്നതു കണ്ടിട്ടെന്നപോലെ താച്ചി തുടർന്നു: ''ശരിതെറ്റുകളെക്കുറിച്ച് ചിന്തിക്കരുത്. എന്റെ അവസാ നത്തെ ആഗ്രഹ...''

ഒരു ചുംബനംകൊണ്ട് ആ പ്രസ്താവത്തെ അവിടെവച്ചു തടഞ്ഞ്, ഷാഹിദ് അവളെ മുറുകെപ്പുണർന്നു. ആലിംഗനത്തിൽനിന്നുമവളെ വേർപ്പെടുത്താതെതന്നെ പതുക്കെ ഒരു കൈനീട്ടി വാതിലടച്ചു

കുറ്റിയിട്ടു; ഉടനെ തിരിച്ചുപോവാനായിരുന്നു വന്നതെങ്കിലും താച്ചി ഷാഹിദിനെ തടഞ്ഞില്ല.

ഷാഹിദിന്റെ അടുത്തേക്കു താച്ചി അന്നുരാത്രി വന്നപ്പോൾ അവളുടെ അമ്മ ധർമാധർമങ്ങളെക്കുറിച്ചു ചിന്തിക്കുകയുണ്ടായില്ലേ? എന്തുകൊണ്ടവർ അവളെ തടഞ്ഞില്ല? താച്ചിയിൽ കരിങ്കല്ലിന്റേതുപോലെ ഒരുറപ്പ് കണ്ടിട്ടോ? അതോ മകളുടെ വ്യഥയുടെ ആഴംകണ്ട് അവൾ തൽക്കാലം എല്ലാം മറക്കട്ടെ എന്നാഗ്രഹിച്ചതുകൊണ്ടോ?

താലിയപ്പൻ പോയിക്കഴിഞ്ഞു ഷാഹിദലി പുരയിടത്തിന്റെ അതിരിൽ താച്ചി കയറിവരാറുള്ള കയ്യാലയ്ക്കൽ ചെന്നുനിന്നു. നിലാവെട്ടമുള്ള രാത്രിയായിരുന്നു അത്. ഷാഹിദിന്റെ ഹൃദയമിടിപ്പിന്റെ വേഗത വല്ലാതെ കൂടിയിരുന്നു. പുള്ളിമാൻ എവിടെനിന്നോ ഓടി

വന്ന് ഷാഹിദിന്റെ അടുത്തുനിന്നു. താലിയപ്പൻ പോകുംമുമ്പേ അവനെ അഴിച്ചുവിട്ടിരുന്നു. ഉച്ചയ്ക്ക് പുറത്തളത്തിൽവച്ച് താച്ചി പുള്ളിമാനെ കാണുകയുണ്ടായി. പുള്ളിമാൻ ഒന്നു നോക്കുക മാത്രമേ ചെയ്തുള്ളൂ. കുരച്ചില്ല. ആ ധൈര്യത്തിലാണ് ഷാഹിദ് നിന്നത്.

നിലാവെളിച്ചത്തിൽ കയ്യാലവഴി താച്ചി കയറിവരുന്നതറിഞ്ഞ് ഷാഹിദ് ചെന്നു കൈനീട്ടി അവളുടെ കൈപിടിച്ചുകയറ്റി. കുരയ്ക്കാൻ ചെറുതായി ഒന്നൊരുങ്ങിയ പുള്ളിമാൻ ആളെത്തിരിച്ചറിഞ്ഞിട്ടാവണം നിശ്ശബ്ദനായി.

പുറത്തളത്തിലെ ലൈറ്റണച്ചിരുന്നു ഷാഹിദ്. പക്ഷേ, പൂർണിമയോടടുത്തുവരുന്ന നിലാവത്ത് നിശ്ശബ്ദരായി, കൈകോർത്ത് വീട്ടിലേക്കു നടന്നുകയറിയ അവരെ ആരെങ്കിലും കാണാനുള്ള സാധ്യത ഇല്ലാതിരുന്നില്ല. എന്തിനും താച്ചിയോടൊപ്പം നിൽക്കാൻ മനസ്സും ധൈര്യവും ഉണ്ടായിരുന്ന ഷാഹിദ് കരുതി, കഥകൾക്കായി കാത്തിരിക്കുന്ന ചെമ്പകപ്പള്ളിക്ക് ഇരിക്കട്ടെ ഇങ്ങനെയുമൊരു കഥ.

മുറിയില്ക്കു കടക്കുമ്പോൾ താച്ചി പറഞ്ഞു:

"കുട്ടിക്കാലത്തെപ്പാലെ ഒത്തിരി വർത്തമാനം പറയണം നമുക്ക്."

അവൾ കാലിലെ വള്ളിച്ചെരിപ്പൂരിയിട്ട് കട്ടിലിൽ കാലുംനീട്ടി ഭിത്തിയിൽ ചാരി ഇരിപ്പുറപ്പിച്ചു. കതകടച്ചു തഴുതിട്ട് ഷാഹിദ് അവളെ നോക്കിനിന്നു. അൽപം ചെമ്പിച്ച മുടി പിന്നി മുൻവശത്തേക്കിട്ടിരിക്കുന്നു. നേർത്ത റോസ് നിറത്തിലുള്ള ഹൗസ്കോട്ട്. ഒരു കൊച്ചു പെൺകുട്ടിയെപ്പോലെയുണ്ട്.

ഷാഹിദ് പതുക്കെ കട്ടിലിൽച്ചാഞ്ഞ് അവളുടെ മടിയിൽ തല വെച്ചു. ഷാഹിദിന്റെ മുറ്റിവളർന്ന താടിയിൽ വിരൽപായിച്ചു താച്ചി വിളിച്ചു:

"വീരപ്പുലിയലിയാരേ..."

ഷാഹിദ് അവളുടെ മുഖത്തുനിന്നു കണ്ണെടുക്കാതെ നോക്കിക്കൊണ്ടിരുന്നു.

"എന്താ ഒന്നും മിണ്ടാത്തെ?" അവൾ ചോദിച്ചു.

"നീ പറയ്."

അവളുടെ കണ്ണുകളിൽ മിഴിനീർ ഉരുണ്ടുകൂടി:

"അത്തായ്ക്ക് കൊച്ചുഷാഹിദിനെ കാണണോന്നൊണ്ടായിരുന്നു."

"ചെമ്പകപ്പള്ളിയിലേക്ക് നീ പോരണ്ടാന്ന് വച്ചിട്ടല്ലേ?"

"അല്ല." ഉരുണ്ടുകൂടിനിന്ന മിഴിനീർ അടർന്നു കവിളിലൂടെ ഒഴുകി. ഷാഹിദ് അതു തുടച്ചു:

“വെഷമിക്കല്ലേ, എന്റെ പൊന്നേ...”

“അലിയാര് പറ, അലിയാര്ടെ ചരിത്രം... ഞാൻ കേക്കട്ടെ...”

“ഷാഹിദലിയുടെ ചരിത്രം, അല്ലേ.” ഷാഹിദ് പറഞ്ഞു: “എന്നു വച്ചാൽ ഷാഹിദ്നാമ...”

“അതെന്നാ?”

“അക്ബർനാമാന്ന് പഠിച്ചിട്ടില്ലേ? അക്ബർ ചക്രവർത്തീടെ ജീവിത ചരിത്രം. അതുക്കൂട്ട്.” ഷാഹിദ് പറഞ്ഞു: “കദിയ വല്യമ്മാടെ മന്ത്ര ത്തിന് എന്നാ ശക്തിയാരുന്നു, അല്ലേ?”

ഷാഹിദ് സ്വയം പരിഹസിക്കുന്നതുപോലെ തുടർന്നു:

“ഈ വീരപ്പുലിയെ അത് എന്നാ ഓടിക്കലാ ഓടിച്ചേ!”

“തല തല്ലിച്ചത്തുകളയാമ്മേലാഞ്ഞോ താച്ചിക്ക്?” താച്ചി സങ്കടം മുറ്റിയ സ്വരത്തിൽ സ്വയം കുറ്റപ്പെടുത്തി.

“അങ്ങനെ പറയല്ലേ... നിന്നെയൊന്നു കാണാൻ കഴിയുമായി രുന്നോ പിന്നെ...” ഷാഹിദ് പറഞ്ഞു: “കാണാതെ ജീവിക്കാൻ വലിയ പാടായിരുന്നു.”

ഷാഹിദ് പതുക്കെപ്പതുക്കെ തന്റെ ദുഃഖത്തിന്റെ ചുരുളുകൾ നിവർത്തി. കർണാടകത്തിലേക്കുള്ള പലായനത്തിന്റെ സാഹചര്യ ങ്ങൾ മുതൽ താച്ചിയുമായുള്ള പുനഃസമാഗമത്തിന്റെ മുഹൂർത്തം വരെ എന്തെല്ലാം നടന്നുവെന്നു താച്ചിയെ ധരിപ്പിച്ചു. സഞ്ജുവിനെ നാടകീയമായി കണ്ടുമുട്ടിയതിനെക്കുറിച്ചും വിവരിച്ചു:

“...സഞ്ജുവിനെ കണ്ടത് പൊരിവെയിലത്തു തണൽ കണ്ട പോലെയാ...”

കുട്ടിക്കാലത്ത് സഞ്ജുവിനെക്കുറിച്ചു ഷാഹിദ് ഇടയ്ക്ക് പറ യാറുണ്ടായിരുന്നുവെന്ന് താച്ചി ഓർത്തു.

“ചാമ്പയ്ക്കാ പറിക്കാൻ ചെന്നിട്ട് അലിയാര് ശഹാദത്ത്കലിമ ചൊല്ലിക്കൊടുത്തത് അയാക്കല്ലോരുന്നോ?”

“അതൊക്കെ ഓർമയുണ്ടല്ലോ?”

“അതുമാത്രമോ? എന്തോരം ഓർമകളാ!”

താച്ചി എന്തോ ഓർത്തിട്ടെന്നപോലെ ചിരിച്ചു.

“എന്നാത്തിനാ വയറീ ചിരിക്കുന്നെ?”

മനസ്സിന്റെ നഷ്ടപ്പെട്ടുപോയ ലാഘവം തിരിച്ചുവരികയാണെന്നു രണ്ടുപേർക്കും തോന്നി. താച്ചി പറഞ്ഞു: “ഇന്നുച്ചയ്ക്ക് അമ്മാ കൊച്ചിന് കഥ പറഞ്ഞ് ചോറു കൊടുക്കുവാരുന്നു, ചങ്ങാലി പ്രാവിന്റെ കഥ...”

“ചങ്ങാലിപ്രാവിന്റെ കഥ എന്നതാ, ഞാനിപ്പം ശരിക്കോർക്കുന്നില്ല.”

''ചങ്ങാലിപ്രാവ് മോളെ പയറുതോരൻ വയ്ക്കാനേൽപ്പിച്ചിട്ട് പോയി. ഉണ്ടാക്കി വന്നപ്പോ പാതിപ്പയറേ ഒള്ളെന്നും പറഞ്ഞ് മോളെ കൊത്തിക്കൊത്തി കൂട്ടീന്ന് പുറത്താക്കി. അതു ചത്തു വീണു. ചങ്ങാലി പ്രാവ് സ്വന്തമായി ഒരിക്കൽ പയറുവച്ചു. ദേ, അപ്പഴും പാതി! മോളെ ചുമ്മാതെ തച്ചുകൊന്നല്ലോന്നോർത്ത് കരഞ്ഞു നടക്കുവാ ഇപ്പഴും...''

''നന്നായിപ്പോയി.'' ഷാഹിദ് പറഞ്ഞു: ''ഇതിലെന്നാ ചിരിക്കാൻ?''

''ഈ കഥ അലിയാർടെ അമ്മ അലിയാർക്ക് പറഞ്ഞുതന്നപ്പോ ഒരു ചങ്ങാലിപ്രാവ് അവിടെങ്ങാണ്ടോ വന്നിരുന്നു കരഞ്ഞ്. ദേ ചങ്ങാലി കരയുന്നേ, അതിന്റെ കുഞ്ഞ് ചത്തുപോയേന്ന് പറഞ്ഞ് അലിയാരും കരഞ്ഞ്... എന്നാ ഐതിഹ്യം.''

''ആരാ നിന്നോടിതു പറഞ്ഞേ?''

''അമ്മ. പണ്ടെങ്ങാണ്ടോ അലിയാരടെ അമ്മാ ഞങ്ങളെ അത്തമ്മാ യോട് പറേന്നത് എന്റമ്മാ കേട്ടിട്ടൊണ്ട്...''

ഷാഹിദിന്റെ ഉള്ളിൽ കുഞ്ഞുമനസ്സിൽ കലമ്പിയ ഏതോ ദുഃഖ ത്തിന്റെ നേരിയ ഓർമപോലെ തെളിഞ്ഞു.

ഷാഹിദിന്റെ നെറ്റിയിലും കൺപോളകളിലും താച്ചി ചറുപിറു ന്നനെ മൂന്നാലു കുഞ്ഞുമ്മകൾ കൊടുത്തു.

''എന്തൊരു പാവമായിരുന്നെന്റെ അലിയാര്.'' താച്ചി പറഞ്ഞു: ''ഇപ്പഴും പാവം. കൊച്ചുഷാഹിദിനേതിലും പാവം...''

താച്ചി അവളുടെ കഥയും പറഞ്ഞു. ഇലഞ്ഞിച്ചുവട്ടിൽനിന്ന് ഓടിപ്പോയി വീട്ടിലേക്കു പതുങ്ങിക്കടന്നത്, മുറിയിൽ മൂടിപ്പുതച്ച് ഉറക്കം നടിച്ചുകിടന്നത്, കനച്ചുകനച്ചു കിടന്ന ബോധം എപ്പോഴോ അസ്വസ്ഥമായ അബോധമായത്, പിന്നെ കാലത്ത് അപ്രതീക്ഷിത മായി യാത്രയ്ക്കൊരുങ്ങേണ്ടിവന്നത്.

നിലമ്പൂരിലുള്ള മാമിയുടെ വീട്ടിലേക്കായിരുന്നു യാത്ര. മാമി ക്കസുഖമാണെന്നാണ് അത്താ പറഞ്ഞത്. ഏതോ ഒരടിയന്തിര സന്ദേശം കിട്ടിയെന്ന്. ഒന്നിനും നേരമുണ്ടായില്ല. ആരെങ്കിലും വഴി ഒരു സന്ദേശം ഷാഹിദിനെത്തിക്കാനുള്ള സന്ദർഭം തീരെ കിട്ടിയില്ല. ടാക്സിയിൽ റെയിൽവേ സ്റ്റേഷനിലേക്കു പോകുംവഴി ഗുല്ലുവിനെ യൊന്നു കണ്ടു, ഗുല്ലു തന്നെയും.

മാമിയുടെ വീട്ടിലെത്തിയപ്പോൾ മാമി ചിരിച്ചുകൊണ്ട് എതിരേൽ ക്കുന്നു:

''അല്ലാ. ഇദാരൊക്കെയാ... എഴുന്തൊന്നും ഇടാതെ.''

അപ്പോഴാണ് ചതി മനസ്സിലാകുന്നത്. ചതിയാണെന്നറിഞ്ഞിരു ന്നെങ്കിൽ പള്ളിപ്പറമ്പിലേക്കോടി വരുമായിരുന്നു. ഗുല്ലുവണ്ണച്ചിയുടെ അടുത്തേക്ക്. എന്തെങ്കിലുമൊരു വഴി ഉണ്ടാകുമായിരുന്നു.

മാമിയുടെ വീട്ടിൽ ഭർത്താവിനുപുറമെ വയസ്സുചെന്ന അമ്മായി അപ്പനും അമ്മായിഅമ്മയും വന്നു താമസിക്കുന്ന നാത്തൂന്മാരുടെ മക്കളും ഒക്കെയായി ഒരുപാടുപേരുണ്ടായിരുന്നു. സ്വകാര്യത തീരെ യില്ലാത്ത വലിയൊരു വീട്.

എങ്കിലും അന്നുരാത്രി ഇത്തിരി സമയം താച്ചിയോട് ഒറ്റയ്ക്കു സംസാരിക്കാനായി അമ്മ സാഹചര്യം സൃഷ്ടിച്ചെടുത്തു. ഏതോ വിധത്തിൽ ഷാഹിദുമായുള്ള അടുപ്പമാണ് തന്നെ ചെമ്പകപ്പള്ളി യിൽനിന്നു പറിച്ചുകൊണ്ടുപോരാൻ കാരണമായതെന്നു താച്ചി ഊഹിച്ചിരുന്നു. കദിയവല്യമ്മാ താച്ചിയെ ഷാഹിദിനോടെപ്പം റബ്ബർ തോട്ടത്തിൽ കണ്ടകാര്യം കൊമ്പൻ കമറുദ്ദീന്റെ ചെവിയിലെത്തിയ താണ് കുഴപ്പത്തിനെല്ലാം ഹേതുവെന്ന് അമ്മ അവളോടു പറഞ്ഞു.

അമ്മ മകളെ മാറോടണച്ചു കരഞ്ഞു:

‘‘അത്താ നിന്നെ ഗൾഫുകാരനെക്കൊണ്ട് കെട്ടിക്കാമ്പോകുവാ. അല്ലാതെ കൊമ്പൻ വിടുകേല.’’

വേണ്ടെന്നുവച്ചിരുന്ന ഒരാലോചനയായിരുന്നു അത്. താച്ചിയെ ചെമ്പകപ്പള്ളിയിൽനിന്നകലെയല്ലാതെ എവിടെയെങ്കിലും കൊടു ക്കണമെന്നായിരുന്നുവത്രെ ആദ്യം ഉദ്ദേശിച്ചിരുന്നത്.

‘‘തൊട്ടടുത്തല്ലേ അലിയാര്? ഇത്ര ബർക്കത്തുള്ള ആരെയാ അമ്മാ താച്ചിക്ക് വേറെ കിട്ടാനൊള്ളത്?’’ താച്ചി ചോദിച്ചു: ‘‘അതു പോലെ ആരാ സ്നേഹിക്കുവാ?’’

പാവം അമ്മ. അവരുടെ അഭിപ്രായത്തിന് ആര് വില കൽപ്പിച്ചി രിക്കുന്നു!

അമ്മയ്ക്കോ മകൾക്കോ ചെറുത്തുനിൽക്കാനായില്ല. ഗൾഫു കാരന്റെ വീട്ടുകാരെ സമ്മതം അറിയിക്കലും അയാൾ നാട്ടിലെത്തലും നിക്കാഹുറപ്പിക്കലും കണ്ണുചിമ്മിത്തുറന്നപോലെയങ്ങു കഴിഞ്ഞു.

‘‘നിക്കാഹിന്റെ രാത്രി... ഹോ, ഓർക്കാമ്മേല.’’ താച്ചി പറഞ്ഞു: ‘‘എനിക്കോർക്കാമ്മേല അലിയാരേ...’’

ഷാഹിദ് എഴുന്നേറ്റിരുന്ന് അവളെ നെഞ്ചോടു ചേർത്തു:

‘‘വേണ്ട മോളെ, ഓർക്കാമ്മേലാത്തതൊന്നും ഓർക്കണ്ട.’’

‘‘അസീസിനെ ഫസ്ഖ്[1] ചെയ്തിട്ട് ഞാനിവിടെ കഴിഞ്ഞോട്ടെ?’’ താച്ചി അപേക്ഷാസ്വരത്തിൽ ചോദിച്ചു.

അങ്ങനെയൊരു സാധ്യതയുണ്ടാവുമെന്നു ഷാഹിദ് ചിന്തിച്ചിരു ന്നില്ല.

---

1. ഭാര്യ ഭർത്താവിൽനിന്നും വിവാഹമോചനം നേടുന്നത്

‘‘എന്താ ആലോചിക്കുന്നത്? മടിയായിട്ടാണോ?’’

‘‘നിന്നെ സ്വീകരിക്കാൻ എനിക്ക് മടിയോ? എന്താ മോളെ നീ...’’ ഷാഹിദ് വിഷമിച്ചുപോയി. ‘‘നിന്റെ കുഞ്ഞ്, അവന് അവന്റെ അത്തായെ വേണ്ടേ?’’

‘‘അവനെ നമുക്കു വളർത്താം. അലിയാരവനെ മകനായി കരുതിയാൽ മതി.’’

‘‘നീ നിന്റെ ഭർത്താവിനെ ഇത്രകാലമായിട്ടും സ്നേഹിക്കുന്നില്ലേ?’’

‘‘എനിക്കറിയത്തില്ല. ഞാൻ കഴിഞ്ഞുകൂടുന്നൂന്ന് മാത്രം. നിക്കാഹിന്റന്ന് ഞാനങ്ങേരോട് കരഞ്ഞപേക്ഷിച്ചതാ. എന്നെ വിട്ടയയ്ക്ക്, ഞാനൊരാളെ സ്നേഹിച്ചുപോയി, എന്നു പറഞ്ഞ്. പക്ഷേ...’’

താച്ചി നിയന്ത്രണംവിട്ടു പൊട്ടിക്കരഞ്ഞു. ചിറകുമുളയ്ക്കാത്ത ഒരു പക്ഷിക്കുഞ്ഞിനെപ്പോലെ ഷാഹിദിന്റെ നെഞ്ചിൽ ചുരുണ്ടുകൂടി. ദുഃഖത്തിന്റെ ശൈത്യത്തിൽ വിറപൂണ്ടിരുന്ന താച്ചിയുടെ പുറത്ത് ഷാഹിദ് പതുക്കെ തലോടിക്കൊണ്ടിരുന്നു.

കലവറയിൽനിന്നു വീണ്ടെടുത്ത് ചുമരിലുറപ്പിച്ചിരുന്ന പുരാതനമായ ഘടികാരം രണ്ടു മണിയൊച്ച കേൾപ്പിച്ചു. ഏതോ രാപ്പക്ഷി ഉറക്കം ഞെട്ടിക്കലമ്പി.

താച്ചിയുടെ കൺതടങ്ങളിലെ കണ്ണീരിന്റെ നനവ് ഷാഹിദ് ചുണ്ടുകൊണ്ട്, നാവിന്റെ തുമ്പുകൊണ്ട്, മൃദുവായി തുടച്ചെടുത്തു.

## ഉത്തരമില്ലാത്ത ചോദ്യങ്ങൾ

പ്രണയം പെയ്തിറങ്ങി ജീവനെക്കുളിർപ്പിച്ച ആ രാത്രിയും സ്വപ്നം പോലെ കടന്നുപോയി. ഷാഹിദലിക്കും സാജിദയ്ക്കും പരസ്പരം പറയാനും കേൾക്കാനുമുണ്ടായിരുന്നതു തീർന്നില്ല. നിലയില്ലാക്കയത്തിൽ മുങ്ങിത്താഴുന്ന ഒരാളുടെ പ്രാണനുവേണ്ടിയുള്ള ഉഴറിപ്പിടച്ചിലാണ് തന്നെച്ചുറ്റിയ താച്ചിയുടെ കൈകളിൽ ഷാഹിദ് രാത്രി മുഴുവൻ അറിഞ്ഞത്.

ദാമ്പത്യത്തിന്റെ ആദ്യരാത്രിയെക്കുറിച്ച് അവൾ പറഞ്ഞു തുടങ്ങിയതായിരുന്നു. ആരോടും പറയാതെ കിടന്ന ഏതോ തിക്താനുഭവത്തിന്റെ സൂചന കണ്ട്, അതോർത്ത് അവൾ വീണ്ടും വിഷമിക്കരുതെന്നു ചിന്തിച്ച്, ഷാഹിദ് അവളെ ആ കഥനത്തിൽനിന്നു വിലക്കുകയായിരുന്നു. വിലക്കിയതു മണ്ടത്തരമായിപ്പോയി എന്നു ഷാഹിദിനിപ്പോൾ തോന്നി. അവളുടെ ഹൃദയത്തിൽനിന്ന് ഇറക്കി മാറ്റേണ്ടിയിരുന്ന ഏതോ കനത്ത ഭാരമായിരിക്കണമത്. നീക്കിമാറ്റാൻ, ആശ്വാസം കണ്ടെത്താൻ, സഹായിക്കുന്നതിനു പകരം താൻ...

താച്ചിയുടെ ഭർത്താവ് അസീസ് എന്തോ ദുസ്സഹമായതു പറയുകയോ ചെയ്യുകയോ ഉണ്ടായിട്ടുണ്ട്. എങ്കിലും സാധാരണ പെൺകുട്ടികൾ കല്യാണം കഴിഞ്ഞാൽ പഴയ പ്രേമങ്ങളെ -പ്രത്യേകിച്ച് ശരീരം കടന്നുവരാത്ത പ്രേമങ്ങളെ - മറക്കുകയും പുതിയ ജീവിതത്തോടിണങ്ങുകയും ചെയ്യുമെന്നാണ് കേട്ടിട്ടുള്ളത്. ഭർത്താവിനെ സ്നേഹിക്കുന്നത് തങ്ങളുടെ കടമയാണെന്ന് സമൂഹം അവരെ നൂറ്റാണ്ടുകളായി പഠിപ്പിച്ചുവച്ചിട്ടുള്ളതാണ്. അസീസ് അത്രയ്ക്കു ക്രൂരനാണെന്നു വരുമോ?

അസീസിനെ ഉപേക്ഷിച്ചു തന്റെ കൂടെ വരാൻ താച്ചി തീരുമാനിച്ചിരിക്കുന്നു. തന്നെപ്പോലെതന്നെ താച്ചിയും ആ ഗംഭീരമായ ആഘാതത്തിൽ സമൂഹത്തിന്റെ സാധാരണ കെട്ടുപാടുകളിൽനിന്നും പരിഗണനകളിൽനിന്നും മോചിപ്പിക്കപ്പെട്ടതുപോലെ. ജീവിതത്തിന്റെ മുഖ്യ

ധാരയിൽനിന്നു തെറ്റിത്തെറിച്ചു ദൂരേക്കെടുത്തെറിയപ്പെട്ടതുപോലെ! തന്റെ കൂടെ വരുമ്പോൾ ആരെന്തു പറയുമെന്നോ എന്തെന്തു പ്രത്യാഘാതങ്ങളുണ്ടാവുമെന്നോ താച്ചി ആകുലപ്പെടുന്നില്ല. അവൾ കൂടെ വന്നാൽ ആർക്കു സമ്മതം ആർക്കു വിരോധമെന്നു താനും ഗണിക്കുന്നില്ല. ആരോടെങ്കിലുമൊരഭിപ്രായം തേടണമെന്ന് ഇരുകൂട്ടർക്കും തോന്നുന്നുമില്ല.

എന്തായിരിക്കാം അസീസിനു പറയാനുണ്ടാവുക? എന്തായിരിക്കാം അയാൾ വിവാഹത്തിൽനിന്നു പ്രതീക്ഷിച്ചിട്ടുണ്ടാവുക? ആ പ്രതീക്ഷയ്ക്കൊത്തു താച്ചി ഒരു ദിവസമെങ്കിലും ജീവിച്ചുകാണുമോ? സരളമായി നേർരേഖയിൽ ചലിച്ചുകൊണ്ടിരുന്ന കർമത്തിന്റെ പാതകൾ ഇപ്പോൾ ഇങ്ങനെ കൂടിപ്പിണഞ്ഞു കിടക്കാൻ എന്താവാം കാരണം?

പുള്ളിമാന്റെ കുര ഉയർന്നുകേട്ടു. തുടർന്ന് താലിയപ്പൻ ആരോടോ സംസാരിക്കുന്നതും. ഒരു അതിഥി എത്തിയിരിക്കുന്നു, പുള്ളിമാന് കടുത്ത വിരോധം തോന്നുന്ന ആരോ. പുറത്തളത്തിൽ നിന്നു കുര ഇപ്പോൾ അകലേക്കു പോവുന്നതുപോലെ തോന്നി. താലിയപ്പൻ പുള്ളിമാനെ അഴിച്ചുകൊണ്ടു പിൻമുറ്റത്തേക്കു പോവുകയാണ്, ഷാഹിദ് ഊഹിച്ചു. അതിഥി ഇപ്പോൾ പുറത്തളത്തിൽ ഇരിപ്പുണ്ടവുമെന്ന്... താലിയപ്പൻ വന്നുപറയാൻ കാത്തുനിൽക്കാതെ ഷാഹിദ് ഷർട്ടെടുത്തിട്ടു മുറിയിൽനിന്നിറങ്ങി പുറത്തളത്തിൽ ചെന്നു.

പള്ളിയിലെ മുസ്ല്യാരായിരുന്നു അതിഥി.

ആമു അണ്ണൻ വിളിച്ചുകൊണ്ടുപോയ ദിവസം സംസാരിച്ചതാണ്, ഇടയ്ക്കു പിന്നെ പള്ളിയിൽവച്ചു കണ്ടെങ്കിലും സംസാരിക്കാൻ അവസരമുണ്ടായിട്ടില്ല.

‘‘ഇന്നലെ നമ്മടെ കമറുഅണ്ണന്റെ വീട്ടിക്കയറി. ഓരോന്നു പറഞ്ഞ കൂട്ടത്തിൽ അണ്ണന് ഷാഹിദിനെയൊന്ന് കണ്ടാൽ കൊള്ളാമെന്ന് പറഞ്ഞ്.’’ മുസ്ല്യാർ പറഞ്ഞു.

കൊമ്പൻ കമറുദ്ദീൻ ഉപദ്രവിച്ചപോലെ ആരാണ് തന്നെയും താച്ചിയെയും ഉപദ്രവിച്ചിട്ടുള്ളത്? അതൊക്കെ എങ്ങനെ മറക്കാൻ? മറക്ക് എന്നു വെല്ലുവിളിക്കുകയാണ് കാലം.

താലിയപ്പൻ ചായയിടാൻ ഒരുങ്ങിയ സമയത്തായിരുന്നു മുസ്ല്യാരുടെ വരവ്. അതുകൊണ്ട് പെട്ടെന്നുതന്നെ അവൻ രണ്ടു ചായയുമായെത്തി.

‘‘പട്ടിയെത്തൊട്ട കൈകൊണ്ടല്ലേ ഈ ചായ?’’

‘‘ഹേയ്, തൊട്ടില്ല, ചങ്ങലയേപ്പിടിച്ച് കൊണ്ടുപോയതേ ഒള്ള്.’’ താലിയപ്പൻ വിശദീകരിച്ചു.

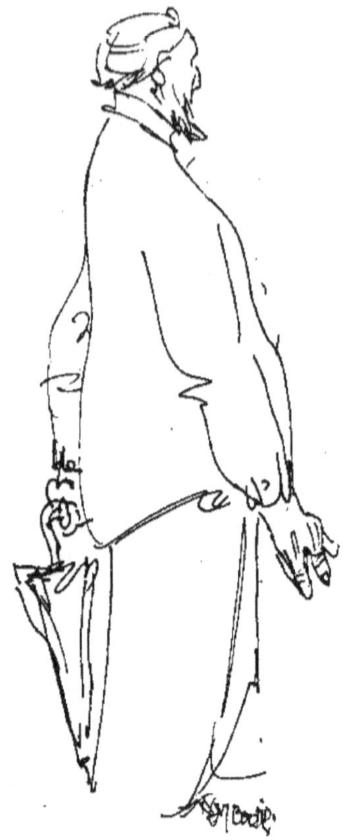

''നജീസാ - ഏഴു വെള്ളത്തീക്കുളിക്കണോന്നാ.''

''തൊട്ടില്ല. ഒറപ്പ്.''

അപ്പോഴാണ് മുസ്ല്യാർ താലിയപ്പന്റെ മുഖം സൂക്ഷിച്ചു നോക്കിയത്.

''അല്ല, എന്നായിത്,'' മുസ്ല്യാർ വിസ്മയിച്ചു: ''താടിയൊക്കെ വളർത്തി വലുതാക്കീട്ടൊണ്ടല്ലോ...''

പറ്റെ വെട്ടിയ മുടി, കനത്തു വളർന്ന താടി, നിസ്കാരത്തഴമ്പ്, ആർജ്ജവത്തിന്റെ ഏകാഗ്രത-താലിയപ്പന് ഒരു പ്രത്യേക തീക്ഷ്ണത ഉണ്ടാക്കിക്കൊടുത്തത് ഇവയൊക്കെയാണ്. തനിക്ക് അള്ളാഹു നൽകിയ വലിയ സമ്മാനമാണ് കുഞ്ഞാലിയെന്ന തോന്നലാണ് താലിയപ്പന്. സ്രഷ്ടാവിനോടു നന്ദി പ്രകടിപ്പിക്കുക എന്നത് അയാൾക്ക് ഒഴിച്ചുകൂടാൻ വയ്യാത്ത കർത്തവ്യമായിരിക്കുന്നു. നിസ്കാരം മുടക്കാറില്ല.

നോമ്പുകൾ മുടക്കാറില്ല. ജുമാ നമസ്കാരം മുടക്കാറില്ല. ചിട്ടകൾ എപ്പോഴെങ്കിലും തകരാറിലാവുമെങ്കിൽ അത് കുഞ്ഞാലി കാരണമാവില്ല. പുള്ളിമാനെപ്പോലെയുള്ള സാന്നിദ്ധ്യങ്ങൾ കാരണമാവും.

അൽപം നാണത്തോടെ താലിയപ്പൻ അകത്തേക്കുപോയി.

ചായകുടിച്ചു മുസ്ല്യാർ എഴുന്നേറ്റു: "അപ്പഴ്, പറഞ്ഞത് മനസ്സിലൊണ്ടാവുമല്ലോ, കൊമ്പനെ ഒന്ന് ചെന്ന് കാണ് ഷാഹിദേ..."

"പോയിക്കണ്ടോളാം."

ഉച്ചയ്ക്കു വാടിയ മുഖവുമായി താച്ചി വന്നു. അടുക്കളയിലുള്ള വലിയ മേശയ്ക്കരികിൽ ഇരിപ്പായിരുന്നു ഷാഹിദ്. പിൻവാതിലിലൂടെയായിരുന്നു അവൾ കയറിവന്നത്. താലിയപ്പൻ ഷാഹിദിനു ചോറു വിളമ്പാൻ തുടങ്ങുകയായിരുന്നു. അവൻ താച്ചിക്കുവേണ്ടി ഒരു പ്ലേറ്റ് കൊണ്ടുവന്നുവച്ചു.

"വേണ്ട." താച്ചി പറഞ്ഞു.

"അക്കച്ചീടെ ഊണു കഴിഞ്ഞോ?"

"ഇല്ല, വെശപ്പില്ല."

"വിളമ്പ്," ഷാഹിദ് കൽപിച്ചു: "ചോദിക്കാൻ നിൽക്കാതെ."

താച്ചി അന്യമനസ്കയായി, ഊണിൽ താൽപര്യമില്ലാതെ നുള്ളിപ്പെറുക്കിക്കൊണ്ടിരുന്നു. പുള്ളിമാനുള്ള ഭക്ഷണവുമായി താലിയപ്പൻ അടുക്കളയിൽനിന്നു പോയപ്പോൾ ഷാഹിദ് ആകാംക്ഷയോടെ അന്വേഷിച്ചു:

"എന്നാ പറ്റി?"

"അസീസ് ഹോസ്പിറ്റലിലാ. കൊമ്പന്റെ വീട്ടിൽ മെസേജ് വന്നു. ഇന്റൻസീവിൽ ആക്കിയിരിക്കുകയാണെന്ന്."

"എന്നതാ അസുഖം?"

"സെറിബ്രൽ മലേറിയ. പെട്ടെന്ന് ക്രിട്ടിക്കലായി. കോംപ്ലിക്കേഷനുമൊണ്ട്. വേണ്ടപ്പെട്ടവരെ വിവരമറിയിക്കാനാ പറഞ്ഞിരിക്കുന്നെ."

മരണത്തിന്റെ തണുപ്പ് തന്നെ പെട്ടെന്നു സ്പർശിക്കുന്നതുപോലെ ഷാഹിദിനു തോന്നി. ഷാഹിദ് ഭയന്നു. എന്തുകൊണ്ടാണ് താൻ ഭയക്കുന്നത്? ഷാഹിദ് സ്വയം ചോദിച്ചു.

"എപ്പഴാ പോകുന്നെ?" ഷാഹിദ് താച്ചിയോട് അന്വേഷിച്ചു. എന്തുകൊണ്ടോ ആ പോക്ക് അനിവാര്യമാണെന്നു ഷാഹിദിനറിയാമായിരുന്നു.

"ഞാൻ... പോയാൽ... പിന്നെ എങ്ങനാ?"

താച്ചിയുടെ കണ്ണുകളിൽനിന്ന് നീർത്തുള്ളികൾ പുറപ്പെട്ടു. ഒരു നിമിഷം ഇമകളിൽത്തങ്ങി, താഴേക്കടർന്നു.

എങ്ങനെയാണ്? എങ്ങനെ?

അറിയില്ല. എന്തുവേണം, എന്തുചെയ്യണം എന്നു താച്ചി ചോദിക്കുകയാണ്. ''പോവരുത്'' എന്നു താൻ പറയണമെന്ന് ഒരു പക്ഷേ, താച്ചി ആഗ്രഹിക്കുകയാണ്.

''ഇനി തമ്മിൽക്കാണാതെ ജീവിക്കാമ്മേല.'' താച്ചി പറഞ്ഞു.

''എനിക്കും.''

''പക്ഷേ, നിനക്കു പോകാതെ ഒക്കുവോ?''

''എനിക്കെങ്ങും പോകണോന്നില്ല.''

''ബോധം തെളിഞ്ഞ് മോനെക്കാണണോന്ന് പറഞ്ഞാൽ...'' ഇത്തരം സന്ദർഭങ്ങളിൽ ഖേദകരമാകാവുന്ന വിഷയം ഷാഹിദ് താച്ചിയെ

ഓർമിപ്പിച്ചു: "എന്നിട്ടത് സാധിക്കാതെ... വല്ലതും സംഭവിച്ചാൽ... നീ വല്ലാതെ വിഷമിക്കും."

"എനിക്ക് പേടിയാവുന്നു." താച്ചി പറഞ്ഞു.

"അങ്ങനെയൊന്നും സംഭവിക്കാതിരിക്കട്ടെ. അസീസിനു സുഖമാവട്ടെ." ആത്മാർത്ഥമായിത്തന്നെയാണ് ഷാഹിദ് അതു പറഞ്ഞത്.

"അലിയാരേ, പേടി അതുകൊണ്ടു മാത്രമല്ല, വീണ്ടും എല്ലാം കൈവിട്ടുപോകുമോ?"

"എന്തിന്?" ഉള്ളിൽ വന്നുതൊട്ട തണുപ്പിനെ ബോധപൂർവം മറന്ന് ഷാഹിദ് പറഞ്ഞു, "നിന്നെയല്ലാതെ വേറൊരു പെണ്ണിന്റെ മുഖത്തുപോലും ഞാൻ നോക്കില്ല. ഉറപ്പ്. പിന്നെ എന്നാ കൈവിട്ടു പോകാനാ?"

അവൾ സമാശ്വസിച്ചുവോ എന്തോ.

"എന്നെ യാത്രയാക്കാൻ എയർപോർട്ടിൽ വരുമോ?" അവൾ ചോദിച്ചു.

"ഇല്ല, ടിക്കറ്റ് ശരിയാക്കണോങ്കി പറഞ്ഞോ."

താലിയപ്പൻ അടുക്കളയിലേക്കു വന്നു. താച്ചിയും ഷാഹിദും പതിഞ്ഞ സ്വരത്തിൽ വളരെ വ്യക്തിപരമായി എന്തോ പറയുകയാണെന്നുകണ്ട് ഒച്ചയുണ്ടാക്കാതെ സ്ഥലംവിട്ടു.

താച്ചിയുടെ വരവും പോക്കുമൊക്കെ താലിയപ്പൻ അറിയാറുണ്ട്. കുഞ്ഞാലിയുമായി ചർച്ച ചെയ്യാറുമുണ്ട്. പക്ഷേ, ഒരക്ഷരം അവർ പുറത്തുള്ളവരോടു പറഞ്ഞില്ല. ഷാഹിദ് എന്തുചെയ്താലും ഷാഹിദിന്റെ ഭാഗത്തേ അവർക്കു നിൽക്കാൻ കഴിയൂ. അത്രയ്ക്കിഷ്ടമാണവർക്ക് ഷാഹിദിനോട്.

"ടിക്കറ്റ് കിട്ടാൻ വെഷമമായിരിക്കും. കൊമ്പന്റെ ഡ്രൈവർമാരേയുള്ളൂ ഏൽപ്പിക്കാൻ."

"ഞാൻ നോക്കട്ടെ."

"പൈസയും കടലാസും കൊണ്ടുന്നു തന്നേക്കട്ടെ?"

താച്ചി ഊണു മതിയാക്കി കണ്ണീരോടെ ഇറങ്ങിപ്പോയി.

പരിചയമില്ലാത്ത ഒരാൾ ദൂരെ എവിടെയോ മരണത്തോടു മല്ലിടുകയാണ്. എന്തുകൊണ്ടാണ് അയാളുടെ മരണവും ജീവിതവും തന്നെ ബാധിക്കുന്നത്? എന്തുകൊണ്ട്? ഊണു മതിയാക്കി ഷാഹിദും എഴുന്നേറ്റു.

താച്ചിയുടെ ടിക്കറ്റ് ശരിയാക്കാനായി പുറത്തേക്കു പോകാനൊരുങ്ങുന്ന സമയത്ത് പുള്ളിമാൻ അനിയന്ത്രിതമായ ക്ഷോഭത്തോടെ

നിറുത്താതെ കുരയ്ക്കുന്നതു കേട്ടു. ഒപ്പം താലിയപ്പൻ അവനെ ശാന്തനാക്കാനായി നല്ലവാക്കു പറയുന്നതും. തെല്ലുനേരം കഴിഞ്ഞപ്പോൾ വാതിൽക്കൽ അതീവമധുരമായ ഒരു ''മ്യാവൂ'' ശബ്ദം. അത് അങ്ങേയറ്റം മാർദ്ദവമുള്ള ഒരു ശബ്ദമായിരുന്നു.

ഗുല്ലു സ്ഥിരമായി പക്ഷികളെ വളർത്തിയിരുന്നതു കാരണം പൂച്ചകളെങ്ങാനും വീട്ടുവളപ്പിൽ കടന്നാൽ വിരട്ടിയോടിക്കാറായിരുന്നു പണ്ടത്തെ പതിവ്. പിന്നീട് ആൾപ്പാർപ്പും വെപ്പും തീനും ഇല്ലാതായപ്പോൾ പൂച്ചകൾക്കും പള്ളിപ്പറമ്പിൽ താൽപര്യമില്ലാതായി. മത്സ്യമാംസാദികൾ സ്ഥിരമായി പാചകം ചെയ്യപ്പെടുന്ന ചെമ്പകപ്പള്ളിയിൽ പൂച്ചകൾ അദ്ധ്വാനിച്ച് എലിപിടിക്കാൻ ഒരുമ്പെടാറില്ല. മീൻതല മതി സുഭിക്ഷമായി ഭക്ഷണത്തിന്. പിന്നെന്തിനു മിനക്കെടണം?

ഷാഹിദ് താമസമുറപ്പിച്ച്, സ്ഥിരമായി പാചകം തുടങ്ങിയപ്പോഴേക്ക് പുള്ളിമാൻ രംഗപ്രവേശം ചെയ്തു. അതുകൊണ്ട് പള്ളിപ്പറമ്പിൽ വീടിന്റെ ചുറ്റുവട്ടത്ത് ഒരു ''മ്യാവൂ'' ശബ്ദം കേട്ട കാലം ഷാഹിദിന്റെ ഓർമയിലില്ല.

ഷാഹിദ് വാതിൽക്കലേക്കു നോക്കി. വിശാലമായ ഒരു ചിരിയോടെ താലിയപ്പൻ നിൽക്കുന്നു. അവന്റെ കൈയിൽ ഒരു പൂച്ചക്കുഞ്ഞ്. ഷാഹിദ് അതിശയിച്ചുപോയി.

''ഇവള് വീടിനകത്തേക്ക് കയറിവന്നതാ. പുള്ളിമാന്റെ മുന്നിക്കൂടി.'' ആരാധനാപൂർവമാണ് താലിയപ്പനതു പറഞ്ഞത്.

സ്വർണവർണംപോലെ തോന്നിച്ച ഓറഞ്ചുരാശി കലർന്ന തവിട്ടുനിറത്തിൽ ദേഹമാസകലം പുലിവരകൾ. അണ്ണാർക്കണ്ണന്റേതുപോലെയുള്ള പൂക്കുലവാല്. ഷാഹിദ് അടുത്തുചെന്നു. യാതൊരു പേടിയുമില്ലാതെ അത് ഷാഹിദിനെനോക്കി മധുരശബ്ദം പുറപ്പെടുവിച്ചു. ദീപ്തമായ കണ്ണുകളിൽപോലും ഒരു ചെമ്പൊൻ നിറം.

''ഇതിനെ നമുക്ക് തങ്കമ്മാന്ന് വിളിച്ചാലോ?''

''ദൂരെക്കൊണ്ടുപോയിക്കളയ്, പുള്ളിമാൻ അതിനെ കൈയിക്കിട്ടിയാ കടിച്ചുകൊല്ലും.''

''ഇത്രേം ധൈര്യം കാണിച്ച് പുള്ളിമാന്റെ മുന്നീക്കൂടി സ്വന്തം വീട്ടിക്കയറിവരുമ്പോലെ വന്നിട്ട് കളയാൻ പറയുവാന്നോ?'' താലിയപ്പൻ വാചാലനാവുകയായിരുന്നു. സുന്ദരിയെ അവനു വളരെ ഇഷ്ടപ്പെട്ടിരിക്കുന്നു.

''ദേ അണ്ണച്ചി പൂച്ച കയറിവരുന്നത് ഭാഗ്യമാ.''

ഭാഗ്യം! മനസ്സുഖമുണ്ടെങ്കിലേ ഉള്ളൂ ഭാഗ്യം. അതുണ്ടാവുന്നത് എല്ലാ ഹിതങ്ങളും സാധിച്ചു കിട്ടുമ്പോഴാണോ? പക്ഷേ, സഞ്ജുവിന്റെ

മനസ്സുഖം. ഒന്നുമല്ലാതെതന്നെ തൃപ്തമായിത്തീർന്ന മനസ്സിന്റെ സുഖമല്ലേ? സഞ്ജു അരികെ നിൽക്കുമ്പോൾ അതല്ലേ തന്നിലേക്കും പകർന്നുകിട്ടാറുള്ളത്?

താച്ചിയുടെ പ്രണയം വീണ്ടും ഉയിർത്തെഴുന്നേറ്റതിൽ ഒരു ഭാഗ്യമില്ലേ? അവൾ ഉടനെ തിരിച്ചുപോകുമ്പോൾ താൻ പഴയതിനേക്കാൾ ആഴംകൂടിയ വിരഹദുഃഖത്തിലേക്കായിരിക്കും കൂപ്പുകുത്തുക. വിരഹവും ഒരുവേള ഭാഗ്യമായിരിക്കാം? തനിക്കു മനസ്സിലാക്കാൻ കഴിയാത്ത ഭാഗ്യം?

''നീയതിനെ നിർത്തിക്കോ. പുള്ളിമാന് വിഷമമുണ്ടാകരുത്. പിന്നെ നല്ലൊരു പേരിട്ടോണം.'' ഷാഹിദ് നിർദ്ദേശിച്ചു.

''ജൂഹി എന്നായാലോ? അല്ലെങ്കിൽ മഞ്ജു, മാധുരി, ഊർമ്മിള, മനീഷ...''

അവൻ സിനിമാതാരങ്ങളുടെ പേരുകൾ നിരത്താൻ തുടങ്ങി.

''നീയെന്നാവേണേലുമായിക്കോ. ഞാൻ പോകുവാ. താച്ചിയക്കച്ചിക്ക് ടിക്കറ്റ് ബുക്ക് ചെയ്യണം.''

താലിയപ്പൻ ആഘാതമേറ്റിട്ടെന്നപോലെ ഒരുനിമിഷം നിന്നു. പിന്നീടവൻ പതിയെ പറഞ്ഞു:

''ഇതിനെ ദൂരെക്കളയാൻ പോകുവാ.''

ഷാഹിദ് അവന്റെ പുറത്തുതട്ടി. പൂച്ചക്കുഞ്ഞിനെ വാത്സല്യത്തോടെ തലോടി. അതു വലിയ ഒച്ചയിൽ കുറുകാൻ തുടങ്ങി.

''കളയേണ്ടെടോ. എന്നാ ഇണക്കമൊന്ന് നോക്കിക്കേ, ബുള്ളറ്റ് ബൈക്ക് പോവുന്നപോലെ 'കുറു' 'കുറു' വെക്കുന്ന കേട്ടില്ലേ?''

ആ സങ്കടക്കുഞ്ഞിനെയും കൈയിലെടുത്തു താലിയപ്പൻ ഷാഹിദ് പോകുന്നതും നോക്കിനിന്നു.

ടൗണിൽച്ചെന്ന് ഒരു ടെലിഫോൺ ബൂത്തിൽക്കയറി ഗുല്ലുവിനെ വിളിക്കയാണ് ഷാഹിദ് ആദ്യം ചെയ്തത്. വിവരങ്ങളറിഞ്ഞ് ഗുല്ലുവിനു സ്വല്പനേരം സംസാരിക്കാനായില്ല. ''പാവം താച്ചി, അവളെ നീ പറഞ്ഞയയ്ക്കുവാണല്ലേ?'' ഗുല്ലു ഒടുവിൽ പറഞ്ഞു, ''ആങ് അല്ലാതെന്നാ ചെയ്യാനാ?''

തിരുവനന്തപുരത്ത് ഗുല്ലുവിന്റെ സുഹൃത്തായ ഒരു ട്രാവൽ ഏജന്റുണ്ട്. ഗുല്ലു അയാളുടെ ഫോൺനമ്പർ പറഞ്ഞുകൊടുത്തു.

''അവിടന്നല്ലേ ഫ്ളൈറ്റ് അവനെ വിളിക്ക്.''

രാത്രിയാവുംവരെ പലതവണ തിരുവനന്തപുരത്തേക്കു വിളിക്കേണ്ടിവന്നു ഷാഹിദിന്. ഒടുവിൽ ഏതോ കാൻസലേഷൻ കാരണം

താച്ചിക്ക് റിസർവേഷൻ ശരിയായി. പിറ്റേന്നുതന്നെ അവൾക്കു പറക്കാം. പാസ്പോർട്ടും കടലാസുകളും പൈസയുമൊക്കെയായി ഗുല്ലുവിന്റെ സുഹൃത്തിനെച്ചെന്നുകണ്ടാൽ മതി, അയാൾ എല്ലാം ശരിയാക്കിത്തരും.

വീട്ടിൽ തിരിച്ചുവന്ന് താലിയപ്പനെ പറഞ്ഞുവിട്ടശേഷം ഷാഹിദ് വിവരം അറിയിക്കാനായി താച്ചിയുടെ വീട്ടിൽ ചെന്നു.

സിറ്റൗട്ടിൽ അമ്മ കൊച്ചുഷാഹിദിനെ തോളത്തുകിടത്തി ഉറക്കുകയായിരുന്നു. ഷാഹിദിന്റെ സ്വരംകേട്ട് അവൻ മയക്കത്തിൽ നിന്നുണർന്ന ഉറക്കപ്പിച്ചോടെ ചോദിച്ചു:

''മീമ്പിടിച്ചാങ്കൊണ്ട്പോന്നതെപ്പയാ?''

എപ്പോഴാണ്? ഷാഹിദിനറിയില്ല, നാളെ എന്നോ പിന്നീടാകട്ടെ എന്നോ കുഞ്ഞിനോടു കള്ളം പറയാൻ ഷാഹിദ് എന്തുകൊണ്ടോ മടിച്ചു.

അവനുവേണ്ടി വാങ്ങിച്ച കാഡ്ബറീസ്ബാറും ചിത്രപുസ്തകവും കാണിച്ച് ഷാഹിദ് വിഷയം മാറ്റി:

''മോനുവേണ്ടി കൊച്ചത്താ കൊണ്ടന്നത് എന്താന്നു നോക്കിക്കേ.''

കുഞ്ഞിന്റെ ശ്രദ്ധ അതിലേക്കു തിരിഞ്ഞു. കാഡ്ബറീസ് ചോക്കലേറ്റ് ട്രൗസറിന്റെ പോക്കറ്റിൽ ഇട്ടുകൊടുക്കുന്നതിനിടയ്ക്ക് കൊച്ചുഷാഹിദ് പുസ്തകം വാങ്ങിച്ച് അമ്മൂമ്മയുടെ കൈയിൽനിന്ന് ഉരുതിയിറങ്ങാനൊരുങ്ങി.

''പകല് വായിക്കാം.'' അവന്റെ പുറം തലോടി അനുനയസ്വരത്തിൽ ഷാഹിദ് പറഞ്ഞു: ''നല്ല വെളിച്ചം വേണ്ടേ ചിത്രം കാണാൻ?''

അവൻ അനുസരണയോടെ അമ്മൂമ്മയുടെ തോളിൽ തലചായ്ച്ചു കണ്ണടച്ചു.

''താച്ചി അകത്തൊണ്ട്.'' താച്ചിയുടെ അമ്മ പറഞ്ഞു.

അകത്തേക്കു കടന്നപ്പോൾ വലതുവശത്തെ കിടപ്പുമുറിയിൽ താച്ചിയുടെ അച്ഛന്റെ അമ്മ കിടന്നുറങ്ങുന്നതുകണ്ടു. മകന്റെ മരണശേഷം അവർ പൂർവ്വാധികം അവശയായിട്ടുണ്ട്. എൺപതു കഴിഞ്ഞിട്ടുണ്ടവർക്ക്. അടുത്ത മുറിയിലായിരുന്നു താച്ചി. കട്ടിലിലിരുന്ന് അലക്കിയുണക്കിയ വസ്ത്രങ്ങൾ കൂട്ടിയിട്ടിരിക്കുന്നത് ഓരോന്നായി മടക്കിവയ്ക്കുകയായിരുന്നു അവൾ. വിവരങ്ങൾ പറഞ്ഞുകേട്ടതിനു ശേഷം താച്ചി ചോദിച്ചു:

''തിരുവനന്തപുരംവരെ കൂടെ വരില്ലേ?''

''ഇല്ല, അമ്മയെ കൂടെ കൂട്ട്. താലിയപ്പനും പോരട്ടെ. ഒരു ദിവസം അത്തമ്മായെ നോക്കാൻ കുഞ്ഞാലി മതി.''

കൊമ്പന്റെ ടാക്സിഡ്രൈവർമാരെല്ലാം പരിചയക്കാരാണ്. തിരുവനന്തപുരത്ത് ട്രാവൽ ഏജൻസിയിൽ ചെന്നാൽ ഗുല്ലുവിന്റെ സുഹൃത്ത് വേണ്ടതെല്ലാം ചെയ്തുകൊള്ളും.

''അപ്പോ വരില്ലേ?''

''വയ്യ താച്ചി.''

താച്ചി ഷാഹിദിന്റെ നെഞ്ചിൽ തലചായ്ച്ചു.

''അള്ളാമേട്ടിലേക്കു പോവും രാവിലെ.'' ഷാഹിദ് തുടർന്നു: ''നീ പോയിക്കഴിഞ്ഞേ തിരിച്ചു വരൂ.''

താച്ചി ഷാഹിദിനെ കെട്ടിപ്പിടിച്ചു കരഞ്ഞു.

മരണത്തിന്റെ തണുപ്പ് വീണ്ടും തന്റെ ഹൃദയത്തെത്തൊടുകയാണോ? താച്ചിയുടെ ഊഷ്മളമായ ശരീരം ജീവിതത്തിലെ അവസാനത്തെ അഭയമായി അപ്പോൾ ഷാഹിദിനു തോന്നി.

## തൗബാ

**ആ** രാത്രിയും മറക്കാനാവാത്ത രാത്രിയായിരുന്നു. ഭാവിയുടെ അനിശ്ചിതത്വത്തിൽ ആശങ്കപൂണ്ട് താച്ചിയും ഷാഹിദും ഉറക്കമിളച്ചിരുന്നു. പൊട്ടിച്ചെറിയാനാവാത്ത വിധം ജീവനെച്ചുറ്റി കിടക്കുന്ന ഏതെല്ലാമോ ചങ്ങലക്കെട്ടുകൾ വരിഞ്ഞുമുറുകുന്നത് അവരറിഞ്ഞു. വിശകലനത്തിന്റെ വാക്കുകൾ... മൗനം.. ഇടയ്ക്ക് ചാറിയ കണ്ണുനീർ... രാത്രി അതീവസാന്ദ്രമായിരുന്നു.

സുബ്ഹിക്കുള്ള ബാങ്കുവിളി ഉയർന്നപ്പോൾ ഷാഹിദ് എഴുന്നേറ്റു:

''പായ്ക്കിംഗ് ഒന്നുമായില്ലല്ലോ.''

''എന്റെയും കൊച്ചിന്റെയും തുണികളല്ലാ ഒള്ളോ?''

''ഞാനേതായാലും...''

''പോവുകാന്നല്ലേ.'' താച്ചിക്ക് വീണ്ടും കണ്ണുനീർ പൊട്ടി.

''ദേ, ഇതു പറ്റത്തില്ല.'' ആ കണ്ണുനീർ തുടച്ചുകൊണ്ട് ഷാഹിദ് പറഞ്ഞു: ''എനിക്കിതു താങ്ങാനൊക്കത്തില്ല.''

പരസ്പരം ആകർഷിക്കുന്ന രണ്ട് അയസ്കാന്തങ്ങൾ ആകർഷണ വലയം വിട്ടു നീങ്ങുന്ന പ്രയാസത്തോടെ അവർ അകലാൻ ശ്രമപ്പെടുകയായിരുന്നു.

താച്ചി പതുക്കെ ധൈര്യം സംഭരിച്ചു ചിരിക്കാൻ ശ്രമിച്ചു.

''വീട്ടിലൊന്ന് കേറീട്ട്, പള്ളീപ്പോണം. പിന്നെ അള്ളാമേട്ടിലും. നീ പോയിട്ടേ തിരികെവരൂ.'' അവളുടെ മുഖത്തുനിന്ന് ദൃഷ്ടി പറിച്ചെടുത്ത്, ആ നെറ്റിയിൽ മൃദുവായി ഒന്നു ചുംബിച്ചിട്ട് ഷാഹിദ് മുറിയിൽനിന്നിറങ്ങി.

അള്ളാമേട്ടിൽ പേരാൽപ്പന്തലിനുകീഴേ മിനുത്ത പാറക്കല്ലിൽ വളരെ നേരം തളർന്നുറങ്ങിയ ഷാഹിദ് ഉണർന്നപ്പോൾ അല്പംമാറി ധ്യാനനിമഗ്നനായി ഇരിക്കുന്ന സഞ്ജുവിനെ കണ്ടു. ആദ്യം സ്വപ്നം കാണുകയായിരുന്നുവെന്നാണ് തോന്നിയത്. എഴുന്നേറ്റിരുന്നു കണ്ണു

തിരുമ്മി മിഴിച്ചുനോക്കി സത്യമാണെന്നു സ്ഥിരീകരിച്ചപ്പോൾ ഷാഹിദ് അറിയാതെ പറഞ്ഞുപോയി:

''അൽഹംദുലില്ലാഹ്...''[1]

അതുകേട്ടിട്ടാവാം, ഏതാനും നിമിഷങ്ങൾ കഴിഞ്ഞ് സഞ്ജു കണ്ണുതുറന്ന്, ഷാഹിദിനെ നോക്കി. പരസ്പരം കാണാതിരുന്ന ഈ നീണ്ടമാസങ്ങളിൽ സഞ്ജുവിന്റെ ആകാശനയനങ്ങൾക്ക് ഒന്നുകൂടി തെളിമ വന്നിരിക്കുന്നതായി ഷാഹിദിനു തോന്നി.

''എത്ര നേരമായി ഈ കിടപ്പ്!'' സഞ്ജു പറഞ്ഞു.

''വന്നിട്ട് ഒത്തിരി നേരായോ?''

''ഇന്നലെ രാത്രി വന്നു. കാലത്ത് ആറ്റിൻകരെ കുളിച്ച്, തുണി കഴുകിയുണക്കിപ്പോന്നപ്പോ നീയിവിടെ കിടന്നുറങ്ങുന്നു.''

ഇലച്ചാർത്തുകളിലും പുൽപ്പടർപ്പുകളിലും തിളങ്ങുന്ന വെയിൽ. ഒതുങ്ങിനിൽക്കുന്ന കാറ്റ്. പ്രസന്നമായ പ്രകൃതിയുടെ സുഖഗന്ധം.

''നീ വല്ലതും കഴിച്ചോ?'' സഞ്ജു അന്വേഷിച്ചു.

''ഇല്ല.

''എന്നാൽ തൽക്കാലം...'' അരികെവെച്ചിരുന്ന തോൾസഞ്ചിയിൽ നിന്ന് ഒരു ചെറിയ പടല ഞാലിപ്പൂവൻപഴം സഞ്ജു പുറത്തെടുത്തു.

''ഇതു കഴിക്ക്.''

ഷാഹിദ് അതത്രയും കഴിച്ചുതീർത്തു. വിശപ്പുണ്ടായിരുന്നു. ളുഹർ നിസ്കാരം കഴിഞ്ഞുകാണണം. ബാങ്കുവിളിച്ചതു കേൾക്കുകയുണ്ടായില്ല. ഒന്നുമറിഞ്ഞില്ല. പേരാലിന്റെ തണൽ തന്റെ അന്തസ്താപങ്ങളെപ്പോലും തീർക്കാനെന്നവണ്ണം കുളിരുപെയ്തു നിൽക്കുകയായിരുന്നു. എങ്കിലും ഇപ്പോൾ ഷാഹിദിനു ദാഹംതോന്നി.

''ദാഹിക്കുന്നു. ആറ്റിൻകര പോയാലോ?''

''പോവാമല്ലോ,'' സഞ്ജു എഴുന്നേറ്റു. കൂടെ ഷാഹിദും.

മരങ്ങളുടെ നിഴലിലൂടെയും തുറസ്സുകളുടെ വെയിലിലൂടെയും അവർ കുറച്ചുനേരം നീരുറവയെ ലക്ഷ്യമാക്കി നടന്നു. വഴിയിൽ ഒന്നരയാൾ പൊക്കത്തിലുള്ള ഒരു പന്തലിപ്പുകണ്ട് സഞ്ജു വഴിമാറി അതിനുനേരെ നടന്നു.

''ഷഹദേ,'' സഞ്ജു വിളിച്ചു: ''നോക്ക്, ഒരു സൂത്രം കാണിച്ചു തരാം.'' അയാൾ പറഞ്ഞു.

തോൾസഞ്ചിയിൽ കൊണ്ടുനടക്കുന്ന തന്റെ കൊച്ചുപേനാക്കത്തി എടുത്ത്, ആ ചെടിപ്പടർപ്പിന്റെ താഴോട്ടു ഞാന്നുകിടന്ന പിണർപ്പുകളിൽ ഒന്ന് അറ്റത്തിനു കുറച്ചുമുകളിൽവെച്ച് ഒറ്റവെട്ടിന് സഞ്ജു

വേർപ്പെടുത്തിയെടുത്തു. ഒരിഞ്ചു കനമെങ്കിലുമുള്ള ഇളമയുള്ള തണ്ട്.

“ഇതാ... വാ തുറക്ക്,” ആ ഇളംതണ്ടിന്റെ മുറിഞ്ഞ ഭാഗം ഷാഹിദിന്റെ വായിലേക്ക് സഞ്ജു കമഴ്ത്തിക്കാട്ടി. നേർത്ത മധുരമുള്ള നീര് ഊർന്നൊഴുകി. ഹൃദ്യമായ രുചിയും ഗന്ധവും. രണ്ടുമൂന്നു തണ്ടുകൾകൂടി സഞ്ജു ഷാഹിദിനു മുറിച്ചുകൊടുത്തു. സൗമ്യമായ ആ നീര് ഒന്നുരണ്ടു കവിൾകൂടി കുടിക്കാൻ കിട്ടിയപ്പോൾ ഷാഹിദിന്റെ ദാഹം ശമിച്ചു.

“ഇതിന്റെ പേരെന്നാ?” ഷാഹിദ് കൗതുകത്തോടെ അന്വേഷിച്ചു.

“പുല്ലാന്നി,” സഞ്ജു പറഞ്ഞു: “വള്ളിക്കുടില്പോലെയല്ലേ ഇരിക്കുന്നെ... ഇതിന്റെ ചുവട്ടിലിരിക്കാനും കൊള്ളാം.”

“ഇവിടാർക്കും അറിയുകേലാന്നാ തോന്നുന്നെ.”

"എടോ എന്റെ കാലിൽ ചക്രമല്ലേ ദൈവം വച്ചുതന്നിരിക്കുന്നെ. കാട്ടിലും മേട്ടിലും അലഞ്ഞുനടക്കുമ്പഴ് ഇങ്ങനോരോന്ന് പഠിക്കും," സഞ്ജു പറഞ്ഞു: "സന്ന്യാസിക്കും ഈ കൂട്ടിലിരിക്കുംവരെ ജീവൻ നിലനിർത്തേണ്ടേടോ?"

"എവിടൊക്കെയാ സഞ്ജു അലഞ്ഞേ?"

"പറയാൻ തുടങ്ങിയാൽ ഒരുപാടുണ്ട്," സഞ്ജു പിടികൊടുത്തില്ല: "നിന്റെ വിശേഷങ്ങളറിയാനാ ഞാനിപ്പം വന്നേ."

"നീ പറഞ്ഞതുപോലെ സംഭവിച്ചു..."

ആറുമാസം കഴിഞ്ഞില്ല താച്ചിയെത്തി. അവൾ വലിയൊരു തീരുമാനം എടുത്തു. തൽക്കാലത്തേക്ക് എന്ന വിശ്വാസത്തോടെ പിരിയുകയും ചെയ്തു. അക്കഥ മുഴുവൻ ഷാഹിദ് സഞ്ജുവിനെ അറിയിച്ചു. അവർ ഒന്നിച്ചു കഴിഞ്ഞ രാത്രികളെപ്പറ്റിയും അസീസിന്റെ ജീവൻ അപകടത്തിലാക്കിയ രോഗത്തെപ്പറ്റിയും ഷാഹിദ് സംസാരിച്ചു. ഇടയ്ക്കുകയറി ചോദിക്കാതെ, അഭിപ്രായം പറയാതെ, തന്റെ വലിയ കണ്ണുകൾ വിടർത്തി സഞ്ജു അതത്രയും ശ്രദ്ധിച്ചു കേട്ടു. ഒടുവിൽ അയാൾ പറഞ്ഞു:

"പാവം പെൺകുട്ടി, എത്ര നാളത്തേക്കാണോ അവളുടെ ദുരിതം."

ചിന്താഭാരത്തോടെ ഷാഹിദ് സഞ്ജുവിനെ നോക്കി:

"അവൾക്കു ഞാനില്ലേ?"

"ഇല്ലെന്നല്ല... അസീസിന് വല്ലതും സംഭവിച്ചാൽ ഉടനെ വിവാഹം കഴിക്കാൻ നിന്റെ മനസ്സാക്ഷി സമ്മതിക്കുമോ? അപകടം മാറിക്കിട്ടിയാലോ... കുറെ നാളത്തേക്ക് ശുശ്രൂഷ വേണ്ടിവരും. അപ്പോ താച്ചിക്കുടനെ പോരാൻ പറ്റുമോ?"

ഷാഹിദും താച്ചിയും യാത്ര പറയുംമുമ്പ് ഈ സാധ്യതകളെക്കുറിച്ചു സംസാരിച്ചതാണ്. അനിശ്ചിതത്വങ്ങൾ സുനിശ്ചിതത്വങ്ങളായി വരാൻ അവർ പ്രാർത്ഥിച്ചു; മറ്റുള്ളവരുടെ വേദനകൾക്കു കാരണക്കാരായിത്തീരുന്നുവെങ്കിൽ ആ കാരണങ്ങളുടെ കാഠിന്യം കുറഞ്ഞുകിട്ടാനും. മരണത്തിന്റെ നിഴലിൽ സംഭവിച്ച പുനസ്സമാഗമമായിരുന്നുവല്ലോ അവരുടേത്. അച്ഛൻ മരിച്ച ശോകം; മരണത്തിന്റെയും ജീവിതത്തിന്റെയും ഇടയിൽപ്പെട്ട അസീസിനെക്കുറിച്ചുള്ള വിഷമം... അതൊക്കെയായിരുന്നുവല്ലോ ചുറ്റുപാടുകൾ.

കൊമ്പൻ കമറുദ്ദീന്റെ മകൾ സുമയ്യയാണ് പുനസ്സമാഗമത്തെ കൂടുതൽ സാധ്യമാക്കിയത്. താച്ചി ചെമ്പകപ്പള്ളി വിടുമ്പോൾ സുമയ്യയ്ക്കു പത്തോ പതിനൊന്നോ വയസ്സേ ഉള്ളൂ. പിന്നീടുള്ള വർഷങ്ങളിൽ, താച്ചിയുടെയും ഷാഹിദിന്റെയും പ്രണയം ചെമ്പകപ്പള്ളിയിൽ

പരസ്യമായപ്പോൾ അവളുമത് അറിയുകയുണ്ടായി. താച്ചിയെ സുമയ്യയ്ക്കും സുമയ്യയെ താച്ചിക്കും വളരെ ഇഷ്ടമാണ്. അതുകൊണ്ട് ഷാഹിദ് ചെമ്പകപ്പള്ളിയിൽ തിരിച്ചെത്തി അധികം കഴിയാതെ ആ വിവരം സുമയ്യ താച്ചിയെ അറിയിച്ചിരുന്നു. അച്ഛൻ മരിച്ചപ്പോൾ താച്ചിക്ക് അമ്മയെ കാണണമെന്ന ആഗ്രഹമുണ്ടായി. എന്നാൽ ഷാഹിദ് ചെമ്പകപ്പള്ളിയിലുണ്ട് എന്ന അറിവുകൂടിയാണ് താച്ചിയെ ഇങ്ങോട്ടാവാഹിച്ചു വരുത്തിയത്.

''നീയെന്താ ഷഹദ് ആലോചിക്കുന്നത്?''

''എത്ര ചെറിയ വിഷയങ്ങളാ വലിയ മാറ്റങ്ങളൊണ്ടാക്കുന്നതെന്ന് - ആടിനു ചെത്തിവച്ച തൊട്ടാവാടി, മനുഷ്യപ്പേച്ച് അനുകരിക്കുന്ന മൈനയുടെ വാക്ക്, അനിയത്തി ചേച്ചിക്കെഴുതുന്ന കത്ത്.''

ചിരിച്ചുകൊണ്ട് സഞ്ജു തന്റെ ഗംഭീരസ്വരത്തിൽ ചൊല്ലി:

''ഏകകാര്യമഥവാ ബഹൂത്ഥമാം<br>ഏകഹേതു ബഹുകാര്യകാരിയാം...''[1]

ഈ സഞ്ജുവിനു കവിത വായിക്കാനും പഠിക്കാനുമൊക്കെ എങ്ങനെ സാധിച്ചുവോ? ഷാഹിദ് അത്ഭുതപ്പെട്ടു. അപ്പോൾ സ്നേഹമസൃണമായ സ്വരത്തിൽ സഞ്ജു വീണ്ടും ചൊല്ലി:

> ''നാമങ്ങറിയുവതല്പം-എല്ലാ-<br>മോമനേ ദൈവസങ്കല്പം![2]

അള്ളാമേട്ടിൽനിന്നും താഴേക്കു പോരാൻ തുടങ്ങിയ ഷാഹിദിന്റെ കൂടെ സഞ്ജുവും കൂടി. നിശ്ശബ്ദനായി നടന്ന ഷാഹിദിനോടു സഞ്ജു വഴിയിലെപ്പോഴോ തന്റെ കഥയുടെ ഒരു ഭാഗം പറഞ്ഞുതുടങ്ങി.

''നീ ചോദിച്ചില്ലേ എവിടെയൊക്കെ അലഞ്ഞൂന്ന്... തുടക്കത്തീന്ന് തുടങ്ങാം.''

**ഓ**ണം അവധി. ഉത്രാടത്തിന്റെ ദിവസം. അമ്മയുമച്ഛനും നേരെ സംസാരിക്കാൻപോലും തുടങ്ങിയിട്ടില്ലാത്ത കൊച്ചനിയനുമായി ഒരു ബന്ധുവിന്റെ ഗൃഹപ്രവേശത്തിനു പോയതായിരുന്നു. അതികാലത്തെഴുന്നേറ്റു കുറുക്കുകാളനും സാമ്പാറും അച്ചിങ്ങാമെഴുക്കുപുരട്ടിയും പാവയ്ക്കാത്തോരനും ഇഞ്ചിക്കറിയും പപ്പടവും പഴം നുറുക്കുമൊക്കെ പാകപ്പെടുത്തി വച്ചിരുന്നു അമ്മ. ഊണ് കഴിക്കാറാവുമ്പോഴേക്കു തിരിച്ചെത്താനായിരുന്നു ഉദ്ദേശ്യം. സഞ്ജുവിയെയും വിളിച്ചിരുന്നു കൂടെപ്പോകാൻ. അയൽപക്കത്തെ ഒരു കൂട്ടുകാരൻ

1. സർവസ്തുതിയും ദൈവത്തിന്
2. കുമാരനാശാന്റെ വരികൾ

കുറെ കോമിക്കുകൾ വായിക്കാൻ കൊടുത്തിരുന്നു സഞ്ജുവിന്. വായനയിൽ രസംപിടിച്ചതുകൊണ്ട് വീട്ടിൽനിന്ന് ഇറങ്ങാൻ മനസ്സുണ്ടായില്ല. ഓണപ്പലഹാരങ്ങൾ കൊറിക്കാനും ഉണ്ടായിരുന്നു.

ഉച്ചയ്ക്കു നേരം പന്ത്രണ്ടായിക്കാണും. മുറ്റത്തുനിന്ന് ഉടുക്കിന്റെ ആകർഷകമായ ഒരു താളമുയർന്നു. അതു കേട്ടപ്പോൾ ''ഡംഡംഡമരുക, ഡം ഡം ഡമരുക'' എന്ന് വെറുതെ ഉറക്കെ ഉരുവിട്ടുകൊണ്ട് സഞ്ജു വാതിൽ തുറന്നു.

തിളങ്ങുന്ന കണ്ണുകളിൽ നിറഞ്ഞ കുസൃതിയുമായി, മങ്ങിയ കാവിനിറത്തിൽ കൗപീനം ധരിച്ച് ചെറുരുദ്രാക്ഷമണികൾ കൊരുത്ത മാലയുമിട്ട് കൃശഗാത്രനായ ഒരു വൃദ്ധൻ മുറ്റത്തുനിൽക്കുന്നു. ഉടുക്ക് കൈയിലില്ല. പിന്നെ എങ്ങനെയാണ് ഉടുക്കിന്റെ ശബ്ദം കേട്ടത് എന്നു ചിന്തിച്ചു. അയൽപക്കത്തെ ഏതെങ്കിലും റേഡിയോവിൽനിന്നോ ടെലിവിഷനിൽനിന്നോ ആവുമെന്നു കരുതുകയും ചെയ്തു.

''വിശക്കുന്നു, വല്ലതും തരുമോ?'' ഭിക്ഷു ചോദിച്ചു. ഭിക്ഷാടകരെ അകത്തു കയറ്റുക പതിവില്ലെങ്കിലും സഞ്ജു സന്യാസിയെ അകത്തു വിളിച്ചു പായ വിരിച്ചിരുത്തി, ഇലയിട്ട്, ഉത്രാടവിഭവങ്ങൾ നിറയെ വിളമ്പി.

ഊണു കഴിച്ചിറങ്ങിയ സന്ന്യാസിയെ പടിവാതിൽവരെ അനുഗമിക്കണമെന്നേ ഉദ്ദേശിച്ചുള്ളൂ. പക്ഷേ, അങ്ങനെ ഇറങ്ങിനടന്നതാണ്. എത്രദൂരം നടന്നുവെന്നോ വീടു തുറന്നാണ് കിടക്കുന്നതെന്നോ അച്ഛനുമമ്മയും കുഞ്ഞനിയനും ഇപ്പോൾ തിരിച്ചെത്തുമെന്നോ തന്നെക്കണ്ടില്ലെങ്കിൽ വിഷമിക്കുമെന്നോ ഒന്നും ഓർമയുണ്ടായില്ല. എന്തിനുവേണ്ടിയാണ് ഇറങ്ങിത്തിരിച്ചതെന്ന ചിന്തയുമുണ്ടായില്ല.

''പക്ഷേ,'' സഞ്ജു ചിരിച്ചു: ''നീയും ഞാനും ഇവിടിരുന്നു സംസാരിക്കുമ്പോലെ സ്വാഭാവികമായ എന്തോ ഒന്ന് ആ പോക്കിലുണ്ടായിരുന്നു. ബസ്സുകളിലായി പിന്നെ യാത്ര. സന്ന്യാസിയോട് ആരും ടിക്കറ്റ് ചോദിച്ചില്ല. അദ്ദേഹത്തിന്റെ കൂടെയുള്ളതാണ് ഞാനെന്നതുകൊണ്ടാവാം എന്നോടും...''

ഒടുവിൽ ബസ്സിറങ്ങിയ സ്ഥലത്തുവച്ച് അദ്ദേഹത്തെ കാണാതായി. ഓടിനടന്നു തിരക്കി. അമൃതാചലത്തിലേക്കാണ് പോകുന്നതെന്നു വഴിക്കുവെച്ച് അദ്ദേഹം പറഞ്ഞിരുന്നു.

അതുകൊണ്ട് ബസ്സ്റ്റോപ്പിലെ ഒരു കടയിൽച്ചെന്ന് 'അമൃതാചലം' എന്ന് രണ്ടുതവണ വെറുതെ കടക്കാരനോടു പറഞ്ഞുനോക്കി.

''അമൃതാചലത്തിലേക്ക് പോണുമാ?'' തമിഴൻ കടക്കാരൻ സഞ്ജുവിന് വഴി പറഞ്ഞുകൊടുത്തു.

ഒരു വലിയ കുന്ന്. അതായിരുന്നു അമൃതാചലം. കുന്നുകയറി ച്ചെന്നപ്പോൾ ഒരു ഗുഹ കണ്ടു. ഗുഹാമുഖത്ത് പത്തുതൊണ്ണൂറു വയസ്സായ ഒരു കൗപീനധാരിയിരിക്കുന്നു. അകത്തു കൊളുത്തിവച്ച നിലവിളക്കിന്റെ വെളിച്ചത്തിൽ കണ്ട ചില്ലിട്ട വലിയൊരു ഛായാപടം തന്നെ വീട്ടിൽനിന്നിറക്കിക്കൊണ്ടുവന്ന സന്ന്യാസിയുടേതാണെന്നു സഞ്ജു കണ്ടു.

''നീ വന്നു അല്ലേ?'' ഗുഹാമുഖത്തെ കൗപീനധാരി ചോദിച്ചു. അദ്ദേഹത്തിൽനിന്നും മനസ്സിലായി താൻ കണ്ടത് സമാധിയായ അദ്ദേഹത്തിന്റെ ഗുരു അമൃതാചലയോഗി എന്ന സിദ്ധനെയാണെന്ന്.

ആറുമാസമേ അതെല്ലാം മനസ്സിലാക്കിക്കൊടുത്ത വൃദ്ധസന്ന്യാസി - അമൃതാനന്ദയോഗി- പിന്നീട് ജീവിച്ചിരുന്നുള്ളൂ.

''ജീവനാനന്ദൻ എന്ന പേരും മന്ത്രവും കൊടുത്ത് ഒരു ദിവസം അദ്ദേഹം പറഞ്ഞു: ''ഞാനിന്നു പോകും.'' എവിടേക്കോ പോവുക യാണ് എന്നാണ് കരുതിയത്. വൈകുന്നേരം സ്ഥിരമായി വരാറുള്ള കുറെ ഭക്തന്മാരുടെയൊക്കെ മുമ്പിൽവെച്ച് ധ്യാനത്തിലിരുന്ന്, അദ്ദേഹം നിശ്ചേതനനായി...

കഥ അവസാനിക്കുകയും കഥ പറയുന്നവനും കേൾക്കുന്നവനും നിശ്ശബ്ദരാവുകയും ചെയ്തു. കേട്ടതിനെ ഗ്രഹിക്കാൻ ശ്രമിച്ചുകൊണ്ട് നടന്ന ഷാഹിദലി കുന്നിറങ്ങിത്തീർന്ന കാര്യം പെട്ടെന്നറിഞ്ഞില്ല.

''തിരിച്ചുകയറുകയാണ്'' എന്ന് സഞ്ജു പറഞ്ഞപ്പോഴാണ് ഷാഹിദിനു പരിസരബോധം തെളിഞ്ഞത്.

''ഇനി...'' എപ്പോൾ കാണുമെന്ന് ഷാഹിദ് ചോദിക്കാൻ തുടങ്ങുകയായിരുന്നു.

''നാളെ പുലരുംമുമ്പ് സ്ഥലംവിടും.''

''നാളെയോ?''

''നാട്ടുകാരിലാരെങ്കിലും വേദന മാറ്റണമെന്നും പറഞ്ഞ് വന്നാലോ?'' സഞ്ജു ചിരിച്ചു: ''ഞാനെന്തു ചെയ്യും?''

അതു കേട്ടപ്പോഴാണ് ഷാഹിദ് അക്കാര്യം ഓർത്തത്: ''കടല മന്ത്രിച്ചുകൊടുത്തില്ലേ അന്ന്? അത്ത്ക്കേരിയുടെ പുറംവേദന മാറി.''

സഞ്ജുവിന്റെ കണ്ണുകളിൽ സവിശേഷമായ ഒരു ജാഗ്രത പ്രത്യക്ഷമായി.

''പുലരുംമുമ്പ് ഞാൻ പോകുവാ...''

സഞ്ജുവിന്റെ അസാധാരണമായ പുറപ്പെട്ടുപോക്കിനെക്കുറിച്ചുണ്ടായ സംശയങ്ങൾക്കു വിശദീകരണം തേടാൻപോലും സമയമില്ല എന്നർത്ഥം.

എന്തിനാണിപ്പോൾ സഞ്ജു ആ കഥ പറഞ്ഞത്? തന്റെ വിരഹത്തിന്റെ സാന്ദ്രത കുറയ്ക്കാൻ? അതെ അതുതന്നെ!

ഖേദത്തിലും മനനത്തിലും മുഴുകി ഷാഹിദ് നടന്നെത്തിയത് കമറുദ്ദീന്റെ വീട്ടിലായിരുന്നു. കാണാനാഗ്രഹമുണ്ടെന്നു മുസ്ല്യാർ അറിയിച്ചതായിരുന്നുവല്ലോ. എങ്കിൽ കണ്ടുകളയാമെന്നു കരുതി. കൂടാതെ വീട്ടിലെ ഏകാന്തതയിലേക്കു തിരിച്ചുചെല്ലാനും മനസ്സറച്ചു.

കൊമ്പന്റെ കിടപ്പിനെക്കുറിച്ചു പലരും പറയുകയുണ്ടായിട്ടുണ്ട്. എങ്കിലും അതിത്രകണ്ടു ദയനീയമായിരിക്കുമെന്നു ഷാഹിദ് സങ്കൽപിച്ചിരുന്നില്ല. ബൃഹദാകാരനായ ആ മനുഷ്യൻ വെട്ടിയിട്ട തടിപോലെ അടിഞ്ഞുകിടന്നു.

കൊമ്പൻ കിടന്ന വിശാലമായ മുറിയിൽ കുടുംബാംഗങ്ങൾ പലരുമുണ്ടായിരുന്നു. ഭാര്യ, മകൾ സുമയ്യ എന്നിവരെ ഷാഹിദ് തിരിച്ചറിഞ്ഞു. മുസ്ല്യാരുണ്ടായിരുന്നു അവിടെ. തന്റെ ദൗത്യം നിറവേറ്റപ്പെട്ട കൃതാർത്ഥതയോടെ മുസ്ല്യാർ മന്ദഹസിച്ചു:

''വന്നത് നന്നായി, ഇവിടെയിപ്പം തൗബാ ചെയ്യാൻ തുടങ്ങുവാ...''

ഷാഹിദിനെ കണ്ടപ്പോൾ കൊമ്പന്റെ കണ്ണുകളിൽ വിസ്മയവും ഖേദവും സ്നേഹവും മാറി മാറി നിഴലിച്ചു. ചെറിയ ഒരു കുഴച്ചിലോടെ, അവ്യക്തമായി, കൊമ്പൻ സലാം ചൊല്ലി. ഉരുണ്ടുകൂടിയ ഒരു മിഴിനീർക്കണം തലയിണയിലേക്കു വീണു. നെടുവീർപ്പോടെ കൊമ്പൻ തന്നോടുതന്നെ മൃദുവായി മന്ത്രിക്കുന്നത് ഷാഹിദ് കേട്ടു:

''യാമൊഹിയുദ്ദീൻ!''

ഷാഹിദ് അടുത്തുചെന്നു കുനിഞ്ഞു ശ്രദ്ധിക്കുകയായിരുന്നു. ആവേശഭരിതമായ ആ പോർവിളിയെവിടെ, സകരുണമായ ഈ മന്ത്രണമെവിടെ! കൊമ്പന്റെ രോഷവും പകയും തിരോഭവിച്ചതെവിടെ? എല്ലാം, എവിടെപ്പോകുന്നു? അഭാവങ്ങളുടെ സ്ഥായിയായ സങ്കടം മനസ്സിനെ ചിലപ്പോൾ നിറച്ചു വീർപ്പുമുട്ടിക്കുന്നു. ചിലപ്പോൾ ശുദ്ധശൂന്യമാക്കുന്നു. രണ്ടും ഹൃദയഭേദകം.

മുസ്ല്യാർ പശ്ചാത്താപത്തിന്റെയും കുറ്റസമ്മതത്തിന്റെയുമായ തൗബാ ചെയ്യുന്നതിനായി അവിടെ കൂടിയവർക്കു പ്രാർത്ഥന ചൊല്ലിക്കൊടുക്കാൻ തുടങ്ങി.

''അസ്തഗ്ഫിറുല്ലാഹൽ അളീം അൽ ഖദീം അൽ ഖരീം അർ റഹീം...''

''...എല്ലാ ചെറുദോഷത്തെയും വൻ ദോഷത്തെയും തൊട്ട് ഞങ്ങൾ നിന്റെ ഫുർഖാനുൽ അളീമെന്ന വേദത്തിൽ കൽപിച്ച പ്രകാരം ഹാലിസായ തൗബാ ചെയ്ത്...''

ഷാഹിദിന് എല്ലാം വിചിത്രമായിത്തോന്നി. ഈ തൗബായുടെ സമയത്തുതന്നെ താൻ കയറിവരണമായിരുന്നുവോ? ഷാഹിദിന്റെ മനസ്സ് ശിഥിലസ്മൃതികളിലൂടെ അലഞ്ഞുനടന്നു. ഇടയ്ക്ക് അവിടെ നടന്നുകൊണ്ടിരുന്ന പ്രാർത്ഥനയും കടന്നുവന്നു.

''...ഞങ്ങളുടെ തമ്പുരാനേ ഞങ്ങളുടെ തൗബാനെ ഖബൂൽ ചെയ്തതിൽ പിന്നെ അതിനെവിട്ട് നിന്റെ മത്സരിയായ ഷൈതാൻ ഇബ്ലീസിന്റെ ചെല്ല് കൊള്ളെയും ചേൽക്കൊള്ളെയും ഞങ്ങളുടെ ഖൽബിനെ[3] തട്ടിത്തിരിച്ചുകളയാതെ നിന്റെ റഹ്മത്തിനെ[4] ഞങ്ങൾക്ക് ഓശാരമായി ഏറ്റമേറ്റം തരികയും ചെയ്യണം തമ്പുരാനേ...''

ഷാഹിദ് പിന്നെയും സ്വന്തം ഹൃദയത്തിന്റെ ചുഴിയിൽപ്പെട്ടു. പിന്നെയും അവയിൽനിന്നു പുറത്തു വന്നു.

''ഞങ്ങളെ ഈമാനോടു[5] കൂടെ ജീവിപ്പിച്ച് ഈമാനോടുകൂടെ മരിപ്പിച്ച് ഈമാനോടുകൂടെ ഖബറിൽ അകംപോകിച്ച്...''

3. ഹൃദയം
4. കാരുണ്യം
5. വിശ്വാസം

അവസാനത്തെ ആ കിടപ്പിൽ നന്മതിന്മകൾ കുറിക്കപ്പെടുന്ന പുസ്തകങ്ങൾ വലംകൈയിൽ തരീപ്പിക്കണമെന്നും ദൈവത്തിന്റെ ഹബീബായ്[6] നബിയുടെ ''ശഫാഅത്തി''ൽ[7] തങ്ങളെ ഒരുമിച്ചു കൂട്ടണമെന്നുമൊക്കെ പറഞ്ഞുകൊണ്ട് പ്രാർത്ഥന തുടർന്നു... അനേകം കുറ്റവും ദുർമര്യാദയും ചെയ്ത പാപികളാണെന്നേറ്റു പറഞ്ഞ് പൊറുക്കലിനെ തേടിയ ആ പ്രാർത്ഥന എപ്പോഴോ തീർന്നു:

''ബിഹക്കി ലാ ഇലാഹ ഇല്ലല്ലാഹു മുഹമ്മദ് റസൂലുല്ലാഹ്...''

തൗബാ കഴിഞ്ഞ ഉടനെ മുസ്ല്യാർ ഏതോ തിരക്കുകാരണം അവിടെനിന്നു പോയി. കുടുംബാംഗങ്ങളും പിൻവാങ്ങി. കിടക്കയിൽ തന്റെ അരികത്ത് ഇരിക്കാൻ ആംഗ്യം കാണിച്ച് കൊമ്പൻ ഷാഹിദിനെ ഇരുത്തി. ഷാഹിദിനു കാപ്പിയുമായി വന്ന സുമയ്യയെ അരികെ വിളിച്ചു കൊമ്പൻ എന്തോ അടക്കം പറഞ്ഞു. സുമയ്യ ഉടനെ അകത്തേക്കു പോവുകയും ചെയ്തു.

ഷാഹിദ് എഴുന്നേറ്റപ്പോൾ വീണ്ടും കൊമ്പൻ ഇരിക്കാൻ ആംഗ്യം കാണിച്ചു. സുമയ്യ തിരിച്ചു വന്നു, കൈയിൽ ഒരു കിളിക്കൂടുമായി. അതിൽ ഒരു മൈന!

''രാജാത്തി.'' സുമയ്യ പറഞ്ഞു.

ഗുല്ലുവിന്റെ രാജാത്തിയാണോ അവളുടെ ഓർമയ്ക്കായി വളർത്തി പ്രായശ്ചിത്തമെന്നോണം ഗുല്ലുവിന്റെ അനുജനു സമ്മാനിക്കുന്ന പുതിയ രാജാത്തിയാണോ പക്ഷിയെന്നു ഷാഹിദ് അന്വേഷിച്ചില്ല. തലമുറകളായി നടന്നുവന്ന ഒരു യുദ്ധം അവസാനിച്ചതിന്റെ പ്രതീകമായി ആ പക്ഷിയെ സുമയ്യയുടെ കൈയിൽനിന്ന്, കൊമ്പന്റെ സാന്നിധ്യത്തിൽ താച്ചിയെ ഓർത്തുകൊണ്ട് ഷാഹിദ് ഏറ്റുവാങ്ങി.

6. സുഹൃത്തായ
7. ശുപാർശ

## കാത്തിരിപ്പിന്റെ നാളുകൾ

**കൊ**മ്പൻ കമറുദ്ദീന്റെ വീട്ടിൽ നടന്ന തൗബയുടെ ശേഷിപ്പുകൾ ഷാഹിദിന്റെ ഉള്ളിൽ ഒരു പ്രസരമായി നിന്നു. അസ്തഗ്ഫിറുല്ലാഹൽ അളീം അൽ ഖദൂം അൽ കരീം അർ റഹീം... നിന്നോട് അറിഞ്ഞും അറിയാതെയും ഒളിഞ്ഞും തെളിഞ്ഞും ചെയ്ത എല്ലാ ചെറുദോഷത്തെയും വൻദോഷത്തെയും തൊട്ട്...

റബ്ബുൽ ആലമീനായ തമ്പുരാനേ പ്രണയംകൊണ്ടു മതിമറന്നു നിയമങ്ങൾ തെറ്റിച്ചത് പൊറുത്തുതരിക. മനുഷ്യഹൃദയം എത്ര ദുർബലമാണെന്നും അതിന്റെ നിയന്ത്രണങ്ങൾ വിട്ടുപോകുന്നതെങ്ങനെയെന്നും എപ്പോഴെന്നും അവിടുന്നറിയുമ്പോലെ മറ്റാരറിയുന്നു? സ്വയം വിലയിരുത്തുന്നതിനു വഴിയൊരുക്കിയതിനു നന്ദി. പായൽ പറ്റിയ പാറക്കല്ലുകളുടെയും അവയിൽനിന്ന് അങ്ങുമിങ്ങും കിനിയുന്ന കൊച്ചു നീരോട്ടങ്ങളുടെയും കാട്ടുപൂക്കളിൽനിന്നു തേനെടുക്കാൻ മൂളിക്കറങ്ങിയ തേനീച്ചകളുടെയും ഇടയിൽക്കൂടി അവിടുത്തെ കനിവുതന്നെയല്ലേ എന്റെ ചുവടുകളെ ആ തൗബാപ്രാർത്ഥനയിലേക്കു നയിച്ചത്. ഷാഹിദ് ദൈവത്തോടു നന്ദി പറഞ്ഞു. പ്രണയത്തിന്റെ ഗർവം വെടിഞ്ഞു തെളിഞ്ഞ മനസ്സോടെ എല്ലാം നോക്കിക്കാണാൻ ഷാഹിദ് ഒരുങ്ങി. ജീവത്തായ ഒരു മൗനം ഷാഹിദിനെ ചുറ്റിനിന്നു.

കാത്തിരിപ്പിന്റെ നാളുകൾ തുടങ്ങുകയായിരുന്നു. താച്ചിക്കു വേണ്ടിയുള്ള കാത്തിരിപ്പ്. ജീവിതത്തിന്റെ അടഞ്ഞുപോയ വഴികൾ തുറന്നുകിട്ടാനുള്ള കാത്തിരിപ്പ്. എന്തിനൊക്കെയോ വേണ്ടി ക്ഷമയുടെ നെല്ലിപ്പടിവരെ കാത്തിരിക്കാൻ തയ്യാറെടുത്ത കാത്തിരിപ്പ്.

ആ ദിവസങ്ങളിൽ വീണ്ടും വീണ്ടും മനസ്സിൽ കടന്നുവന്നത് ആമുഅണ്ണന്റെയും സീനത്തിന്റെയും കാര്യമായിരുന്നു. ആമുഅണ്ണൻ പാടിയ പക്ഷിപ്പാട്ടിലെ വരികളും. അക്ബർ സദക്കാ എന്ന പക്ഷിയുടെ ഭാര്യ മുത്തുനബിയുടെ സമക്ഷത്തിൽ ഖേദമറിയിക്കുന്ന വരികൾ:

"മേൽ മേൽ സുബ്ഹിക്ക്
മുട്ടയൊന്നിട്ടു ഞാൻ
മേൽ മേൽ അസറിന്
കൂട്ടിലായ് ചെന്നപ്പോൾ
എന്റെ ഇണപ്പക്ഷി
ചോദിക്കുന്നെന്നോട്:
ഇട്ടുള്ള മുട്ട
ഹറാമോ[1] ഹലാലെന്നോ?"[2]

ആമു അണ്ണനും അക്ബർ സദക്കയും അവരുടെ പിറകെ നിഴലു പോലെ കൊണ്ടുവരുന്നത് ആരെയാണ്?

താച്ചിയുടെ ഭർത്താവിനെ. താനൊരിക്കലും കണ്ടിട്ടില്ലാത്ത അസീസിനെ. സാഹചര്യങ്ങൾ ആമുഅണ്ണന്റെ ദാമ്പത്യത്തിന്റേതുമായി താരതമ്യം ചെയ്യപ്പെടേണ്ടവയല്ല. എങ്കിലും സ്ഥൂലസാഹചര്യങ്ങൾക്കപ്പുറത്തു സൂക്ഷ്മമായ മറ്റൊരു തലത്തിലേക്ക് ഷാഹിദിന്റെ ചിന്തകൾ സഞ്ചരിച്ചു. ഈശ്വരനുമായുള്ള മനുഷ്യന്റെ ബന്ധത്തിലേക്ക്.

ഇസ്ലാം ഈശ്വരനെ അനുസരിക്കലാണ്. പ്രവാചകനിലൂടെ, ഗുരുവിലൂടെ, ദൈവമറിയിച്ചു തരുന്ന കാലദേശാനുസൃതമായ നിയമങ്ങളെ അനുസരിക്കൽ. അതിന് സ്വന്തം മനസ്സാക്ഷി ജാഗരൂകമായിരിക്കേണ്ടിയിരിക്കുന്നു. ഒരു പക്ഷേ, അതീന്ദ്രിയമായ തലങ്ങളിലേക്കുയരേണ്ട ജാഗ്രത... ഷാഹിദ് എവിടെയോ വായിച്ച ഒരു സൂഫിക്കഥയോർത്തു. നൂറ്റാണ്ടുകൾക്കുമുമ്പ് പേർഷ്യയിൽ നടന്നതെന്നു പറയപ്പെടുന്ന ഒരു സംഭവം.

ഒരു പ്രഭു അടിമച്ചന്തയിൽ അടിമയെ വാങ്ങിക്കാൻ ചെന്നു. ഒരാളെ കണ്ടു, ബോധിച്ചു, വിലകൊടുത്തുവാങ്ങി, തന്റെ മന്ദിരത്തിലേക്കു കൂട്ടിക്കൊണ്ടുപോന്നു. ദിവസങ്ങൾ കടന്നുപോയപ്പോൾ അടിമ സത്യസന്ധനും കൃത്യനിർവഹണത്തിൽ ശ്രദ്ധാലുവും മിതഭാഷിയും ബുദ്ധിയുള്ളവനുമാണെന്നു പ്രഭു മനസ്സിലാക്കി. എല്ലാ കാര്യങ്ങളിലും അടിമയുടെ ഉപദേശം തേടുന്നത് പ്രഭുവിന്റെ പതിവായി. നീണ്ട പന്ത്രണ്ടു വർഷം അങ്ങനെ കഴിഞ്ഞപ്പോൾ അടിമ പ്രഭുവിനോടു പറഞ്ഞു: "എന്നെ പോകാനനുവദിച്ചാലും."

തികച്ചും അപ്രതീക്ഷിതമായ ആ അപേക്ഷ പ്രഭുവിനെ ഞെട്ടിച്ചുകളഞ്ഞു. പ്രഭു ചോദിച്ചു:

---

1. അരുതാത്തത്, നിയമം തെറ്റിയത്.
2. നിയമം അനുസരിച്ചുള്ളത്.

"ഇവിടെയെന്തിന്റെയെങ്കിലും കുറവ്?"

"ഇല്ലല്ലോ."

"അടിമയായിട്ടാണോ താങ്കളെ ഞാൻ കരുതിയിട്ടുള്ളത്?"

"അല്ലല്ലോ."

"പിന്നെ എന്തുകൊണ്ട്?"

അപ്പോൾ അടിമ വിശദീകരണം നൽകി: "പന്ത്രണ്ടു വർഷം മുമ്പ് ഞാൻ അങ്ങനെ നടന്നുപോവുകയായിരുന്നു. സന്ദർഭവശാൽ അത് അടിമച്ചന്ത നടക്കുന്ന തെരുവായിരുന്നു. എന്താണ് സംഭവിക്കുന്നതെന്നറിയാൻ ഇടയാകുംമുമ്പ് ആരോ എന്നെ പിടിച്ചുകെട്ടി, പ്രദർശിപ്പിച്ചത് നിങ്ങളുടെ മുമ്പിൽ. അവർ പറഞ്ഞ വിലയ്ക്ക് നിങ്ങളെന്നെ കൊണ്ടുപോവുകയും ചെയ്തു. നിശ്ചയമായും ഈശ്വരൻ ഒരു പാഠം ഒരുക്കുകയാണെന്ന് എനിക്കു തോന്നി. അതിൽനിന്ന് പഠിക്കാനുള്ളതെന്തെന്നറിയാനുള്ള ജിജ്ഞാസകൊണ്ട് ഞാൻ മിണ്ടാതിരുന്നു..."

"എന്നിട്ട്?" പ്രഭു സാത്ഭുതം ചോദിച്ചു.

"അവിടുത്തെ പാഠം ഞാൻ പഠിച്ചു. പന്ത്രണ്ടു വർഷം സാമാന്യം നീണ്ട കാലമാണ്. ഞാനത് പഠിച്ചുറപ്പിച്ചുകഴിഞ്ഞു."

"എന്താണത്?"

"അടിമപ്പെടേണ്ടത് എങ്ങനെയെന്ന്! ഈശ്വരനോട് ഇനി എനിക്ക് അടിമപ്പെടാം."

പ്രഭു കണ്ണീരോടെ അടിമയുടെ മുമ്പിൽ നമസ്കരിച്ചു.

പ്രഭുവും അങ്ങനെ അടിമയാവാനൊരുങ്ങി.

ഇസ്ലാമിന്റെ അർത്ഥം അതല്ലേ... യഥാർത്ഥഭക്തി അതല്ലേ...

ഗുല്ലുവിന്റെ സുഹൃത്ത് റെജി തറവാട്ടിലേക്ക്, കുറിച്ചിയാനിക്കലേക്ക്, വിളിച്ചു ഷാഹിദിനെ ഏലപ്പാറയ്ക്ക് പറഞ്ഞുവിടണമെന്ന് ആവശ്യപ്പെട്ടു. പ്രത്യേകിച്ചു കാരണമുണ്ടായിട്ടല്ല. കാണാൻ ആഗ്രഹം തോന്നുന്നുവെന്നേയുള്ളൂ. ഏലപ്പാറയിലെ വീട് അറ്റകുറ്റപ്പണികൾ തീർത്തു പുതുക്കുന്ന തിരക്കാണ്. എസ്റ്റേറ്റിൽ വേറെയുമുണ്ട് തിരക്കുകൾ. വൈകാതെ ഒരുദിവസം ചെന്ന് റെജിയുടെ കൂടെ താമസിച്ചു മടങ്ങാമെന്നു ഷാഹിദും കരുതി.

അങ്ങനെ ഇറങ്ങിത്തിരിച്ച ദിവസം ബസ് സ്റ്റോപ്പിൽവച്ച് ഷാഹിദ് കൊച്ചാമ്മദിനെ കണ്ടു. "അസ്സലാത്തു ഖൈറുമ്മിനന്നഊം" എന്ന് പ്രാർത്ഥനയുടെ ശ്രേഷ്ഠത ചൊല്ലിവിളിച്ചുനടക്കുന്ന കൊച്ചാമ്മദിനെ ഷാഹിദ് കണ്ടിട്ടും ഓർത്തിട്ടും കുറെ ദിവസമായിരുന്നു.

‘‘മുഹററത്തിന് നോമ്പെടുത്തത് നന്നായി.’’ കൊച്ചാമ്മദ് തന്റെ ആധ്യാത്മിക നിഷ്ഠകളിൽ ശ്രദ്ധാലുവാണെന്നു ഷാഹിദിനു മനസ്സിലായി. സുന്നത്തായ-അഭികാമ്യമായ-ഒരാചാരം താനനുഷ്ഠിച്ചതിൽ അഭിനന്ദിക്കുകയാണ്. ഇസ്ലാമികമായ ആരാധനയും ആചാരനിഷ്ഠകളും ഷാഹിദിനിഷ്ടമാണ്. അങ്ങനെയുള്ളവർ തബ്ലീഗ് പ്രവർത്തനങ്ങളിലേർപ്പെട്ടാൽ പ്രാർത്ഥന കുറഞ്ഞവരെ പ്രാർത്ഥനയിലേക്ക് ആകർഷിക്കാൻ പറ്റും. തബ്ലീഗ് പ്രവർത്തനത്തിൽ മുഴുകിയ കൊച്ചാമ്മദിന്റെ മനസ്സിലിരിപ്പ് അങ്ങനെയായിരുന്നു. പതുക്കെ അയാൾ തബ്ലീഗ് കാര്യങ്ങളെക്കുറിച്ച് പറയാൻ തുടങ്ങി. എന്തും ശ്രദ്ധിച്ചു കേൾക്കുന്നവനാണ് ഷാഹിദലി. ആരെയും നോവിക്കാനുമിഷ്ടമില്ല. പോരാത്തതിന് ബസ്സു വരാൻ താമസവും. ഷാഹിദ് കൊച്ചാമ്മദ് പറയുന്നതൊക്കെ മൂളിക്കേട്ടു.

ബസ്സിലും കൊച്ചാമ്മദ് ഷാഹിദിന്റെ സഹയാത്രികനായി. അപ്പോഴും കൊച്ചാമ്മദിന്റെ ആവേശം തണുത്തിരുന്നില്ല. അടുത്തുതന്നെ ഒരു തബ്ലീഗ് സംഘം ഒരിടത്തേക്കു പ്രവർത്തനത്തിനു പോകുന്നു.

ഷാഹിദ് ആ യാത്രയിൽ പങ്കെടുക്കേണ്ടതിന്റെ പ്രാധാന്യത്തെപ്പറ്റി കൊച്ചാമ്മദ് പതിയെ പറഞ്ഞുകൊണ്ടിരുന്നു. കുറച്ചു കഴിഞ്ഞപ്പോൾ മൂർച്ചയുള്ള ഒരു കിളിയൊച്ച:

"ദേ, തുലുക്കൻ!"

രണ്ടുപേർക്കിരിക്കാവുന്ന സീറ്റിലായിരുന്നു കൊച്ചാമ്മദും ഷാഹിദലിയും ഇരുന്നിരുന്നത്. തൊട്ടു വലതുഭാഗത്ത് മൂന്നുപേർക്കിരിക്കാവുന്ന സീറ്റിൽ നിന്നാണാ ഒച്ച പൊങ്ങിയത്. ഷാഹിദ് നോക്കി. ഏതാണ്ട് മൂന്നര വയസ്സു തോന്നിക്കുന്ന ഒരു പെൺകുഞ്ഞ് കൊച്ചാമ്മദിനെ മിഴിച്ചുനോക്കിക്കൊണ്ട് അവളുടെ അമ്മയുടെ മടിയിലിരിക്കുന്നു. വെളുപ്പിൽ ചുവന്ന പുള്ളികളുള്ള, ഫ്രില്ലുകളുള്ള ഫ്രോക്ക്. തലയിൽ ഇരുവശത്തുമായി പൊങ്ങിനിൽക്കുന്ന 'പിഗ്ടെയി'ലുകൾ. ചുവന്ന അലങ്കാരപ്പിന്നുകൾ. കാതിൽനിന്ന് ഇറ്റുവീഴാൻ തുടങ്ങുന്ന സ്വർണത്തുള്ളികൾപോലുള്ള കുണുക്കുകൾ. വെളുത്ത വട്ടമുഖം. നെറ്റിയിൽ ചുവന്ന ഗോപിക്കുറി. വാലിട്ടെഴുതിയ വലിയ കണ്ണുകൾ കൊച്ചാമ്മദിന്റെ നേർക്കുചാടിപ്പോവുകയാണോ എന്നു ഷാഹിദിനു തോന്നി. ചുവന്ന പ്ലാസ്റ്റിക് വളകൾ നിറച്ചിട്ട വെളുത്ത കുഞ്ഞിക്കൈ

അമ്മയുടെ താടിക്കുപിടിച്ചു കൊച്ചാമ്മദിനുനേരെ തിരിക്കാനുള്ള ശ്രമമാണ്.

"ദേ അമ്മേ തുലുക്കൻ..."

അമ്മ ഇതികർത്തവ്യതാമൂഢയായി എന്നു പറയുമ്പോലെ ഇരിക്കുകയാണ്. അച്ഛൻ ജാള്യത്തോടെ നോക്കി. ഷാഹിദിന്റെ കണ്ണുകളിൽ കണ്ണുടക്കി, അയാളൊന്നു വിഷമിച്ചു. അടുത്ത സീറ്റുകളിൽ നിന്നു കുട്ടിയുടെ കണ്ടുപിടുത്തത്തിൽ ആകൃഷ്ടരായ ചിലർ തിരിഞ്ഞും മറിഞ്ഞും നോക്കുന്നുണ്ടായിരുന്നു. കൊച്ചാമ്മദ് സംസാരം നിർത്തി ഗൗരവം പാലിച്ച് മുന്നോട്ട് നോക്കിയിരിപ്പായി. തുലുക്കൻ എന്നത് സ്വന്തം വർഗത്തിൽപ്പെടാത്ത ഏതോ ജീവിയാണെന്നു ഫ്രോക്കുകാരി കൊച്ചുസുന്ദരി ധരിച്ചുവശായപോലെ തോന്നി. ചിരിയടക്കാൻ ഷാഹിദിനു നന്നേ പാടുപെടേണ്ടിവന്നു. അവൾ നിർത്താൻ ഭാവമില്ലായിരുന്നു.

"അച്ഛാ ദേ തുലുക്കൻ..."

ഇത്തവണ അച്ഛൻ അമ്മയുടെ മടിയിൽനിന്നവളെയെടുത്ത്, തനിക്കരികെ, ജനാലയ്ക്കൽ നിർത്തി വഴിയോരക്കാഴ്ചകളാണ് കൂടുതൽ സ്തോഭജനകം എന്നു സമർത്ഥിക്കാനുള്ള ശ്രമമാരംഭിച്ചു.

ഈ മണ്ണിൽ തലമുറകളായി ജീവിക്കുന്നവരാണ് കൊച്ചാമ്മദിന്റെയും ഷാഹിദിന്റെയുമെല്ലാം വംശങ്ങൾ. തീർത്തും ഈ നാടിന്റെ മക്കൾ. ഏറി വന്നാൽ വ്യാപാരിയോ ഉദ്യോഗസ്ഥനോ ആയ ഏതെങ്കിലും അറബിയുടെയോ പഠാന്റെയോ രക്തം കലർന്നിരിക്കാം. വിശ്വാസത്തോടൊപ്പം വിശ്വാസം കൊണ്ടുവരുന്നവന്റെ ഭാഷയും വേഷവും പകർത്തുമ്പോൾ സ്വന്തം മണ്ണിൽ അന്യരായിത്തീരുന്ന മനുഷ്യർ. ബാംഗ്ലൂരിൽവെച്ച് നഗരവീഥിയിലൊരു സംഘത്തെ കണ്ടത് ഷാഹിദ് ഓർത്തു. സായിപ്പന്മാരും മദാമ്മമാരുമായിരുന്നു അതിൽ കൂടുതലും. സായിപ്പന്മാരുടെ ശിരസ്സുകളെല്ലാം വഴുക്കമൊട്ട. തൂങ്ങിക്കിടക്കുന്ന നേർത്തു നീണ്ട കുടുമ. നെറ്റിയിൽ വെളുത്ത നെടുങ്കനൊരു നീൾക്കുറി. പാളത്താറ്. പൂണുനൂല്. തുളസിമാല. തുളസിമാലയും നീൾക്കുറിയും ധരിച്ച മദാമ്മമാർ കാവിസാരി ചുറ്റിയിരിക്കുന്നു. ആടിയും പാടിയും ഇലത്താളം മുഴക്കിയുമാണ് അവർ നീങ്ങിയത്.

"ഹരേ കൃഷ്ണ... ഹരേ രാമാ..."

കൊച്ചാമ്മദും ആ പടിഞ്ഞാറന്മാരും ഒരേ തരക്കാരാണ്. ഇതുപോലെ റോമിൽനിന്നും സിറിയയിൽനിന്നും ഇറക്കുമതി ചെയ്ത ളോഹകൾ. സന്നാഹങ്ങൾ!

''എന്നാ ചിരിക്കുന്നെ?'' കൊച്ചാമ്മദ് ഷാഹിദിന്റെ, അറിയാതെ പുറത്തു തൂവിപ്പോയ മന്ദഹാസം പിടിച്ചെടുത്തു.

എന്തു പറയാൻ? മനുഷ്യന്മാരുടെ കോമാളിത്തത്തിനതിരില്ല എന്നോ! അതൊക്കെക്കണ്ട് ഹൃദ്യമായി ചിരിക്കുക മാത്രമേ ചെയ്യാനുള്ളൂ എന്നോ?

കൊച്ചാമ്മദ് ഒരു ചർച്ച ആഗ്രഹിക്കുന്നുണ്ടെന്നു തോന്നി. എങ്കിൽ ഹിന്ദുമാതാപിതാക്കൾ തങ്ങളുടെ കുഞ്ഞുങ്ങളെ മുസ്ലീംവിരോധത്തോടെ വളർത്തുന്നു എന്നതായിരിക്കുമോ വിഷയം?

ഹൈന്ദവത ഷാഹിദിനു പണ്ടുപണ്ടേ സഞ്ജുവിന്റെ ആകാശനയനങ്ങളാണ്. ഇപ്പോളവ യൗഗികമായ ഒരനുഭവം തരുന്നു. അള്ളാമേടിന്റെ തണലുകളിൽ നടക്കുന്ന പ്രകാശമയമായ ഒത്തുചേരലുകളാണ് ഇപ്പോൾ ഷാഹിദിനു ഹൈന്ദവത...

ഷാഹിദ് വിഷയം മാറ്റി: ''അല്ല അണ്ണനിറങ്ങേണ്ട സ്റ്റോപ്പായല്ലോ.'' ബസ് കൊച്ചാമ്മദിനിറങ്ങേണ്ട സ്റ്റോപ്പിൽ നിർത്താൻ തുടങ്ങുകയായിരുന്നു.

നഗരത്തിലിറങ്ങി ഏലപ്പാറയ്ക്കുള്ള ബസ് കാത്തുനിൽക്കുമ്പോഴാണ് ആ യാത്ര ഉപേക്ഷിക്കാൻ ഷാഹിദ് തീരുമാനിച്ചത്. താച്ചിയുടെ വിശേഷങ്ങൾ അറിയാനൊരു ശ്രമം നടത്താം. ഫോൺ നമ്പറുണ്ട്. വിളിച്ചിട്ട് ആരും എടുക്കുന്നില്ല. അവിടെയുമിവിടെയും ചുറ്റിക്കറങ്ങി അരമണിക്കൂറിടവിട്ട് ഷാഹിദ് പലവട്ടം വിളിച്ചുനോക്കി.

വീട്ടിൽ തിരിച്ചെത്തിയ ഷാഹിദിനെ എതിരേറ്റത് രസാവഹമായ ഒരു കാഴ്ചയായിരുന്നു. ഗാഢനിദ്രയിലാണ്ട പുള്ളിമാൻ. അവന്റെ വയറ്റത്തു തലവച്ച് മലർന്നു കിടന്നുറങ്ങുന്ന നവാഗതയായ പൂച്ചക്കുഞ്ഞ്. അതിന്റെ അടിവയറിനു വിളർത്ത സ്വർണനിറമായിരുന്നു. ആകെ ഒരു കൊച്ചു പഞ്ഞിക്കെട്ടുപോലെ. എന്തു മന്ത്രവിദ്യയാണാവോ താലിയപ്പന്റെ കൈയിൽ, പുള്ളിമാനും പൂച്ചക്കുഞ്ഞും ഇങ്ങനെ അടുപ്പത്തിലാകാൻ? കുഞ്ഞാലിയാണ് പൂച്ചക്കുട്ടിക്ക് ഒടുവിൽ പേരിട്ടത്. അതും താലിയപ്പന്റെ പരിഗണനയിൽ ഇല്ലാതിരുന്ന പേര്-മോളമ്മ.

പടി തുറക്കുന്നതുകേട്ട് ഒച്ചവയ്ക്കുക എന്നതും ഷാഹിദ് വരുമ്പോൾ സ്വീകരണം നൽകുക എന്നതും പുള്ളിമാന്റെ കടമകളിൽപ്പെടുന്നതാണ്. കടമ നിർവഹിക്കാനുള്ള ബോധം പക്ഷേ, പുള്ളിമാനില്ലായിരുന്നു, അല്ലെങ്കിൽ മടിയായിരുന്നിരിക്കാം. ഏതായാലും ഷാഹിദ് അടുത്തെത്തിയപ്പോൾ കണ്ണു പാതി തുറന്ന് പുള്ളിമാൻ നോക്കി, വാലാട്ടി വീണ്ടും കണ്ണടച്ചു. മോളമ്മ ഒന്നും അറിഞ്ഞില്ല.

ഒടുവിൽ മൂന്നാഴ്ച കഴിഞ്ഞ് താച്ചിയുടെ കത്തുവന്നു. ഇന്റൻസീവ് കെയർ യൂണിറ്റിൽത്തന്നെയാണ് അസീസ്. കടുത്ത വിപത്തിന്റെ ഘട്ടം കഴിഞ്ഞുകിട്ടിയെന്നു പറയാം. പക്ഷേ, ബോധം തീർത്തും സാധാരണനിലയിലായില്ല. ഒറ്റ വാക്കിലുള്ള സംവേദനങ്ങൾ വല്ലപ്പോഴും... ഹോസ്പിറ്റലിന്റെ കാത്തിരിപ്പുമുറികളിൽ കഴിയുകയാണ് താച്ചി. അമ്മായിഅമ്മയും കൊച്ചുഷാഹിദും വീട്ടിൽ. കുഞ്ഞ് പൊരുത്തപ്പെടാൻ ശ്രമിക്കുന്നുണ്ട്. എങ്കിലും ചിലപ്പോൾ വഴക്കാണ്. സുഹൃത്തുക്കൾ ചിലർ സഹായിക്കുന്നുണ്ട്. പക്ഷേ, ആകെ വല്ലാത്തൊരു സാഹചര്യം.

കത്തു കിട്ടിയത് സമാധാനമായി. അതേസമയത്ത് ഹൃദയത്തിനൊരു ഭാരവുമായി. അന്നു വൈകുന്നേരം ഷാഹിദ് അസർ നിസ്കരിക്കാൻ പള്ളിയിലാണു പോയത്. നിസ്കാരത്തിനിടയ്ക്ക് എപ്പോഴോ മഴ ചാറി. പുതുമണ്ണിന്റെ മണം കടന്നുവന്നു. ഷാഹിദ് താച്ചിയെ ഓർത്തു. ഇനി ഈ ഗന്ധം താച്ചിയെ ഓർമിപ്പിക്കുന്നതായിരിക്കുമല്ലോ എന്നും. കാലവർഷത്തിന്റെ തുടക്കമായിരുന്നു അത്.

പള്ളിക്കൂടം തുറന്നു. കുട്ടികൾ മഴയത്ത് കിലുക്കുകളെപ്പോലെ കലപിലകൂട്ടി സ്കൂളിലേക്കു പോവുകയും വരികയും ചെയ്തു. ചെമ്പകപ്പള്ളിയുടെ വഴികൾ മുഖരിതമായി.

കോരിച്ചൊരിയുന്ന മഴയുടെ നാളുകളിലൊന്നിൽ സഞ്ജുവിന്റെ കത്തുവന്നു:

"...ഗുരുനിർദ്ദേശമനുസരിച്ച് അമൃതാചലത്തിൽ ജീവനാനന്ദനായിക്കഴിയവേ ചിലപ്പോൾ പഴയ സഞ്ജുവാകുന്നു. ഷാഹിദലി വിളിക്കുന്നതു കേൾക്കുന്നു. ഏതു പൂർവജന്മത്തിന്റെ ബാക്കി, ഏതു പൂർവകർമത്തിന്റെ ബാക്കി?"

പിന്നെയും കുറെ ദിവസങ്ങൾ കടന്നുപോയി. താച്ചിയുടെ ബാക്കി പിന്നീടെന്നു നിർത്തിയ കത്തിന്റെ തുടർച്ച പ്രതീക്ഷിച്ച്... സഞ്ജുവിന്റെ വരവ് പ്രതീക്ഷിച്ച്... പ്രതീക്ഷിക്കാതെയിരിക്കാനുള്ള സ്വയം പര്യാപ്തത എന്നാണ് നേടുക എന്നു പ്രതീക്ഷിച്ച്...

ആ കാത്തിരിപ്പിനിടയിൽ നബിദിനം വന്നു. നേർച്ചച്ചോറ് ഒരുക്കാനും പ്രാർത്ഥിക്കാനുമായി അള്ളാമേടിന്റെ ഇറക്കത്തിൽ പരന്നുകിടന്ന നേർച്ചപ്പാറയിൽ ചെമ്പകപ്പള്ളിക്കാർ ഒരുമിച്ചു.

മഴ തോർന്ന ഒരു ദിവസമായിരുന്നു അത്. എല്ലാം കഴുകിത്തെളിഞ്ഞപോലെ കിടന്നു. പണ്ട് സഫറുള്ള അനുകരിച്ച നൂറുദ്ദീനാണ് ഇപ്പോൾ, വർഷങ്ങൾക്കുശേഷം മുസ്ല്യാരായിരിക്കുന്നത്. ഏതാനും ദിവസങ്ങളേ ആയുള്ളൂ അയാൾ വന്നിട്ട്. പണ്ടത്തെ കർശനഭാവം മാഞ്ഞ് മുഖത്ത് ആർദ്രത നിറഞ്ഞുകാണുന്നു. പുളിയൻ പച്ചമാങ്ങ പഴുത്ത് ഇനിപ്പിയന്നതുപോലെ.

"അൽഫാതിഹാ" തെളിഞ്ഞ അന്തരീക്ഷം കമറുദ്ദീന്റെ മുഴങ്ങുന്ന സ്വരം ഏറ്റുവാങ്ങി.

"അഊദുബില്ലാഹിമിനശൈത്താനി റജീം

ബിസ്മില്ലാഹിർ റഹ്മാനിർറഹീം

അൽഹം ദുലില്ലാഹി റബ്ബിൽ ആലമീൻ..."

പരിശുദ്ധനായ ദൈവത്തിന്റെ നാമത്തിൽ. ദൈവമല്ലാതെ ആരാധനയ്ക്കർഹനാരുമില്ലെന്നു ഞാൻ സാക്ഷ്യപ്പെടുത്തുന്നു.

അവൻ കരുണാമയൻ

അന്ത്യദിനത്തിന്നുടയോൻ

അറിവിൻ പരംപൊരുൾ!

അവനോടുമാത്രം സഹായമഭ്യർത്ഥിക്കുകയും അവനോടുമാത്രം പൊറുക്കലിനെ തേടുകയും ചെയ്യുന്നു.

'യാസീൻ'[3] ഓതി 'ദുആ' ഇരന്ന് എല്ലാവരും ഭക്തിപൂർവം 'പാത്തിയാപ്പങ്കി'ന്റെ 'ഒജിന'[4] മായി കൽക്കണ്ടവും മുന്തിരിയും കഴിച്ചു. നേർച്ചയുടെ, സ്വാദു നിറഞ്ഞ നാളികേരച്ചോറുമുണ്ടായിരുന്നു.

മഴ കഴുകിയ ആ ദിവസത്തിൽ അള്ളാമേട്ടിലെ കാട്ടുപൂക്കളുടെയും പുല്ലുകളുടെയും സൗരഭ്യം ഷാഹിദ് തന്റെ വിരഹവും ഭക്തിയും നിറഞ്ഞ ഹൃദയംകൊണ്ടാണ് ഉൾക്കൊണ്ടത്.

---

3. ഖുർആനിലെ ഒരദ്ധ്യായം - യാസീൻ ഖുർആനിന്റെ ഹൃദയം എന്ന് പറയപ്പെടുന്നു.
4. ഭക്ഷണം

# തവക്കൽതു അലല്ലാഹ്

**താ**ച്ചി ഭർത്താവിന്റെ അടുത്തേക്കു തിരിച്ചുപോയിട്ട് മാസം രണ്ടു കഴിഞ്ഞു. തുടർന്നെഴുതും എന്ന വാഗ്ദാനവുമായി വന്ന ഒരേ ഒരു കത്തേ ഈ കാലയളവിൽ താച്ചിയിൽനിന്നും ഷാഹിദിനു കിട്ടുകയുണ്ടായുള്ളൂ. അതുകൊണ്ട് ക്ഷമാപൂർവം ഷാഹിദ് കാത്തിരിപ്പു തുടർന്നുവന്നു. ആ കാത്തിരിപ്പിനിടയിൽ താച്ചിയുടെ വല്ല വിവരവും അമ്മയ്ക്കു കിട്ടിയിട്ടുണ്ടോ എന്നു തിരക്കാനായി വടക്കേത്താഴത്തു ചെന്നപ്പോഴാണ് മനസ്സിലായത് താച്ചി അവർക്ക് എഴുതിയിട്ടേ ഇല്ല എന്ന്. അസീസ് അപകടഘട്ടം തരണംചെയ്ത കാര്യംപോലും ഷാഹിദിൽനിന്നാണ് താച്ചിയുടെ അമ്മ അറിഞ്ഞത്.

നബിദിനം കഴിഞ്ഞ് അധികമായിരുന്നില്ല. ഒരിക്കൽ ഷാഹിദ് വീണ്ടും വടക്കേത്താഴത്തുചെന്നു.

"മോടെ കത്തു വല്ലോം വന്നോ?" ഷാഹിദിനെ കണ്ടപ്പോഴേ അമ്മ ചോദിച്ചു.

"ഇല്ല, താച്ചീടമ്മയ്ക്ക് വല്ലോം കിട്ടിയോ?"

"ഇല്ല, മോനേ." താച്ചിയുടെ അമ്മയുടെ മുഖത്ത് വേദന നിഴലിച്ചു: "കഴിഞ്ഞയാഴ്ച സുമയ്യാനെക്കൊണ്ട് താച്ചീനെ ഫോൺ വിളിപ്പിച്ച്. നമ്പറ് മാറീട്ടൊണ്ടെന്നാ തോന്നുന്നേ. കിട്ടിയില്ലെന്ന്."

"ഞാനും വിളിച്ചിരുന്നു. അന്നേരം ആരും എടുത്തില്ല."

"കുടുംബത്തെ ആണ്ങ്ങക്ക് ബോധമില്ലാതായിപ്പോയി. അവളെ നിന്നെക്കൊണ്ട് കെട്ടിച്ചിര്ന്നെങ്കി ഇങ്ങനെ വിവരങ്ങളറിയാമ്മേലാതെ തീ തിന്നേണ്ടി വരുമായിരുന്നോ!" താച്ചിയുടെ അമ്മ അങ്ങനെ തുറന്നു സംസാരിക്കുന്നത് ആദ്യമായിട്ടായിരുന്നു: "പൂക്കുല തല്ലിയ പോലാ... എല്ലാമങ്ങ് ചിതറിപ്പോയി. രണ്ടു വീടും അനാഥമായി."

"താച്ചീടമ്മ വെഷമിക്കര്ത്." ഷാഹിദ് സമാധാനിപ്പിക്കാൻ ശ്രമിച്ചു.

"മേലാത്ത അമ്മാനേം നോക്കി, ഈ നെലോം സൊത്തും കാത്ത് ഞാനൊറ്റയ്ക്ക്..."

രണ്ടുപേരും പൊടുന്നനെ നിശ്ശബ്ദരായി. ആ നിശ്ശബ്ദതയുടെ ഭാരം താങ്ങാൻ വയ്യെന്നു വന്നപ്പോൾ ഷാഹിദ് എഴുന്നേറ്റു.

''നീയെന്നാ മോനെ എഴുന്നേറ്റേ? വല്ലോം കഴിച്ചിട്ടേ പോകാവൊള്ള്.''

''വേണ്ട.''

''ചായയിടട്ടെ മക്കളേ?''

''ഇപ്പ വേണ്ടാഞ്ഞിട്ടാ അമ്മാ.''

ഷാഹിദ് പതിയെ ഇറങ്ങിപ്പോന്നു.

നേരെ ടെലിഫോൺ ബൂത്തിൽചെന്ന് താച്ചികൊടുത്ത ഫോൺ നമ്പർ ഡയൽചെയ്യുകയാണ് ഷാഹിദ് ചെയ്തത്. സുമയ്യയ്ക്ക് ഉണ്ടായ അനുഭവംതന്നെ ഷാഹിദിനും ഉണ്ടായി. റോങ്നമ്പർ എന്നു മറുപടി. പുരുഷസ്വരമായിരുന്നു. ഡയൽചെയ്ത നമ്പർ പറഞ്ഞപ്പോൾ നമ്പർ ശരിതന്നെ. ഉദ്ദേശിച്ച ആളുടേതല്ലെന്നു മാത്രം എന്നായിരുന്നു പ്രതികരണം.

എന്താണ് സംഭവിച്ചതെന്നറിയാൻ ഒരു വഴിയും ഷാഹിദ് കണ്ടില്ല. കടുത്ത വേദനകൾ സൃഷ്ടിച്ച വിള്ളലുകളിലൂടെ ജീവിതത്തിന്റെ ആഴങ്ങളിലേക്കു താണിറങ്ങുകയാണ് താനെന്നു ഷാഹിദിനു തോന്നി.

കൊമ്പന്റെ വീട്ടിലെ തൗബയുടെ ദിവസം കൈയിൽ വന്നുചേർന്ന രാജാത്തി എന്ന മൈനയെ ഷാഹിദലി കൂടെ പാർപ്പിച്ചിരുന്നില്ല. നേരെ പള്ളിപ്പറമ്പിലേക്കു കൊണ്ടുവരികയൊക്കെ ചെയ്തു. മോളമ്മയും പുള്ളിമാനും കൗതുകത്തോടെ കൂട്ടിനകത്തേക്കു നോക്കിയപ്പോൾ വല്ലാത്തൊരു ധൈര്യക്കുറവ് ഷാഹിദിനെ ഗ്രസിച്ചു. സാത്വികരാണെങ്കിലും വല്ല അബദ്ധവും അവർ കാണിച്ചാലോ? വേഗം താലിയപ്പനെ വിളിച്ച് രാജാത്തിയെ കൂടോടെ ഏൽപിച്ചു.

''കാവളംകാളി!'' താലിയപ്പൻ പറഞ്ഞു: ''അതാണെന്നും പറഞ്ഞാ കൊമ്പൻ എടുത്തുതന്നിരിക്കുന്നെ.''

''കുഞ്ഞാലിയോടിണക്കമായിര്ന്ന്.'' താലിയപ്പൻ ഓർത്തു.

പഴയ രാജാത്തിയാണെങ്കിൽ കുഞ്ഞാലിക്ക് വലിയ കാര്യമായിരിക്കും. രാജാത്തിക്ക് തിരിച്ചും സന്തോഷമുണ്ടാകേണ്ടതാണ്. പക്ഷേ, കുഞ്ഞാലിക്കും നിജസ്ഥിതി തിട്ടപ്പെടുത്താനൊത്തില്ല.

അസ്സലോ നക്കലോ എന്നു കുഞ്ഞാലിക്കുപോലും തിരിച്ചറിയാൻ വയ്യാത്ത ഒരു രാജാത്തി സമാധാനത്തിന്റെ അടയാളമായി തന്റെ കൈയിൽ വന്നുചേർന്നിരിക്കുന്നുവെന്ന് ഗുല്ലുവിനെ വിളിച്ചു പറയാൻ ഷാഹിദ് മറന്നില്ല. ഗുല്ലു ഉടനെ വരാനൊരുങ്ങിയതാണ്. പക്ഷേ, വൈറൽപനി പിടിച്ച് കിടപ്പിലായി. ചെമ്പകപ്പള്ളിക്കായി

നീക്കിവച്ച അവധി അങ്ങനെ പനിയിൽത്തീർന്നു. പിന്നീടാകട്ടെ, അവധി കിട്ടുകയുമുണ്ടായില്ല. ഗുല്ലു വരുന്നതിനെക്കുറിച്ചോർത്തു സന്തോഷിച്ച ഷാഹിദ്, വരുന്നില്ലെന്നറിഞ്ഞ് നിരാശാഭരിതനായതുമില്ല.

അഞ്ചുനേരവും നിസ്കരിക്കുന്ന സത്യവിശ്വാസിയായിരുന്നു ഷാഹിദ്. വെള്ളിയാഴ്ച കൂടാതെ മറ്റു ദിവസങ്ങളിലും മിക്കവാറും പള്ളിയിൽ പോകും. കൂടാതെ, തെളിഞ്ഞതും മറ്റു ബാധ്യതകളില്ലാത്തതുമായ ദിവസങ്ങളിൽ, ഷാഹിദ് അള്ളാമേട്ടിൽ ചെന്നിരിക്കും. കാറ്റിന്റെയും പക്ഷികളുടെയും ഷഡ്പദങ്ങളുടെയും സ്വരങ്ങളിൽ ലയിച്ച്... ആകാശത്തിന്റെ നീലിമയിൽ മുഗ്ദ്ധനായി... പുല്ലുകളുടെയും പൂക്കളുടെയും സമ്മിശ്രഗന്ധം നകർന്ന്... ചിലപ്പോൾ കൈ നീട്ടിയാൽ തൊടാവുന്ന അകലത്തിലൂടെ മേഘങ്ങൾ കടന്നു പോവും... താഴെ ചെമ്പകപ്പള്ളിയിലെ പള്ളിയിൽനിന്നു മുഴക്കമുള്ള സ്വരത്തിൽ ബാങ്കുവിളി ഉയർന്നുകേൾക്കുമ്പോൾ എഴുന്നേറ്റ് അരുവിക്കരെ ചെന്ന് വൊളു എടുത്ത് അള്ളാമേട്ടിലെ തണലുകളിൽ തന്റെ നമാസ് നിർവഹിക്കും. ഏകാന്തത ഷാഹിദിനു പ്രിയങ്കരമായി വരികയായിരുന്നു. അള്ളാമേട്ടിലെ ഒറ്റയ്ക്കിരിപ്പു കഴിഞ്ഞ് തിരികെ പോരുമ്പോൾ ഒരൂർജ്ജസ്രോതസ്സിൽ മുങ്ങിക്കിടന്നെഴുന്നേൽക്കുന്നതുപോലെ ഷാഹിദിനു തോന്നും.

ചിലപ്പോൾ അള്ളാമേട് ഓർമകളിലേക്കു പറക്കാൻ വേണ്ടിയുള്ള ഒരു താവളവുമായിരുന്നു.

അന്ന്, ഷാഹിദ് പേരാൽപ്പന്തലിനു കീഴിലെ കല്ലിൽ മലർന്നു കിടന്നോർത്തത് താച്ചിയുമായി കഴിഞ്ഞ രണ്ടാമത്തെ രാത്രിയായിരുന്നു. എന്നുവെച്ചാൽ അവസാനരാത്രി. വേർപിരിയുന്നതിനും കുറച്ചു മണിക്കൂർ മുമ്പ്, ഷാഹിദ് ഒരു സിഗററ്റെടുത്തു കൊളുത്തുകയായിരുന്നു.

“ഇത് എത്രാമത്തെയാന്നറിയാവോ?”

താച്ചി പരിഭവത്തോടെ ചോദിച്ചു.

“ഇല്ല.” ക്ഷമാപണത്തിന്റെ സ്വരത്തിൽ ഷാഹിദ് പ്രതിവചിച്ചു.

“ഇവിടെ വന്നേനുശേഷം പൊട്ടിച്ച പാക്കറ്റാ. രണ്ടെണ്ണല്ലേ ബാക്കിയുള്ളൂന്ന് നോക്കിക്കേ.”

നോക്കി. ശരിയായിരുന്നു. രണ്ടെണ്ണമേ ഉള്ളൂ ബാക്കി. തുടരെത്തുടരെയാണ് എന്നോർക്കാതെ ഏതാണ്ടൊരു പാക്കറ്റ് വലിച്ചു തീർത്തിരിക്കുന്നു.

“ദേ, ഇങ്ങനെ പുകവലിക്കരുത്,” താച്ചി നിർദ്ദേശിച്ചു.

“ഇല്ല. സഞ്ജുവും പറയാറുണ്ട്. ഇതിന്റെ ദോഷത്തെപ്പറ്റി.”

"എന്നതാ പറഞ്ഞേ?"

"എടോ കള്ളുകുടിക്കുന്നതിനേക്കാൾ മോശമാ പുകവലി എന്ന്. ഇച്ഛാശക്തിയെ ഇത്രകണ്ട് നശിപ്പിക്കുന്ന ഒന്നും ഇല്ല. നല്ലതിനും ചീത്തയ്ക്കും ഇച്ഛാശക്തിയില്ലാതെ എങ്ങനെയാടോ എന്ന്."

"എന്നിട്ടാ സാറിത് നിർത്താത്തത്?"

"നിർത്താമെന്നേ... കുറച്ചുകൊണ്ടുവന്നിട്ട്."

പെട്ടെന്ന് താച്ചി ഷാഹിദിന്റെ ചുണ്ടുകൾക്കിടയിലിരുന്ന സിഗററ്റ് തട്ടിയെടുത്തു ജനാലയ്ക്കൽ ചെന്നു പുറത്തേക്കു വലിച്ചെറിഞ്ഞു.

"ഇനി ഇതു വേണ്ട അലിയാരേ..." അവൾ പറഞ്ഞു. താച്ചി കൽപിക്കുമെങ്കിൽ, വേണ്ട, ഷാഹിദിന് എതിരഭിപ്രായം ഇല്ല തന്നെ.

സിഗരറ്റു വാങ്ങാൻ മുറുക്കാൻ കടകളിൽ ചെല്ലാതായപ്പോൾ മുറുക്കുന്ന പതിവും ഷാഹിദിന് ഇല്ലാതായി.

സിഗരറ്റ് ഉപേക്ഷിച്ചതും ചെമ്പകപ്പള്ളിയിലെ കാറ്റും വെളിച്ചവും തട്ടി നടക്കുന്നതും അള്ളാമേട്ടിൽ ഇടയ്ക്കിടെ കയറിയിറങ്ങുന്നതും ഷാഹിദിനെ കൂടുതൽ ആരോഗ്യവാനാക്കി. ഒരു ഖേദം മാത്രം മനസ്സിൽ

വിടാതെ തങ്ങിനിന്നു. താച്ചിക്ക് എന്തുപറ്റി എന്നറിയാത്തതിന്റെ, അവളനുഭവിക്കുന്ന വിഷമത്തിലൊരു പങ്കുപറ്റാൻ കഴിയാതിരിക്കുന്നതിന്റെ ഖേദം.

അങ്ങനെയിരിക്കുമ്പോൾ ഗുല്ലു കുറിച്ചിയാനിക്കലേക്കു വിളിച്ചു.

"നീ പോസ്റ്റ് ഡോക്ടറൽ പ്രോജക്റ്റ് സബ്മിറ്റ് ചെയ്തത്, അടുത്തു തന്നെ ശരിയാവും. നിന്റെ ഗൈഡായിരുന്നില്ലേ ആ പ്രൊഫസർ, അയാളെ വഴിയിൽവെച്ച് കണ്ടിരുന്നു."

മനസ്സിൽ രൂപംകൊണ്ടിരുന്ന ഒരു അക്കാദമിക ജീവിതമുണ്ടായിരുന്നു. ആ രൂപരേഖയുടെ ലവലേശംപോലും ഇപ്പോൾ ഉള്ളിലില്ല.

"എന്നാ നീയൊന്നും പറയാത്തേ?" ഫോണിൽ ഗുല്ലുവിന്റെ ശബ്ദം.

"ഇനീം റിസർച്ച് തുടരുന്നില്ലണ്ണച്ചീ." അതുപറഞ്ഞു കഴിഞ്ഞപ്പോൾ മുമ്പു കണ്ടിട്ടില്ലാത്ത ഏതോ വഴിയിലേക്കു താൻ തിരിഞ്ഞതായി ഷാഹിദ് തിരിച്ചറിഞ്ഞു.

ഇവിടെ ഒരു കർഷകനായി കഴിയുക. ഒട്ടും വിഷമമുള്ള കാര്യമല്ല അത്. പണിക്കാരുടെ കൂടെക്കൂടി രസത്തിനു ചെയ്തു ചെയ്ത് എല്ലാ പണിയും ശീലിച്ചിട്ടുള്ളതാണ്. വിഷാദരോഗത്തിന്റെയും നഗരവാസത്തിന്റെയും ഒരു രക്ഷപ്പെടലെന്നപോലെ കെട്ടിപ്പുണർന്ന ബൗദ്ധികജീവിതത്തിന്റെയും സാന്ദ്രമായ ഒരിടവേള ഉണ്ടായതുകൊണ്ട് ഇക്കാര്യങ്ങളിൽ അലസത വന്നിട്ടുണ്ടെന്നേയുള്ളൂ. തിരിച്ചു മണ്ണിലിറങ്ങാൻ തനിക്കു കഴിയും. താൻ കർഷകനായി കൺവെട്ടത്തു കഴിയുന്നുവെന്നതുകൊണ്ട് താച്ചിക്കു തന്നോടുള്ള പ്രണയം കുറയാൻ പോകുന്നില്ല. ഈ അഞ്ചാറു വർഷത്തെ വിരഹത്തിനുപകരം എന്നും പരസ്പരം കണ്ടുകൊണ്ട്, ഒരേ സാഹചര്യങ്ങൾ പങ്കിട്ടുകൊണ്ടു കഴിയണം. സരളമായി, ലളിതമായി... പക്ഷേ, അവൾക്കെന്തുപറ്റി? എന്നാണവളുടെ കത്തുവരിക? എന്ന്, എന്നാണവൾ വരിക?

**ഒ**രു ദിവസം അലമാരയിലെ തുണികൾ ഒതുക്കിവെക്കുകയായിരുന്നു. ഷാഹിദിനെ കുഞ്ഞാലി മുറിയിൽനിന്നും വിളിച്ചിറക്കി. അൽപം വൈമുഖ്യത്തോടെ അവളുടെ പിന്നാലെ നടക്കുമ്പോൾ ഷാഹിദ് വീണ്ടും വീണ്ടും അന്വേഷിച്ചു:

"എന്തിനാന്നു പറ."

"കാണാമ്പോണ പൂരം വല്ലോരും കേട്ടറിയുവോ?"

അടുക്കളയിലെ മേശപ്പുറത്ത് രാജാത്തി തന്റെ കൂട്ടിലിരിക്കുന്നു. രാജാത്തിയെ നോക്കിയപ്പോൾ കുഞ്ഞാലിക്ക് ചിരിപൊട്ടി. ചിരി

കാരണം അൽപനേരത്തേക്ക് അവൾക്ക് ഒന്നും പറയാൻ പറ്റിയില്ല. പിന്നെ നിയന്ത്രിച്ച് അവൾ ഉണ്ടായതെല്ലാം പറഞ്ഞു.

രാജാത്തി കുഞ്ഞാലിയുടെ വീട്ടിൽ ആദ്യമാദ്യം വിഷാദവതിയായി മുനിഞ്ഞിരിപ്പായിരുന്നു. ഒന്നിലേറെ സ്ഥലങ്ങൾ മാറിയതും പരിചയക്കുറവും കാരണമായിരുന്നിരിക്കണം. ഭക്ഷണം കൊടുക്കലും കൂടു വൃത്തിയാക്കലുമല്ലാതെ രാജാത്തിയുടെ കൂടെ ചെലവഴിക്കാൻ കുഞ്ഞാലിക്കു സമയം കിട്ടാറില്ല. പഴയ ഓർമകൾ പുതുക്കുവാനോ പുതിയ പാഠങ്ങളുടെ പരീക്ഷണങ്ങളിലേർപ്പെടാനോ ഒന്നും കഴിയാറുമില്ല.

ഒരു ദിവസം ഒരു വയസ്സിയുടെ ചിതറിയ ശബ്ദത്തിൽ രാജാത്തി എന്തോ പറയുന്നതു കുഞ്ഞാലി കേട്ടു. അവൾ ശ്രദ്ധിച്ചു. ഏറെ പണിപ്പെട്ടാണെങ്കിലും ഒടുവിൽ അവളാ പക്ഷിപ്പേച്ച് ഗ്രഹിക്കുകയും ചെയ്തു.

പക്ഷിയുടെ പ്രസ്താവം കുഞ്ഞാലിക്കു വളരെ കൗതുകമുണ്ടാക്കി. അവൾ സുമയ്യയെ ചെന്നുകണ്ട് വിശദമായ ഒരന്വേഷണം നടത്തി.

പഴയ രാജാത്തിതന്നെയാണ് തിരിച്ചുവന്നിരിക്കുന്നത്. ഇവളെ കമറുദ്ദീൻ ആദ്യമായി വീട്ടിൽ കൊണ്ടുവന്നദിവസം 'അറുത്തുകളയണം' എന്ന് പ്രഖ്യാപിച്ചിരുന്നതാണത്രെ. എന്തിന് അത്രയും കഠോരമായ ഒരു കർമം ചെയ്യുന്നു എന്ന് സുമയ്യയ്ക്കു മനസ്സിലായില്ല. അവൾ പക്ഷിക്കുവേണ്ടി കരഞ്ഞു യാചിച്ചു.

''കൊല്ലല്ലേ അത്താ...''

ഒടുവിൽ മനസ്സലിഞ്ഞ കമറുദ്ദീൻ നിലപാടിൽ അയവുവരുത്തി.

''ശരി, കൊണ്ടുകളഞ്ഞേക്കുവാ...''

ഭയം കാരണം സുമയ്യ കൂടുതൽ ശഠിച്ചില്ല. അങ്ങനെ ആ പക്ഷി ആ വീട്ടിൽനിന്നും നീക്കം ചെയ്യപ്പെട്ടു.

ഉടുപ്പില്ലാക്കോയയാണ് പക്ഷിയുടെ പേരെന്തെന്നും അതിന്റെ ഉടമസ്ഥനാരെന്നും സുമയ്യയെ ധരിപ്പിച്ചത്.

വർഷങ്ങൾ കഴിഞ്ഞു ഷാഹിദലി ചെമ്പകപ്പള്ളിയിൽ തിരിച്ചെത്തിയ വിവരമറിഞ്ഞതിനുശേഷം ഒരു ദിവസം കമറുദ്ദീൻ ഭാര്യയോട് അവരുടെ ടാക്സികൾ ഓടിക്കുന്ന ഡ്രൈവർമാരിൽ ഒരാളെ ഫോണിൽ വിളിച്ചു 'പഴയ കാവളംകാളി' ഉയിരോടെയുണ്ടോ? എന്ന് അന്വേഷിക്കാൻ പറഞ്ഞു. ജീവിച്ചിരിപ്പുണ്ടെന്നറിഞ്ഞപ്പോൾ അതിനെ വീട്ടിലേക്കു കൊണ്ടുപോരട്ടെ എന്നായി നിർദ്ദേശം.

പക്ഷിയെ തിരിച്ചുകിട്ടിയപ്പോൾ കൊമ്പൻ പറഞ്ഞുവത്രെ.

''പള്ളിപ്പറമ്പിലെ എളേ ചെറുക്കൻ വന്നിട്ടൊണ്ടല്ലോ. അവനെ വിളിപ്പിക്ക്. ഇതവനെ ഏൽപ്പിക്കണം.''

ഡ്രൈവറുടെ വീട്ടിലായിരുന്നു മൈന. കാവളംകാളി എന്നാണ് അവരീ പക്ഷിയെ വിളിക്കുക. അങ്ങനെ പരാമർശിക്കപ്പെട്ട് ഒടുക്കം കാളി എന്നായി പക്ഷിയുടെ പേര്. വയസ്സുകാലവും കൂടിയായപ്പോൾ രാജാത്തി തന്റെ സ്വത്വം മറന്നു. ഡ്രൈവറുടെ വയസ്സുചെന്ന അമ്മയായിരുന്നു പക്ഷിയുടെ ജീവിതത്തിൽ ഏറ്റവും പ്രധാനപ്പെട്ട വ്യക്തി.

''എന്റണ്ണച്ചീ...'' സങ്കടവും ചിരിയും ഇടകലർന്ന് കുഞ്ഞാലി പറഞ്ഞു: ''ഇത് ആ അമ്മാ പറയുമ്പോലെ പറയും, മക്കളേ, വണ്ടി വന്ന്.''

ഡ്രൈവർ കാറുമായി ഉച്ചയ്ക്ക് ഉണ്ണാനെത്തുമ്പോൾ ഡ്രൈവറുടെ അമ്മ നൽകുന്ന സൂചനയായിരുന്നു അത്. ആ അമ്മയുടെ വൃദ്ധസ്വരമായിരുന്നു രാജാത്തി അനുകരിച്ചത്.

''രാജാത്തിക്കും വയസ്സായി, പാവം.'' ഷാഹിദ് പറഞ്ഞു. വാർദ്ധക്യവും നിസ്സഹായതയുംകൊണ്ട് തൂങ്ങിപ്പിടിച്ചിരുന്ന പക്ഷിമുത്തശ്ശി പരിചയമുള്ള വാക്കുകൾകേട്ട് വൃദ്ധസ്വരത്തിൽ പ്രതികരിച്ചു.

''മക്കളേ... വണ്ടിവന്ന്...''

''മൈനേ, പുട്ടുറുമീസേന്ന് വിളി, അലിയാരേന്ന് വിളി, ഗുല്ലൂന്ന്...'' ചിരിയോടൊപ്പം കുഞ്ഞാലിയുടെ കണ്ണിൽനിന്ന് നീർപൊടിഞ്ഞു.

''ഗുല്ലുവണ്ണനെ ഇതറിയിക്കണ്ടേ?''

വേണം. പുതിയ സമാധാനപക്ഷിയായി വന്നെത്തിയിരിക്കുന്നത് സാക്ഷാൽ രാജാത്തിയാണെന്നു ഗുല്ലുവിനെ അറിയിക്കണം.

സംഭവങ്ങൾ തിരിഞ്ഞുമറിഞ്ഞു വരുന്ന ഓരോ രീതികൾ! വിസ്മയങ്ങൾ തീർന്നു എന്ന് ഒരിക്കലും പറയാൻ പറ്റാത്ത അവസ്ഥയല്ലേ മനുഷ്യന്റേത്! പണ്ടു കുഴച്ചിലുണ്ടാക്കുന്ന സന്ദർഭങ്ങളിൽ അത്തമ്മാ പറയാറുള്ളത് ഷാഹിദ് ഓർത്തു:

''തവക്കൽതു അലല്ലാഹ്...''

എല്ലാം ദൈവത്തിൽ സമർപ്പിച്ചിരിക്കുന്നു.

അത്തമ്മായെ അനുകരിച്ചു താച്ചി കൊച്ചുന്നാളിൽ വേണ്ടതിനും വേണ്ടാത്തതിനും നീട്ടിനീട്ടിപ്പറയുമായിരുന്നു!

''തവക്കൽതു അലല്ലാഹ്...''

ഇപ്പോൾ ഹൃദയത്തിന്റെ ആഴങ്ങളിലെവിടെയോനിന്നു ഷാഹിദിന്റെ കണ്ണീരുതട്ടിയ സ്വരം ഉയർന്നുവന്നു.

''തവക്കൽതു അലല്ലാഹ്...''

## നൂറുൽഹുദായുടെ ക്ഷണം

**കു**ഞ്ഞാലിയും താലിയപ്പനും വടക്കേത്തൊഴത്ത് ആവശ്യമറിഞ്ഞ് ആൾസഹായമായി ചെല്ലുന്നതു പതിവായിട്ട് മാസങ്ങളായി. താച്ചി വന്നുപോയ അവസരത്തിൽ തുടങ്ങിയതാണ് ആ ബന്ധം. വടക്കേത്താഴവും കദിയവല്യമ്മയും തമ്മിലുണ്ടായിരുന്ന രസക്കുറവും തീർന്നുകിട്ടിയത് താച്ചിയുടെ സന്ദർശനത്തിനിടയ്ക്കാണ്. ഷാഹിദിന്റെ സുഖവിവരങ്ങളറിയാൻ ആത്മാർത്ഥമായി ശ്രമിക്കുമ്പോലെ തന്നെ താച്ചിയുടെ വീട്ടിലെ വിശേഷങ്ങളറിയാൻ കദിയവല്യമ്മ വടക്കേത്തൊഴത്തും ചെല്ലാറുണ്ട് ഇപ്പോൾ.

ഒരു ദിവസം മുറ്റത്തെ പൂച്ചെടികൾക്കു വെള്ളമൊഴിച്ചുകൊണ്ടിരിക്കുമ്പോൾ കദിയവല്യമ്മ ഷാഹിദലിയെ കാണാൻ ചെന്നു.

പടർന്നു മുതിർന്നു നിന്ന ഒരു കൃഷ്ണതുളസിച്ചെടിയുടെ മൂത്തു വരുന്ന കതിരുകൾ നുള്ളിക്കളയാൻ തുടങ്ങി അവർ.

‘‘എന്നാ ഒക്കെ ഒണ്ട് വിശേഷം? കുറച്ചുനാളായി എന്നെക്കാണാൻ നിക്കാതെ ഓടിപ്പോവുകാണല്ലോ. തോരനും മപ്പാസുമൊക്കെ അടുക്കളയിലെത്തിച്ചും വച്ച് പോയാ മതിയോ?’’ ഷാഹിദ് വാത്സല്യത്തോടെ ചോദിച്ചു.

മൂത്ത തുളസിക്കതിരുകൾ നുള്ളിക്കളഞ്ഞുകൊണ്ട് വല്യമ്മ പറഞ്ഞു:

‘‘ഒത്തിരി നാളായി നിന്നോട് ഒരു കാര്യം പറയണോന്ന് വെച്ചിട്ട്.’’

‘‘എന്നാ കാര്യമാ.’’

‘‘താച്ചി പോവാന്നേരത്ത് എന്റെ വാതുക്കല് കാർ നിർത്തീട്ട് എന്നോട് പറഞ്ഞ്, അമ്മാനീം അത്തമ്മാനീം അന്ന്യോശിക്കണേ വല്യമ്മാന്ന്. പുള്ള അത് പറഞ്ഞപ്പോ എന്റെ ചങ്കിന് കൊണ്ട്.’’ കദിയവല്യമ്മയുടെ സ്വരം ഇടറി.

ഷാഹിദ് മറുപടി പറഞ്ഞില്ല. ഷാഹിദിന്റെ കണ്ണുകൾ, പക്ഷേ സംസാരിച്ചു. എന്തിന് ഇതൊക്കെ പറയുന്നു? എന്തിന് പഴയകാലത്തിന്റെ

സൂചനകൾ വർത്തമാനത്തിലേക്കു വലിച്ചിടുന്നു? വൈകുന്നേരം ഇരുട്ടിയാലുള്ള മാലക്കണ്ണ് പകലും വല്യമ്മായ്ക്കുണ്ടോ? എനിക്കി തൊക്കെ കേൾക്കുന്നതിലുള്ള ബുദ്ധിമുട്ട് എന്റെ മുഖത്തു കാണു ന്നില്ലേ?

ശരിയാണ്, വല്യമ്മ ഷാഹിദിന്റെ വിഷമം മനസ്സിലാക്കുന്നില്ലാ യിരുന്നു. അവർ തന്റെ ഖേദം പുറത്തെടുത്തിടുക തന്നെ ചെയ്തു.

''മക്കളേ, നീയും താച്ചിയും എല്ലാം പൊറുത്ത്, ഷമിച്ച്... എന്നാലും ഓരോന്നോർക്കുമ്പഴത്തേക്കനും ചങ്കിനു കൊള്ളുവാ... വല്യമ്മാ കാരണം....''

കദിയവല്യമ്മയെ സമാധാനിപ്പിക്കാൻ അൽപം പണിപ്പെടേണ്ടി വന്നു ഷാഹിദിന്. ഷാഹിദിന്റെ സംസാരം എപ്പോഴോ തത്ത്വചിന്ത കന്റെ മൊഴികളായി പരിണമിച്ചു.

സുഖത്തിനും ദുഃഖത്തിനും ഒരാൾ മറ്റൊരാൾക്ക് നിമിത്തമായി മാത്രമാണ് വരുന്നത്. ചിലപ്പോൾ അറിഞ്ഞുകൊണ്ട്, ചിലപ്പോൾ അറിയാതെ, നല്ലതെന്ന് നമുക്കു തോന്നുന്നതു മാത്രം ദൈവത്തിനു സംഭവിപ്പിക്കാൻ വയ്യാതെയാണോ? അല്ല. നമ്മുടെ ഇംഗിതമാണോ ദൈവത്തിന്റെ നിയമങ്ങളാണോ നടപ്പിലാവേണ്ടത്? കഷായത്തിന്റെ കയ്പുപോലെ അനുഭവത്തിന്റെ കയ്പും ജീവിതത്തെ നേർവഴിക്കു കൊണ്ടുവരും. അഹങ്കാരം കുറയും. ഓരോ സംഭവവും മനുഷ്യനു ദൈവം നൽകുന്ന പാഠം മാത്രമല്ലേ...?

കേട്ടുകേട്ടിരുന്ന് ഒടുവിൽ കദിയവല്യമ്മ ദീർഘമായി ഒന്നു നിശ്വസിച്ചു.

''വല്യമ്മാക്ക് താച്ചി അച്ചരം പഠിപ്പിച്ച് തന്ന്. പക്ഷേ, നേരാം വണ്ണം വായിക്കാനായില്ല. വല്യമ്മാക്ക് എവിടന്നാ വിവരം,'' കദിയ വല്യമ്മ വലിയ ഗൗരവത്തിൽ പറഞ്ഞു, ''വല്യമ്മാക്ക് മോമ്പറഞ്ഞ തൊക്കെ പിടികിട്ടാത്ത വിശയങ്ങളാ.''

ആശ്വസിപ്പിക്കപ്പെട്ട് തിരിച്ചിറങ്ങവേ കദിയവല്യമ്മ ആശീർവദിച്ചു:

''ഈ ചെമ്പകപ്പള്ളീലെ കൊച്ചുങ്ങളിലേക്കും നല്ലതാ നീ. പട ച്ചോന്റെ റഹ്മത്ത്[1] നിന്റെമേൽ എന്നും കാണും.''

താച്ചിയുടെ അമ്മ ഷാഹിദലിയെ വീട്ടിലേക്കു വിളിപ്പിച്ചു. കുഞ്ഞാലി വഴി, ഒരു രാവിലെയായിരുന്നു അത്.

ഷാഹിദ് വായിച്ചുകൊണ്ടിരുന്ന വർത്തമാനപത്രം താഴത്തുവെച്ച് അപ്പോൾത്തന്നെ വീട്ടിൽനിന്നിറങ്ങി.

---

1. അനുഗ്രഹം

വടക്കേത്താഴത്ത് - സാജിദാ മൻസിലിൽ - മുൻവാതിൽ തുറന്നു കിടക്കുന്നു. വാതിൽക്കൽ മുട്ടിയിട്ടും താച്ചിയുടെ അമ്മയെ കണ്ടില്ല. അതുകൊണ്ട് ഷാഹിദലി ചെരിപ്പഴിച്ചുവെച്ച് പതുക്കെ അകത്തു കടന്നു.

ഭർത്താവിന്റെ അവശയായ അമ്മയെ തലയണകളിൽ ചാരിയിരുത്തി കരണ്ടികൊണ്ട് എന്തോ കോരിക്കൊടുക്കുകയാണ് അവർ.

കാലൊച്ചകേട്ട് അവർ തിരിഞ്ഞുനോക്കി.

''മോനിരിക്ക്. അമ്മ ഇപ്പം വന്നേക്കാം.''

ഷാഹിദ് തിരിച്ചു സിറ്റൗട്ടിൽ ചെന്ന് ഇരുന്നു. ഇങ്ങനെ സ്വാതന്ത്ര്യത്തോടെ ഇവിടെ വന്നുപോകാൻ എത്ര കൊതിക്കാറുണ്ടായിരുന്നു

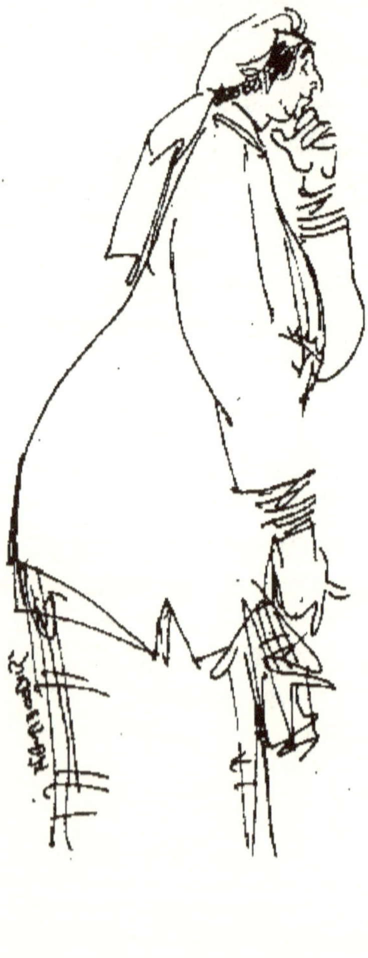

മുൻപൊക്കെ. ഒരേ ഒരിക്കൽ മാത്രം ആ സ്വാതന്ത്ര്യം കിട്ടി. താച്ചിയോടു യാത്ര പറഞ്ഞ രാത്രി.

കുറച്ചുകഴിഞ്ഞ് താച്ചിയുടെ അമ്മവന്ന് ഷാഹിദിന്റെ കൈയിലൊരു കത്തുകൊടുത്ത് അരച്ചുവരിലിരുന്നു.

''അസീസിന്റെ കത്താ, വായീര്,'' അവർ ഷാഹിദിനോടാവശ്യപ്പെട്ടു.

ഷാഹിദ് വായിച്ചു.

ചില വരികൾ ഷാഹിദിന്റെ ഹൃദയത്തിൽ തറഞ്ഞുകയറി.

''... അല്ലാഹുവിന്റെ കൃപകൊണ്ട് ഞാൻ ജോലിക്കുപോയിത്തുടങ്ങി. സാജിദായ്ക്ക് വിശേഷമാണ്. അതിന്റെ വിഷമങ്ങൾ ഇപ്രാവശ്യം ഏറെയുണ്ട്. ഡോക്ടർ ബെഡ്റെസ്റ്റ് പറഞ്ഞിരിക്കുന്നു.''

ഷാഹിദിന്റെ മുഖത്തുനിന്ന് രക്തം വാർന്നുപോയി. നീലമഷിയിൽ കുറിച്ച ചരിഞ്ഞ അക്ഷരങ്ങളിലേക്കു ഷാഹിദ് വീണ്ടും വീണ്ടും നോക്കി. അസീസിന്റെ നീണ്ടുരുണ്ട കൈപ്പട. ആ കടലാസുതുണ്ടും പിടിച്ചു പകച്ചിരിക്കുന്ന ഷാഹിദിനെക്കണ്ട് താച്ചിയുടെ അമ്മയ്ക്ക് കണ്ണുനിറഞ്ഞുവന്നു. അവർ എഴുന്നേറ്റ് ചെന്ന് ഷാഹിദിന്റെ തലയിൽ കൈചേർത്തു പതുക്കെ തലോടി. ആ സ്പർശം അത്തമ്മായുടേതുപോലെ പരിചിതമായി ഷാഹിദിനുതോന്നി. ഷാഹിദ് കണ്ണടച്ച് ഉൾക്കാതോർത്തു. അത്തമ്മാ പറയുകയാണോ? വീരപ്പുലിയലിയാരേ, എന്നാ ഇരിപ്പാ ഇത്. എന്തൊക്കെ ഉപയോഗമുള്ള കാര്യങ്ങൾ ചെയ്യാനുള്ളതാടാ ജീവിതം. ഇങ്ങനെ കുരങ്ങു ചത്ത കുറവനെപ്പോലെ.

താച്ചിയുടെ അമ്മ ശിരസ്സിൽനിന്നു കൈ മാറ്റിയപ്പോൾ ഷാഹിദ് കണ്ണുതുറന്നു.

അമ്മ അകത്തുപോയി ഒരു ഗ്ലാസ്സിൽ ഷാഹിദിനു കുടിക്കാനായി എന്തോ കൊണ്ടുവന്നു.

''വേണ്ട.'' ഷാഹിദ് നിരസിച്ചു.

''കുടിക്ക്.'' അമ്മ ആ ഗ്ലാസ്സ് ഷാഹിദിന്റെ കൈയിൽ പിടിപ്പിച്ചു.

കുളിർന്ന ഇളനീരായിരുന്നു അത്.

''അമ്മാക്ക് വേണോന്നു പറഞ്ഞ് വെട്ടിയ കരിക്കാ. കുടിക്ക്.'' അമ്മ സ്നേഹപൂർവം നിർബന്ധിച്ചു.

കരിക്കുവെള്ളത്തോടൊപ്പം ഷാഹിദ് ഉൾക്കൊണ്ട വാക്കുകൾക്കും കുളിർമയുണ്ടായിരുന്നു.

''വിഷമിക്കരുത് മോനേ.'' താച്ചിയുടെ അമ്മ പറയുകയായിരുന്നു. ''എല്ലാം റബ്ബിന്റെ കൽപനയാണെന്നു കരുതിയേച്ചാ മതി. എല്ലാം അങ്ങോട്ട് വിട്ട് കൊടുക്ക്.''

ദുഃഖത്തിൽ കാച്ചിയെടുത്ത ആ വാക്കുകളെ അവയുടെ മുഖ വിലയ്ക്കുതന്നെ ഷാഹിദ് സ്വീകരിച്ചു.

പെട്ടെന്നുണ്ടായ ഞെട്ടലിൽനിന്ന് മോചനം കിട്ടിയപ്പോൾ ഷാഹിദിന്റെ ചിന്ത കൂലംകുത്തിയൊഴുകി. വരുമെന്നാണ് താച്ചി പറഞ്ഞിട്ടു പോയത്. എന്നിട്ട് വരാതിരിക്കുമോ? താച്ചി ഷാഹിദിനെ ഓർമവെച്ചതിൽപ്പിന്നെ കളിയായിപ്പോലും കബളിപ്പിച്ചിട്ടില്ല. പിന്നെ? മരണത്തെ മുഖാമുഖം കണ്ട് തിരിച്ചെത്തിയ ഭർത്താവിനെ ചെറുക്കാൻ കാരുണ്യം അവളെ അനുവദിച്ചില്ലെന്നോ? അസീസാണല്ലോ മാതൃത്വത്തിന്റെ അനുഭവം അവൾക്ക് നൽകിയ പുരുഷൻ. അവൾ അയാളുടെ ഹലാലായ ഭാര്യയുമാണ്. എങ്ങനെ ചെറുത്തുനിൽക്കാൻ കഴിയും? ഇല്ല. തനിക്കു നിരാശയും വിഷമവും തോന്നിക്കൂടാ. തക്കതായ കാരണമില്ലാതെയാവില്ല താച്ചി ഇങ്ങനെ...

മാറുന്ന ഓരോ സാഹചര്യത്തിലും - നല്ലതായാലും ചീത്തയായാലും - ദൈവമൊരുക്കുന്ന പാഠങ്ങൾ കണ്ട ഭക്തന്റെ അറിവാണ് ശരി. ദൈവമറിയാതെ ഒരു പുൽക്കൊടിപോലും നാമ്പിടുകയില്ലെന്നു പറയുന്നുണ്ടല്ലോ. എങ്കിൽ താച്ചിക്കു മറ്റൊരാളെ വിവാഹം ചെയ്തു പോകേണ്ടിവന്നതിൽ ദൈവം ഒരു സന്ദേശം ഉൾക്കൊള്ളിച്ചിട്ടുണ്ട്. എങ്കിലും താൻ താച്ചിയുടെ പ്രേരണയിൽ ആ സാഹചര്യം ഉൾക്കൊണ്ട്, നിയമങ്ങൾ ലംഘിക്കുകയുണ്ടായി. ആ തെറ്റിക്കലിലും തുടർന്നുണ്ടായ പശ്ചാത്താപത്തിലും ഉണ്ടായിരുന്നില്ലേ പാഠങ്ങൾ?

ഷാഹിദ് പതുക്കെ മുന്നിൽ തുറന്നുകിടന്ന ഒരു സാധ്യതയുടെ വാതായനങ്ങൾ ചാരിയടച്ചു തഴുതിട്ടു. ഇല്ല, ഇനിയങ്ങോട്ടു നോക്കുന്നില്ല.

ആ അടഞ്ഞ വാതിൽ തട്ടിത്തുറക്കത്തക്ക ശക്തമായ ഒരു സന്ദേശം അടുത്തദിവസം ഷാഹിദിനു കിട്ടി. ഗുല്ലു ഫോൺ ചെയ്തപ്പോൾ.

"താച്ചി വിളിച്ചിരുന്നു. നീ അവൾക്ക് മറുപടി അയച്ചില്ലെന്നു പറഞ്ഞ്. എന്താ അയച്ചില്ലേ?"

"അയച്ചു."

"അവൾക്കു മേലാതിരിക്കുവാ. എഴുതാനും വിളിക്കാനും പറ്റാത്ത സാഹചര്യങ്ങളും."

അസുഖത്തോടൊപ്പം അസ്വാതന്ത്ര്യവും താച്ചി അനുഭവിക്കുന്നുണ്ടെന്ന് ഷാഹിദിനു നിശ്ചയമായി. ഒന്നുകൂടി വിളിച്ചാലോ എന്ന് ഒരു നിമിഷം അയാൾ ആഗ്രഹിച്ചുപോയി. ശക്തമായ ആഗ്രഹം. ഒരു തിരപോലെ അത് അടങ്ങുകയും ചെയ്തു.

തീരുമാനമെടുക്കേണ്ടത് താച്ചിയാണ്. എപ്പോൾ വേണമെങ്കിലും അവൾക്കു തന്നോടൊപ്പം പോരാം. താൻ ജീവിച്ചിരിക്കുന്ന കാലംവരെ.

ഏതു വാർദ്ധക്യത്തിലും താച്ചി തനിക്കു പ്രിയപ്പെട്ടവളായിരിക്കും. ആവുന്നകാലംവരെ അവളെ ഏതുരോഗത്തിലും ശുശ്രൂഷിക്കുവാൻ മനസ്സുണ്ട്. താച്ചിയുടെ സ്ഥാനത്തു മറ്റൊരു സ്ത്രീ ഉണ്ടാവില്ല.

താച്ചി സ്വന്തം വഴി തിരഞ്ഞെടുക്കട്ടെ. അവളെ അതിനു സഹായിക്കുക മാത്രമേ തനിക്കു ചെയ്യാനുള്ളൂ. ആഗ്രഹിക്കുന്നതു നടക്കണമെന്ന് ശാഠ്യം പിടിച്ചിട്ട് എന്തുകാര്യം? ആഗ്രഹിക്കുന്നതെന്തെങ്കിലുമാണോ നടക്കുക?

ചെമ്പകപ്പള്ളിയിലെ ചില ചെറുപ്പക്കാർ - അവരിൽ അത്തിലെപ്പ, ഹക്കീം, അനസ്, റഹീം എന്നിവരെ പണ്ടേ ഷാഹിദിനറിയാമായിരുന്നു- ഷാഹിദിനോട് പള്ളിയിൽ വച്ച് ഒരു വെള്ളിയാഴ്ച സംസാരിച്ചു. നിസ്കാരപ്രിയരായിരുന്നതുകൊണ്ട് പള്ളിയിൽവച്ച് എന്നും കാണുന്നവരുമായിരുന്നു അവർ. അതുകൊണ്ട് ഷാഹിദ് താൽപര്യത്തോടെ അവരുടെ വാക്കുകൾ ശ്രദ്ധിച്ചു കേട്ടു.

ഒരു ഗ്രന്ഥശാല രൂപീകരിച്ചിരിക്കുകയാണ് അത്തിലെപ്പയും കൂട്ടുകാരും. പലേടവും നടന്ന് കുറെ പുസ്തകങ്ങൾ സംഭരിച്ചിട്ടുണ്ട്. അത്തിലെപ്പയുടെ വീടിന്റെ ഒരു ഭാഗമാണിപ്പോൾ ലൈബ്രറി. അത്തിലെപ്പയ്ക്ക് ഒരു ചേട്ടനേയുള്ളു-അയാളാകട്ടെ ഗൾഫിൽ ഭാര്യാസമേതം കഴിയുന്നു. സാമാന്യം സാമ്പത്തികശേഷിയുള്ള കുടുംബം. ലൈബ്രറിക്കായി പൈസയുമിറക്കിക്കാണും.

ഏതായാലും ഷാഹിദണ്ണന്റെ പ്രോത്സാഹനവും സഹായവും ഇല്ലാതെ വന്നാൽ ലൈബ്രറി പ്രവർത്തനങ്ങൾ അപൂർണമായിരിക്കുമെന്നായിരുന്നു ചെറുപ്പക്കാരുടെ വാദം. ഷാഹിദിനെക്കാൾ പ്രായം കുറഞ്ഞവരായിരുന്നു അവരെല്ലാം. അതുകൊണ്ട് ഷാഹിദിന് ഒട്ടൊരു വാത്സല്യവും തോന്നി അവരോട്.

ചെമ്പകപ്പള്ളിയിലേക്കു വരുമ്പോൾ കൊണ്ടുവന്നതും, വന്നതിനു ശേഷം വാങ്ങിയതുമായ കുറെ സാഹിത്യകൃതികളും പത്രമാസികകളും ഷാഹിദലിയുടെ പക്കൽ ഉണ്ടായിരുന്നു. പോരാത്തതിന് ഗുല്ലു ഉപേക്ഷിച്ചിട്ട പുസ്തകശേഖരവും. ഷാഹിദ് വായനാസാമഗ്രികൾ കൊണ്ട് ഒരു സൂട്കേസ് ഉദാരമായി നിറച്ചു. ഓട്ടോറിക്ഷയിൽ കയറ്റി രണ്ടു കിലോമീറ്റർ അകലെയുള്ള അത്തിലെപ്പയുടെ വീട്ടിലെത്തി.

ഓട്ടോഡ്രൈവർ പരിചയക്കാരൻ പയ്യനായിരുന്നു; ഷാഹിദിനെക്കൊണ്ട് ഭാരം ചുമപ്പിച്ചില്ല. താൻ തന്നെ സൂട്കേസ് എടുത്തു. വീട്ടിൽ ആ സമയത്തുണ്ടായിരുന്ന അത്തിലെപ്പയും അനസും ഓട്ടോ നിർത്തിയ ശബ്ദംകേട്ടു പുറത്തുവന്നു. സന്തോഷംകൊണ്ടു വികസിച്ച മുഖത്തോടെ ഷാഹിദിനെ എതിരേറ്റു.

സാമാന്യം വലിയ വീടാണ് അത്തിലെപ്പയുടേത്. അതിന്റെ വലതു വശത്ത് തേങ്ങയും മറ്റും സൂക്ഷിക്കാനായി ഒരു കൊച്ചുപുര ഉണ്ടായിരുന്നു. അതൊഴിച്ചെടുത്തു വൃത്തിയാക്കി അതിലാണ് ലൈബ്രറി പ്രവർത്തിക്കുന്നത്.

അതിന്റെ വാതിൽക്കൽ ചുമരിൽ ഒരു ചെറിയ ബോർഡ് ആണിയടിച്ചു പതിപ്പിച്ചു വച്ചിരിക്കുന്നു, പച്ചനിറത്തിൽ വെളുത്ത അക്ഷരങ്ങൾ: ''നൂറുൽഹുദാ ഇസ്ലാമിക ഗ്രന്ഥശാല.'' നൂറുൽഹുദാ-ഈശ്വരന്റെ പ്രകാശം-നല്ലതുതന്നെ, ഷാഹിദ് ഓർത്തു. ദൈവത്തിന്റെ വെളിച്ചമല്ലാതെ എന്താണ് മനുഷ്യമനസ്സുകളിൽ വെളിച്ചമായി അറിവായി, സ്നേഹമായി നിൽക്കുന്നത്? ചെമ്പകപ്പള്ളിയിലെ ചെറുപ്പക്കാർക്ക് അതു വേണ്ടുവോളം ദൈവം കനിഞ്ഞുനൽകട്ടെ! അവർ വായിച്ചു തെളിയുകയും ചെയ്യട്ടെ.

സൂട്കേസ് അകത്തുകൊണ്ടുവെച്ച ഓട്ടോഡ്രൈവർക്ക് അത്തിലെപ്പ ഷാഹിദിന് തടയാനാവുംമുമ്പ് കൂലിയെടുത്തുകൊടുത്തു.

''അതുവേണ്ട.'' ഷാഹിദ് പറഞ്ഞു: ''ഞാനിതിൽത്തന്നെ പോവുകയല്ലേ, ഞാൻ കൊടുത്തോളാം.''

''അതുവേണ്ട ഷാഹിദണ്ണാ. കാസിം പൊയ്ക്കോട്ടെ. ഞാൻ കൊണ്ടുവിടാം.''

നൂറുൽഹുദായുടെ ബീജാവാപത്തെക്കുറിച്ചും സംവിധാനത്തെക്കുറിച്ചും കുറച്ചുനേരം അത്തിലെപ്പയും അനസും സംസാരിച്ചു.

ചെമ്പകപ്പള്ളിക്കാർക്ക് ആ ലൈബ്രറികൊണ്ട് ഉപയോഗമുണ്ടാവുമോ എന്നും ആ സംഭാഷണത്തിനിടയ്ക്ക് ഷാഹിദിന് സംശയം ജനിക്കാതിരുന്നില്ല.

ഒഴിഞ്ഞ സൂട്കേസുമായി അത്തിലെപ്പയുടെ മോട്ടോർ സൈക്കിളിനു പുറകിലിരുന്നു വീട്ടിൽ തിരിച്ചെത്തിയ ഷാഹിദിനെ താലിയപ്പൻ കൗതുകത്തോടെ നോക്കുന്നുണ്ടായിരുന്നു. പുറത്തളത്തിൽ പുള്ളിമാനും മോളമ്മയുമായി കിന്നാരം പറഞ്ഞുനിൽക്കുകയായിരുന്നു താലിയപ്പൻ.

പുറത്തളത്തിലേക്കു കയറിവന്ന് ഷാഹിദ് താലിയപ്പനെ നോക്കി ചിരിച്ചു.

''പെരുത്ത ഉലകംചുറ്റല് നടന്നപോലൊണ്ടല്ലോ. അതും ഇവിടാരുമറിയാതെ.'' താലിയപ്പൻ പറഞ്ഞു.

''നൂറുൽഹുദായുടെ ഒരു ക്ഷണം. ആ വഴി എന്നെങ്കിലും ചെല്ലണമെന്ന്, അത്തിലെപ്പയും കൂട്ടരും...'' ഷാഹിദ് പറഞ്ഞു: ''സൂട്കേസ് നിറച്ച് പുസ്തകം കൊണ്ടുകൊടുത്തു.''

താലിയപ്പന്റെ മുഖം വിവർണമായി. ഒരു രഹസ്യം പറയുന്ന പ്രാധാന്യത്തോടെ താലിയപ്പൻ പറഞ്ഞു:

“നൂറുൽഹുദാ അത്ര ശരിയല്ല അണ്ണച്ചീ.”

“ഒരു ലൈബ്രറിക്ക് എന്നതാടാ ശരികേട്?” ഷാഹിദ് ചോദിച്ചു: “നിനക്ക് വായിക്കാനിഷ്ടമല്ലാന്ന് വച്ച്-”

“അയോദ്ധ്യാപ്രശ്നത്തിനു മുന്നേ അണ്ണച്ചി ഇവിടന്ന് പോയതല്ലേ?”

“ലൈബ്രറിയിൽ മസ്ജിദിനെന്നാടാ വിഷയം?”

“അതല്ലണ്ണച്ചി, ചില്ലറ വിശേഷങ്ങളിവിടെയൊണ്ടായിട്ടൊണ്ട്.”

“നമ്മടെ ചെമ്പകപ്പള്ളീലോ?” ഷാഹിദ് വിശ്വാസം വരാതെ ചോദിച്ചു:

“ചെമ്പകപ്പള്ളീല് അയോദ്ധ്യയ്ക്കെന്തു കാര്യം?”

## കൈയൊപ്പ്

**ചെ**മ്പകപ്പള്ളിയിൽ അയോദ്ധ്യയ്ക്കെന്തു കാര്യം എന്നു ഷാഹിദ് വിസ്മയിച്ചത് വെറുതെയായിരുന്നില്ല. രണ്ടിടങ്ങളെയും ബന്ധിപ്പിക്കുന്ന സമ്പർക്കങ്ങൾ ഒന്നും ഉണ്ടായിട്ടില്ല. അതുതന്നെയല്ല, ഇന്ത്യ വിഭജിക്കപ്പെട്ടപ്പോൾ മതത്തിനു വേണ്ടി ഒരു ചെമ്പകപ്പള്ളിക്കാരനും പാക്കിസ്ഥാനിലേക്കു പോയതായി അറിവില്ല; അയലത്തുള്ള ഏതാനും ചോന്മാരും നായന്മാരും പള്ളിക്കവലയെ പാക്കിസ്ഥാൻ കവലയെന്നു കളിയാക്കി വിളിക്കാറുണ്ടെങ്കിലും അത്തരം തമാശകൾ ചെമ്പകപ്പള്ളിക്കാരെ പ്രകോപിപ്പിക്കാറുമില്ല. ചെമ്പകപ്പള്ളിക്കാർക്കു ലോകത്തിന്റെ തലസ്ഥാനം ചെമ്പകപ്പള്ളിതന്നെ ആയിരുന്നു. അതങ്ങനെ ആയില്ലെങ്കിലേ അത്ഭുതപ്പെടാനുള്ളൂ. കാരണം ഈശ്വരന്റെ കടാക്ഷംപോലെ പ്രസന്നമാണ് ആ മലഞ്ചെരിവിൽ വീഴുന്ന വെയിൽ. ദിവ്യം തന്നെ അവിടെപ്പെയ്യുന്ന മഴയുടെ സംഗീതം. ചെമ്പകപ്പള്ളിക്കാരുടെ കൊച്ചു കൊച്ചു രോഗങ്ങൾ തീർക്കാനായി ആ പരിസരങ്ങളിൽ ഔഷധികൾ വളർന്നുനിന്നു. അവരുടെ മാത്രം സിദ്ധൻ അള്ളാമേടിന്റെ കാൽക്കലെ പള്ളിയിൽ കാവൽകിടന്നു.

അതുകൊണ്ടാണ് താലിയപ്പന്റെ സംസാരം ഷാഹിദിനെ അത്ഭുതപ്പെടുത്തിയത്. അള്ളാമേട്ടിൽതങ്ങളുടെ സങ്കേതത്തിനപ്പുറത്ത് രഹസ്യസമ്മേളനങ്ങൾ നടക്കാറുണ്ടന്ന് ജനസംസാരമുണ്ട്. താലിയപ്പൻ പറഞ്ഞു. അത്തിലെപ്പ, അനസ്, ഹക്കീം, തുടങ്ങി പത്തു പതിനഞ്ചു ചെറുപ്പക്കാർ ഒത്തുകൂടാറുണ്ടത്രെ. അന്യസ്ഥലങ്ങളിൽനിന്ന് ആരോ എല്ലാം അവരുമായി സമ്പർക്കം പുലർത്തുന്നുവെന്നും സംശയമുണ്ട്. നൂറുൽഹുദാ ഇസ്ലാമിക ഗ്രന്ഥശാലയും അത്തിലെപ്പയുടെ വീടും ഗൂഢപ്രവർത്തനങ്ങൾക്കുള്ള മറയാണ്.

''ഏതായാലും കൊടുത്ത പുസ്തകം പോട്ടെ,'' താലിയപ്പൻ ആകാംക്ഷയോടെ ഷാഹിദിനെ ഉപദേശിച്ചു: ''ഇനി നൂറുൽഹുദായുമായി ഒരിടപാടും വേണ്ട. ആ പിള്ളാരുമായും വേണ്ട.''

ഷാഹിദ് നിരുപാധികം സമ്മതിച്ചു. അപ്പോഴാണ് താലിയപ്പനു കുറച്ചൊരു സമാധാനമായത്. താലിയപ്പൻ വലിയൊരു കാഡ്ബറീസ്ബാർ മടിക്കുത്തിൽ നിന്നെടുത്തു.

“ഇതാ, ഇത് അണ്ണച്ചിക്കൊള്ളതാ.”

“എനിക്കോ?” ചോക്കലേറ്റു വാങ്ങിക്കൊണ്ട് ഷാഹിദ് ചോദിച്ചു.

“അണ്ണച്ചിക്ക് കാഡ്ബറീസിഷ്ടാന്ന് കുഞ്ഞാലി പറഞ്ഞു.”

“അതിപ്പോഴോർക്കാൻ കാരണം?”

“മധുരം തരണോന്ന് വച്ചപ്പോ...”

“എന്നാത്തിനായിട്ടാ?”

“കുഞ്ഞാലിക്ക്...”

അപ്പോൾ അതാണു കാര്യം. ആഘോഷിക്കേണ്ടതുതന്നെ. ഷാഹിദ് ചോക്കലേറ്റു പൊട്ടിച്ച് പങ്കിട്ടു. തനിക്ക്, താലിയപ്പന്, പുള്ളിമാന്, മോളമ്മയ്ക്ക്. മോളമ്മയ്ക്കു ചോക്കലേറ്റു വേണ്ട. ആ പങ്ക് പുള്ളിമാനു കിട്ടി.

താലിയപ്പന്റെ ആകാംക്ഷയെ മാനിച്ച് ഷാഹിദലി സൂക്ഷിച്ചു പെരുമാറാൻ തുടങ്ങി. മിക്ക ദിവസങ്ങളിലും പള്ളിയിൽ ചെല്ലുന്ന പതിവ് നിർത്തി. വെള്ളിയാഴ്ച മാത്രമാക്കി. അത്തിലെപ്പയെയും കൂട്ടുകാരെയും അപ്പോഴൊക്കെ തന്ത്രപൂർവം അവഗണിക്കുകയും ചെയ്തു.

രാത്രി, കിടന്ന് ഉറക്കം പിടിച്ചു തുടങ്ങിയ സമയത്താണ് പടിക്കൽ ഒരു ജീപ്പ് വന്നുനിന്ന ശബ്ദം ഷാഹിദ് കേട്ടത്. പുള്ളിമാൻ കുരച്ചു. ഷാഹിദലി കണ്ണുതുറന്നു ചെവിടോർത്തു കിടന്നു. ജീപ്പിന്റെ ഡോർ തുറക്കുകയും അടയുകയും ചെയ്യുന്നു. പടി തുറക്കുന്നു. ബൂട്സിട്ട കാലുകളുടെ ഒച്ച അടുത്തു വരുന്നു. പുള്ളിമാന്റെ കുര ശക്തമാവുന്നു.

ഷാഹിദലി എഴുന്നേറ്റു ലൈറ്റിട്ടു. ഷർട്ടെടുത്തിട്ട് പുറത്തളത്തിലെത്തി. വിളക്കുകൾ തെളിച്ചു, മുറ്റത്തേക്കിറങ്ങി. പൊലീസുകാർ! പുള്ളിമാൻ അവരുടെ മുന്നേറ്റം തടയാൻ ശ്രമിക്കുന്നുണ്ട്. അവനു നേരെ അവർ ലാത്തി വീശുന്നുമുണ്ട്. ഷാഹിദ് ഓടിച്ചെന്ന് അവനെ പിടിച്ചുമാറ്റി.

“ഷാഹിദലിയുണ്ടോ?” ഒരു പൊലീസുകാരൻ ചോദിച്ചു.

“ഞാനാ.”

“വാ, സ്റ്റേഷനിലോട്ട് പോവാം.”

“എന്നതാ കാര്യം?”

"ഓ, അറിയത്തില്ല, അല്ലേ?"

താലിയപ്പൻ ഓടിക്കിതച്ചു വന്നെത്തി. ആരെങ്കിലും വിവരമറിയിച്ചു കാണും, പൊലീസുകാർ അന്വേഷിച്ചു പോന്നിട്ടുണ്ടെന്ന്.

"സാറന്മരെ, ഒന്നും ചെയ്യരുതേ," താലിയപ്പൻ അപേക്ഷിച്ചു.

"നീയാരാടാ?"

"ഇവിടെ സഹായിക്കാൻ..."

"ഓഹോ, അപ്പോ, നീയുമിതിലൊണ്ട്."

ഒരു പൊലീസുകാരൻ രണ്ടുപേരുടെയും കൈകൾ കൂട്ടിച്ചേർത്തു വിലങ്ങിട്ടു. രണ്ടുപേരെയും ഉന്തിത്തള്ളി കൊണ്ടുപോയി ജീപ്പിലേക്കിട്ടു. സെയ്തലവിയുടെ അളിയൻ, ഉടുപ്പില്ലാക്കോയ, ഓട്ടോഡ്രൈവർ കാസിം, മുറുക്കാൻ കടക്കാരൻ അദ്‌ലെഹി എന്നിങ്ങനെ കുറെപ്പേരെക്കൊണ്ടു സീറ്റുകൾ തിങ്ങിയിരുന്നു. അതുകൊണ്ട് അവർക്ക് താഴെ ഇരിക്കേണ്ടിവന്നു.

ഉടുപ്പില്ലാക്കോയ ഷാഹിദിനെ കണ്ടപ്പോൾ വാവിട്ടുകരഞ്ഞു:

''അണ്ണച്ചീ!''

ഷാഹിദ് കാരുണ്യത്തോടെ അവനെ നോക്കി. അതിലപ്പുറം ഒന്നും ചെയ്യാൻ ഷാഹിദിനു കഴിയുമായിരുന്നില്ല.

അങ്ങനെ കരഞ്ഞതിന് ഒരു പൊലീസുകാരൻ ലാത്തികൊണ്ടു കോയയുടെ വയറ്റത്തു കുത്തി. മറ്റൊരു പൊലീസുകാരൻ തെറി പറഞ്ഞു. താലിയപ്പൻ രോഷവും നിസ്സഹായതയുംകൊണ്ട് പൊട്ടിത്തെറിച്ചു:

''ഞങ്ങളെന്നാ ചെയ്തിട്ടാ ഞങ്ങളോടിതു ചെയ്യുന്നേ?''

തെറി പറഞ്ഞ പൊലീസുകാരൻ മുൻസീറ്റിൽ കയറിയിരിക്കാൻ തുടങ്ങുകയായിരുന്നു. അയാൾ ഓടിവന്ന് ജീപ്പിന്റെ അടച്ചിട്ടിരുന്ന പിൻവാതിൽ തുറന്ന്, കൈനീട്ടി താലിയപ്പന്റെ താടിക്കിടയിലൂടെ വിരലുകൾ കടത്തി വലിച്ചു പറിച്ചു. വേദനയുടെ ആധിക്യത്തിൽ ബോധം മറിഞ്ഞ് ഒരുവശത്തേക്കു ചരിഞ്ഞുപോയ താലിയപ്പന്റെ നാഭിക്കിട്ട് തൊഴിച്ചു. എന്നിട്ടു മുഷ്ടി വിടർത്തി, പറിഞ്ഞിരുന്ന താടിരോമങ്ങൾ കൈവെള്ളയിൽനിന്ന് ഊതി കാറ്റിലേക്കു പറത്തി.

തന്റെ ദേഹത്തേക്കു മയങ്ങിവീണ താലിയപ്പനെ നോക്കി വേദനയോടെ ഷാഹിദ് ആലോചിച്ചു. എന്താണ് ഇതിലുള്ള പാഠം?

സ്റ്റേഷനിലേക്കു പാഞ്ഞ ജീപ്പിൽവച്ച് ആരും ഒരക്ഷരം പിന്നെ ഉരിയാടിയില്ല.

പിടിച്ചുകൊണ്ടുപോയവരെ ലോക്കപ്പിലിട്ടു ചോദ്യം ചെയ്യാൻ തുടങ്ങിയ പൊലീസുകാർ ഷാഹിദിനോടു പറഞ്ഞു:

''എല്ലാം തുറന്നു പറയുകയാണ് നല്ലത്.''

താലിയപ്പനെയും ഷാഹിദിനെയും കൂട്ടിക്കെട്ടിയ വിലങ്ങ് അഴിച്ചു മാറ്റിയിരുന്നു. താലിയപ്പൻ ഒരു മൂലയ്ക്ക് അപ്പോഴും ബോധമില്ലാതെ കിടന്നു.

''ആയുധങ്ങളും സ്ഫോടകവസ്തുക്കളും എവിടെയാണ് പാത്തു വച്ചിരിക്കുന്നെ?'' ഒരു പൊലീസുകാരൻ ചോദിച്ചു.

''ഒന്നും പാത്തുവച്ചിട്ടില്ല.''

''നീ പറയില്ല അല്ലേ?'' പൊലീസുകാരൻ ഷാഹിദിനെ തൊഴിച്ചു.

''നിന്റെ കൂട്ടുകാർ എവിടെയാടാ?''

''ഏതു കൂട്ടുകാർ?''

''അറിയില്ല അല്ലേ?'' പൊലീസുകാരൻ വീണ്ടും തൊഴിച്ചു. ഷാഹിദ് വേദന സഹിയാതെ നിലത്തിരുന്നുപോയി. പൊലീസുകാരൻ അയാളുടെ തല ബലം പ്രയോഗിച്ച് കുനിച്ച് കാൽമുട്ടുകൾക്കിടയ്ക്കു

പൂഴ്ത്തി. കഴുത്തു പറിഞ്ഞുപോവുകയാണോ? താൻ കരയുകയാണോ? ആരൊക്കെയാണ് മുതുകത്ത് ഇടിക്കുന്നത്? ഷാഹിദിന് പിന്നീടൊന്നും ഓർമയുണ്ടായില്ല.

ബോധം വന്നപ്പോൾ തെളിഞ്ഞ പ്രഭാതം. ആസ്പത്രിക്കിടക്കയിൽ കിടക്കുന്ന തന്നെയും നോക്കിക്കൊണ്ട് അരികെ സ്റ്റൂളിൽ സഞ്ജു. ഷാഹിദിന്റെ ഹൃദയം നിറഞ്ഞു.

''ഞാനെന്താണിവിടെ?'' ഷാഹിദ് ചോദിച്ചു: ''സഞ്ജു എങ്ങനെ വന്നു?''

സഞ്ജു മന്ദഹസിച്ചു.

''എങ്ങനെയുണ്ട്?'' സഞ്ജു അന്വേഷിച്ചു.

പതുക്കെ പതുക്കെ ഓർമ വന്നു.

''താലിയപ്പൻ?'' ഷാഹിദ് അന്വേഷിച്ചു.

''വീട്ടിൽപോയി.'' സഞ്ജു കൈനീട്ടിക്കൊണ്ടു പറഞ്ഞു: ''എഴുന്നേൽക്കാൻ പറ്റുന്നുണ്ടോ എന്നു നോക്ക്.''

സഞ്ജുവിന്റെ കൈപിടിച്ച് ഷാഹിദ് എഴുന്നേറ്റു. എവിടെയൊക്കെയോ വേദനയുണ്ട്. ആകെയൊരസ്വാസ്ഥ്യം. എങ്കിലും നടക്കാനാവുന്നുണ്ട്.

പൊലീസ് സ്റ്റേഷനിലെത്തി വേണ്ട കടലാസുകളിൽ ഒപ്പിടുമ്പോഴും വീട്ടിലേക്കു പോരുമ്പോഴും ഒക്കെ സഞ്ജു ഷാഹിദിന്റെ ഒപ്പം ഉണ്ടായിരുന്നു. സഞ്ജുവിൽനിന്നാണ് തനിക്കു നേരിടേണ്ടി വന്ന പീഡനം എന്തുകൊണ്ടായിരുന്നുവെന്ന് ഷാഹിദ് മനസ്സിലാക്കിയത്.

ബാബറി മസ്ജിദ് തകർന്നതിന്റെ അഞ്ചാം വാർഷികം അടുത്തുവരികയാണ്. കോയമ്പത്തൂരിൽ ഒരു രാഷ്ട്രീയ നേതാവ് സംസാരിക്കാനിരുന്ന വേദിക്കടുത്ത് ബോംബു പൊട്ടി. കടകളും കെട്ടിടങ്ങളും കത്തിയെരിഞ്ഞു. വർഗീയസംഘർഷം പൊട്ടിപ്പുറപ്പെടുകയും പത്തുമുപ്പത്തഞ്ചുപേർ മരിക്കുകയും ചെയ്തു. പത്രമല്ലാതെ മറ്റൊരു മാധ്യമത്തെയും വാർത്തയ്ക്കായി ആശ്രയിക്കാറില്ല ഷാഹിദലി. വീട്ടിലും തോട്ടത്തിലും തോട്ടുവക്കത്തുമായി വായിച്ചും പ്രാർത്ഥിച്ചുമിരുന്ന ഷാഹിദ് കോയമ്പത്തൂർ സ്ഫോടനത്തെക്കുറിച്ച് അന്നേക്കന്ന് അറിയുകയുണ്ടായില്ല. പൊലീസ് സംസ്ഥാനവ്യാപകമായി തിരച്ചിലുകളും തുടങ്ങി. ചെമ്പകപ്പള്ളിയിലേക്ക് ഏതൊക്കെയോ പോക്കുവരവുകളുണ്ടെന്ന സംശയം പൊലീസിനു കുറച്ചുനാളായി ഉണ്ടായിരുന്നു പോലും. നൂറുൽഹുദാ ഗ്രന്ഥശാലയുടെ മറവിൽ എന്തൊക്കെയോ

നടക്കുന്നുണ്ടെന്ന കേട്ടുകേൾവി പൊലീസുകാരുടെ ചെവിയിലും എത്തിയിരുന്നു. അവർ നൂറുൽഹുദായിലാണ് ആദ്യം കയറിയത്.

ആ രാത്രി പൊലീസുകാർ ചെമ്പകപ്പള്ളിയിൽനിന്ന് കുറെ ചെറുപ്പക്കാരെ പൊക്കി, കൂടെ ഷാഹിദലിയെയും. ഇതേപ്പറ്റി ധാരണകളൊന്നുമില്ലാതെ പിറ്റേന്നുകാലത്ത് സഞ്ജു ചെമ്പകപ്പള്ളിയിലെത്തി. വിവരങ്ങളറിഞ്ഞ് പൊലീസ്സ്റ്റേഷനിൽ ചെന്നു. അന്വേഷിക്കാനാളുണ്ടെന്നു വന്നപ്പോഴാണ് ബോധരഹിതനായ ഷാഹിദിനെ പൊലീസ് ആസ്പത്രിയിലേക്കു മാറ്റുന്നത്.

നഗരത്തിലെ ചില പത്രപ്രവർത്തകരെയും ഒന്നുരണ്ടു വക്കീലന്മാരെയും കൂട്ടുപിടിച്ചാണ് സഞ്ജു പൊലീസുകാരെ സമീപിച്ചത്. അത്തിലെപ്പയും സംഘവും അപകടം മണത്തറിഞ്ഞു മുങ്ങിയിട്ട് ഇനിയും പൊങ്ങിയിട്ടില്ല.

''ഗുണപാഠം എന്താണെന്നറിയില്ലേ?'' സഞ്ജു ചിരിച്ചു.

ഷാഹിദ് അമ്പരപ്പോടെ സഞ്ജുവിനെ നോക്കി.

''ഒപ്പിടുമ്പോൾ പേരെഴുതുംപോലാവരുത്.''

''ഒപ്പോ?''

''എടോ നീ ലൈബ്രറിക്കു പുസ്തകങ്ങൾ കൊടുത്തില്ലേ? പൊലീസുകാർ അതൊക്കെ കണ്ടു. പേരെഴുതുന്നപോലെയല്ലേ നിന്റെ ഒപ്പ്. അവർക്കു സംശയിക്കാനെളുപ്പമായി.''

ഷാഹിദ് വല്ലായ്മയോടെ മുഖം കുനിച്ചിരുന്നു:

''അത്തിലെപ്പയും കൂട്ടരും അപകടം മണത്തറിഞ്ഞ് മുങ്ങുകയും ചെയ്തു.''

''വിഷമിക്കാതിരിക്ക്.'' സഞ്ജു പറഞ്ഞു: ''ഈശ്വരന്റെ ഒരു പാഠം ഇതിലുമുണ്ടാവും.''

# മോചനത്തിനുശേഷം

**ചെ**മ്പകപ്പള്ളിയെ ഇളക്കിമറിച്ച സംഭവമായിരുന്നു ഷാഹിദലിയെയും ഷാഹിദലിയെപ്പോലെത്തന്നെ നിരപരാധികളായ മറ്റു ചെറുപ്പക്കാരെയും പൊലീസ് അറസ്റ്റുചെയ്തു കൊണ്ടുപോയത്. ഷാഹിദലിയുമായി ബന്ധമുള്ള, അള്ളാമേട്ടിൽ ഇടയ്ക്കുവന്നു തങ്ങാറുള്ള 'ഫക്കീർ' എല്ലാവരെയും രക്ഷപ്പെടുത്തിയത് അല്ലാഹുവിന്റെ നേരിട്ടുള്ള ഇടപെടലായിട്ടാണ് ചെമ്പകപ്പള്ളിക്കാർ കണ്ടത്. പൊലീസുകാരൻ താടി വലിച്ചുപറിച്ചപ്പോൾ വേദനകൊണ്ടു മോഹാലസ്യപ്പെട്ടുപോയ താലിയപ്പൻ അധികം ഇടികൊള്ളാതെ രക്ഷപ്പെട്ടു. ആരെയെല്ലാമോ അവർ തല്ലിച്ചതച്ചിരുന്നു. ഷാഹിദലിക്കു മാത്രമേ കുറച്ചുനാൾ ആശുപത്രിയിൽ കിടക്കേണ്ടിവന്നുള്ളൂ. നാട്ടുകാരുടെ ആകാംക്ഷകളിൽ കുരുങ്ങാനിടകൊടുക്കാതെ ഷാഹിദലിയെ വീട്ടിലെത്തിച്ച സഞ്ജു അതീവശ്രദ്ധയോടെയാണ് എല്ലാം കൈകാര്യം ചെയ്തത്.

ഷാഹിദ് ഷർട്ടൂരിയിട്ട്, മുണ്ടുമാറ്റി കൈലിയുടുത്തു.

''എനിക്കൊന്ന് കുളിക്കണം.'' ഷാഹിദ് പറഞ്ഞു.

''ആസ്പത്രിക്കാർ നിന്നെ സ്പോഞ്ച് ചെയ്തിട്ടുണ്ട്.'' സഞ്ജു പറഞ്ഞു, ''തൽക്കാലം അതുകൊണ്ടൊക്കെയങ്ങ് തൃപ്തിപ്പെട്ടാൽ മതി.''

ശരീരത്തിൽ എവിടെയൊക്കെയോ വേദന. പക്ഷേ, മനസ്സിനായിരുന്നുവോ കൂടുതൽ വേദന? തിട്ടപ്പെടുത്താൻ ഷാഹിദലിക്കായില്ല.

''എനിക്കിതു സംഭവിക്കുമെന്ന് സ്വപ്നത്തിൽപ്പോലും ഓർത്തതല്ല,'' ഷാഹിദ് ഖേദപൂർവം പറഞ്ഞു: ''വിശ്വാസിക്ക് ജനിച്ച നാടിനോട് കൂറില്ലെന്നാണോ? ഒരു ഹദീസുണ്ട്[1] - ഹുബ്ബൽ വത്നി മിനൽ ഈമാൻ.''

''എന്റെ മൗലവി, അതിന്റെ അർത്ഥംകൂടി പറഞ്ഞുതന്നാട്ടെ,'' കട്ടിലിനരികെ കസേര വലിച്ചിട്ട് അതിലിരുന്നുകൊണ്ട് സഞ്ജു പറഞ്ഞു.

---

1. പ്രവാചകവചനം

''ദേശസ്നേഹം വിശ്വാസത്തിന്റെ ഭാഗമാണ്, സമ്മതിച്ചു,'' സഞ്ജുവിന്റെ സ്വരം തീർത്തും മൃദുവായി: ''മനസ്സിളക്കാതെ, അതുമിതും പറഞ്ഞ്. നന്നായി വിശ്രമിക്കണം.''

''എനിക്കതിനു സുഖക്കേടൊന്നുമില്ലല്ലോ.''

''സുഖക്കേടില്ല. പക്ഷേ, നിന്നോടു പറയാതിരുന്ന ഒരു കാര്യമുണ്ട്. ഇടികൊണ്ട് ബ്രെയിനിൽ ക്ലോട്ട് ഉണ്ടായി. അബോധാവസ്ഥയിൽ കിടന്ന സമയത്ത് ക്ലോട്ടലിയിക്കാനുള്ള മരുന്നൊക്കെ തന്നെങ്കിലും അലിയുമെന്ന് ഡോക്ടർമാർക്ക് തീർച്ചയുണ്ടായിരുന്നില്ല.''

ഷാഹിദലി കണ്ണടച്ചു കിടന്നു.

''സമയത്തിന് മെഡിക്കൽ കോളേജിലെത്തിയത് ദൈവത്തിന്റെ കൃപ,'' സഞ്ജു തുടർന്നു: ''രക്ഷപ്പെട്ടു എന്നുവെച്ച്. ശരീരമൊന്ന് നേരെയായി വരണ്ടേ.''

''ഞാൻ വിശ്രമിച്ചുകൊള്ളാം,'' കുറച്ചുകഴിഞ്ഞപ്പോൾ ഷാഹിദ് കണ്ണുതുറന്നു: ''പക്ഷേ, ഇവിടത്തെ മുസ്ലീങ്ങൾക്കൊക്കെ പാക്കിസ്ഥാനോടാണ് കൂറ് എന്ന ധാരണ പൊലീസുകാർക്കും ഉണ്ട്.''

''പാക്കിസ്ഥാനും ഇന്ത്യയും ഭാഗംവെച്ച് പിരിഞ്ഞ് വസ്തുതർക്കത്തിൽ കഴിയുന്ന ചേട്ടാനിയന്മാരെപ്പോലെയേ ഉള്ളൂ,'' സഞ്ജു പറഞ്ഞു: ''നമ്മുടെ ബന്ധുക്കൾ അവിടെ ഒരുപാടുണ്ട്. അവരുടെ ബന്ധുക്കൾ ഇവിടെയും... വെള്ളക്കാർ ഉണ്ടാക്കിവെച്ച പിളർപ്പ്.''

''ഏതായാലും രണ്ടും രണ്ടു രാജ്യമല്ലേ? ജനിച്ച മണ്ണിനോട് കൂറു പുലർത്തണോന്നാ നബിതിരുമേനി പറഞ്ഞിട്ടൊള്ളത്. എനിക്ക്-''

''വീണ്ടും, ദേശസ്നേഹമുണ്ട് എന്നുപറയാൻ തുടങ്ങുകയാണല്ലേ. എടോ ദേശസ്നേഹം മാത്രമാണോ വിശ്വാസത്തിന്റെ ഭാഗം? ആദ്ധ്യാത്മികത ആഴത്തിലാവുമ്പോൾ ദേശസ്നേഹം മാത്രമല്ല, വിശ്വസ്നേഹവും അതിന്റെ ഭാഗമാകും.''

സഞ്ജു ഷാഹിദിന്റെ മരുന്നുകൾ അടുക്കിയെടുത്തുവെയ്ക്കുകയായിരുന്നു.

''എനിക്ക് വിഷമം തീരുന്നില്ല,'' ഷാഹിദ് പറഞ്ഞു.

''വിഷമിക്കേണ്ട ഒരു കാര്യവുമില്ല. വർഗീയത നിനക്കില്ലെന്നേ പറയാൻ പറ്റൂ. ആർക്കൊക്കെയോ അതുണ്ട്. ഒരു ന്യൂനപക്ഷത്തിനായിരിക്കാം. വർഗീയത ഒരു നിമിത്തം. പാക്കിസ്ഥാനിൽ വംശീയ കലാപം നടക്കുന്നില്ലേ? മുസ്ലീങ്ങളും മുസ്ലീങ്ങളും തമ്മിൽ വെട്ടും കൊലയും. ചിലേടത്ത് മുസ്ലീം ക്രിസ്ത്യൻ സംഘർഷം. ആദ്ധ്യാത്മികതയും മതവും ഒരുമിച്ചു പോകാത്തതിന്റെ കുഴപ്പം.''

ഷാഹിദ് ശാന്തനായി കിടന്നു കേട്ടു.

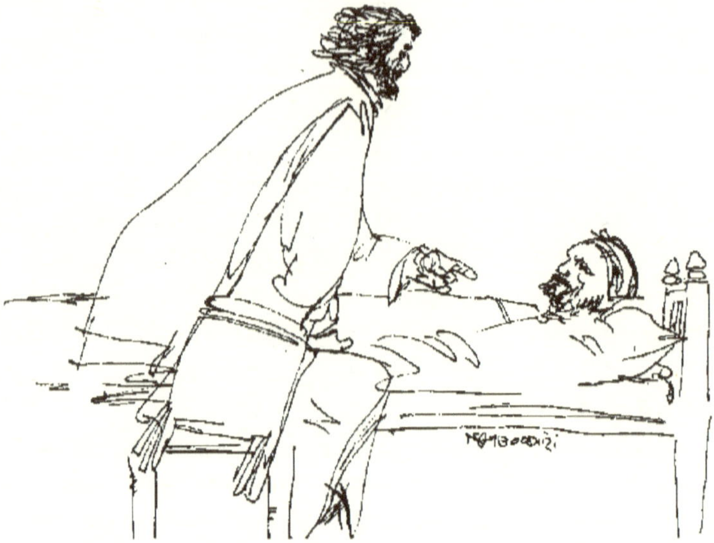

"എടോ ഈമാൻ ദേശസ്നേഹവും കടന്ന് വിശ്വസ്നേഹമായതു കൊണ്ടാ യേശുവിന്റെയും നബിയുടെയും വാക്കുകൾക്ക് ലോക മെമ്പാടും അനുയായികളുണ്ടായത്. ഇപ്പൊ അവർക്കിടയിൽ തർക്കം. ഇവിടെ വസുധൈവകുടുംബകം - ലോകം തന്നെ ഒറ്റ കുടുംബം- എന്നു കരുതിയ ഋഷിമാരുണ്ടായിരുന്നില്ലേ. എന്നിട്ട് ദർശനം മറഞ്ഞ് മനുഷ്യൻ മനുഷ്യനെ സഹിക്കാത്ത നിലയിലായി. തൊട്ടുകൂടാ, തീണ്ടിക്കൂടാ. കലഹിക്കാനൊരു കാരണം കാത്തിരിക്കുന്നവരാ ആളു കൾ."

"ഇതെവിടെയെത്തും?"

"അധികം ചിന്തിച്ചു മനസ്സു കലക്കാതെ! പപ്പായും മമ്മിയുമൊക്കെ വരുമ്പോഴേക്ക് എല്ലാം ശരിയാവണം."

"അവരെ അറിയിച്ചോ?"

"അറിയിച്ചു. സുഖമില്ലെന്നേ പറഞ്ഞുള്ളൂ. ഉസ്മാൻമാമാ ഒരു പാട് മയപ്പെടുത്തിയാണ് പറഞ്ഞത്, കുഞ്ഞാലിക്ക് ഗർഭക്ലേശമാണ്. വീട്ടിലെ ആളുകൾക്ക് അവളുടെ അടുത്തുനിന്നു മാറാൻ വയ്യ. അതു കൊണ്ട് അവിടെനിന്നാരെങ്കിലും..."

ഷാഹിദലി നെറ്റിത്തടത്തിൽ കൈവെച്ച് ആലോചിച്ചു.

ഇല്ല. പപ്പായും മമ്മിയും ഭയന്നുകാണില്ല. അല്ലെങ്കിൽ എല്ലാവരും കൂടി ഇതിനകം എത്തിക്കഴിഞ്ഞേനെ.

വല്ലാത്തൊരു കാലം. എന്തിന്റെയെങ്കിലും പേരിൽ സംഘർഷം നടന്നുകൊണ്ടേയിരിക്കുന്നു. ഇതിനു മുമ്പും ഇങ്ങനെയൊക്കെത്തന്നെയായിരിക്കും. കൂടിയും കുറഞ്ഞും. കോളനിവാഴ്ചകൾ, യുദ്ധങ്ങൾ, ജാതിപ്പോരുകൾ, ചേരിപ്പോരുകൾ, കുടിപ്പകകൾ... സമാന്തരമായി സമാധാനത്തിനും ശാന്തിക്കും വേണ്ടിയുള്ള പ്രാർത്ഥനകൾ, ശ്രമങ്ങൾ. മേലോട്ടും കീഴോട്ടുമുള്ള ഈ കെട്ടുപിണയുന്ന കർമഗതികൾ ലോകത്തിന്റെ അടിസ്ഥാനദ്വന്ദ്വമായിരിക്കണം.

അയൽക്കാരും അടുപ്പക്കാരും ഷാഹിദിനെ കാണാൻ തിടുക്കപ്പെട്ടുകൊണ്ടിരിക്കുന്നു. താലിയപ്പൻ, കുഞ്ഞാലി, ഉസ്മാൻ, താജുമ്മാ, താച്ചിയുടെ അമ്മ, കദിയവല്യമ്മ... ഇത്രയും പേർക്കു മാത്രമേ കാണാനനുവാദം സഞ്ജു കൊടുത്തിരുന്നുള്ളൂ. അവർപോലും ഷാഹിദിന്റെ മുറിയിൽ കയറുമ്പോൾ സഞ്ജുവിന്റെ സാന്നിധ്യത്തിൽ നിശ്ശബ്ദരാവും. മൃദുഭാഷികളാവും.

സഞ്ജു മടുപ്പില്ലാതെ സുഹൃത്തിനു കാവലിരുന്നു. മൂന്നുനാലു ദിവസം. ഷാഹിദിന്റെ പെങ്ങൾ ജാസ്മിനും പപ്പായും മമ്മിയും വന്നെത്തുംവരെ. ഷാഹിദലി ആ ദിവസങ്ങളിൽ ധാരാളം വിശ്രമിക്കുകയും ഉറങ്ങുകയും ചെയ്തു. പലപ്പോഴും മയക്കങ്ങളിൽനിന്നു തെളിയുമ്പോൾ തന്റെ നിസ്കാരപ്പായ നിലത്തുവിരിച്ചു ധ്യാനത്തിലുറച്ചിരിക്കുന്ന സഞ്ജുവിനെ ഷാഹിദ് കണ്ടു. സഞ്ജുവിന്റെ ആ സാന്നിധ്യമാണ് തന്റെ സ്വാസ്ഥ്യം അത്രയുംവേഗം തിരിച്ചുവരാനുള്ള കാരണമെന്ന് ഷാഹിദിന്റെ അന്തരാത്മാവു പറഞ്ഞു. ഊർജത്തിന്റെ ഋണാത്മകമായ പ്രവർത്തനങ്ങളെല്ലാം സഞ്ജുവിന്റെ സാമീപ്യത്തിൽ ധനാത്മകമാവുന്നതായി ഷാഹിദറിഞ്ഞു.

വീട്ടുകാരെത്തിയപ്പോഴേക്ക് ഷാഹിദ് കിടക്കവിട്ടെഴുന്നേൽക്കാറായിരുന്നു. ജാസ്മിനെ സത്യാവസ്ഥ ധരിപ്പിച്ചിട്ട് സഞ്ജു ഒരു യാത്ര പോയി. തിരുവനന്തപുരം, കന്യാകുമാരി. തിരികെവന്ന് സുഖവിവരങ്ങൾ അന്വേഷിച്ചിട്ടേ സ്വന്തം ആശ്രമത്തിലേക്കു തിരിച്ചുപോകുള്ളൂ എന്ന് ഷാഹിദിന് ഉറപ്പുകൊടുത്തിട്ടാണ് പോയതും.

ഷാഹിദ് തങ്ങളുടെ കൂടെ ചെല്ലണമെന്ന് പെങ്ങൾ കണ്ണീരോടെ അപേക്ഷിച്ചു. പപ്പായും മമ്മിയും അതുതന്നെയാണ് ആഗ്രഹിച്ചത്.

"തനിച്ച്, ഇങ്ങനെ താടീം വളർത്തി ജോലീം കൂലീമില്ലാതെ ഇരുന്നാ, ഇനീം അവര് പിടിച്ചോണ്ട് പോയാലോ?" അമ്മ ഭയപ്പെട്ടു.

ഷാഹിദ് അനുനയപൂർവം അവരോടു സംസാരിച്ച് ഒരു വിധത്തിൽ അവരെ തിരിച്ചയച്ചു. നിലവിലുള്ള സാഹചര്യങ്ങൾ തൽക്കാലം തുടരട്ടെ. കുറച്ചുനാൾ കഴിഞ്ഞ് തനിയെ അങ്ങെത്തിക്കൊള്ളാം എന്നൊരു ധാരണയിൽ. താച്ചിക്കായുള്ള കാത്തിരിപ്പു നിഷ്ഫലമെന്നു തോന്നിയിരുന്നുവെങ്കിലും, പുതിയൊരു ജീവിതത്തിന്റെ സാധ്യത

ഏറക്കുറെ തള്ളിക്കളഞ്ഞതായിരുന്നുവെങ്കിലും മനസ്സിന്റെ ഏതോ ഒരു കോണിൽ ഒരാശയുടെ പൊടിപ്പ് ഷാഹിദ് കൊണ്ടുനടന്നിരുന്നു. മറ്റാരെക്കാളും ഗുല്ലുവിനാണ് അതറിയാമായിരുന്നത്. എങ്കിലും ഗുല്ലുവും തിരിച്ചുചെല്ലാൻ ഫോണിലൂടെ നിരന്തരം സമ്മർദ്ദം ചെലുത്തുക പതിവായി.

“ഈ അറസ്റ്റും മർദ്ദനവുമാണ് എല്ലാത്തിനും കാരണം,” തിരുവനന്തപുരത്തും കന്യാകുമാരിയിലും മറ്റും കറങ്ങിയശേഷം സുഹൃത്തിന്റെ ആരോഗ്യനില കണ്ടറിയാൻചെന്ന സഞ്ജുവിനോട് ഷാഹിദ് പരാതി പറഞ്ഞു: “എന്നെ സംശയിക്കാനാളുണ്ടായതാണ് കാരണം.”

“ഓഹോ, ഇനിയും നീയത് വിട്ടുകളഞ്ഞിട്ടില്ല അല്ലേ. എന്റെ ഷഹദ്, പൊലീസും ചട്ടവുമൊക്കെ ഒരു യാന്ത്രികവ്യവസ്ഥയാണ്. അതിന്റെ ഭാഗമായി നിൽക്കുന്നവരെ കുറ്റം പറഞ്ഞിട്ട് ഒരു വിശേഷവുമില്ല. ഈ നമ്മളും അവരുടെ സ്ഥാനത്തായിരുന്നെങ്കിൽ ഇതൊക്കെത്തന്നെയാവും ചെയ്തിരിക്കുക.”

പ്രതിസന്ധിയിൽനിന്നുള്ള ഭൗതികമായ മോചനത്തിനിപ്പുറം, ഷാഹിദിന്റെ മനസ്സ് വീണിടത്തുതന്നെ കിടക്കുന്നതായി സഞ്ജുവിനു തോന്നി.

“ദേശസ്നേഹത്തിന്റെ കാര്യമെടുത്താൽ,” സഞ്ജു പറഞ്ഞു: “നിനക്കുള്ളിടത്തോളം ദേശസ്നേഹം എനിക്കില്ലെന്നുവേണം പറയാൻ. കാരണം പുനർജന്മമുണ്ടെന്നു കരുതുന്നയാളാണു ഞാൻ. ലോകത്തിലെ എല്ലാ നാടുകളിലും ഏതൊക്കെയോ കാലങ്ങളിൽ ഞാൻ ജനിച്ചുകാണണം.”

ഷാഹിദിനു പുനർജന്മത്തിൽ വിശ്വാസമില്ലല്ലോ.

സഞ്ജു തുടർന്നു:

“കർമത്തിന്റെ ഏതൊക്കെയോ സങ്കീർണങ്ങളായ കെട്ടുപാടിലാണ് മനുഷ്യൻ. ഒരിടത്തു കുരുക്കഴിയുമ്പോൾ മറ്റൊരിടത്ത് അതു മുറുകുന്നു.”

എത്ര ഒതുക്കാൻ ശ്രമിച്ചിട്ടും ഷാഹിദിന്റെ മനസ്സ് ഒതുങ്ങാതെ തേങ്ങുന്നുണ്ടായിരുന്നു. അതുകൊണ്ട് കുറെനാൾകൂടി അള്ളാമേട്ടിൽ തങ്ങാൻ സഞ്ജു തീരുമാനിച്ചു.

“അള്ളാമേട്ടിൽ ഭീകരപ്രവർത്തനം നടക്കുന്നുണ്ടെന്ന് പൊലീസിന് സംശയമുള്ളതാ. ഇവിടെ, വീട്ടിൽത്തന്നെ നിന്നാപ്പോരെ?” ഷാഹിദ് ചോദിച്ചു.

അള്ളാമേട്ടിലെ പേരാൽപ്പന്തലിനു കീഴിലിരുന്നു വർത്തമാനം പറയുകയായിരുന്നു അവർ.

"ഞാൻ നിന്നോടൊരു രഹസ്യം പറയട്ടെ," സഞ്ജു പറഞ്ഞു: "എന്റെ ഗുരുവിന്റെ ഗുരു ഇടയ്ക്കെന്റെ ധ്യാനങ്ങളിൽ ദർശനം തരാറുണ്ട്. ആ ദർശനങ്ങളിൽ ജീവിതത്തിനുവേണ്ട ചില സൂചനകൾ കാണും."

"എന്താണീ പറയുന്നത്?" ഷാഹിദ് ഭീതിയോടെ ചോദിച്ചു: "ഇതു വല്ല ജിന്നിന്റെയും കളിയാണെങ്കിലോ?"

സഞ്ജു ചിരിച്ചു:

"നീ ഗുരുവിനെ ജിന്നാക്കുകയാണോ?"

താൻ സുഹൃത്തിന്റെ വിശ്വാസത്തെ വ്രണപ്പെടുത്തിയോ എന്ന സംശയത്തിൽ ഷാഹിദാകെയൊന്നു വിഷമിച്ചു: അങ്ങനെ പറയേണ്ടായിരുന്നു.

സഞ്ജു പിന്നെയും ഓർത്തു ചിരിച്ചു. പൊടുന്നനെ സഞ്ജുവിന്റെ ചിരി നിന്നു. ഭാവം മാറി. സഞ്ജു അടക്കിപ്പിടിച്ച സ്വരത്തിൽ ചോദിച്ചു:

"നിന്റെ താച്ചി അതിസുന്ദരിയാണോ?"

"അതെ, ഇപ്പോഴത് ചോദിക്കാൻ?" ഷാഹിദ് ആശ്ചര്യപ്പെട്ടു.

താച്ചിയെക്കുറിച്ചുള്ള ഓർമ ഷാഹിദിനെ വീണ്ടും ഉലച്ചു: "വരുമെന്നു തീർത്തു പറഞ്ഞു പോയതാ, വരും... എന്നെങ്കിലും." ആ ഓർമയുടെ തീവ്രതയിൽ പുതുമഴയുടെ മണം തന്നെ വല്ലാതെ വലയം ചെയ്യുന്നതായി ഷാഹിദിനു തോന്നി.

താച്ചിയുടെ ഗന്ധം.

തന്റെ കവിളത്ത് എന്താണിപ്പോൾ സ്പർശിച്ചത്? പൂമ്പാറ്റച്ചിറകുകൾപോലെ നനുത്ത ചുണ്ടുകൾ.

താച്ചിയോടുള്ള സ്നേഹാധിക്യവും അകാരണമായ ഒരു ഭീതിയും കൊണ്ട് ഷാഹിദിന്റെ ശരീരത്തിൽ വിറയൽ പടർന്നു.

എന്താണിത്? തേങ്ങലിന്റെ നേർത്ത ഒരല എവിടെനിന്നാണ് കേൾക്കുന്നത് ?

ഷാഹിദ് മിണ്ടാനാവാതെ, തന്നെ ഉറ്റുനോക്കുന്ന സഞ്ജുവിന്റെ ആകാശനയനങ്ങളെ യാചനയോടെ ആശ്രയിച്ചു. എനിക്ക് സ്വബോധം നഷ്ടപ്പെടുകയാണോ? എന്താണ് സംഭവിക്കുന്നത്?

യാ, റബ്ബുൽ ആലമീൻ-

# തിരിച്ച്, ദൈവത്തിങ്കലേക്ക്

**കാ**ണെക്കാണെ ഷാഹിദലി വല്ലാത്തൊരവസ്ഥയിലായി. എന്തൊക്കെയോ പറയാനുള്ള വെമ്പൽ, അതേസമയം നഷ്ടപ്പെട്ടുകൊണ്ടിരുന്ന സംസാരശേഷി.

"എനിക്ക്... വല്ലാതെ വരുന്നു." വളരെ പ്രയാസപ്പെട്ട് അത്രയും പറഞ്ഞൊപ്പിച്ച് ഷാഹിദ് പാറക്കല്ലിന്റെ മിനുസത്തിലേക്കു കുഴഞ്ഞു ചാഞ്ഞു.

ആകാംക്ഷയോടെ സഞ്ജു ഷാഹിദിന്റെ അരികിലേക്കു നീങ്ങി.

"എന്താ? എന്തുപറ്റി?"

ഷാഹിദിന്റെ കണ്ണുകൾ നിറഞ്ഞൊഴുകി.

"കുന്നുകയറിവരാൻ നിന്നെ അനുവദിക്കരുതായിരുന്നു," സഞ്ജു പതുക്കെ പറഞ്ഞു. തന്റെ ശ്രദ്ധക്കുറവാണ് ഷാഹിദിന്റെ വല്ലായ്മക്കു കാരണമെന്ന ധാരണ സഞ്ജുവിനുള്ളതുപോലെ തോന്നി.

"എനിക്ക്..." മുഴുവനാക്കാത്ത ആ വാചകത്തോടെ ഷാഹിദ് വായതുറന്നു ശ്വാസത്തിനായി പിടയ്ക്കുവാൻ തുടങ്ങി. ഏതാനും നിമിഷങ്ങൾക്കുള്ളിൽ ആ പിടച്ചിൽ നിലച്ചു. ഷാഹിദ് നിശ്ചലനായി.

സഞ്ജു തന്റെ വലതുകൈ ഷാഹിദിന്റെ നെഞ്ചിൽ ചേർത്തു. ഇടതുകൈ നെറ്റിമേലും. എന്നിട്ട് കണ്ണടച്ച് ഇരുന്നു. നേരമേറെ കടന്നുപോയി. ഒടുവിൽ ഷാഹിദിന്റെ നെഞ്ചൊന്നുയർന്നുതാഴ്ന്നു. പിന്നെ, ശ്വാസത്തിന്റെ ക്രമം തെറ്റിയ തിരിച്ചുവരവ്. പിന്നെപ്പിന്നെ ശ്വാസോച്ഛ്വാസം സാധാരണ നിലയിലായി. സഞ്ജു കൈ ഷാഹിദിന്റെ ശരീരത്തിൽനിന്നു മാറ്റി, തെല്ലൊന്നു മാറിയിരുന്ന് ധ്യാനത്തിലാണ്ടു.

ഒരുപാടുനേരം കഴിഞ്ഞ് സഞ്ജു ധ്യാനത്തിൽനിന്നുണർന്നു. അപ്പോഴും ഷാഹിദ് ഉണർന്നിരുന്നില്ല. ചാഞ്ഞുകഴിഞ്ഞ പകൽ. പക്ഷികളെക്കൊണ്ടു സംഗീതസാന്ദ്രമായ കുന്നിൻപുറം. കുളിർന്നു തുടങ്ങിയ അന്തരീക്ഷം.

സഞ്ജു ഷാഹിദിന്റെ അടുത്തേക്കു നീങ്ങി ഷാഹിദിനെ തൊട്ടു വിളിച്ചു. പലപ്രാവശ്യം വിളിച്ചിട്ടും എഴുന്നേൽക്കാഞ്ഞപ്പോൾ നല്ല പോലെ കുലുക്കിയുണർത്തി. അഗാധമായ മയക്കത്തിൽനിന്നും ഷാഹിദ് കണ്ണുമിഴിച്ചു. സഞ്ജുവിനെക്കണ്ട് അലിവോടെ ചിരിച്ചു.

"നന്നായി ഉറങ്ങി അല്ലേ?" സഞ്ജുവും ഹൃദ്യമായി മന്ദഹസിച്ചു.

കൺപോളകളിൽ ഇപ്പോഴും ഉറക്കത്തിന്റെ കനം ഷാഹിദിന നുഭവപ്പെട്ടു.

"ആം..." ഷാഹിദ് ഒന്നു മൂളുകമാത്രം ചെയ്തു. വല്ലാതെ ഉറങ്ങി പ്പോയി. ഷാഹിദ് ചിന്തിച്ചു... പതുക്കെ പതുക്കെ ഷാഹിദിനെല്ലാം ഓർമവന്നു. ഓരോന്നായി...

"വല്ലാത്തൊരനുഭവം!" ഷാഹിദ് എഴുന്നേറ്റിരുന്നു.

"എന്താ?"

"ആദ്യം താച്ചി അടുത്തുവന്നതുപോലെ തോന്നി. ഞാൻ നിന്നോ ടെന്തോ പറയാൻ തുടങ്ങി. അപ്പോൾ പെട്ടെന്ന് എന്റെ ശരീരം തളർന്നു മേലാതായി... ശ്വാസം കിട്ടിയില്ല. ആകെ ഇരുട്ടടച്ചു. പിന്നെ ഞാൻ പൊങ്ങിപ്പൊങ്ങിപ്പോയി. പറഞ്ഞറിയിക്കാനാവാത്ത സുഖം. താഴെ എന്റെ അനക്കമറ്റ ശരീരം. നീ അതിൽ കൈവച്ച് കണ്ണടച്ചിരിക്കുക യാണ്. പക്ഷേ, നീ എന്നെ തിരിച്ചുവിളിക്കുകയാണ്. മനസ്സില്ലാമന സ്സോടെ ആ വിളി ഞാൻ കേട്ടു."

"സ്വപ്നം അല്ലേ?" സഞ്ജു ചോദിച്ചു.

"അല്ല," ഷാഹിദ് സഞ്ജുവിന്റെ കൈയിൽ തൊട്ടു: "എന്നെ തിരികെ കൊണ്ടുപോന്നു, അല്ലേ?"

"ഒരുപാട് ടെൻഷനുണ്ടായതല്ലേ ഈയിടെ. അതാ ഓരോന്നു തോന്നുന്നത്," സഞ്ജു എഴുന്നേറ്റു. സുഹൃത്തിന്റെ കൈപിടിച്ച് എഴുന്നേൽപിച്ചു: "വാ, എണീക്ക്, സന്ധ്യ മയങ്ങി."

ആകാശം തുടുത്തിരുന്നു. കിളികൾ ചേക്കേറുന്ന കലമ്പലുകൾ തീർന്നുകഴിഞ്ഞിരുന്നില്ല. സഞ്ജു അരുവിയുടെ കരയിലേക്കാണ് ഷാഹിദിനെ നയിച്ചത്. പകൽച്ചൂട് അപ്പോഴും തങ്ങിനിന്നിരുന്ന അരുവി യിലെ വെള്ളം കൈക്കുമ്പിളിൽ കോരിയെടുത്തു രുചിയോടെ കുടിച്ചു രണ്ടുപേരും. മുഖവും കഴുകി.

അള്ളാമേടിന്റെ ധ്യാനാത്മകമായ മൗനത്തിലൂടെ, ഇരുളാൻ തുട ങ്ങുന്ന സന്ധ്യയിലൂടെ രണ്ടുപേരും കുന്നിറങ്ങി. രണ്ടുപേരും എല്ലാ ചോദ്യങ്ങളും ഉത്തരങ്ങളും തൽക്കാലത്തേക്കു മറന്നിരുന്നു.

ഷാഹിദിന്റെ വീട്ടിലാണ് ആ രാത്രി സഞ്ജു കിടന്നത്. ഒരു പുൽ പായ മാത്രം വിരിച്ച്. തലയിണപോലും വയ്ക്കാതെ. അതികാലത്തു

മൂന്നു മണിയോടെ ഉണരുന്ന ശീലമാണ്. സൗകര്യപ്പെടുമെങ്കിൽ ഉടനെ കുളിക്കും. സഞ്ജു ഉണർന്നു ലൈറ്റിട്ടപ്പോൾ ഷാഹിദും ഉണർന്നു.

"കിടന്നോ." സഞ്ജു പറഞ്ഞു.

"ഓ വേണ്ട, ഉറക്കം പോയി."

സഞ്ജു കുളിച്ചു ജപിക്കാനിരുന്നു. ഷാഹിദും പോയി കുളിച്ചു വസ്ത്രം മാറ്റി സഞ്ജുവിന്റെ ജപം തീരുമ്പോഴേക്കു കട്ടൻകാപ്പി ഉണ്ടാക്കിക്കൊണ്ടു വന്നു.

കാപ്പി കുടിച്ചുകൊണ്ടിരിക്കുമ്പോഴാണ് പള്ളിയിൽനിന്ന് സുബ്ഹിക്കുള്ള ബാങ്കുവിളി കേട്ടത്.

"നീ പള്ളീപോകുന്നുണ്ടോ?" സഞ്ജു അന്വേഷിച്ചു.

''വെള്ളിയാഴ്ചയല്ലേ ഉള്ളൂ പള്ളീപ്പോക്ക്. നൂറുൽഹുദായ്ക്കു നന്ദി. ഇവിടെത്തന്നെ ഇപ്പൊ നിസ്കാരം.'' ഷാഹിദ് ചിരിച്ചുകൊണ്ടു പറഞ്ഞു.

ഷാഹിദ് നിസ്കരിക്കുന്നത് അലസമായി ശ്രദ്ധിച്ചു സഞ്ജു ചാരുകസേരയിൽ കിടന്നു.

നിസ്കാരം കഴിഞ്ഞെണീറ്റു ഷാഹിദ് പായ മടക്കുമ്പോൾ സഞ്ജു ചോദിച്ചു:

''സമൂഹപ്രാർത്ഥനയ്ക്കു പ്രാധാന്യം കൊടുക്കുകയും ഇത്രയും ശരീരചലനങ്ങൾ ശീലിപ്പിക്കുകയും ചെയ്തത് എന്തിനാവും?''

''ആ... അറിയാമ്മേല.''

''സംഘബോധത്തിനും മെയ്‌വഴക്കത്തിനും വേണ്ടീട്ട്.'' ഷാഹിദ് കൗതുകത്തോടെ സുഹൃത്തു പറയുന്നത് ശ്രദ്ധിച്ചു.

''സങ്കൽപിക്കാൻ ശ്രമിക്ക്.'' സഞ്ജു തുടർന്നു: ''പ്രവാചകനും അനുയായികളും മരുഭൂമിയിൽ തമ്പടിച്ച് പ്രാർത്ഥനയ്ക്കായി ഒത്തുചേരുന്നത്. ബഹുദൈവാരാധനക്കാരിൽനിന്നും മാറി ഏകദൈവത്തെ ആരാധിക്കുന്ന ചെറുസംഘം. എതിരാളികൾ എപ്പോൾവേണമെങ്കിലും മുന്നിൽ ചാടി വീഴാവുന്ന അവസ്ഥ. ചെറുക്കാൻ, തോൽക്കാതിരിക്കാൻ - എന്തിനും വേണം സംഘബലവും മെയ്‌വഴക്കവും.''

''ശരിയാണ്.'' ഷാഹിദ് സമ്മതിച്ചു.

''കണ്ണടച്ചുള്ള പ്രാർത്ഥനയില്ലല്ലോ. അന്നത്തെ ആ അവസ്ഥയിൽ എല്ലാം മറന്ന് ധ്യാനിച്ചിരിക്കാനാവുമോ?''

അപ്രതീക്ഷിതമായി, സംഭാഷണവിഷയവുമായി ബന്ധമില്ലാത്ത ഒരു ചോദ്യം ഷാഹിദ് പൊടുന്നനെ ചോദിച്ചു:

''താച്ചിയെ കണ്ടായിരുന്നോ?''

ഷാഹിദിന്റെ ആർജ്ജവത്തെ ചെറുക്കാനാവാതെ, വൈമുഖ്യത്തോടെ, സഞ്ജു ഉത്തരം പറഞ്ഞു:

''ഒരു പെൺകുട്ടിയെ കണ്ടു. താച്ചിയാണെന്ന് പെട്ടെന്നു തോന്നി. ഫോട്ടോ ഇരിപ്പുണ്ടെങ്കിൽ കാണിച്ചുതാ...''

ഷാഹിദ് ഉടനെ എഴുന്നേറ്റു:

''വാ താച്ചീടെ വീടുവരെ പോകാം. എന്റെ കൈകളിലൊന്നുമില്ല. ഉള്ള പടങ്ങൾ ആൽബത്തിലാ, മൈസൂറിൽ.''

''ഞാനെന്തിനാ... നീ മേടിച്ചിട്ടുവാ...''

''എനിക്ക് തനിയെ പോകാൻ ശക്തി തോന്നുന്നില്ല.''

ഷാഹിദും സഞ്ജുവും പുറത്തേക്കിറങ്ങിയപ്പോൾ ഒതുക്കിൽ കിടപ്പുണ്ടായിരുന്ന പുള്ളിമാനും മോളമ്മയും എഴുന്നേറ്റു. പുള്ളിമാൻ അവരുടെ കൂടെക്കൂടി. അതുകണ്ടു മോളമ്മയും കൂട്ടത്തിൽ ചേർന്നു. സംഘം വലുതായി എന്നുകണ്ട് ഷാഹിദ് പുള്ളിമാനെ വിളിച്ചുകൂട്ടിക്കൊണ്ടുപോയി പുറത്തളത്തിൽ ബന്ധനസ്ഥനാക്കി. മുക്കിയും മൂളിയും പ്രതിഷേധം പ്രകടിപ്പിച്ച അവനെ സമാധാനിപ്പിക്കാനെന്നോണം മോളമ്മ അവന്റെ മുന്നിലിരുന്നു.

താച്ചിയുടെ അമ്മ പടങ്ങൾ തപ്പിയെടുത്തുകൊണ്ടുവന്നു. പഴയ ഒരു പടം. കല്യാണത്തിനു ഭർത്താവിനോടൊപ്പം എടുത്ത മറ്റൊന്ന്.

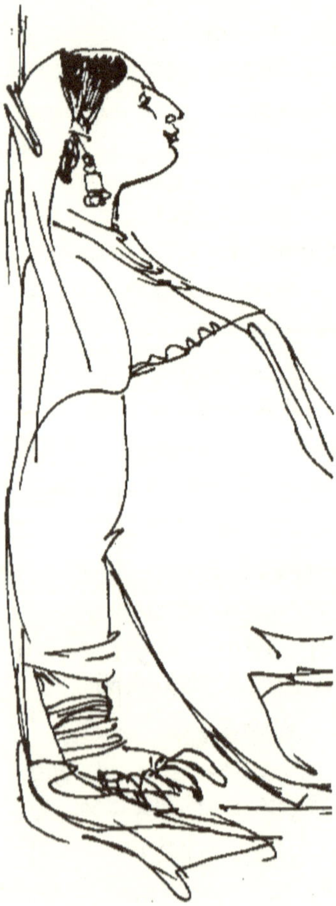

താച്ചിയുടെ ഭർത്താവ് സുമുഖനാണല്ലോ, ഷാഹിദ് ചിന്തിച്ചു, തന്നേക്കാൾ സുമുഖൻ.

"എന്നാത്തിനാ മോനെ ഇപ്പം ഇതെടുപ്പിച്ചേ..."

"ചുമ്മാ ഒന്നു കാണാൻ തോന്നി."

"ആരാ മോനെ കൂടെയുള്ളത്?"

"അള്ളാമേട്ടിൽ വന്നിരിക്കാറുള്ള ആളാ..."

"യാ അള്ളാഹ്! ഇതാണോ മോന്റെ കൂടെ നടക്കണെ ഫക്കീറ്?" താച്ചിയുടെ അമ്മയുടെ മുഖം ഭയഭക്തിബഹുമാനങ്ങൾകൊണ്ടു നിറഞ്ഞു: "കഴിക്കാനെന്നാ വേണ്ടിയേ?"

"ഇത്ര നേരത്തേ ഒന്നും വേണ്ടമ്മാ," ഷാഹിദ് പറഞ്ഞു.

"കട്ടനിരിപ്പൊണ്ട്, അല്ലേൽ ചായയെടുക്കാം."

"എന്തെങ്കിലും തന്നേ പറ്റൂ എങ്കിൽ ഒരു ഗ്ലാസ് വെള്ളം തരിക." സഞ്ജു പറഞ്ഞു.

കയ്യാലവഴി തിരിച്ചു സ്വന്തം പുരയിടത്തിലേക്കു കയറിക്കഴിഞ്ഞ് ഷാഹിദ് ശാന്തത കൈവെടിയാതെ ചോദിച്ചു:

"എന്താ ഒന്നും പറയാത്തത് ?"

"അത് താച്ചിതന്നെ..."

"അതിന്റെ അർത്ഥം?" ഷാഹിദിന്റെ സ്വരത്തിൽ അൽപം ഉദ്വേഗം കലർന്നു: "താച്ചിക്ക് വല്ലതും... അവൾ പോയിക്കളഞ്ഞോ?"

"എന്നു പറയാൻ വയ്യ. ജീവിച്ചിരിക്കുന്നവരെ ഇങ്ങനെ കണ്ടിട്ടുള്ള ഒരുപാടനുഭവങ്ങൾ പറഞ്ഞുകേട്ടിട്ടുണ്ട്."

വീട്ടിൽ തിരിച്ചെത്തി ഷാഹിദ് കട്ടിലിൽ കയറിക്കിടന്നു. സഞ്ജു കസേര വലിച്ചിട്ട് അരികത്തിരുന്നു.

"ചായ കൊണ്ടുവരട്ടെ?" താലിയപ്പൻ വാതിൽക്കൽ പ്രത്യക്ഷപ്പെട്ടു.

"കൊണ്ടുവാ."

"ദോശയാ രാവിലെ. ഇപ്പൊ വേണോ കുറച്ചു കഴിഞ്ഞ് മതിയോ?"

"കുറച്ചു കഴിയട്ടെ."

പടിക്കൽ മീൻകാരന്റെ സൈക്കിൾമണിയും തുടർന്ന് മോളമ്മയുടെ നിറുത്താതെയുള്ള കരച്ചിലും കേട്ടു.

"നീ ആദ്യം ചെന്ന് അവൾക്ക് മീൻ വാങ്ങിച്ചുകൊടുക്ക്." ഷാഹിദ് നിർദ്ദേശിച്ചു.

താലിയപ്പൻ പോയി.

''താച്ചിക്ക് ഒന്നും പറ്റിക്കാണില്ല അല്ലേ?'' ഷാഹിദ് സഞ്ജുവിനോടു ചോദിച്ചു.

സഞ്ജു മിണ്ടിയില്ല.

''എന്റെ സഞ്ജു, എന്തിനാണെന്നെ തടഞ്ഞത്?''

''ഞാൻ തടയുകയോ... എല്ലാം ഈശ്വരന് വിട്ടുകൊടുത്ത് പ്രാർത്ഥിച്ചതേയുള്ളൂ.''

ഷാഹിദ് കണ്ണടച്ചു കിടന്നു.

കുറച്ചുനേരം കഴിഞ്ഞ് കുഞ്ഞാലിയും താലിയപ്പനും വാതിൽക്കൽ വന്നുനിന്നു.

അവരുടെ കാലൊച്ച കേട്ട് ഷാഹിദ് കണ്ണുതുറന്നു.

''താച്ചിയക്കച്ചീടെ അമ്മാ ബോധംകെട്ട് കിടക്കുവാ,'' താലിയപ്പൻ പറഞ്ഞു: ''ഒന്നങ്ങോട്ട് ചെല്ലണ്ണച്ചീ...''

''വാ ഷഹദ് പോകാം,'' സഞ്ജു എഴുന്നേറ്റു.

''എനിക്കു മേലാ.''

''അതു പറഞ്ഞാലൊക്കില്ല,'' സഞ്ജു നിർബന്ധിച്ചു: ''എഴുന്നേറ്റാട്ടെ.''

''അമ്മാക്കെന്നാ അസുഖം?'' ഷാഹിദ് അന്വേഷിച്ചു.

കുഞ്ഞാലി പൊട്ടിക്കരഞ്ഞു.

''താച്ചിയക്കച്ചി... പോയി...''

''ഇന്നാലില്ലാഹി വഇന്നാ ഇലൈ ഹി റാജിഊൻ,'' ഷാഹിദ് പതുക്കെ ഉരുവിട്ടു. മരണവാർത്ത കേൾക്കുമ്പോൾ സത്യവിശ്വാസി പറയുന്ന ആ വാക്യം: ദൈവത്തിൽനിന്നു വന്നു, തിരിച്ച് ദൈവത്തിങ്കലേക്കു പോകുന്നു...

തിരിച്ച് ദൈവത്തിങ്കലേക്ക്... സൃഷ്ടികളെല്ലാം നശ്വരം!

യാ റബ്ബുൽ ആലമീൻ... ഞാനെന്താണ് കരയാത്തത്? ഷാഹിദ് സ്വയം ചോദിച്ചു.

## ദിക്റുകളുടെ മുഴക്കം

**താ**ച്ചിയുടെ അമ്മ കിടന്ന കട്ടിലിൽ, അവരുടെ നെറ്റിയിൽ പതുക്കെ തൊട്ടുകൊണ്ട് ഷാഹിദലി ഇരുന്നു. ദുരന്തവാർത്ത ചെമ്പകപ്പള്ളി അറിഞ്ഞുകഴിഞ്ഞിരുന്നില്ല. അതുകൊണ്ട് കുറച്ചുപേർ മാത്രമേ വടക്കേത്താഴത്ത് എത്തിയിരുന്നുള്ളൂ - ഷാഹിദലി, സഞ്ജു, താലിയപ്പൻ, താജുമ്മാ, കദിയവല്യമ്മ, സുമയ്യ...

സഞ്ജു പറമ്പിലെല്ലാം തേടിനടന്ന് എന്തോ ഒക്കെ പച്ചിലകൾ പറിച്ചുകൊണ്ടുവന്നു. അവയിൽ ചിലത് ചതച്ചുപിഴിഞ്ഞ്, തലയണകൾ അടുക്കി അമ്മയുടെ ശിരസ്സ് പൊക്കിവെച്ച് നിറുകയിൽ തളംവെച്ചു. ഏതോ ഇല തിളപ്പിച്ചാറിയ വെള്ളത്തിൽ ഞെരടിപ്പിഴിഞ്ഞു കരണ്ടികൊണ്ട് വായിൽ പകർന്നുകൊടുത്തു. അൽപം കഴിഞ്ഞപ്പോൾ ബോധംതെളിഞ്ഞ് അമ്മ കണ്ണുമിഴിച്ചു.

"ശുബൈതാ..." കദിയവല്യമ്മ മൃദുവായി വിളിച്ചു. വല്യമ്മയെ ഒന്നു നോക്കിയിട്ട് ദുഃഖഭാരത്താൽ കനം തൂങ്ങിയ കൺപോളകൾ താഴ്ന്ന് താച്ചിയുടെ അമ്മ വീണ്ടും മയങ്ങി. അമ്മയുടെ കൂടെ സ്ത്രീകളെ നിർത്തിയിട്ട്, ഷാഹിദലി സഞ്ജുവിനെയും താലിയപ്പനെയും കൂട്ടി തിരികെപ്പോന്നു.

താച്ചിയുടെ മരണം തന്റെ മരണമായി ഷാഹിദലി തിരിച്ചറിഞ്ഞു. ആ തിരിച്ചറിവിനു തന്നെ പ്രാപ്തനാക്കിയതിന് - അള്ളാമേട്ടിൽവെച്ചുണ്ടായ വിചിത്രമായ അനുഭവത്തിന് - ഷാഹിദലി ദൈവത്തിനു നന്ദി പറഞ്ഞു. മരണം ജീവിതത്തിൽ നടക്കുന്ന അവസാനത്തെ അതിജീവനയത്നമാണ്. മറ്റേതോ യാഥാർത്ഥ്യത്തിൽ ഉയിർക്കൊള്ളാനുള്ള മുന്നോടി. അതെന്നല്ല എല്ലാ ചലനവും പ്രകൃതിയുടെ മഹാചലനത്തിന്റെ ഭാഗം. മനുഷ്യജീവിതത്തിന്റെ വരവുകൾ, പോക്കുകൾ... മൃഗജീവിതത്തിന്റെയും സസ്യജീവിതത്തിന്റെയും അതുപോലെ. കടലിൽ തിരയുണ്ടാകുന്നതുപോലെ പ്രാതിഭാസിക പ്രപഞ്ചത്തിന്റെ ആവിർഭാവങ്ങളും തിരോഭാവങ്ങളും...

കുല്ലുമൻ അലൈഹാ ഫാൻ... ഷാഹിദ് തന്നോടുതന്നെ മന്ത്രിച്ചു, ആരും കേൾക്കാതെ... നശ്വരം, എല്ലാം നശ്വരം... പിന്നെ, ഞാൻ, ഞാൻ എന്ന ഈ വികാരം - എന്റെ ശോകം, എന്റെ നഷ്ടം എന്ന ആകാംക്ഷ - എന്തിനായി വിടാതെ നിൽക്കുന്നു! ഉള്ളിൽ ഉറഞ്ഞു കൂടിയ മഹാദുഃഖം ഇപ്പോൾ പ്രകാശത്തിന്റെ ഒരു പരലായി വെട്ടിത്തിളങ്ങി, തന്നെ പ്രകാശംകൊണ്ട് പൊതിയുന്നതായി ഷാഹിദലിക്കു തോന്നി.

താച്ചിയുടെ മരണം എങ്ങനെ സംഭവിച്ചു, എപ്പോൾ സംഭവിച്ചു എന്നെല്ലാം ഇനിയും അറിയാനിരിക്കുന്നതേ ഉള്ളൂ. എവിടെയായിരിക്കും കബറടക്കം എന്നും അറിഞ്ഞില്ല. ചെമ്പകപ്പള്ളിയുടെ ഖബറിസ്താനിലാണെങ്കിൽ, ആ ശരീരം മണ്ണിലേക്കിറക്കിവെയ്ക്കുന്നത് തനിക്കു കാണേണ്ടിവരും. അത്രയ്ക്കു കരളുറപ്പുണ്ടോ തനിക്ക്, തന്നിൽനിന്നു വിട്ടുമാറാൻ മടിച്ച ഭാവതരളമായ ആ പ്രിയപ്പെട്ട കണ്ണുകൾ അടഞ്ഞു നിശ്ചേതനമായതു കാണാൻ. ഷാഹിദലി നിർബലനായി.

ഷാഹിദലിയുടെ മനസ്സു വായിച്ചതുകൊണ്ടാവാം സഞ്ജു അഭിപ്രായപ്പെട്ടു:

''നീ വേണം ആ അമ്മയ്ക്കിപ്പോ താങ്ങായി.''

ഷാഹിദലി മിണ്ടിയില്ല.

''അതിനു വേണ്ട തന്റേടമൊക്കെ നിനക്കുണ്ട്,'' സഞ്ജു തുടർന്നു: ''പിന്നെ, നീ പരിഭവിക്കരുത്. ഞാൻ പോവുകയാണ്.''

ആ പ്രസ്താവം എന്തുകൊണ്ടോ അത്രയ്ക്കപ്രതീക്ഷിതമായി തോന്നിയില്ല ഷാഹിദലിക്ക്.

''എപ്പഴാ?''

''ഇന്ന്. എന്നുവെച്ചാൽ ഉടനെതന്നെ. ആ പഴയ കൽപന വന്നിരിക്കുന്നു.''

ഷാഹിദലി സഞ്ജുവിനെ ചികഞ്ഞുനോക്കി. അലിവു നിറഞ്ഞ ആ ആകാശനയനങ്ങളിൽ എന്താണ്? അനന്തതയിലേക്കു തൊടുത്ത പ്രണയാസ്ത്രങ്ങളായി അവ സ്വന്തം സഞ്ചാരപഥങ്ങൾ തേടുകയാണോ? എന്റേതെന്നു കരുതുമ്പോൾ എന്റേതല്ലാതാവുന്ന ഈ പ്രാണസുഹൃത്ത്, ആത്മബന്ധു ഇയാൾ ആരാണ്, ഷാഹിദലി വിസ്മയിച്ചു.

''ചരൈവേതി... ചരൈവേതി...'' മൃദുസ്മിതത്തോടെ സഞ്ജു മന്ത്രിച്ചു.

എവിടെനിന്നു കിട്ടുന്നു തനിക്ക് അത്ഭുതകരമായ ഈ സംയമനം? സഞ്ജുവിന്റെ തണലും നീങ്ങിപ്പോയിട്ടും തനിച്ചു നിൽക്കാനുള്ള കെൽപ്?

താച്ചിയുടെ അമ്മയ്ക്കും അത്തമ്മായ്ക്കും വേണ്ട പരിചരണങ്ങളുടെ മാത്രമല്ല ഷാഹിദ് മേൽനോട്ടം സ്വയമേറ്റെടുത്തത്, ഒന്നുകൂടി തകർന്നുപോയ കൊമ്പൻ കമറുദ്ദീന്റെയും താൽക്കാലിക ചുമതല ഷാഹിദിന്റേതായി. കമറുദ്ദീന്റെ ആൺമക്കൾ ഗൾഫിലായിരുന്നു.

ഇളയ പെൺകുട്ടി സുമയ്യ മാത്രമേയുള്ളൂ കൂടെ... ഭാര്യയും. ഒരു കാലത്ത് ആരെയും കൂസാതിരുന്ന, ഏതു പടയ്ക്കു പുറപ്പെടാനും ക്ഷണനേരംപോലും ചിന്തിക്കേണ്ടിവന്നിട്ടില്ലാത്ത ബൃഹദാകാരനായ ആ മനുഷ്യൻ ഷാഹിദിന്റെ മുന്നിൽ ദുർബലനായി.

"ഞാനിങ്ങനെ കെടക്കുമ്പം ആ കൊച്ചിനെയാണല്ലോ പടച്ചോനെടുത്തത്..."

"നിങ്ങളെല്ലാം വടക്കേത്താഴത്ത് ചെന്ന് നിന്നാൽ താച്ചീടമ്മയ്ക്കും ഒത്തിരി സഹായമാവും." ഷാഹിദ് പറഞ്ഞു.

"ഈ കെടപ്പിലോ?" കൊമ്പന് അത് അസാധ്യമായി തോന്നി.

"കെടപ്പാണെങ്കിലെന്താ, മാമാ മാമാതന്നെയല്ലേ," കൊമ്പന്റെ ആത്മധൈര്യം വീണ്ടെടുക്കാൻ ഷാഹിദൊരു ശ്രമം നടത്തി: "ഞാൻ കൊണ്ടെത്തിക്കാവല്ലോ."

"അവൻ പറയുന്നതും ശരിയാണ്, " കൊമ്പന്റെ ഭാര്യ ഷാഹിദിന്റെ അഭിപ്രായത്തോടുള്ള യോജിപ്പ് ഭർത്താവിനെ അറിയിച്ചു.

ഭർത്താവിന്റെ മുഖഭാവത്തിൽനിന്ന് സമ്മതം വായിച്ചെടുത്ത അവർ തുടർന്നു:

"ശരി മക്കളെ, ഞങ്ങള് പോരാം. നീ വേണ്ടപോലെ ചെയ്യ്."

താച്ചിയുടെ ഭർത്താവിനെ വിളിച്ച് വിവരങ്ങളറിയണമെന്നും പറഞ്ഞ് കൊമ്പന്റെ ഭാര്യ ഷാഹിദിനെ ഒരു ടെലിഫോൺ നമ്പർ കുറിച്ചേൽപിച്ചു. ഷാഹിദിനു ഹൃദിസ്ഥമായിരുന്നു ആ നമ്പർ. എത്ര തവണയാണ് അതു കറക്കിയിട്ടുള്ളത് - താച്ചിയുടെ സ്വരത്തിനുവേണ്ടി ദാഹിച്ച് - നിഷ്ഫലമായി.

ഇപ്പോൾ ആ ഫോണിൽ തനിക്കുത്തരം കിട്ടി, കേട്ട പുരുഷ സ്വരം പരിചിതമായും തോന്നി.

"സാജിദായുടെ വല്യത്താ പറഞ്ഞിട്ട് വിളിക്കുവാ, അസീസൊണ്ടോ?"

"അസീസാ. ആരാ?"

"ചെമ്പകപ്പള്ളീന്നാ, ഷാഹിദലി."

ഹ്രസ്വമായ നിശ്ശബ്ദത.

"ഹലോ, ഹലോ," ലൈൻ പോയെന്ന് ഷാഹിദ് വിചാരിച്ചു.

"അറിയാം," ഉത്തരം വന്നു, "ഷാഹിദലി"

ഷാഹിദ് അസ്വസ്ഥനായി. എന്താണ് അസീസിന് അറിയാവുന്നത്?

"കൊണ്ടുവരും," അസീസ് പറഞ്ഞു: "കടലാസുകൾ ശരിയാവുന്നതേ ഉള്ളൂ."

വെയ്ക്കട്ടെ എന്നു പറയാൻ തുടങ്ങുകയായിരുന്നു ഷാഹിദ്. അപ്പോൾ അസീസ് അപ്രതീക്ഷിതമായ അടുപ്പത്തോടുകൂടി തെല്ലൊന്നു ശങ്കിച്ചു പറഞ്ഞു:

"വരുമ്പഴ് ഒന്നു കാണണം."

* * *

**താ**ച്ചിയെ കൊണ്ടുവന്നുവെന്ന് ഷാഹിദറിഞ്ഞത് വടക്കേത്താഴത്തുനിന്നുയർന്ന ദിക്റു[1]കളുടെ മുഴക്കത്തിൽനിന്നാണ്. ഷാഹിദലി സ്വന്തം മുറിയിലെ കട്ടിലിൽ കിടക്കുകയായിരുന്നു. താച്ചി മരിച്ചിട്ട് ഒരാഴ്ച കഴിഞ്ഞിരിക്കുന്നു. അസീസിനെ സഹായിക്കാൻ വിമാനത്താവളത്തിൽ ചെന്നത് നിലമ്പൂരിലെ ചില ബന്ധുക്കളാണ്. എത്തേണ്ടവരെല്ലാം ചെമ്പകപ്പള്ളിയിൽ എത്തിയിരുന്നു. താച്ചിയുടെ അമ്മ ശൂന്യമായ കണ്ണുകളോടെ കല്ലിച്ച ഒരിരുപ്പിരുന്നു. യുവത്വം പിൻവാങ്ങുന്നതിനു മുമ്പേ വിധവയായിത്തീർന്ന ആ സ്ത്രീയുടെ തകർച്ച ഏകസന്താനത്തിന്റെ വിയോഗം കൂടിയായപ്പോൾ പൂർണമായിരുന്നു. കൊമ്പനും കുടുംബവും വടക്കേത്താഴത്തേക്കു താൽക്കാലികമായി താമസം മാറുകയും വിവരമറിഞ്ഞു നാട്ടുകാരും ബന്ധുക്കളും വരവും പോക്കും തുടങ്ങുകയും ചെയ്തതോടെ ഷാഹിദ് തന്റെ നാലു ചുവരുകൾക്കുള്ളിലേക്കു പിൻവലിഞ്ഞു കഴിയുകയായിരുന്നു. കുളിയും നിസ്കാരവും പേരിനുമാത്രം ഭക്ഷണവുമായി ആരെയും കാണാതെ കഴിഞ്ഞ ദിവസങ്ങൾ.

ദിക്റുകളുടെ മുഴക്കം ഷാഹിദിനെ വിഹ്വലനാക്കി. എപ്പോഴോ താലിയപ്പൻ മുറിയിലേക്കു കടന്നുവന്നു.

‘‘എത്തി.’’ താലിയപ്പൻ പറഞ്ഞു. ഷാഹിദലി പ്രതികരിച്ചില്ല.

‘‘അധികം വെച്ചുകൊണ്ടിരിക്കില്ല. ’’താലിയപ്പൻ സൂചിപ്പിച്ചു.

ഷാഹിദലി മുഖം തിരിച്ച് കമിഴ്ന്നുകിടന്നു.

താലിയപ്പൻ വന്ന് ശങ്കയോടെ അടുത്തിരുന്ന് ഷാഹിദിന്റെ പുറത്തു കൈവെച്ചു. ആ സ്പർശം എന്തുകൊണ്ടോ ഷാഹിദലിയെ വല്ലാതെ അലിയിച്ചു. ഷാഹിദ് കരഞ്ഞു, നിശ്ശബ്ദനായി... തേങ്ങലിന്റെ നേർത്ത അലകൾ ഷാഹിദിനെ പതുക്കെ ഉലച്ചുകൊണ്ടിരുന്നു.

താലിയപ്പൻ എഴുന്നേറ്റു പോയില്ല, ഒന്നും മിണ്ടിയുമില്ല.

കുറച്ചു കഴിഞ്ഞപ്പോൾ വടക്കേത്താഴത്തുനിന്ന് ഉറച്ച ഒരു പുരുഷസ്വരമുയർന്നു:

‘‘ലാ ഇലാഹ ഇല്ലല്ലാഹ്...’’

ഒരുപാടുപേർ ഉറക്കെ അതേറ്റു പറഞ്ഞു:

‘‘ലാ ഇലാഹ ഇല്ലല്ലാഹ്...’’

മയ്യത്ത് എടുക്കുകയാണ്. മയ്യത്ത് വീട്ടിൽനിന്നു പുറപ്പെടുന്നത് ദിക്റുകളുടെ ഗതിയിൽനിന്ന് ഷാഹിദറിഞ്ഞു. മയ്യത്ത് ഇപ്പോൾ തന്റെ പടി കടന്നുപോവുകയാണ്. ആൾക്കൂട്ടത്തിൽനിന്നും പുറപ്പെട്ട

1. ലാ ഇലാഹ ഇല്ലല്ലാഹ്

ദിക്റുകൾ ഒരു വലിയ ഇരമ്പംപോലെ കുത്തൊഴുക്കായി ഷാഹിദിന്റെ മുറിയിലേക്കു വന്നു.

ഷാഹിദ് ആ യാത്രയുടെ ദൃശ്യം സങ്കൽപിച്ചു. പച്ചത്തുണികൊണ്ടു പൊതിഞ്ഞ ചന്ദക്കു[2]മായി ചെമ്പകപ്പള്ളിയിലെ പുരുഷന്മാർ തൂവെള്ള വസ്ത്രങ്ങൾ ധരിച്ച് പള്ളിയുടെ ദിശയിൽ നീങ്ങുകയാണ്. ആരൊക്കെയാവും ചന്ദക്കു ചുമലിലേറ്റിയിരിക്കുന്നത്?

ദിക്റുകളുടെ മുഴക്കം ഇപ്പോൾ നേർത്തുനേർത്ത് അകന്നു.

ഷാഹിദ് എഴുന്നേൽക്കാൻ തുടങ്ങുന്നതുകണ്ട് താലിയപ്പൻ എഴുന്നേറ്റു മാറി.

''എനിക്കവളെ കാണണം.'' ഷാഹിദ് പറഞ്ഞു.

അതെ, ഒരിക്കൽക്കൂടി, അവസാനമായി...

ധൃതിയിൽ രണ്ടുപേരും ഇറങ്ങി. അവർ പള്ളിപ്പറമ്പിൽ എത്തുമ്പോഴേക്ക് മയ്യത്തിറക്കി മയ്യത്ത് നമസ്കാരം നടക്കുകയായിരുന്നു. കഫ[3]ന്റെ തലയ്ക്കലെ മുക്കെട്ടിലൊന്നഴിച്ചു മുഖം വെളിയിൽ കാണിച്ചിരുന്നു; ഖിബ്‌ല[4]യുടെ ദിശയിലേക്കു തിരിച്ച്...

ആളുകളുടെ ഇടയിലൂടെ ആ ദൃശ്യം കണ്ടുകൊണ്ട് ഷാഹിദലി ഖബറിന്റെ അടുത്തേക്കു നീങ്ങി. ആറടിയിലെ നിത്യവിശ്രമസ്ഥാനം...

ഷാഹിദിനെക്കണ്ട് ആളുകൾ ഒതുങ്ങിനിന്നു. മയ്യത്തിന്റെ അരികിലേക്ക് എളുപ്പത്തിൽ ചെല്ലട്ടെ എന്നു കരുതി.

ഷാഹിദ് അടുത്തുചെന്നു നോക്കി. മൂടിയ കണ്ണുകൾ തിരുമ്മി വീണ്ടും നോക്കി. ചിരപരിചിതമായ ആ മുഖം... അത് ശാന്തമായിരിക്കുന്നു. വിളറിയിരിക്കുന്നു. കൺപോളകളിൽ മരിച്ചവരെ അണിയിക്കാറുള്ള തിളങ്ങുന്ന പൊടി.

മുഖം അവസാനമായി മൂടുകയാണ്. ആരാണ് ആ പ്രിയപ്പെട്ട ശരീരത്തെ ഖബറിലേക്കിറക്കുന്നത്. ഷാഹിദിന്റെ ശ്രദ്ധയിലതു പതിഞ്ഞില്ല. ഷാഹിദ് സ്വപ്നാടകനെപ്പോലെ കുനിഞ്ഞ് ഒരുപിടി മണ്ണ് കൈയിലെടുത്തു. നിവർന്നപ്പോൾ അടുത്തുനിൽക്കുന്ന ചെറുപ്പക്കാരനുമായി കണ്ണുകൾ ഇടഞ്ഞു. അസീസ്! ഷാഹിദ് തിരിച്ചറിഞ്ഞു.

എന്നെന്നേക്കുമായി കാലം മൂടിക്കളഞ്ഞ, ഖബറിൽ ശയിക്കുന്ന തന്റെ മൃണ്മയവസന്തത്തെ ഷാഹിദ് ആർദ്രമായി വീണ്ടും നോക്കി.

---

2. ശവമഞ്ചം
3. ശവക്കച്ച
4. മക്കയിലെ ആരാധനാകേന്ദ്രമായ കഅ്ബ സ്ഥിതിചെയ്യുന്ന ദിശ

ഒരുപക്ഷേ തന്റെ മനോനിലതന്നെയാവാം തനിക്കടുത്തുനിൽക്കുന്ന മനുഷ്യന്റേതും എന്ന ചിന്ത മനസ്സിലൂടെക്കടന്നുപോയി.

ഷാഹിദ് പതുക്കെ ഉരുവിട്ടു:

ഇന്നക മയ്യത്തുൻ വ ഇന്നഹും മയ്യത്തൂൻ
സുമ്മ ഇന്നഹും യൗമൽ ഖിയാമതി
ഇൻദ റബ്ബികും തഖ്തസിമൂൻ...

മരിച്ചു പിരിയുന്നവരെ യാത്രയാക്കുന്ന, ഇന്നു നീ പോകുന്നുവെങ്കിൽ നാളെ ഞാനുണ്ടാകുമെന്നു പറയുന്ന, വിശ്വാസിയുടെ സൂക്തം.

താച്ചിയുടെ ഖബറിലേക്ക് ആദ്യത്തെ പിടി മണ്ണുവീണത് ഷാഹിദലിയുടെ കൈകളിൽനിന്നായിരുന്നു.

# ഖുദാ ഹാഫിസ്

**ഖ**ബറടക്കം കഴിഞ്ഞ്, ആളുകൾ പിരിഞ്ഞു തുടങ്ങി. ഷാഹിദലി ആരോടും മിണ്ടാൻ നിൽക്കാതെ പള്ളിപ്പറമ്പിൽനിന്ന് പുറത്തേക്കു നടന്നു. താലിയപ്പനും ഒപ്പമെത്തിയിരുന്നു. വളരെക്കാലംകൂടി പുള്ളി മാന്റെ അമ്മ, പള്ളിയുമ്മാ, പുള്ളിമാന്റെ കൊച്ചു പതിപ്പുകളായ രണ്ടു കുഞ്ഞുങ്ങളുടെ കൂടെ അതുവഴി നടക്കുന്നതു കണ്ടു. സാധാരണഗതിയിൽ പള്ളിയുമ്മായുടെ ശ്രദ്ധയാകർഷിക്കാൻ താലിയപ്പൻ ശ്രമിക്കുമായിരുന്നു. താലിയപ്പൻ മാറിയിരിക്കുന്നു. നിക്കാഹിനു ശേഷം പടിപടിയായി കൈമോശം വന്നുകൊണ്ടിരുന്ന താലിയപ്പന്റെ കുട്ടിത്തം കുഞ്ഞാലി ഗർഭംധരിക്കുകകൂടി ചെയ്തപ്പോഴേക്കും പാടെ അപ്രത്യക്ഷമായി.

നടക്കുമ്പോൾ ഷാഹിദലി തന്റെ ഉള്ളു ചികഞ്ഞുകൊണ്ടാണ് നടന്നത്, വേദന തോന്നുന്നുവോ? ഇല്ല. ദുഃഖങ്ങൾക്കു സംഭവിച്ചത് എത്ര വിചിത്രമായ പരിണാമം! അവയെല്ലാം ഇപ്പോൾ വെളിച്ചം സൃഷ്ടിച്ചുകൊണ്ടിരിക്കുകയാണ്. പക്ഷേ, ഉള്ളംകൈയിലെ വരകൾ പോലെ പരിചിതങ്ങളായ വഴിത്താരകൾ ഇന്നെന്തേ അപരിചിതങ്ങളായിത്തോന്നുവാൻ?

ഷാഹിദ് വീട്ടിൽ തിരിച്ചെത്തിയശേഷം തന്റെ മുറിയിൽത്തന്നെ സമയം കഴിച്ചു. താലിയപ്പനും കുഞ്ഞാലിയും ഷാഹിദിന്റെ വീട്ടിലേക്കു താമസം മാറ്റിയിരുന്നു. ഷാഹിദ് ഒറ്റയ്ക്കാകരുതെന്ന് അവർ കരുതി. കൂടാതെ താച്ചിയുടെ വീട്ടിലേക്ക് ആവശ്യമുള്ളപ്പോഴൊക്കെ ഓടിച്ചെല്ലാനും അതായിരുന്നു സൗകര്യം.

താച്ചിയുടെ വീട്ടിൽനിന്ന് ബന്ധുക്കൾ എല്ലാവരും അപ്പോഴേ പോയി. ബാക്കിയായത് കൊമ്പൻ കമറുദ്ദീനും കുടുംബവും മാത്രം. പിന്നെ അസീസും. അവരെല്ലാം ഒന്നിച്ചിരുന്ന് ദിക്റ് ചൊല്ലുകയും യാസീൻ ഓതുകയും ചെയ്യുന്നുണ്ടെന്നു കുഞ്ഞാലിയാണ് അറിയിച്ചത്. ഷാഹിദ് അങ്ങോട്ടു ചെന്നതേയില്ല.

താച്ചിയുടെ വീടു സന്ദർശിച്ചവരിൽ ചിലർ ഷാഹിദിനെ പരിചയമുള്ളവരായിരുന്നു. അവർ ഷാഹിദിന്റെ വീട്ടിലും വന്നു. ആ സന്ദർശനങ്ങൾ പ്രമാണിച്ച് പുള്ളിമാനെ അടുക്കളഭാഗത്തെ പുറംതിണ്ണയിലേക്കു മാറ്റിക്കെട്ടിയിരുന്നു. മോളമ്മയും സുഹൃത്തിന്റെ അടുത്തേക്കു സ്വമേധയാ മാറി. അതുകൊണ്ട് പിറ്റേന്നു കാലത്ത് അസീസ് വീട്ടിൽ കയറിവന്നപ്പോൾ പുറത്തളത്തിൽ സ്വീകരിച്ചിരുത്താൻ ഷാഹിദലിക്ക് ഒട്ടും പ്രയാസമുണ്ടായില്ല.

തലയും കുനിച്ച് അസീസ് കുറെനേരം ഇരുന്നു. ഇപ്പോൾ എന്തെങ്കിലും പറയുമെന്നു ഷാഹിദ് ക്ഷമാപൂർവം കാത്തു. കാണണമെന്നും സംസാരിക്കണമെന്നും ആഗ്രഹം പ്രകടിപ്പിച്ചത് അസീസായിരുന്നുവല്ലോ.

കുഞ്ഞാലി നിശ്ശബ്ദയായി ചായ കൊണ്ടുവന്നു വെച്ചിട്ടുപോയി. അതു കുടിച്ചുതീർക്കാനും അസീസിനായില്ല.

അവസാനം ഷാഹിദ് ചോദിച്ചു:

''പള്ളിക്കടുത്തൊരു കുന്നില്ലേ. എനിക്കൊന്നവിടെ പോണോ ന്നൊണ്ട്. പോരാമോ കൂടെ?''

ചെറുതായൊരു തലകുലുക്കൽകൊണ്ട് സമ്മതം അറിയിച്ച് അസീസ് എഴുന്നേറ്റു.

പോകുംവഴി ഇടയ്ക്കും തലയ്ക്കും ഓരോ ചെറിയ വാചകങ്ങളി ലൂടെ ഷാഹിദ് അള്ളാമേട്ടിലെത്തങ്ങളുടെ കഥ അസീസിനോടു പറഞ്ഞു. അള്ളാമേട് അപാരമായൊരു സൗഹൃദത്തിന്റെ ഇടമാണ് തനിക്കെന്നതും. ജീവനാനന്ദൻ എന്ന സഞ്ജുവിന്റെ സാന്നിധ്യത്തെ പ്പറ്റിയും പറയാതിരുന്നില്ല ഷാഹിദ്. പേരാലിന്റെ പന്തലിപ്പിനു കീഴെ കുറച്ചു നേരമിരുന്നപ്പോൾ അസീസ് ഒടുവിൽ സംസാരിച്ചുതുടങ്ങി:

''ഷാഹിദിന്റെ കൂടെ ഇങ്ങനെ ഇരിക്കുമ്പൊ സമാധാനം തോന്ന് ന്ന്ണ്ട്. പക്ഷേ, ഷാഹിദിന് എന്നെ വെറുപ്പായിരിക്കും.''

''വെറുപ്പോ...?'' ഷാഹിദ് അത്ഭുതപ്പെട്ടുപോയി.

''സാജിദാടേം നിങ്ങടേം ജീവിതം ഞാൻ വന്ന് നാശാക്കി.''

''അസീസെന്നാ ഈയപ്പറേന്നെ?''

വർഷങ്ങളായി ആരോടും പറയാതെ ഒതുക്കിവെച്ച നൊമ്പര ങ്ങളും സംശയങ്ങളുമാണ് അസീസ് തൂത്തുവാരി തന്റെ മുന്നിലേ ക്കിടുന്നതെന്നു ഷാഹിദിനു തോന്നി. കേൾക്കണമെന്നു മോഹമില്ല, കേട്ടിട്ടിനി വിശേഷമില്ലാത്ത പഴയ കാര്യങ്ങളാണ്. അസീസിനു പക്ഷേ, അതൊക്കെ പറയേണ്ടത് ഒരത്യാവശ്യമാണെന്ന് ഷാഹിദ് മനസ്സി ലാക്കി, കേട്ടുകൊണ്ടിരുന്നു.

നിക്കാഹ് നടന്ന രാത്രി. താച്ചിയിൽനിന്ന് അതിനെപ്പറ്റി ഇത്തിരി കേൾക്കാനിടയായിരുന്നു. ഇപ്പോഴിതാ അവളുടെ ഭർത്താവിന്റെ അനുഭവത്തിൽനിന്ന്. മണിയറയിൽ ഒരുപാടു സ്വപ്നങ്ങളോടെയാണ് ഞാൻ ചെന്നത്, അസീസ് പറഞ്ഞു. പക്ഷേ, എല്ലാം തകർത്തു കൊണ്ട് ഞാൻ മറ്റൊരാളുടേതാണ്, എന്നെ വേണ്ടെന്നു വയ്ക്കൂ എന്നു നവവധു പറഞ്ഞപ്പോഴുണ്ടായ ആഘാതം! ഒരു വാശിയാണ് തോന്നിയത് പിന്നെ. ദാമ്പത്യത്തിലേക്കു പ്രവേശിച്ചു കഴിഞ്ഞാൽ ആണും പെണ്ണും പഴയ പ്രേമങ്ങളെ തള്ളിക്കളയും; പ്രത്യേകിച്ച് പെണ്ണ് പുതിയ ജീവിതത്തിൽ വ്യാപൃതയാവും. താച്ചിയുടെ കാര്യ ത്തിലും അങ്ങനെ സംഭവിക്കുമെന്നു കരുതി. അതുകൊണ്ട് ബുദ്ധി മോശം കാട്ടി; അവളെ ബലമായി...

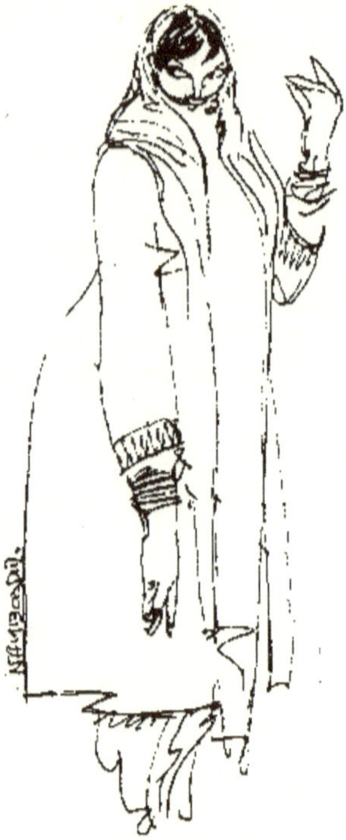

ആദ്യരാത്രിയെക്കുറിച്ചു താച്ചി പറയാൻ തുടങ്ങി കണ്ണീരിലതു തടഞ്ഞുനിന്നതും എങ്കിൽ പറയേണ്ടെന്നു താൻ തടുത്തതും ഷാഹിദലി ഓർമിച്ചു.

''സാജിദ പിന്നെ ഒരിക്കലും ഒന്നുമാവശ്യപ്പെട്ടില്ല.'' അസീസ് പറഞ്ഞു: ''ഉറക്കത്തിൽ നടക്കുന്നതുപോലെ നടന്നു. അവൾ ചെയ്യേണ്ടത് എന്ന് പ്രതീക്ഷിക്കപ്പെട്ട കാര്യങ്ങൾ ചെയ്തു. പരിഭവമില്ല, സന്തോഷങ്ങളുമില്ല.''

നാട്ടിലൊരു പ്രണയമുണ്ടായിരുന്നു അവൾക്കെന്നത് അസീസിനെ അലട്ടിയിരുന്നു. അതുകൊണ്ട് ചെമ്പകപ്പള്ളിയുമായുള്ള ഒരിടപാടും അയാൾ പ്രോത്സാഹിപ്പിച്ചില്ല. സാജിദ തന്നെ സ്നേഹിക്കണമെന്ന് അസീസ് ആഗ്രഹിച്ചു. അതുകൊണ്ടുതന്നെ ഓരോ കടുംപിടുത്തങ്ങളിൽ ഉറച്ചുനിന്നു. ഓരോന്നും വിപരീതഫലങ്ങളേ ഉണ്ടാക്കിയതുമുള്ളൂ.

നാടുമായി ഒരു ബന്ധവും അവളും ആഗ്രഹിക്കാത്തതുപോലെ

തോന്നി. അത്താ മയ്യത്തായ അവസരത്തിലാണ് ആദ്യമായി നാട്ടിൽ പോകണമെന്നവൾ പറയുന്നത്.

അവൾ നാട്ടിൽ ചെന്ന അവസരത്തിൽ അസീസ് രോഗം ബാധിച്ചു മരിക്കാറായിക്കിടന്നു. അവൾ തിരിച്ചുവന്ന് അയാളെ ശുശ്രൂഷിച്ചു. അസുഖം കുറഞ്ഞു വരുമ്പോഴാണ് അവളിൽ ഗർഭലക്ഷണങ്ങൾ കണ്ടുതുടങ്ങിയത്. അയാൾ കിടക്കവിട്ടെഴുന്നേൽക്കും മുമ്പെ അവൾ കിടപ്പായി. എല്ലായ്പോഴും ഛർദ്ദിയും തലകറക്കവും. ഒരു ദിവസം അവളറിയിച്ചു, മറ്റൊരാളുടെ കുഞ്ഞാണവളുടെ വയറ്റിലെന്നും താനുമായുള്ള ബന്ധമൊഴിയാൻ അവൾ ആഗ്രഹിക്കുന്നുവെന്നും.

കഥനത്തിന്റെ ആ തിരിവിൽ ഷാഹിദിന്റെ മനസ്സ് പിടച്ചുണർന്നു:

''ആ കുഞ്ഞ്...''

''നിങ്ങളുടെ മകനാണ്.''

''എന്റെ മകൻ, എനിക്കവനെ വേണം.'' ഷാഹിദ് ആവശ്യപ്പെട്ടു.

''നിങ്ങളവനെ ആവശ്യപ്പെടരുത്. മൂത്തവൻ അവനെ കുഞ്ഞപ്പു എന്നു വിളിച്ച് നിധിപോലെ കാക്കുകയാണ്.'' അസീസ് പറഞ്ഞു.

''നിങ്ങൾക്കവനെ എങ്ങനെ സ്നേഹിക്കാൻ കഴിയും?'' ഷാഹിദ് ചോദിച്ചു.

''കഴിയും. ആദ്യം ഞാനവനെ വെറുത്തുവെന്നത് സത്യം, അസൂയയും വിരോധവും...''

താച്ചിയുടെ ക്ലേശകരമായ ഗർഭകാലത്ത് നാടുമായി അവൾ പുനഃസ്ഥാപിച്ച ബന്ധം വളരാതിരിക്കാൻ താൻ ശ്രദ്ധിച്ചിരുന്നുവെന്ന് അസീസ് പറഞ്ഞു. കത്തുകൾ വരുന്നതും പോകുന്നതും സെൻസർ ചെയ്തു. വീട്ടിലേക്കു വരുന്ന ഫോൺവിളികൾ മുഴുവൻ തന്റെ ഓഫീസിലേക്കു തിരിച്ചുവിടാനുള്ള സംവിധാനമുണ്ടാക്കി. കുറ്റകൃത്യങ്ങളുടെ വിശദാംശങ്ങൾ ആസൂത്രണം ചെയ്യുന്ന ഒരു കുറ്റവാളിയുടെ സൂക്ഷ്മതയോടെയാണ് ഇതൊക്കെ ആരുമറിയാതെ ചെയ്തത്, വാശിയായിരുന്നു:

''എന്റെ തടങ്കലിൽനിന്ന് ഒരിക്കലും രക്ഷപ്പെടാനാവില്ലെന്നുവെച്ച് സാജിദാ എല്ലാം മതിയാക്കിപ്പോയതാ.''

ഷാഹിദ് നിമിഷനേരത്തേക്കു സ്തബ്ധനായി: ''താച്ചി ആത്മഹത്യ ചെയ്തുവെന്നാണോ?''

''അല്ലല്ല. മനസ്സ് പിന്മാറിയ കാര്യമാണു പറഞ്ഞത്.'' പ്രസവം കഴിഞ്ഞ് പതിനഞ്ചാം ദിവസം തുടങ്ങിയ ചോരവാർച്ചയായിരുന്നു മരിക്കാൻ കാരണമായത്.

ഷാഹിദ് അനക്കമില്ലാതെ കുറെ നേരമിരുന്നു.

“വെറുപ്പു തോന്നുന്നു അല്ലേ. നീചമായ പെരുമാറ്റംതന്നെയായിരുന്നു എന്റേത്.” അസീസ് പറഞ്ഞു.

“നിങ്ങൾ ഒരു കുടുംബം, ഭാര്യയുടെ സ്നേഹം, വിശ്വസ്തത-ഇതൊക്കെ ആഗ്രഹിച്ചു. അത്രയല്ലേ ഉള്ളൂ? അതിൽ വെറുക്കാനെന്തിരിക്കുന്നു?”

അസീസ് ഷാഹിദിനെ ബഹുമാനത്തോടെ നോക്കി.

മൗനത്തിന്റെ ഒരിടവേളയ്ക്കുശേഷം ഷാഹിദ് ശങ്കിച്ചുകൊണ്ടു ചോദിച്ചു: “അലോഹ്യം തോന്നത്തില്ലെങ്കിൽ ഒരു കാര്യം പറഞ്ഞോട്ടെ?”

“എന്താ?”

“നിങ്ങൾ നിക്കാഹ്...”

വാചകം മുഴുമിക്കാൻ അസീസ് സമ്മതിച്ചില്ല:

“ഇപ്പോഴാലോചിക്കേണ്ട കാര്യമാണോ അത്?”

“എന്റെ സ്വാർത്ഥം കൊണ്ടാണ്.” ഷാഹിദ് പറഞ്ഞു: “ഒരു അന്യ പെണ്ണ്, ഇപ്പോഴല്ലെങ്കിൽ വർഷങ്ങൾ കഴിഞ്ഞ് നിങ്ങളുടെ ജീവിതത്തിൽ വരും. ഒരുപക്ഷേ, എന്റെ മകനായിരിക്കും കൂടുതൽ അനാഥനാവുക...”

അങ്ങനെ സംഭവിക്കില്ലെന്ന് അസീസിന് എങ്ങനെ തീർത്തു പറയാനാവും. അയാൾ മിണ്ടിയില്ല.

“സുമയ്യയെ നിങ്ങൾ നിക്കാഹ് കഴിച്ചാൽ നന്നാകുമെന്ന് തോന്നുന്നു.”

“അവൾ ചെറിയ കുട്ടിയല്ലേ...”

“നമുക്കു തോന്നുന്നതാണ്. അവൾ കോളേജിലായില്ലേ.”

ഷാഹിദലി അസീസിനെക്കൊണ്ട് അക്കാര്യം സമ്മതിപ്പിക്കുക തന്നെ ചെയ്തു ഒടുവിൽ. സുമയ്യയ്ക്കു വിരോധമുണ്ടാവുമെന്നാണ് ഷാഹിദ് കരുതിയത്. കുഞ്ഞാലിയെ വിട്ട് വീട്ടിലേക്കു വിളിപ്പിച്ച് ഷാഹിദവളോടു വളരെ നേരം സംസാരിച്ചു. കുഞ്ഞപ്പുവിന്റെ ജനന രഹസ്യംവരെ... അസീസിന്റെ ഭാര്യയാവുക എന്ന സാധ്യതയെക്കുറിച്ച് അവൾ ചിന്തിച്ചിരുന്നില്ലെങ്കിലും ചിന്തിച്ചപ്പോൾ അതു വളരെ സ്വീകാര്യമായി തോന്നുകയായിരുന്നു.

“പ്രായവ്യത്യാസം?” ഷാഹിദ് ചോദിച്ചു.

“എനിക്കിഷ്ടാ; കുറെക്കൂടി സുരക്ഷിതത്വമൊണ്ടാവും. പിന്നെ...” സുമയ്യ പറഞ്ഞു: “ഒട്ടും പ്രായം തോന്നത്തില്ല അസീസണ്ണനെ കണ്ടാൽ. സുന്ദരനല്ലേ.”

കൊമ്പനെയാണ് ഷാഹിദലി പിന്നെ കണ്ടത്. താച്ചി മരിച്ച ഉടനെ ഇതെങ്ങനെ നടത്താമെന്നായിരുന്നു കൊമ്പന്റെ സംശയം. ''സമ്മത മാവുമോ?'' അയാൾ ചോദിച്ചു: ''അവളുടെ അണ്ണന്മാർ ഗൾഫിലല്ലേ? അവരോടും ചോദിക്കേണ്ടെ?''

''അത്താടെ ഇഷ്ടം.'' സുമയ്യാ സമ്മതം മൂളി.

ഷാഹിദലിക്കു നിക്കാഹ് ഉടനെ നടത്തണമെന്നായി. താച്ചിയുടെ മക്കൾക്ക് ഉപകാരം ചെയ്യുകവഴി താച്ചിയോടു താൻ ചെയ്തുപോയ ദ്രോഹത്തിനു ചെറിയ പരിഹാരമെങ്കിലും ആവുമെന്നു കൊമ്പനും തോന്നി. ഒടുവിൽ ദാമ്പത്യം തുടങ്ങാതെ നിക്കാഹിന്റെ ചടങ്ങ് നട ത്താമെന്ന തീരുമാനമായി. അസീസ് ഗൾഫിലേക്കുപോയിട്ട് ഒരു വർഷം കഴിഞ്ഞു വരുമ്പോൾ ആളുകളെ അറിയിച്ച് ഒരു വിരുന്നു നടത്തി പെണ്ണിനെ കൂട്ടിക്കൊണ്ടു പോകാം. തൽക്കാലം അവൾ പഠിപ്പു തുടരട്ടെ. താച്ചി മരിച്ചതിന്റെ വിഷാദത്തിനിടയ്ക്കും സുമയ്യ യുടെ കണ്ണുകളിൽ നക്ഷത്രങ്ങൾ തെളിയുന്നത് ഷാഹിദ് കണ്ടു.

''സുമിക്ക് നിങ്ങളോട് പ്രേമം തുടങ്ങിക്കഴിഞ്ഞു,'' ഷാഹിദ് അസീ സിനെ സ്വകാര്യമായി അറിയിച്ചു: ''കൊച്ചുങ്ങളെ അവൾ നോക്കും. കാര്യങ്ങളുടെ കിടപ്പ് അവൾക്ക് നന്നായി അറിയാം.''

വളരെ സരളമായിരുന്നു ചടങ്ങ്. കൊമ്പൻ കിടന്ന കട്ടിലിനരികെ വെച്ച്. നൂറുദ്ദീൻ മുസ്ല്യാരെ വടക്കേത്താഴത്തേക്കു വിളിപ്പിച്ചു. അദ്ദേഹത്തെക്കൂടാതെ രണ്ടേരണ്ടു സാക്ഷികൾ - ഷാഹിദലിയും ഉസ്മാനും. ഖുറാൻ പാരായണവും ചെമ്പകപ്പള്ളിക്കാർക്ക് ഉച്ചയൂണും താച്ചിയുടെ പേരിൽ നടത്തിയതിന്റെ മൂന്നാം ദിവസം - അസീസിനു തിരിച്ചുപോകേണ്ടതിന്റെ തലേന്ന് - സാക്ഷികളെ മുൻനിർത്തി കൊമ്പൻ മകളോടു ചോദിച്ചു:

''മകളേ സുമീ, നിനക്ക് അസ്സനാര്ടെ മകൻ അബ്ദുൽ അസീസു മായുള്ള നിക്കാഹ് ഖുബൂലാണോ?''

''ഖുബൂലാണ്.'' ചുവന്ന മുഖം തട്ടൻകൊണ്ട് പാതി മറച്ച്, മുഖം കുനിച്ച് സുമയ്യ മൃദുവായി മന്ത്രിച്ചു.

''എന്റെ മകൾ സുമയ്യയെ ഒരു പവൻ മഹറിന്[1]... കൊമ്പൻ അസീ സിനു വിവാഹം ചെയ്തു കൊടുത്തു.

''താങ്കളുടെ മകൾ സുമയ്യയെ ഞാൻ സ്വീകരിച്ചിരിക്കുന്നു.''

* * *

**പോ**വുന്നതിനു മുമ്പ് യാത്രപറയാനായി അസീസ് ഷാഹിദിന്റെ വീട്ടിൽ വന്നു.

---

1. വരൻ വധുവിനു കൊടുക്കുന്ന പണം

''ഞാൻ നിങ്ങളിൽനിന്നൊരുപാടു പഠിച്ചു...'' അയാൾ പറഞ്ഞു.

ഷാഹിദ് ചിരിച്ചു:

''എനിക്കെന്തറിയാം?''

''ഓരോരുത്തരെയും മനസ്സിലാക്കാനുള്ള കഴിവ്, ശ്രദ്ധ, ഓരോരുത്തരോടുമുള്ള ആദരവ്... ആളുകളെ പറഞ്ഞു മനസ്സിലാക്കാനുള്ള കഴിവ്...''

''ചുമ്മാ തോന്നുന്നതാ...''

''സുമി ഒരു ദിവസംകൊണ്ട് ഒരു വർഷം കൂടെ ജീവിച്ച അടുപ്പത്തിലാ പെരുമാറ്ന്നത്.'' അസീസ് വികാരാധീനനായി ഷാഹിദിനെ കെട്ടിപ്പുണർന്നു: ''എന്റെ ഹബീബ്[2] ഖുദാ ഹാഫിസ്.''

രക്ഷിക്കുന്നത് ദൈവംതന്നെ. ജീവിതത്തിന്റെ വിചിത്രമായ ഗതിയിൽ സമനില തെറ്റാതെ കടന്നുപോകുന്നെങ്കിൽ അത് ദൈവം രക്ഷിക്കുന്നതുകൊണ്ടാണല്ലോ.

സുഹൃത്തേ ദൈവം നിങ്ങളെയും രക്ഷിക്കട്ടെ, നിങ്ങളിലൂടെ താച്ചിയുടെ മക്കളെയും... അവരിൽ ഒരാൾ എന്റെ ജീവന്റെ കൂടി അംശമല്ലേ...

''ഖുദാ ഹാഫിസ്...'' ഷാഹിദിന്റെ കണ്ഠമിടറി.

---

2. സുഹൃത്ത്

## ശേഷം

**ഷാ**ഹിദലി ഗുല്ലുവിനെ ഫോൺചെയ്ത് സാമാന്യം ദീർഘമായി സംസാരിച്ചു. നടന്ന കാര്യങ്ങൾ മുഴുവൻ പറഞ്ഞു. കുഞ്ഞപ്പു എന്ന് കൊച്ചുഷാഹിദ് പേരിട്ട പുതിയ കഥാപാത്രത്തിന്റെ അവതാരരഹസ്യ മൊഴികെ.

താച്ചിയുടെ ശരീരം ചെമ്പകപ്പള്ളിയിലാണ് ഖബറടങ്ങുന്നതെന്നറിയാൻ കഴിയാതിരുന്നതിൽ ഗുല്ലുവിനു ദുസ്സഹമായ ഖേദമുണ്ടായി.

‘‘അറിയിക്കാഞ്ഞത് കഷ്ടമായി. ഞാനെങ്ങനെയെങ്കിലും വന്നേനെ... അവളെ ഒരു നോക്കു കണ്ടേനെ.’’

അപാരമായ വാത്സല്യമായിരുന്നു ഗുല്ലുവിന് താച്ചിയോട്. താച്ചിക്ക് ഗുല്ലുവിനോടോ? സ്വന്തം അത്തായോടുള്ളതിലേറെ ആദരവും സ്നേഹവിശ്വാസങ്ങളും.

‘‘എനിക്കേതായാലും എല്ലാം കാണേണ്ടിവന്നു. അണ്ണച്ചീടെ മനസ്സിൽ ഉള്ള പഴയ ഓർമകൾ സന്തോഷമുള്ള ഓർമകളല്ലേ, അതു മതീന്ന് വെച്ചിട്ടാ അറിയിക്കാഞ്ഞേ.’’

തന്നെക്കുറിച്ചുള്ള വേവലാതി ഗുല്ലുവിന്റെ സ്വരത്തിൽ നിറയുന്നത് ഷാഹിദറിഞ്ഞു.

‘‘കുഞ്ഞേ,’’ ഗുല്ലു പറയുകയായിരുന്നു: ‘‘നീ എങ്ങനാ തനിച്ചു കഴിയുന്നേ? ഇങ്ങ് പോര്.’’

ഷാഹിദ് ഉത്തരം പറഞ്ഞില്ല.

‘‘എന്നാൽ പപ്പായും മമ്മിയും അങ്ങോട്ടു പോന്നോട്ടെ.’’

‘‘ഇപ്പോഴിങ്ങനെയൊക്കെ പോകട്ടെ,’’ ഷാഹിദിന്റെ സ്വരം പെട്ടെന്ന് ആധികാരികമായി: ‘‘പിന്നെ അവർ വരികയാണെങ്കിൽ ഇവിടെ നിക്കാൻ വരണം. അണ്ണച്ചി ട്രാൻസ്ഫർ വാങ്ങിച്ച് കൂടെ വരണം. ചെമ്പകപ്പള്ളിയിൽ ഡോക്ടറില്ലാത്തതല്ലേ... അവിടത്തെ ഡോക്ടർമാർ എല്ലാവരും കൂടി വന്നില്ലേലും ഉമ്മൈബാന് വരാവല്ലോ...’’

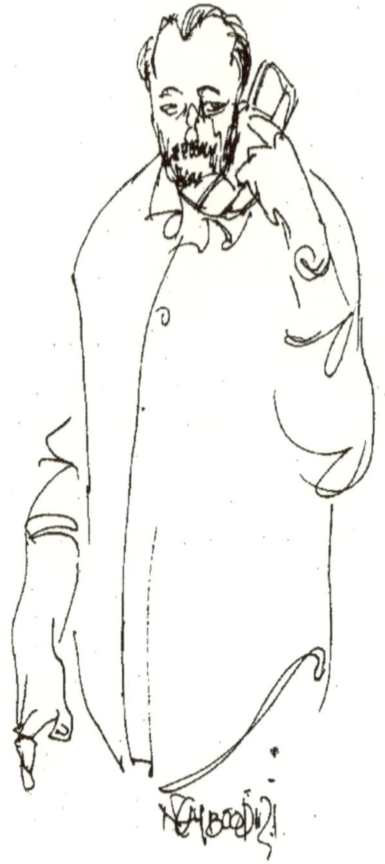

"നീ പറയുന്നതിൽ കാര്യമുണ്ട്..." ഷാഹിദിന്റെ വാക്കുകൾ ശ്രദ്ധയോടെ കേട്ട ഗുല്ലു പറഞ്ഞു: "പക്ഷേ, ഒരു സംശയം, നിനക്ക് നിക്കാഹ് കഴിച്ച് ഏതെങ്കിലും കോളേജിലും പഠിപ്പിച്ച് അവരുടെ കൂടെ നിന്നാലെന്താ?"

"നിക്കാഹ് - ഇല്ലണ്ണച്ചി. താച്ചി മാത്രമേ എന്റെ ജീവിതത്തിലുള്ളൂ. അവൾക്കു കൊടുത്ത വാക്കും എന്റെ മനസ്സും അങ്ങനാ."

* * *

**അ**ള്ളാമേട്ടിലെ പേരാൽപ്പന്തലിന്റെ കീഴിൽച്ചെന്ന് കണ്ണടച്ച് ഷാഹിദ് ഓരോന്നോർത്തു കിടന്നു. പ്രേമത്തിന്റെ ആഴം മനസ്സിലാക്കിത്തന്ന

താച്ചി... ആത്മസൗഹൃദത്തിന്റെ ആഴം മനസ്സിലാക്കിത്തന്ന ജീവനാനന്ദൻ എന്ന സഞ്ജീവ്... സഞ്ജു!

''എന്റെ വീരപ്പുലിയലിയാരേ...''

ഷാഹിദ് ഞെട്ടി കണ്ണുതുറന്നു. അത്തമ്മായുടെ സ്വരമാണല്ലോ കേട്ടത്, തൊട്ടരികെനിന്ന്. പക്ഷേ, എവിടെ? മയങ്ങിയപ്പോൾ സ്വപ്നം കണ്ടതായിരിക്കും. എല്ലാം എവിടെപ്പോയി? ആ നാളുകൾ... അത്തമ്മായും താച്ചിയും പക്ഷികളുമൊക്കെ ഉണ്ടായിരുന്ന ആ ജീവിതം...

പിന്നെയും താൻ മയങ്ങിപ്പോയതായും ഒരു കുഞ്ഞിക്കരച്ചിൽ തന്നെ ഉണർത്തിയതായും ഷാഹിദിനു തോന്നി. ഷാഹിദ് എഴുന്നേറ്റിരുന്നു. പെട്ടെന്ന് ഒരിടിമുഴങ്ങി. തന്റെ നട്ടെല്ലിൽനിന്നാണതുയരുന്നത്, ഷാഹിദറിഞ്ഞു. തലയ്ക്കകത്ത് ഇപ്പോൾ, ഉഗ്രമായി പൊട്ടിച്ചിതറുന്നു. നെഞ്ചകത്തമരുന്നു. അതമർന്നുതീർന്ന നിശ്ശബ്ദതയിൽ വിസ്മയാവഹമായ ഒരു കാഴ്ച വിടർന്നു. നാലുചുറ്റും കൊടുങ്കാടിന്റെ ഘനഹരിതം. വിസ്താരമില്ലാത്ത ഒരു തുറസ്സിൽ, പുൽമെത്തയിൽ, തന്റെ മുന്നിൽ തേജസ്വിയായ ഒരു വൃദ്ധസന്യാസി. ഒരു നിരയായി യുവസന്ന്യാസികൾ അർദ്ധചന്ദ്രാകൃതിയിൽ ഇരിക്കുന്ന കൂട്ടത്തിലാണ് തന്റെയിരിപ്പ്. ഒന്നു തിരിഞ്ഞപ്പോൾ തൊട്ടടുത്തു സഞ്ജുവിന്റെ ദീപ്തമായ മുഖം. സന്ന്യാസി താനും സഞ്ജുവും ഉൾപ്പെട്ട ശിഷ്യന്മാരോടൊത്ത് ഉള്ളു തണുപ്പിക്കുന്ന, ഹൃദയതാളത്തിനിണങ്ങുന്ന ഏതോ മന്ത്രോച്ചാരണം നടത്തുകയാണ്. ആ ഭ്രമരസ്വരങ്ങൾ ഒന്നിച്ചൊഴുകി അന്തരീക്ഷത്തിൽ പ്രകാശമായി നിറയുന്നു.

ഷാഹിദ് പിന്നെയും കണ്ടു...

ഇപ്പോൾ ചുറ്റും നിബിഡമല്ലാത്ത ഈന്തൽപ്പനകളുടെ പച്ചപ്പ്. ഒരു കൊച്ചുകൂടാരത്തിന്റെ മുറ്റത്ത് മണലിലിരുന്നു താടിയും മുടിയും വിളറിത്തുടങ്ങിയ, നരച്ചു പിഞ്ഞിയ കമ്പിളിക്കുപ്പായവും ജപമാലകളും ധരിച്ച ഒരു ദർവീശ്[1] പാടുകയും ശരീരം ഉലച്ച് ആടുകയുമാണ്. താനും സഞ്ജുവും രണ്ടുമൂന്നു ചെറുപ്പക്കാരും അദ്ദേഹത്തിന്റെ ചലനങ്ങളിൽ മുഗ്ദ്ധരായി ഇരിക്കുന്നു. താനും സഞ്ജുവും ദർവീശിന്റെ ഗാനാലാപനത്തിനു ശ്രുതിയിട്ടു റബാബ് വായിക്കുകയാണ്. ചെറുപ്പക്കാർ തുടികൊട്ടുന്നു. എല്ലാവരും കമ്പിളിക്കുപ്പായക്കാർ.

സഞ്ജുവും താനും കറങ്ങിക്കറങ്ങി നൃത്തം ചെയ്യുകയാണ്. വൃദ്ധനായ ദർവീശും ചെറുപ്പക്കാരുമിപ്പോഴില്ല. ചുറ്റിനും അറ്റമില്ലാത്ത മണലാരണ്യം, ഇരുളാൻ തുടങ്ങുന്ന വിശാലമായ ആകാശത്തിന്റെ

1. ഭാരതത്തിലെ അവധൂതനെപ്പോലെ സമൂഹത്തിൽനിന്നു തെന്നിമാറിയ, ദൈവികമായ ആനന്ദലഹരി നേടുന്ന വ്യക്തി.

വിളുമ്പിൽ ഇപ്പോൾ തെളിഞ്ഞ ചന്ദ്രക്കല... ഘനഗംഭീരമായ ഒരു പുരുഷസ്വരം വിജനതയിൽ മുഴങ്ങുന്നു:

അല്ലാഹു അക്ബർ...
അല്ലാഹു അക്ബർ...

* * *

എത്രനേരം കഴിഞ്ഞാണ് ഉണർന്നത്? ഷാഹിദിനു തിട്ടപ്പെടുത്താനായില്ല. പ്രാചീനവും ശക്തിമയവും ഹൃദയരഞ്ജകവുമായ എന്തോ ഒന്ന് തന്നിൽ നിറഞ്ഞു പ്രസരിക്കുന്നതായി ഷാഹിദറിഞ്ഞു. താൻ

മറ്റെവിടെയോ പുനർജ്ജനിച്ചിരിക്കുന്നു- ഷാഹിദലി ആയിരിക്കെ ത്തന്നെ അല്ലാതായിരിക്കുന്നു. അതിൽ ദർവീശിന്റെയും സന്ന്യാസി യുടെയും ശ്രുതിതാളങ്ങൾ ലയിച്ചു ചേർന്നു പ്രഭാവമായി നിന്നു.

സംസ്കാരങ്ങളിലൂടെ, സംസ്കാരങ്ങളിൽനിന്നു സ്വതന്ത്രമായി, പ്രവഹിക്കുന്ന അനാദിയായ ഒരു ജീവധാര. അറിവായും ആനന്ദമായും പ്രസരിക്കുന്ന അനന്തചൈതന്യം.

തന്നിലൂടെ പ്രവഹിക്കുന്ന ചൈതന്യം തന്നെ വഹിച്ചു കൊണ്ടു പോവുന്നതായി ഷാഹിദലി അറിഞ്ഞു.

■

# ആദ്യപതിപ്പിന്റെ ആമുഖം

നവജ്യോതിശ്രീ കരുണാകരഗുരുവിനെയാണ് ഇതെഴുതുമ്പോൾ ആദ്യമായി ഓർക്കാനുള്ളത്. ശിഷ്ടകാലം കേരളത്തിൽ കഴിയുക എന്ന ഗുരുകൽപ്പന ഇല്ലായിരുന്നെങ്കിൽ ഞാൻ ഒരിക്കലും ദില്ലിയിൽനിന്നും ഇങ്ങോട്ട് താമസം മാറ്റില്ലായിരുന്നു. എങ്കിൽ കോട്ടയം ജില്ല ഞാൻ കാണുമായിരുന്നില്ല. അടുത്തുള്ള കൊച്ചു പള്ളിയിലെ വാങ്കുവിളി കേട്ടുകൊണ്ട് ഞാൻ അതിരമ്പുഴയിലെ 'ഹസൻ മൻസിൽ' എന്ന വാടകക്കെട്ടിടത്തിൽ ഇരുന്നു ജോലി ചെയ്യുമായിരുന്നില്ല. ഈ കൃതിക്കു പ്രേരകമായ പല പരിചയങ്ങളുമുണ്ടാവില്ല. (അതിരമ്പുഴയിലൊതുങ്ങുന്നില്ല അവ.) സർഗ്ഗജീവിതത്തിലെ ഇങ്ങനെയൊരു തളിർക്കലിന് പിന്നെ ഗുരുവിനോടല്ലാതെ ആരോട് നന്ദി പറയാൻ?

നോവലിന്റെ ആശയമുദിച്ചതിലും പരോക്ഷമായി ഗുരുസ്പർശമുണ്ട്. ഒരു ദശകത്തിനുമുൻപ് നൂറുപേജോളം ഗുരുവിനെക്കുറിച്ചു ഞാനെഴുതിവച്ചു. പ്രസിദ്ധീകരിക്കാൻ കൊള്ളുമോ എന്നു നിർണ്ണയിക്കാൻ ഏട്ടന് ചില ഭാഗങ്ങൾ വായിച്ചുകേൾപ്പിക്കുമ്പോൾ ദില്ലി വസതിയിൽ ഏട്ടന്റെ യുവസുഹൃത്ത് മോനു (പത്രപ്രവർത്തകനും എഴുത്തുകാരനുമായ രമേഷ് മേനോൻ) ഉണ്ടായിരുന്നു. വായന കേട്ട് ആറുമാസത്തിനകം ഒരു നോവലെഴുതുമെന്ന് വെള്ളക്കടലാസിൽ എന്നെക്കൊണ്ട് മോനു കരാറെഴുതിച്ചു. പാതി കളിയായി ഏറ്റുകഴിഞ്ഞതിനുശേഷം മനസ്സിൽ ആ കരാർ പ്രതിജ്ഞപോലെ ഗൗരവസ്വഭാവമുള്ളതായി. ആറുമാസം പോയിട്ട് ആറുവർഷം കഴിഞ്ഞിട്ടും എഴുതാൻ കഴിയാഞ്ഞത് എന്നെ അലോസരപ്പെടുത്തുകയും ചെയ്തു.

വല്ലപ്പോഴുമെഴുതുന്ന ചെറുലേഖനങ്ങൾ കണ്ടിട്ടാവാം, ഒരിക്കൽ സാഹിത്യപ്രവർത്തക സഹകരണസംഘം അഡ്മിനിസ്ട്രേറ്റർ പൂച്ചാലി ഗോപാലൻ അവർകളും നോവലെഴുതുന്നതു

നന്നായിരിക്കുമെന്ന് എന്നോട് പറയുകയുണ്ടായി. നോവലെഴുതണമെന്നു പറഞ്ഞ മറ്റൊരാൾ കൂടിയുണ്ട്. സർവകലാശാലയിൽ എന്റെ സഹപ്രവർത്തകനായ ബാലരാമപുരം ശ്രീധരൻ. ജ്യോതിഷികൂടിയായ ശ്രീധരൻ എഴുത്തിനു പറ്റിയ സമയമാണ് എന്ന് പലപ്പോഴും പറയാറുണ്ടായിരുന്നു.

എഴുതാനാലോചിച്ചുവെച്ചതൊന്നുമല്ല ഒടുവിൽ എഴുതിയത്. പാലക്കാടൻ പശ്ചാത്തലവും വടക്കൻഭാഷയും കടന്നുവന്നതേയില്ല. ഈ കൃതിയിലെ കോട്ടയം മലയാളത്തിൽ പാളിച്ച വരുന്നുണ്ടോ എന്നു നോക്കാൻ ആദ്യത്തെ ഏതാനും അദ്ധ്യായങ്ങൾ വായിച്ച സഹപ്രവർത്തകൻ കെ. രാധാകൃഷ്ണവാര്യരോട് കടപ്പാടുണ്ട്. കോട്ടയം മലയാളം പിശകാതെ സൂക്ഷിക്കാൻ മറ്റൊരാൾകൂടി സഹായിക്കുകയുണ്ടായി. അയൽക്കാരിയും ബിരുദവിദ്യാർത്ഥിനിയുമായ അനുജോൺ.

'മാധ്യമം' പത്രത്തിന്റെ കോട്ടയം ബ്യൂറോവിലെ കരീമിനെയും ഷറഫിനെയും ചിലപ്പോൾ ഫോണിൽ വിളിച്ച് ഞാൻ ശല്യപ്പെടുത്തിയിട്ടുണ്ട്; ക്ഷമാപൂർവ്വം അറബിവാക്കുകളുടെയും ഖുർആനിക ആശയങ്ങളുടെയും വിശദീകരണങ്ങൾ അവർ തന്നിട്ടുമുണ്ട്. കുറെനാൾ അയൽക്കാരനായിരുന്ന ഫ്രീലാൻസ് ജേർണലിസ്റ്റ് റംഷാദ് ഇതേവിധത്തിൽ സഹായിച്ചിട്ടുണ്ട്. അതിരമ്പുഴ പഞ്ചായത്ത് മെമ്പറായ ഉമ്മറിനെ സംശയനിവാരണാർത്ഥം ഫോൺ ചെയ്ത അവസരങ്ങളും മറക്കുന്നില്ല.

രചനയുടെ അവസരത്തിൽ ഏതാനുമദ്ധ്യായങ്ങൾ നോക്കി പോരായ്മകൾ ചൂണ്ടിക്കാണിച്ച് സഹായിച്ച സഹോദരീഭർത്താവ് എ.കെ. ഗംഗാധരൻ, ശാരീരികാസ്വാസ്ഥ്യങ്ങൾക്കിടയിൽ ഈ കൃതി മുഴുവൻ വായിച്ചുകേട്ട ഒ.വി. വിജയൻ, പലപ്പോഴും വായന കേൾക്കാൻ കൂടിയ തെരേസാ വിജയൻ എന്നീ കുടുംബാംഗങ്ങളോട് പ്രത്യേകിച്ച് കടപ്പെടേണ്ട കാര്യമില്ലെങ്കിലും അവരെ നിറഞ്ഞ ഹൃദയത്തോടെ ഓർക്കാതെ വയ്യ.

സവിശേഷമായ നന്ദി ഷെഫീക് അബ്ദുൽ അസീസ്, ഈ കൃതിയുടെ സാക്ഷാത്കാരത്തിന് അറിഞ്ഞും അറിയാതെയും എനിക്കു തന്ന ഉദാരവും സമൃദ്ധവുമായ പിൻബലത്തിന്.

**ഒ.വി. ഉഷ**

www.ingramcontent.com/pod-product-compliance
Lightning Source LLC
LaVergne TN
LVHW060236051026
849517LV00005B/1634
* 9 7 8 9 3 9 5 8 7 8 3 8 8 *